"डेव्हिड ॲलन यांच्या औषधोपचारांमुळे माझे प्राण वाचले! मी ई-मेल्समध्ये वाहून जात होते आणि मला माझ्या कामांचा माग काढता न आल्याने दडपण येत होते. डेव्हिड यांच्या मार्गाने काम केल्यामुळे मला मनःशांती मिळाली आणि माझी उत्पादकता नाट्यमयरीत्या वाढली. हे पुस्तक न वाचणे कुठल्याही ई-व्यवसाय करणाऱ्याला किंवा थेट व्यवसाय करणाऱ्याला परवडणारे नाही!"

– पॅट्रिशिया बी. सेबोल्ड, customers.comच्या लेखिका आणि 'द पॅट्रिशिया सेबोल्ड ग्रुप'च्या मुख्य कार्यकारी अधिकारी

"उद्देशातली शक्ती, ताणमुक्त राहण्याचे मूलभूत स्वरूप आणि गोष्टी घडवून आणण्याकरता अगदी फसवी वाटण्याजोगी सोपी मार्गदर्शक तत्त्वे, यांमध्ये डेव्हिड ॲलन एक नवी सुस्पष्टता आणतात. विस्तृत अनुभव, व्यक्तिगत अनुभव आणि साधेपणा, गती व गंमत यांनी युक्त असलेली त्यांची स्वतःची खास पद्धत, यांचा ते उपयोग करून घेतात."

– फ्रान्सिस हॅसलबीन, अध्यक्ष, बोर्ड ऑफ गव्हर्नर्स, 'द ड्रकर फाउंडेशन'

"महाविद्यालयांमध्ये या गोष्टी शिकवल्या जात नाहीत आणि तुम्ही त्या कामावरही शिकत नाही. डेव्हिड ॲलन यांच्या पद्धती व्यवसाय, सार्वजनिक किंवा स्वयंसेवी कार्यमध्ये प्रवेश करू पाहणाऱ्या प्रत्येकाला शिकणे अनिवार्य करायला हवे."

– जॉन एडविन मरोझ, अध्यक्ष, 'ईस्ट-वेस्ट इन्स्टिट्यूट'

"डेव्हिड ॲलन कामाचे व्यसन असणाऱ्यांना मुक्त करतात. सुज्ञपणे प्राधान्यक्रम कसे ठरवावेत, कामांचे संघटन कार्यक्षमतेने कसे करावे आणि नव्या कौशल्याद्वारे निर्माण केलेल्या वेळ आणि पैसा यांच्या साह्याने परिणाम कसे साधावेत हे त्यांनी मला शिकवले. हे पुस्तक वाचणारी व्यक्ती, ताबडतोब परिणाम मिळवण्याकरता हे ज्ञान आणि या कौशल्यांचा वापर तिच्या जीवनामध्ये करू शकते."

– स्टीफन मॅजी, व्यवसाय आणि अर्थशास्त्राचे पदाधिष्ठित प्राध्यापक, टेक्सास विद्यापीठ, ऑस्टीन

गेटिंग थिंग्ज डन

कार्यतत्परतेची गुरुकिल्ली

लेखक
डेव्हिड ॲलन

अनुवाद
प्रशांत तळणीकर

मेहता पब्लिशिंग हाऊस

✆ +91 020-24476924 / 24460313 / Mob. No. 9545000513
Email : production@mehtapublishinghouse.com
Website : www.mehtapublishinghouse.com

◆ *या पुस्तकातील लेखकाची मते, घटना, वर्णने ही त्या लेखकाची असून त्याच्याशी प्रकाशक सहमत असतीलच असे नाही.*

GETTING THINGS DONE by DAVID ALLEN

Translated into Marathi Language by Prashant Talnikar

गेटिंग थिंग्ज डन / मार्गदर्शनपर

अनुवाद : प्रशांत तळणीकर

Email : author@mehtapublishinghouse.com

मराठी अनुवादाचे व प्रकाशनाचे हक्क मेहता पब्लिशिंग हाऊस, पुणे.

प्रकाशक : सुनील अनिल मेहता, मेहता पब्लिशिंग हाऊस,
१९४१, सदाशिव पेठ, माडीवाले कॉलनी, पुणे ३०.

मुद्रक : ट्रिनिटी ॲकॅडमी फॉर कॉर्पोरेट ट्रेनिंग लिमिटेड

मुखपृष्ठ : चंद्रमोहन कुलकर्णी

प्रकाशनकाल : ऑगस्ट, २०१३ / पुनर्मुद्रण : सुधारित आवृत्ती ऑक्टोबर, २०२०

किंमत : ₹ ३९५

P Book ISBN 9788184984842
E Book ISBN 9789353175184
E Books available on : amazonkindle Apple Books Google Play Books

---

* पायरेटेड पुस्तकांची खरेदी-विक्री हा कायद्याने गुन्हा आहे आणि अशा गुन्ह्याविरोधात कायदेशीर कारवाई होऊ शकते.

माझ्या आयुष्यातील आणि कार्यामधील विलक्षण साथीदार
***कॅथरिन** हीस –*

ऋणनिर्देश

गेटिंग थिंग्ज डन या पुस्तकातील तत्त्वांचा विकास आणि त्याबद्दलची माझी समज या दोन्हींच्या बाबतीत गेल्या काही दशकांमध्ये, माझ्या इतक्या संख्येने मार्गदर्शक, साथीदार, सहकारी, कर्मचारी, ग्राहक, मित्रमंडळी आणि या कार्यपद्धतीचा अंगीकार करणारे लोक यांचा हातभार लागलेला आहे की, इथे त्यातल्या काहीजणांचा खास नामोल्लेख करून त्यांना धन्यवाद म्हणणं आवश्यकही आहे आणि अन्याय्यही; त्यामुळे अनेक अनुल्लेखित; पण या गटातल्या तितक्याच महत्त्वाच्या लोकांची (आणि असं कोण आहे हे तुम्ही जाणताच) मी क्षमाही मागतो आणि त्यांच्याबद्दलचं ऋणही व्यक्त करतो.

१९८० च्या दशकाच्या सुरुवातीला, पुढे जाऊन जी जगभर जीटीडी म्हणून प्रसिद्ध झाली, त्या कार्यपद्धतीबद्दलचं माझं आकलन आकाराला येण्याकरता डीन अचिसन आणि रसेल बिशप यांनी एक प्राथमिक संरचना पुरवली होती. गेल्या अनेक वर्षांमध्ये माझं हे लिखाण आणि त्याचं वितरण यांमध्ये ज्या असंख्य साथीदार आणि सहकाऱ्यांनी योगदान दिलं आहे, त्यांच्यापैकी मरियन बेटमन, मेग एडवर्डस्, ॲना मारिया गोन्झालेझ, ॲन जेनेट, लेस्ली बॉयर, केली फॉरिस्टर, जॉन फॉरिस्टर, वेन पेपर, फ्रँक सॉपर, मॅगी वाईस आणि माइक विल्यम्स यांचे विशेष आभार मानणं आवश्यक आहे.

> *जीवनामध्ये आपल्याकडे काय आहे हे नव्हे, तर आपल्या जीवनामध्ये कोण आहे, हे महत्त्वाचं असतं.*
>
> *– जे. एम. लॉरेन्स*

त्याशिवाय, हजारो ग्राहक आणि परिषदेत भाग घेणारे लोक यांनी हे साचे पडताळून पाहणं, त्यातल्या त्रुटी दूर करणं या बाबतीत मला मदत केलेली आहे. त्यात, ज्या मानव संसाधन नीतिज्ञांनी या कामाच्या सुरुवातीच्या काळातच त्यांच्या कॉर्पोरेट संस्कृतीमध्ये आवश्यक बदल घडवून आणण्याच्या बाबतीतलं या मजकुराचं महत्त्व जाणलं आणि मला ते करण्याची संधी दिली त्यांचा विशेष उल्लेख करणं आवश्यक आहे. त्यांच्यामध्ये मायकल विन्स्टन, बेन कॅनन, केव्हिन वाइल्ड, सुझन वालास्कोविच, पॅट्रिशिया कार्लाईल, मॅनी बर्जर, कॅरोला एन्डिकॉट, क्लारा स्तुचिन्स्की

आणि एलियट केलमन हे विशेष!

हे पुस्तक जसं आहे त्या स्वरूपात आकाराला येण्याचं श्रेय टॉम हॅगन, जॉन आणि लॉरा मॅक् ब्राइड, स्टीव्ह लीवर्स, ग्रेग स्टाइकलेदर, सॅम स्पर्लिन आणि माझी अथकपणे काम करणारी प्रतिनिधी डो कूव्हर यांच्या अद्वितीय अशा ऊर्जा आणि दृष्टिकोनांनाच जातं आणि त्या श्रेयामध्ये या पुस्तकाच्या पहिल्या आवृत्तीच्या संपादिका जेनेट गोल्डस्टाईन, तसंच या नव्या आवृत्तीचे संपादक रिक कॉट या दोघांचादेखील मोठा वाटा आहे. पुस्तक लिहिण्याची कला आणि कौशल्यं यांमध्ये त्यांनी मला मोलाच्या (आणि संयमपूर्वक) सूचना दिल्या.

शेवटी, माझे आध्यात्मिक गुरू जे-आर यांचे, इतके महान मार्गदर्शक असण्याबद्दल आणि मला सतत माझ्या जीवनाच्या खऱ्या प्राधान्यांची आठवण करून देण्याबद्दल, तर माझी पत्नी कॅथरीन हिचे, तिच्या माझ्यावरील विश्वास आणि प्रेमाबद्दल, तिनं माझ्या साहाय्यार्थ केलेल्या अपार कष्टांबद्दल, माझी सहकारी होण्याबद्दल आणि माझ्या जीवनामध्ये तिनं अनेक प्रकारे आणलेल्या सौंदर्याबद्दल अगदी मनःपूर्वक आभार!

प्रस्तावना

तुमच्या कामाच्या सवयी, तुमचं आरोग्य, तुमची उत्पादकता आणि जीवनामधली तुमची एकूण यशस्विता यांमध्ये सुधारणा कशी करावी याबद्दल सल्ला देऊ करणारी अनेक पुस्तकं आहेत.

ती जे सांगतात, त्यातला काही भाग सहसा सामान्यज्ञानच; पण जरा चांगल्या कपड्यांमध्ये सादर करण्याचा प्रकार असतो. काही थोडाफार भाग तर निव्वळ टाकाऊ असतो. बहुतांश भाग हा असल्यास एकदा वाचण्यासारखा असतो आणि एकदा ते पुस्तक खाली ठेवलं की, काही तास किंवा दिवसांमध्ये तुम्ही ते विसरूनही जाता.

हे पुस्तक मात्र वेगळं आहे. ते पहिल्यांदा बाजारात आल्यापासून त्याची विक्री मोठ्या संख्येनं चालूच आहे. डेव्हिड ॲलन यांच्या कार्यक्रम आणि तत्त्वज्ञानाचे श्रोतेही संख्या आणि जागतिक विस्ताराच्या बाबतीत वाढत गेले आहेत. माझ्यापुरतं बोलायचं झालं तर या पुस्तकाची मूळ आवृत्ती बाहेर आल्यावर मी ते काळजीपूर्वक वाचलं आहे आणि तेव्हापासून दर वर्षा-दोन वर्षांनी मी ते पुन्हा वाचत असतो. आता तुम्ही जी वाचत आहात, ती त्याची अद्ययावत केलेली आणि सुधारित आवृत्ती बाहेर येते आहे याचा मला अतिशय आनंद होतो आहे.

गेटिंग थिंग्ज डन कशामुळे वेगळं ठरतं? या पुस्तकाच्या महत्त्वाच्या गुणांची उतरत्या क्रमानं यादी करायची झाल्यास मी खालीलप्रमाणे तीन गुण सांगेन. यातला प्रत्येक गुण जवळजवळ एकेका प्रकरणामध्ये दिसून येतो.

एक म्हणजे या पुस्तकाची व्यवहार्यता, म्हणजेच त्याची छोट्या-छोट्या तुकड्यांमध्ये केलेली आणि क्षमाशील मांडणी. स्वयंविकासाच्या बहुतेक योजना एक तर संपूर्ण, नाही तर काहीच नाही; उद्यापासून सगळं वेगळं व्हायला हवं, अशा आविर्भावाच्या असतात. तुम्हाला वजन कमी करायचं असो, तुमच्या आर्थिक बाबींवर नियंत्रण मिळवायचं असो, तुमच्या कुटुंबाची गाडी रूळावर आणायची असो किंवा तुमच्या स्वप्नातली नोकरी मिळवायची असो, तुम्ही तुमच्या जीवनाच्या प्रत्येक अंगामध्ये आमूलाग्र बदल करायला सांगितलं जातं.

काही वेळा काही लोक असा आमूलाग्र बदल करतातही- व्यसनमुक्ती, एखाद्या गंभीर आरोग्यविषयक समस्येनंतर आहार आणि व्यायामाचं नियोजन किंवा आयुष्यभर उद्योगव्यवसायात घालवल्यानंतर थेट एखाद्या आश्रमात जाऊन राहणं वगैरे; पण बहुतांश लोकांना, बहुतेक वेळा हळूहळू बदल करण्याचा, एखादी चूक झाल्यास स्वतःला क्षमा करण्याचा मार्ग दीर्घ पल्ल्यामध्ये जास्त उपयुक्त ठरण्याची शक्यता असते. त्यात तुम्ही एखादी गोष्ट विसरलात किंवा मागे राहिलात तर सगळंच सोडून देण्याची गरज नसते.

एका अर्थी डेव्हिड ॲलन यांच्या, त्यांच्या वाचकांसंदर्भातल्या महत्त्वाकांक्षा अन्य बहुतेक पुस्तकांपेक्षा जास्तच भव्य-दिव्य आहेत. लोकांच्या जीवनाचा प्रत्येक क्षण त्यांना जे सर्वांत जास्त करावंसं वाटतं त्याच्याशीच निगडित असावा, अशा प्रकारे त्यांच्या काम आणि खासगी जीवनातले ताण आणि चिंता दूर करण्यात लोकांना मदत करणं, हे त्यांचं उद्दिष्ट आहे; पण काही अपवाद वगळता त्यांनी सुचवलेल्या प्रणालीचा मुख्य गुण म्हणजे ती मोड्युलर किंवा स्वतंत्र तुकड्यांनी बनलेली आहे. यातला अपवादाचा भाग म्हणजे संकलन किंवा कामं एका ठिकाणी नोंदवून ठेवण्याची सवय विकसित करण्यावर ते देत असलेला सुज्ञ भर. या सवयीमुळे तुम्ही देत असलेलं किंवा स्वीकारत असलेलं प्रत्येक वचन, प्रत्येक बांधिलकी लिहून किंवा अन्य प्रकारे नोंदवून ठेवाल, म्हणजे मग तुम्हाला त्या सगळ्या गोष्टी आठवत बसण्याचा त्रास घेण्याची गरज उरणार नाही. याच्याशीच निगडित आणखी एक अपवाद म्हणजे अशा नोंदी साठवण्याकरता एक सामायिक, विश्वसनीय जागा निर्माण करणं. या पुस्तकात अनेक सल्ले आहेत आणि ते सगळेच पाळले तर त्यांचा जास्त फायदा होऊ शकतो; पण त्यातले काही-काहीच वापरले तरीही हे पुस्तक उपयुक्त ठरतं.

उदाहरणार्थ, तुम्ही डेव्हिड ॲलन यांच्या संपूर्ण जीटीडी प्रणालीचा अंगीकार केलेला नसला, तरी त्यांचा दोन मिनिटांचा नियम तुम्हाला तुम्ही दिलेले शब्द पुढे ढकलण्यापेक्षा ताबडतोब पाळून मोकळं होण्याकरता खूप उपयुक्त ठरेल (प्रकरण ६ - दोन मिनिटांचा नियम - एखाद्या कृतीला दोन मिनिटांपेक्षा कमी वेळ लागणार असल्यास, ती समोर येताच करून टाकणं श्रेयस्कर असतं.) किंवा संपूर्ण पुस्तकात त्यांनी वेळोवेळी समजावून सांगितल्याप्रमाणे, बाह्य मेंदूवर विसंबणं. म्हणजेच,

किरकोळ गोष्टींचं वर्गीकरण करू शकणारी आणि तुमच्या वतीनं लक्षात ठेवू शकणारी साधनं वापरणं. मग त्या तुमच्या सगळ्या पावत्या ठेवण्याच्या फायली असोत किंवा ज्या तुम्हाला वारंवार शोधाव्या लागू शकतात अशा किल्ल्या, चष्मा अथवा तत्सम अन्य वस्तू आवर्जून ठेवण्याची एखादी निश्चित जागा.

लोक व्यग्र असतात आणि चुका करू शकतात हे ज्याला पक्कं ठाऊक आहे, अशा माणसानं दिलेले हे सल्ले आहेत. लोकांना अपराधी किंवा आपण कुठेतरी कमी पडतो आहोत असं वाटायला लावण्याऐवजी त्यांना मदत होईल अशा जास्तीच्या टिपा देण्याकरता तो हे लिहितो आहे. जीवन चक्राकार गतीनं फिरतं या जाणिवेतूनदेखील हे पुस्तक लिहिलं गेलं आहे. गोष्टी काही काळ चांगल्या चालतात आणि मग काही काळ बिघडत जातात. काही वेळा आपण सगळं वेळच्या वेळी करतो, तर काही वेळा चुकतो किंवा मागे पडतो. प्रत्येकाच्या बाबतीतच हे घडतं, तसं एखाद्या वेळी एखादी गोष्ट आपल्याला झेपत नाही किंवा आपण बावचळून जातो. अशा वेळी परिस्थितीवर परत कसं नियंत्रण मिळवायचं यासाठी हे पुस्तक सहजसाध्य अशी पायरी-पायरीची पद्धत सुचवतं.

या पुस्तकाचा दुसरा गुण म्हणजे बदल स्वीकारण्याची त्याची क्षमता. डेव्हिड ॲलन यांनी काम आणि जीवन जगण्याच्या त्यांच्या मार्गाबाबत विचार करायला सुरुवात केल्यानंतरच्या गेल्या काही दशकांमध्ये, व्यक्तिगत सुसंघटनाच्या काही व्यावहारिक बाजू बदललेल्या नाहीत. झोपेचा कालावधी काहीसा कमी केला, तरी दिवसाचे काही ठरावीक तासच तुम्ही काम करू शकता. तुम्ही ज्यांच्याशी अर्थपूर्ण संबंध ठेवू शकता अशा लोकांची संख्याही जवळपास ठरावीकच असते आणि एका वेळी आपण किती गोष्टी करू शकतो, यातही फारसा बदल होत नाही. मात्र, कामाच्या बाबतीतल्या काही अन्य गोष्टींमध्ये क्रांतिकारक बदल घडून आले आहेत. या पुस्तकाची पहिली आवृत्ती बाहेर आली तेव्हा ई-मेल हे एक रोचक नवं तंत्रज्ञान होतं. आता ते करायच्या राहिलेल्या कामांचा, अतिशय अपराधी वाटायला लावणारा स्रोत बनलं आहे. डेव्हिड ॲलन यांच्या पहिल्या तंत्रज्ञानात्मक प्रकल्पांपैकी एक होता ॲक्शनीअर ही प्रणाली. सुरुवातीच्या पाम-पायलट या डिजिटल उपकरणाकरता ही एक टास्क मॅनेजमेंट प्रणाली होती. आता पाम ही कंपनी आणि तिचं कधीकाळी क्रांतिकारक ठरलेलं पाम-पायलट हे उत्पादन, दोन्ही लुप्त झाले आहेत. त्यांची

जागा आय-फोन आणि अँड्राइड स्मार्टफोननं घेतली आहे आणि आता आपण कल्पनाही करू शकणार नाही अशा आणखी काही गोष्टी सतत येत राहणार यात काही शंका नाही.

पुस्तकाच्या या नव्या आवृत्तीमध्ये आधीच्या आवृत्तीप्रमाणेच डेव्हिड ॲलन यांना सध्या प्रचलित असलेलं तंत्रज्ञान उत्तमप्रकारे माहिती आहे. एखाद्या कालखंडामध्ये प्रचलित असलेल्या हार्डवेअर आणि सॉफ्टवेअरशी - स्प्रेडशीट, पॉवरपॉइंट इ. - घट्ट बांधलेल्या अन्य व्यवस्थापनविषयक पुस्तकांच्या विपरीत 'गेटिंग थिंग्ज डन' या सगळ्यांचा संदर्भ देतं. मात्र, अशा कुठल्याही बाह्य प्रणालीवर अवलंबून राहात नाही. डेव्हिड ॲलन यांनी या पुस्तकातल्या मार्गदर्शनामध्ये आधुनिक तंत्रज्ञानामधले बदल आणि आधुनिक मेंदूविज्ञानाला लागलेले नवे शोध यांचं (रोचक) दर्शन घडवणारं अद्ययावतीकरण केलं आहे; पण त्यांचा रोख मात्र लोक त्यांचं ध्यान, भावना आणि सृजनशीलता कसे हाताळतात यासंबंधीच्या कालातीत तत्त्वांवरच आहे. अजून दहा-बारा वर्षांनीदेखील हे पुस्तक वाचलं जात असेल आणि माझ्या मते ते वाचलं जाईलच, तर त्या काळातले लोक यातल्या साहजिकच कालबाह्य झालेल्या तंत्रज्ञानविषयक संदर्भांकडे दुर्लक्ष करून मानवी स्वभावाच्या बाबतीतले तेव्हाही लागू राहणार असलेले बारकावे सहज ओळखू शकतील.

या पुस्तकाचा तिसरा गुण डेव्हिड ॲलन आणि त्यांची पत्नी कॅथरीन या दोघांशी माझ्या असलेल्या मैत्रीमुळे मला प्रत्यक्ष जाणवला आहे आणि डेव्हिडना न भेटलेल्या अन्य लोकांनाही त्यांच्या कामातून तो जाणवला असावा असं मला वाटतं. हा गुण म्हणजे, डेव्हिड ॲलन यांच्या शिफारशींची परिपूर्णता आणि सच्चेपणा! ही व्यक्ती आणि तिचं सांगणं यात तफावत नाही.

२००४ साली अटलांटिक मासिकासाठी डेव्हिड ॲलन यांचं चरित्र रेखाटताना मला कळलं की, आयुष्यामध्ये त्यांनी अनेक प्रकारची कामं केलेली आहेत आणि नशिबाच्या विविध पातळ्या त्यांनी अनुभवलेल्या आहेत. शाळेत असताना त्यांनी अभिनय केला, वक्तृत्व स्पर्धेमध्ये प्रथम क्रमांक मिळवला, नंतर ते कराटे शिकले, शिक्षक, वेटर, टॅक्सी ड्रायव्हर आणि लॉन सेवा एजन्सीमध्ये व्यवस्थापक अशी विविध कामंही केली आणि हे सर्व त्यांनी सल्लागार आणि उत्पादकता मार्गदर्शक म्हणून कित्येक दशकं यश मिळवण्याआधी केलेलं आहे. त्यांच्या सल्ल्यांमध्ये

आणि त्यांच्या वर्तणुकीमध्ये, तसंच ते देत असलेल्या वास्तव जगातल्या उदाहरणांच्याच नव्हे, तर स्वतःला खूप मोठं न समजण्याच्या बाबतीतही त्यांचा हा प्रदीर्घ अनुभव सातत्याने दिसून येतो.

एखाद्या सृजकाच्या कामाचं मूल्यमापन करताना काही वेळा आपण त्यांचे वैयक्तिक स्वभावविशेष नजरेआड करतो. उदाहरणार्थ, स्टीव्ह जॉब्ज वैयक्तिक वर्तनाचा आदर्श म्हणून कमी आणि डिझाइन क्षेत्रातला बिनीचा शिलेदार म्हणून जास्त आदरणीय होते. व्यक्तीचे वैयक्तिक आयुष्य आणि विचारांमधली एकात्मता त्याच्या संदेशाला ताकद आणत असते. डेव्हिड आणि कॅथरीन यांच्या मला आलेल्या वैयक्तिक अनुभवातून मी हे खात्रीनं सांगू शकतो की, जीवनापासून ते जे शिकले आहेत, त्याबद्दल प्रामाणिक राहण्याचा ते मनापासून प्रयत्न करतात. माझ्या मते अनेक वाचकांचा तसाच अंदाज असेल आणि बहुतांशजण तशी आशा करत असावेत.

काही लोकांना, आपल्याला या पुस्तकाची गरज नाही असं वाटू शकेल आणि शाब्दिक अर्थानं ते खरंच आहे. 'गेटिंग थिंग्ज डन'मध्ये सांगितलेला मार्ग माहिती नसलेले अनेक लोक जगभरात आणि गेल्या शेकडो-हजारो-लाखो वर्षांमध्ये यशस्वी आणि समाधानी जीवन जगत आले आहेत; पण माझ्या माहितीतल्या, हे पुस्तक वाचलेल्या लोकांना यातले संदेश समजून त्यांनी ते अमलात आणायला सुरुवात केल्यापासून खूप फायदा झालेला आहे. मी एखाद्या पुस्तकाला दोन कसोट्या लावत असतो. एक, मी ते वाचल्यानंतर एक किंवा दोन महिन्यांनी माझ्या लक्षात राहतं का? आणि दुसरी, त्या पुस्तकामुळे जगाकडे बघण्याच्या माझ्या दृष्टिकोनात काही फरक पडतो का. गेटिंग थिंग्ज डन माझ्याकरता या दोन्ही कसोट्यांमध्ये यशस्वी ठरलं आहे. वाचकांच्या एका नव्या पिढीला त्याची ओळख होत असल्याचा मला आनंद वाटतो.

जेम्स फॅलोज

जेम्स फॅलोज हे अटलांटिक मासिकाचे राष्ट्रीय पातळीवरचे पत्रकार आहेत आणि दहा पुस्तकांचे लेखक आहेत. चायना एअरबोर्न हे त्यांचं ताजं पुस्तक. २००४ साली 'अटलांटिक'साठी त्यांनी पहिल्यांदा डेव्हिड ॲलन यांच्यावर लिहिलं होतं. त्या लेखाचं नाव होतं 'ऑर्गनाइझ युवर लाइफ!'

सुधारित आवृत्तीविषयी

पुढचा सगळा मजकूर 'गेटिंग थिंग्ज डन'च्या २००१ साली प्रकाशित झालेल्या पहिल्या आवृत्तीचं एकप्रकारे संपूर्ण पुनर्लेखन आहे. मी संपूर्ण मूळ हस्तलिखित पुन्हा नव्यानं टाइप केलं. अपूर्ण, कालबाह्य किंवा अन्यप्रकारे हे पुस्तक शक्य तितकं चिरकालीन राहण्याच्या, जागतिक पातळीवर उपयुक्त ठरण्याच्या आणि एकविसावं शतकच नव्हे तर त्याहीपुढच्या काळात चालू काळाशी संबंधित आणि वापरण्याजोगं राहण्याच्या दृष्टीनं बदलणं आवश्यक असलेले भाग शोधणं आणि त्यात सुधारणा करणं हा माझा उद्देश होता. गेटिंग थिंग्ज डन पहिल्यांदा प्रकाशित झालं, तेव्हापासून अनेक प्रकारे मी यात दिलेल्या कार्यपद्धतींमध्ये गुंतलेलो असल्यामुळे त्यात मला आढळलेल्या आणि नव्यानं समजलेल्या अनेक महत्त्वाच्या आणि रोचक गोष्टी मला त्यात समाविष्ट करायच्या होत्या. या पद्धतींमधली शक्ती, बारकावे आणि जिथे-जिथे त्या लागू होऊ शकतात तो आवाका यांच्याबद्दलची माझी वाढलेली समज, तसंच हे पुस्तक आता जगभर गेल्यामुळे विविध ठिकाणी त्याचं स्वागत कसं केलं गेलं, हेही मला त्यात घालायचं होतं.

मी या पुस्तकावर नव्यानं विचार केल्यावर यातलं काय बदललं नसेल, तर त्यातली मूलभूत तत्त्वं आणि मूलभूत तंत्रं. मी ही नवी आवृत्ती तयार करत असताना पूर्वी मी केलेल्या लिखाणाशी माझा पुन्हा परिचय झाला आणि ताणरहित उत्पादकतेची मी मांडलेली तत्त्वं, तसंच ती अमलात आणण्याच्या बहुतांश सर्वोत्तम पद्धती आजही तशाच आहेत आणि नजीकच्या भविष्यातही त्यांच्यात काही बदल होण्याची शक्यता नाही याची जाणीव कृतकृत्य वाटायला लावणारी होती. आज जी तत्त्वं स्वतःवरचं नियंत्रण कायम ठेवण्याकरता आणि दृष्टी स्थिर ठेवण्याकरता उपयोगी पडत आहेत, तीच २१०९ साली गुरू या ग्रहावर अंतराळसंशोधकांना उतरणं शक्य करण्याकरता त्या वेळच्या लोकांनाही वापरावी लागतील. पहिल्या स्वारीमध्ये कशावर लक्ष केंद्रित करायचं याबद्दलचे त्यांचे निर्णय विश्वासार्ह ठरण्याकरता, त्यांना अपेक्षित नसलेली संभाव्यता महत्त्वाची माहिती संकलित करण्यासाठी इन-ट्रे (याचं स्पष्टीकरण पुढे येईल) चा कुठला तरी प्रकार त्यांनाही वापरावा लागेलच आणि कुठलंही काम, मग ते कितीही मोठं असो वा लहान; ते करण्याकरता 'पुढची

कृती'चा निर्णय नेहमीच महत्त्वाचा असणार आहे.

आपण ज्या पद्धतीनं जगतो आणि काम करतो त्यातल्या अनेक घटकांमध्ये या पुस्तकाची पहिली आवृत्ती प्रकाशित झाल्यापासून नक्कीच बदल झालेला असल्यामुळे, मी यातल्या मूलभूत मजकुरामध्ये योग्य ते बदल केले आहेत आणि या क्षेत्रात मला ज्या गोष्टी नव्या आणि रोचक वाटतात, त्यांच्याबद्दलचे माझे विचार मांडले आहेत. या कार्यपद्धतीबद्दल पहिल्यांदाच वाचणारे आणि ही आवृत्ती वाचून त्यातल्या ताज्या घडामोडींची माहिती मिळवू इच्छित असलेले जीटीडी* प्रेमी अशा दोघांसाठी मी योग्य ते मार्गदर्शन केलं आहे.

नवीन काय आहे?

या सुधारित आवृत्तीवर ज्यांचा प्रभाव आहे, त्या नवीन काय आहे? या सदरातल्या काही महत्त्वाच्या गोष्टी खालीलप्रमाणे आहेत -

डिजिटल तंत्रज्ञानाचा उदय

मूर सिद्धांताचा (डिजिटल प्रोसेसिंगची शक्ती कालौघात वाढत्या गुणोत्तर प्रमाणात वाढत जाते.) दृश्य प्रत्यय आणि डिजिटल विश्वाच्या विस्ताराचे आपल्या दैनंदिन जीवनावर होणारे परिणाम आपल्याला सतत आश्चर्य वाटायला लावतात, आनंद देतात आणि भारून टाकत असतात. गेटिंग थिंग्ज डन हे पुस्तक मूलतः आपल्याला ज्या गोष्टींचं व्यवस्थापन करायचं असतं त्या गोष्टी आणि त्यांचा अर्थ यांच्याशी संबंधित आहे. या गोष्टी डिजिटल स्वरूपात किंवा कागदावर अशा कुठल्याही प्रकारे संघटित केल्या जाऊ शकत असल्यामुळे तंत्रज्ञानामध्ये होत असलेल्या प्रगतीचा एका हद्दीपर्यंत त्यातल्या कार्यपद्धतींच्या मूळ तत्त्वांशी काहीही संबंध नाही. एखादी विनंती तुम्हाला चहा पिता-पिता तोंडी केली काय आणि ई-मेलवर पाठवली काय, तिच्यावर तुम्ही जी प्रक्रिया करता त्यात काही वेगळं नसतं; पण काय महत्त्वाचं आहे ते संकलित करणं, संघटित करणं आणि त्याचं मूल्यमापन

---

*जीटीडी हे 'गेटिंग थिंग्ज डन'चं संक्षिप्त रूप आहे. या पुस्तकामध्ये मी समजावून सांगितलेल्या कार्यपद्धतींकरता ही आद्याक्षरं जगभर लोकप्रिय झाली आहेत. या पुस्तकामध्ये हे संक्षिप्त नाव वारंवार वापरलं गेलं आहे.

करणं या गोष्टी कशा करायच्या यात वायर्ड आणि वायरलेस जगानं खूप बदल घडवून आणले आहेत. आता आपल्याला रोजच्या रोज अनेक सुपरटूल्स आणि ॲप्स उपलब्ध होत असतात आणि ते खूप काही-काही करू शकतात; पण एवढे पर्याय असल्यामुळे आपल्या उत्पादकतेचा बट्ट्याबोळ होऊ शकतो. सतत उत्क्रांत होत असलेल्या तंत्रज्ञानावर मांड ठेवण्याच्या आणि त्याचा उपयोग करून घेण्याच्या प्रयत्नांमुळे कार्यप्रवाहाची कार्यपद्धत योग्यपणे वापरण्यात खूप ताण येतो.

त्यानुसार मी विशिष्ट कामांसाठी सर्वोत्तम असलेल्या साधनांच्या प्रकारांचे पूर्वी धरलेले आग्रह बदलले आणि आपल्या नव्या, डिजिटल आणि मोबाईल जगाच्या सर्वव्यापकतेपुढे मान तुकवली आहे. पहिल्या आवृत्तीमध्ये विशिष्ट सॉफ्टवेअर प्रणालींचे मी दिलेले बहुतेक संदर्भदेखील मी आता काढून टाकले आहेत. या क्षेत्रातल्या प्रगतीचा वेग एवढा आहे की, कुठलंही सॉफ्टवेअर तुम्ही त्याबद्दल वाचेपर्यंत लगेच कालबाह्य ठरू शकतं, त्यात सुधारणा होऊ शकतात किंवा दुसरं त्यापेक्षा चांगलं बाहेर येऊ शकतं. मूलतः मी त्या सव्यापसव्यातून बाहेर पडलो आहे आणि त्याऐवजी कुठल्याही साधनाची उपयुक्तता कशी तपासायची, याचा एक सर्वसाधारण साचा दिला आहे.

या आवृत्तीकरता मी कागदाधारित साधनं आणि साहित्यावर (विशेषतः संकलन, संदर्भांचं फायलिंग आणि इन्क्युबेशनच्या बाबतीत) किती लक्ष द्यायचं याच्याशीही झगडलो आहे कारण आताच्या पिढीतल्या अनेकांना आपला कागदाशी काही संबंध असल्याचं मान्यच नसतं; पण स्वतःला कालबाह्य ठरू देण्याचा धोका पत्करून मी पहिल्या आवृत्तीतल्या या संदर्भातल्या बहुतांश सूचना तशाच ठेवल्या आहेत, कारण या नव्या आवृत्तीचे जगभरातले अनेक संभाव्य वाचक अजूनही काही प्रमाणात कागद वापरत असतील. विरोधाभास म्हणजे डिजिटल तंत्रज्ञानात अगदी मुरलेल्या लोकांमध्येही कागदाचा वापर करण्यातला रस वाढताना दिसतो आहे.* कागदासारखं हातात आणि डोळ्यांसमोर असलेलं माध्यम आपण खरोखर कधी

> किती वारंवार गोष्टी नव्या असतात,
> या पलीकडे नवं असं काहीच नसतं.

* मी हे लिहीत असताना अमेरिकेहून युरोपला स्थलांतर करण्याच्या तयारीत आहे आणि माझ्याकडच्या चीजवस्तू कमीतकमी करण्याचा प्रयत्न करतो आहे. म्हणून मी माझ्या टिकलर फाइलमधला (जी मी गेल्या तीस वर्षांपासून वापरतो आहे आणि जिच्याबद्दल पुढे सविस्तर माहिती दिलेली आहे, तिच्यातला) प्रत्येक कागद स्कॅन आणि डिजिटाइझ करून घेतला आहे; पण मी तो कागदच प्रत्यक्ष सांभाळला असता तर जास्त सोपं झालं असतं असं मला वारंवार अनुभवाला येतं आहे.

त्यागू शकणार आहोत का, हे काळच सांगू शकेल.

२४ × ७ जग

जीटीडी फिरत्या, जोडलेल्या आणि सतत जागृत असलेल्या जगाला काय सल्ला देऊ शकतं असं मला नेहमी विचारलं जातं.

संभाव्यतः महत्त्वाच्या माहितीच्या वारंवार होत असलेल्या आणि व्यामिश्र भडिमाराला तोंड देण्याची गरज कदाचित पूर्वी होऊन गेलेल्या मोठ्या लोकांच्या बाबतीत, जसं युरोपवर चालून जाताना नेपोलियनसाठी किंवा नव्या संगीतरचना करताना बाखसाठी किंवा अगदी एखाद्या गॅलरीमध्ये कुठलं पेंटिंग करावं किंवा दाखवावं याचा निर्णय घेताना अँडी वॉरहोलसाठी खरी होती. आता मात्र डिजिटली जोडलेली संपूर्ण जगातली साक्षर जनता अखंडपणे, संभाव्यतः महत्त्वाच्या किंवा गेला बाजार - आपल्याशी सुसंबद्ध असलेल्या - माहितीच्या भडिमाराला तोंड देत आहे. तंत्रज्ञानाच्या साह्यानं जितक्या सहजतेनं ही अतिप्रचंड माहिती हाताशी येऊ शकते, तितकीच ती तिच्यातल्या संधींमुळे लाभदायक पण त्याचबरोबर तिचा प्रचंडपणा, तिचा वेग आणि तिच्यात बदल होण्याच्या शक्यता यांमुळे त्रासदायक ठरू शकते. बाहेर एखादा सायरन वाजत असेल तर नेमकं काय घडलं असेल किंवा शेजारच्या घरात चालू असलेल्या पार्टीमधले लोक एवढ्या उत्साहानं नेमके कशाबद्दल बोलत असतील अशा गोष्टींबद्दल तुम्हाला स्वभावतः कुतूहल वाटत असेल तर तुमच्या व्यक्तिगत वापरातलं तंत्रज्ञान तुमच्यासमोर टाकत असलेल्या अंतहीन आणि तीव्रतेनं विचलित करणाऱ्या गोष्टींना तुम्ही नक्की बळी पडाल. यातून तुम्हाला मिळणारे अनुभव सकारात्मक असतील की नकारात्मक हे मुख्यतः या पुस्तकामध्ये दिलेल्या कृतींच्या वापरावर अवलंबून असेल.

जीटीडी कार्यपद्धतीचं जागतिकीकरण

> एखाद्या व्यक्तीला कुठल्याही एका क्षणी ती पूर्ण करू शकत असलेल्या गोष्टींपेक्षा जास्त गोष्टी हाताळणं गरजेचं असेल, तर ते तिला मनात वाटतं त्यापेक्षा प्रत्यक्षात अधिक चांगल्या प्रकारे आणि सहजतेनं करण्याची संधी तिच्यासमोर असते.

जीटीडी प्रक्रिया अन्य संस्कृतींमध्येदेखील लागू होते का, असं मला बरेच लोक विचारतात आणि दर वेळेला माझं उत्तर तेवढंच ठाम असतं, अर्थात! या पुस्तकातला मूलभूत संदेश मानवी जीवनाशी एवढा सुसंबद्ध आहे की, या कार्यपद्धतीच्या वापराबाबत सांस्कृतिक - किंवा खरं तर, लिंग, वय किंवा व्यक्तिमत्त्वाचा प्रकार अशा

कुठल्याही बाबतीत - भेदभाव मला अजून अनुभवाला आलेला नाही. ही कार्यपद्धती कुठल्या बाबतीत उपयुक्त ठरेल किंवा तिची गरज आहे की नाही याची जाणीव अर्थातच व्यक्तिसापेक्ष असू शकते; पण त्याचा संबंध व्यक्तीचा जीवनातला टप्पा, तिच्या कामाचं स्वरूप आणि तिला स्वतःत सुधारणा करण्यामध्ये कितपत स्वारस्य आहे याच्याशी जेवढा आहे, तेवढा तो त्या व्यक्तीच्या संदर्भातल्या अन्य घटकांशी नाही. प्रत्यक्ष व्यवहारामध्ये, तुमची तुमचा शेजारी किंवा अगदी एखाद्या चुलत-मावस भावंडाशी जेवढी एकदिली नसेल, तेवढी ती जगभरातल्या हजारो, लाखो जीटीडी वापरकर्त्यांशी असेल.

गेटिंग थिंग्ज डन पहिल्यांदा प्रकाशित झाल्यापासून त्याचा संदेश जगभर पसरला आहे. त्या आवृत्तीचे तीसपेक्षा अधिक भाषांमध्ये अनुवाद झाले आहेत आणि आमच्या कंपनीने या पुस्तकातल्या गोष्टींवर आधारित प्रशिक्षण देण्याकरता अनेक देशांमध्ये फ्रँचायजी नेमले आहेत. हे पुस्तक लिहिताना ही कार्यपद्धत कुठल्याही संस्कृतीमध्ये उपयुक्त ठरेल याबद्दल मला तुलनेनं बराच आत्मविश्वास होता आणि त्यानंतरच्या इतक्या वर्षांमध्ये तो आत्मविश्वास सार्थच ठरला आहे.

मोठ्या संख्येनं वाचक आणि वापरकर्त्यांना समाविष्ट करून घेणारा मार्ग

गेटिंग थिंग्ज डन लिहिण्याची माझी मुख्य प्रेरणा मी तयार केलेल्या, बहुतांशानं कॉर्पोरेट प्रशिक्षण आणि विकास जगतात चाचणी घेऊन पाहिलेल्या आणि प्रत्यक्ष वापरात आणलेल्या कार्यपद्धतीची एक हस्तपुस्तिका (मॅन्युअल) तयार करण्याची होती. उदाहरणं, शैली आणि दृश्य स्वरूप (त्याच्या मुखपृष्ठावर माझा टाय घातलेला फोटो आहे.) या बाबतींत हे पुस्तक सुरुवातीला आणि मुख्यतः व्यवस्थापक, एक्झिक्युटिव्हज आणि व्यग्र व्यावसायिकांनाच उद्देशून होतं. यातला मजकूर गृहिणी, विद्यार्थी, धर्मगुरू, कलाकार आणि अगदी सेवानिवृत्त लोकांनाही तेवढाच कामाचा आहे हे मला माहिती होतं; पण त्या वेळी मी ज्या प्रकारची मदत करू इच्छित होतो त्याची गरज व्यावसायिकांनाच जाणवली होती. त्यांनी हे पुस्तक स्वतःचा विकास करण्याचा, आपली उत्पादकता वाढवण्याचा आणि हे करताना डोकं फिरू न देण्याचा मार्ग वा साधन आहे हे जाणलं होतं. माहितीचा येऊ घातलेला पूर आणि उद्योगव्यवसाय क्षेत्रामध्ये होत असलेले जलद आणि महत्त्वाचे बदल पाहणारी ती पहिली फळी होती आणि या समस्यांना तोंड देण्यासाठी आवश्यक ती संसाधनं त्यांना उपलब्ध होती.

> गेटिंग थिंग्ज डन फक्त कामं पूर्ण करण्यासंबंधी नाही. तुमचं काम आणि तुमचं जीवन यांच्यात सुयोग्यरीत्या गुंतण्याशी त्याचा संबंध आहे.

हा काही फक्त व्यावसायिकांसाठीचा, वेळेचं व्यवस्थापन करण्याच्या युक्त्यांचा

एकवेळ खाण्याचा पदार्थ नव्हे, तर आपण अनुभवत असलेल्या नव्या जगाला आश्वस्त, एकाग्र नियंत्रणयुक्त राहून तोंड देण्याकरता आवश्यक असलेली आणि जीवनशैलीशी संबंधित कार्यपद्धत आहे. ही जाणीव ठेवून जे परिणाम मिळवता येऊ शकतात, त्यात जागतिक पातळीवर आज जास्त स्वारस्य आहे. जीटीडीची तत्त्वं वापरण्यामुळे जीवन बदलणारे जे अनुभव आले, त्याबद्दल जगभरातले, विविध प्रकारच्या परिस्थितीतले नानाविध लोक मला सांगत असतात. अशा प्रकारच्या साच्याच्या वैश्विक पातळीवरच्या वाढत्या गरजेला हा जो दुजोरा मिळाला, त्यामुळे मला माझी अनेक उदाहरणं आणि पुस्तकातला त्यांना आधार देणारा मजकूर नव्यानं मांडण्याची प्रेरणा मिळाली.

त्या दृष्टिकोनातून मला हे मान्य करायला हवं की, या पुस्तकाचं शीर्षकसुद्धा काहीसं दिशाभूल करणारं ठरू शकतं. त्यावरून कुणाला मी एकप्रकारे जास्त कामं पूर्ण करण्यासाठी जास्त आणि दीर्घकाळ काम करायला सांगतो आहे असं वाटू शकतं. दुर्दैवानं, उत्पादकता या शब्दाला उद्योग आणि व्यग्रता असे दोन्ही ध्वन्यर्थ आहेत. खरी गोष्ट अशी आहे की, या पुस्तकाला कामं पूर्ण करण्याशी जेवढं घेणं-देणं आहे, त्यापेक्षा जास्त तुमच्या विश्वामध्ये योग्य प्रकारे कसं गुंतायचं यावर प्रभुत्व मिळवण्याशी आहे आणि त्याकरता ते तुम्हाला प्रत्येक क्षणी आपण काय करावं याचा सर्वोत्तम पर्याय निवडण्याच्या बाबतीत मार्गदर्शन करतं आणि विचलित करणाऱ्या गोष्टी, तसंच तुम्ही जे करत नाही आहात, त्याबद्दलचा ताण दूर करायला शिकवतं. त्यातून मिळणारी सुस्पष्टता आणि मानसिक अवकाश यांचा फक्त कॉर्पोरेट कंपन्यांमध्ये काम करत असलेल्या व्यावसायिकांनाच नव्हे, तर विविध प्रकारच्या लोकांना फायदा होऊ शकतो.

'गेटिंग थिंग्ज डन'ची तत्त्वं आणि तंत्रं वापरण्यातून होत असलेल्या फायद्याबद्दल काही सर्वांत रोचक अनुभव अनपेक्षित लोकांकडून मला समजले आहेत. जगातल्या सर्वांत मोठ्या वित्तीय संस्थेचे प्रमुख, एक लोकप्रिय अमेरिकन विनोदवीर, अमेरिकेत सर्वांत जास्त ऐकली जाणारी रेडिओवरची व्यक्ती, एका प्रमुख युरोपियन महाकंपनीचे मुख्य कार्यकारी अधिकारी, एक अतिशय यशस्वी असा हॉलीवूडमधला दिग्दर्शक - या सगळ्यांनी त्यांच्या जीवनात आणि कामांमध्ये 'जीटीडी'मुळे प्रचंड लाभ झाल्याचं सांगितलं आहे. विविध धर्मांच्या धर्मगुरूंकडून मिळालेली माहितीदेखील अद्‌भुत आहे. त्यांचा संबंध पारलौकिक जगाशी असला, तरी लोकांना मार्गदर्शन करण्याच्या दैनंदिन कामकाजातल्या विचलित करणाऱ्या गोष्टींपासून मुक्त राहून आपल्या क्षेत्र आणि समव्यवसायी लोकांवर अधिक लक्ष केंद्रित करण्याच्या पद्धतींची आस त्यांनाही असते. विद्यार्थी, डिझायनर, डॉक्टर अशा स्वतः होऊन जीटीडीचा प्रसार करत असलेल्या लोकांची यादी तर अंतहीन आहे.

जीटीडी प्रक्रिया पूर्णपणे अमलात आणण्यासाठी आणि ती टिकवून ठेवण्यासाठी आवश्यक असलेल्या वर्तनातील बदलांसाठी लागणारी वेळ आणि ऊर्जा यांच्याबद्दल अधिक जाणीव

मी या पुस्तकामध्ये सर्वोत्तम कार्यपद्धती म्हणून ज्या गोष्टी सांगतो आहे, त्या प्रत्यक्ष करणं सोपं असलं, तरी मला दोन गोष्टींनी खडबडून जागं केलं आहे - (१) इथे दिलेल्या माहिती आणि कृतींचं प्रमाण आणि संख्या एवढी आहे की, एखादा त्यामुळे घाबरून जाऊन काहीच करणार नाही आणि (२) काही मूलभूत कार्यपद्धती वापरून काम करण्याची सवय व्हायला बहुतेकांना खूप वेळ लागू शकतो.

> *जीवनामध्ये साध्य करण्यायोग्य असलेल्या प्रत्येक गोष्टीसाठी सराव आवश्यक असतो. खरं तर जीवन हेच एक प्रदीर्घ असं सराव सत्र, आपल्या गतिविधी सुधारत राहण्याचा एक अंतहीन प्रयत्न यापेक्षा अधिक काही नसतं. सरावाचं योग्य तंत्र एकदा समजलं की, काहीतरी नवं शिकण्याचं काम एक ताणरहित आनंद आणि शांतपणाचा अनुभव ठरतं, तुमच्या जीवनातलं प्रत्येक क्षेत्र स्थिरावणारी आणि जीवनातल्या प्रत्येक अडचणीकडे पाहण्याचा एक सुयोग्य दृष्टिकोन मिळण्याला चालना देणारी एक प्रक्रिया बनतं.*
>
> - थॉमस स्टर्नर

हा साचा आणि त्याचे तपशील अतिसुलभ करण्याचा मोह मी टाळत आल्यामुळे, हे पचायला खूप जड आहे या आक्षेपाचं समाधान मी करू शकेन असं मला वाटत नाही. 'गेटिंग थिंग्ज डन'च्या पहिल्या आवृत्तीमध्ये ही कार्यपद्धती तुमच्या जीवनामध्ये आणि कामामध्ये कशी अमलात आणायची यासंबंधीच्या सविस्तर सूचना आणि शिफारशी होत्या आणि त्या मी इथेही कायम ठेवल्या आहेत. त्या सगळ्या एका दमात पाळायला लागणं या खेळात पहिल्यांदाच उतरू पाहत असलेल्या अनेक लोकांकरता अवघड किंवा अशक्य ठरू शकतं हे आता मला कळलं आहे; पण तुम्हाला त्यात पडायचंच असेल तर ही कार्यपद्धत तुमच्या दैनंदिन जीवनामध्ये खऱ्या अर्थानं कशी आणायची यासंबंधीच्या सूचना मी कमी करू शकत नाही.

तुम्हाला जर टेनिस खेळायला शिकायचं असेल, तर निदान त्या खेळाचा किमान एक आराखडा तरी सांगायलाच हवा असं मला वाटतं. त्यात सर्वोत्तम खेळण्याची दृष्टी, तिथपर्यंत पोहोचण्यासाठीच्या शिकण्यामधल्या पातळ्या आणि लागणारा सराव या गोष्टी असतील. नव्यानं घातलेल्या प्रकरण १५ मध्ये मी हा जो खेळ तुम्हाला शिकवतो आहे, त्याची खोली आणि रुंदी तुम्हाला समजावण्याचा प्रयत्न मी केलेला आहे आणि त्यातून, तुम्ही जे वाचत आहात त्यातलं तुम्ही आत्तापुरतं जेवढं काही घ्याल किंवा घेऊ शकाल आणि जे अमलात आणू शकाल

ते जास्त सुलभ करण्याचा प्रयत्न केलेला आहे. पुस्तकाच्या या आवृत्तीमध्ये मी तुमच्या वैयक्तिक कार्यपद्धती आणि प्रणालींची पुनर्मांडणी करण्याचं काम अवघड असल्याची जाणीव ठेवून त्यात थोडी ढील दिली आहे. एका वेळेला एक पाऊल हेच महत्त्वाचं असतं.

मात्र, प्रत्येक बाबतीत या कार्यपद्धती मुद्दाम लक्षात ठेवून वापरण्याऐवजी तुमचं मानसिक आणि शारीरिक वातावरण नीटनेटकं ठेवण्याचा भाग बनत नाहीत, तोवर त्या नित्याच्या सवयी म्हणून वापरणं आणि टिकवून ठेवणं हे मुख्य आव्हान आहे. सवयी कशा बदलायच्या या विषयातला मी काही तज्ज्ञ नाही. ताणरहित उत्पादकतेच्या कार्यपद्धती शोधणं आणि त्यांत सुधारणा करणं हा माझा विषय आहे.* जीटीडीमधले वर्तनविषयक घटक खरं तर तुलनेनं सोपे आणि सर्वांच्याच परिचयाचे आहेत. काहीतरी लिहून ठेवणं, पुढे जाण्याकरता पुढचं पाऊल कुठलं उचलायचं हे ठरवणं, त्याचं स्मरण एका यादीमध्ये नोंदवून ठेवणं आणि या यादीचा आढावा घेणं या गोष्टी कितीशा अवघड आहेत? अशी एखादी कार्यपद्धत अंगीकारण्याची गरज आहे हे बहुतेकजण मान्य करतात आणि त्याबद्दल समाधान वाटण्याकरता त्यातले थोडेचजण सातत्यानं ती वापरतात. विचलित करणारी प्रत्येक अनावश्यक गोष्ट सातत्यानं आपल्या डोक्याबाहेर ठेवण्याची गरज वाटून घेणं एखाद्या व्यक्तीला किती आव्हानात्मक ठरू शकतं, ही माझ्याकरता गेल्या कित्येक वर्षांपासून एक आश्चर्याची बाब ठरत आलेली आहे.

जीटीडी कार्यपद्धतीच्या सामर्थ्याला दुजोरा देणारी, आकलनशास्त्रविषयक संशोधनातली माहिती

जे काही अस्तित्वात असण्यायोग्य असेल, ते त्याच्याबद्दल माहिती असण्यायोग्यदेखील असतं, कारण ज्ञान हे अस्तित्वाचं प्रतिबिंब असतं आणि चांगल्या किंवा वाईट गोष्टींचं अस्तित्वात असणं सारखंच असतं.

- फ्रान्सिस बेकन

गेल्या शतकाच्या अखेरीला मला वाटत होतं तसं, मी एक अरण्यरुदन करणारा माणूस आहे असं मला आता वाटत नाही, कारण दरम्यानच्या काळात या पुस्तकामध्ये दिलेली तत्त्वं आणि कार्यपद्धती योग्य असल्याची शास्त्रीय माहिती पुढे आली आहे. या आवृत्तीतल्या नव्या प्रकरण १४ मध्ये (जीटीडी आणि आकलनशास्त्र) या संशोधनात्मक माहितीचं विश्लेषण दिलं आहे.

---

* या विषयावरचं एक उत्तम पुस्तक म्हणजे चार्ल्स डुहिग यांचं 'द पॉवर ऑफ हॅबिट'

तुम्ही जर हा विषय पहिल्यांदाच वाचत असाल...

... आणि या प्रस्तावनेत इथपर्यंत येऊन पोहोचला असाल, तर तुम्हाला कदाचित कुठल्यातरी पातळीवर नव्या पद्धतीनं कामं करण्यात रस असावा. मी 'गेटिंग थिंग्ज डन'ची मांडणी एखाद्या व्यवहार्य कार्यपुस्तिकेसारखी केली आहे; जसं एखादं पाककलेवरचं पुस्तक काही मूलभूत तत्त्वं सांगतं, स्वयंपाक करणं आणि वाढणं म्हणजे काय, याचे अनेक पदर उलगडून सादर करतं आणि भविष्यात अनेकवेळा करून खाऊ घालण्याकरता अनेक विशिष्ट पाकक्रिया सांगतं, तसं काहीसं. ही नवी आवृत्ती तयार करताना मी जर चांगलं काम केलं असेल तर तुम्ही पुढच्या प्रकरणापासून सरळ सुरुवात करू शकता आणि मग तिथून हवं तसं पुढे-पुढे जाऊ शकता. जीटीडीच्या या पुस्तकात मांडलेल्या तत्त्वांची, एक सामर्थ्यदायी अनुभव म्हणून अनेकांनी पडताळणी करून पाहिलेली आहे किंवा मग तुम्ही पुस्तकांतला मजकूर सहज चाळत, मध्येच एखाद-दुसरा परिच्छेद वाचत उड्या मारत पुढे जाऊ शकता. हे पुस्तक त्या पद्धतीनंही उपयुक्त ठरेल अशा प्रकारे लिहिलेलं आहे.

तुम्हाला जर 'गेटिंग थिंग्ज डन'चा पूर्वानुभव असेल...

... तरी हे एक नवंच पुस्तक वाटेल. ही माहिती विविध स्वरूपात उपलब्ध असल्याच्या गेल्या अनेक वर्षांमध्ये, जेव्हा केव्हा कुणी कुठला तरी मजकूर पुन्हा वाचतं, तेव्हा त्याची किंवा तिची प्रतिक्रिया, अरेच्चा! मी जेव्हा ही आधी वाचली होती, तेव्हा मला समजली होती त्यापेक्षा ही माहिती आणि ही दृष्टी काहीतरी वेगळीच आहे की! अशी असते. जीटीडीची मूळ आवृत्ती पाच-पाच वेळा वाचलेले लोकही मला येऊन सांगतात की, प्रत्येक वेळी हे पुस्तक वेगळंच वाटलं. हा अनुभव एखादं सॉफ्टवेअर वापरून तुमच्या हातात बसल्यावर वर्षभरानं त्याचं युजर मॅन्युअल वाचण्याच्या अनुभवासारखा असतो. तुम्ही सहज वापरू शकाल किंवा शकला असतात; पण इतर महत्त्वाच्या गोष्टी साध्य करण्याच्या धडपडीत तुमच्या त्या लक्षात आल्या नाहीत आणि तुम्ही त्यांचा उपयोग केला नाहीत अशा कितीतरी छान-छान गोष्टी यात आहेत हे लक्षात येऊन तुम्हाला आश्चर्य वाटेल.

'गेटिंग थिंग्ज डन'ची पूर्वीची आवृत्ती तुम्ही कितीही वेळा वाचलेली असो वा या मजकुरावरच्या परिषदा, प्रशिक्षण कार्यक्रम, वेबिनार, पॉडकास्ट आणि अन्य सादरीकरणांमध्ये भाग घेतलेला असो, या सुधारित नव्या आवृत्तीमध्ये तुम्हाला एक नवा अनुभव येईल असं मी तुम्हाला वचन देतो. पुढच्या सगळ्या पानांमध्ये

तुमच्यासमोर, तुम्ही सध्या वापरत असलेल्या मांडणीत आणि साधनांमध्ये समाविष्ट करण्याजोग्या नव्या कल्पनांचं एक नवं विश्व उलगडणार आहे.

हे पुस्तक आणि त्यातल्या माहितीमध्ये गुंतण्यामुळे तुमच्या जीवन आणि कामामधल्या खऱ्या अर्थानं महत्त्वाच्या बाजूंच्या बाबतीत एक सकारात्मक आणि उत्पादक धारणा तुम्हाला सतत मिळत राहील.

'गेटिंग थिंग्ज डन'मध्ये तुमचं स्वागत असो

अधिक ऊर्जा कशी मिळवावी, ताणमुक्त कसं राहावं आणि आपण जे काही करत असू, त्यासंबंधी अधिक सुस्पष्टता येऊन आणि चालू क्षणात राहून, कमीतकमी श्रमांमध्ये जास्तीतजास्त गोष्टी कशा साध्य कराव्यात, यासंबंधीच्या युक्त्यांच्या खजिन्यात तुमचं स्वागत आहे. माझ्यासारखंच तुम्हालादेखील हातातली कामं पूर्ण होणं, ती चांगल्या पद्धतीनं पूर्ण होणं आणि त्याचबरोबर विविध प्रकारे जीवनाचा आस्वादही घेणं आवडत असणार. कामामध्ये बुडून गेलेलं असताना जीवनाचा आनंदही उपभोगायला मिळणं अगदी अशक्य किंवा गेला बाजार अत्यंत अवघड वाटत असतं; पण यात एक तर हे किंवा ते असं असणं आवश्यक नाही. तुमच्या सर्वसाधारण कामाच्या विश्वामध्ये आनंदी राहण्याबरोबरच परिणामकारकरीत्या काम करणंही शक्य आहे.

> *मनाला विश्रांती देण्याची कला आणि त्यातून सर्व काळज्या आणि चिंतांना हद्दपार करण्याची क्षमता, हे बहुधा आपल्या सर्व थोर पुरुषांचं एक गुपित असावं.*
>
> - कॅप्टन जे. ए. हॅटफील्ड

माझ्या मते कार्यक्षमता ही एक चांगली गोष्ट आहे. तुम्ही जे काही करत आहात ते महत्त्वाचं, आवडण्याजोगं आणि उपयुक्त असेल किंवा नसेलही; पण तरीही ते करणं आवश्यक असतं. समजा, ते काम महत्त्वाचं, आवडण्याजोगं आणि उपयुक्त असेल तर तुम्ही त्यात गुंतवत असलेला वेळ आणि श्रम यांचा जास्तीतजास्त मोबदला मिळावा असं तुम्हाला वाटत असतं आणि ते तसं नसेल तर तुम्हाला ते लवकरात लवकर उरकून इतर गोष्टींकडे वळावसं वाटत असतं.

एखादं काम करताना त्याचा ताण जाणवू नये, आपण या क्षणी जे करतो आहोत ते योग्यच आहे असा आत्मविश्वास वाटावा अशी तुमची इच्छा असते. मग ते काम झाल्यावर संध्याकाळी तुमच्या कर्मचाऱ्यांबरोबर बिअरचा एखादा ग्लास तोंडाला लावणं असो, मध्यरात्री उठून पाळण्यामध्ये झोपलेल्या तुमच्या तान्ह्या बाळाकडे टक लावून पाहणं असो, पुढ्यातल्या ई-मेलला उत्तर देणं असो की मीटिंगनंतर तुमच्या नव्या ग्राहकाबरोबर काही वेळ इकडच्यातिकडच्या गप्पा मारणं असो. आपण आत्ता, या क्षणी हेच करणं आवश्यक आहे याची तुम्हाला खात्री

वाटायला हवी असते.

गरज किंवा इच्छा असेल तेव्हा शक्य तितकं अधिक कार्यक्षम आणि ताणमुक्त कसं राहावं हे तुम्हाला शिकवणं हा, हे पुस्तक लिहिण्यामागचा माझा मुख्य उद्देश आहे. हे ज्ञान आणि काम करण्याच्या सर्वोत्तम पद्धतींची माहिती गेली अनेक वर्षं जगभर, नानाविध प्रकारच्या वातावरणांमध्ये आणि सर्व प्रकारच्या, तसंच सर्व वयोगटांतल्या लोकांमध्ये वाटत फिरल्यानंतर मी तुम्हाला खात्रीनं सांगू शकतो की, तुम्हाला या पुस्तकाचा नक्की उपयोग होईल.

कुठल्याही क्षणी तुम्ही जे काही करत असाल त्या क्षणी तेच करायला हवं हे कसं कळणार? कुठलंही सॉफ्टवेअर, कुठलाही परिसंवाद, गुळगुळीत कागदाची वही, स्मार्टफोन किंवा व्यक्तिगत जीवनविषयक ध्येयवाक्य - मिशन स्टेटमेंट - तुमच्या दिवसात चोवीसपेक्षा जास्त तास घालू शकणार नाही, तुमची कामं सोपी करणार नाही अथवा तुमच्या वतीनं कुठल्या वेळी तुम्ही कुठलं काम करायला हवं याची निवड करणार नाही.

योग्य वापर केल्यास तशा प्रकारची साधनं तुम्हाला निर्णय घेण्यात मदत करू शकतात; पण ती तुम्हाला केंद्रितता आणि नियंत्रण मिळवून देऊ शकत नाहीत. एवढंच नव्हे, तर एका पातळीवरची तुमची उत्पादकता आणि निर्णयक्षमता तुम्ही वाढवेपर्यंत तुम्ही दुसऱ्या पातळीवर पोहोचत असता किंवा ढकलले जाता आणि त्या पातळीवरच्या नव्या जबाबदाऱ्या तसंच नवी सर्जनशील उद्दिष्टं तुमच्यासमोर येतात. कुठलीही सोपी सूत्रं वा जादुई शब्द वा नवं डिजिटल मोबाईल साधन कामाच्या आणि आयुष्याच्या नव्या टप्प्यावर तुम्हाला तुमचं स्थान मिळवून देऊ शकणार नाही. काही काळ उपयुक्त ठरू शकतील अशा वैयक्तिक सवयी आणि साधनं तुम्ही प्रस्थापित केलेली असू शकतील; पण नोकरीतला मोठा बदल, तुमचं पहिलं मूल किंवा घर घेणं यांसारखा एखादा मोठा बदल त्या सवयी किंवा साधनांच्या उपयुक्ततेची सत्त्वपरीक्षा पाहणारा ठरेल आणि त्यामुळे तुम्ही गडबडून जाल.

> *कार्यपद्धती लाखो असू शकतात; पण तत्त्वं थोडीच असतात. जो मनुष्य तत्त्व समजावून घेतो, तो स्वतःच्या पद्धती यशस्वीपणे निवडू शकतो. जो मनुष्य तत्त्वांकडे दुर्लक्ष करून पद्धतींचेच प्रयोग करत राहतो, त्याला त्रासच होणार.*
>
> \- राल्फ वाल्डो इमर्सन

मात्र, व्यक्तिगत सुसंघटितपणा आणि उत्पादकतेवर प्रभुत्व मिळवण्याकरता एकच एक असा मार्ग वा साधन उपलब्ध नसलं, तरी त्याकरता आपण काही विवक्षित गोष्टी नक्कीच करू शकतो. गेल्या एवढ्या वर्षांमध्ये मी काही छोट्या-छोट्या प्रक्रिया शोधून काढल्या आहेत. या प्रक्रिया एकीकडे आपल्या अर्थपूर्ण

प्राधान्यक्रमांशी प्रामाणिक राहताना दुसरीकडे पुढाकार घेऊन आणि विधायक पद्धतीनं सर्वसाधारण परिस्थितीला सामोरं जाण्याची आपली क्षमता वाढवणाऱ्या आहेत. आपण सगळे त्या सहज आत्मसात करू शकतो आणि या कार्यपद्धती या कालावधीत जगात सगळीकडे यशस्वी ठरलेल्या आहेत. बारा वर्षांच्या एखाद्या मुलाला घरी बसून आपला गृहपाठ वेळेत करायचा असो की मागच्या बोर्ड मीटिंगनंतर एखाद्या संस्थाप्रमुखाला आपल्या कंपनीच्या नीतीची पुन्हा नीट मांडणी करायची असो किंवा या दोन टोकांच्या मधल्या कुणालाही कुठलंही काम करायचं असो, या कार्यपद्धती त्यांना वापरता येतात.

पुस्तकामधला यापुढचा मजकूर म्हणजे व्यक्तिगत आणि संस्थात्मक उत्पादकतेच्या बाबतीत गेल्या तीन दशकभरांत लागलेल्या शोधांचं संकलन आहे. कामाचा व्याप, त्यात होणारे बदल आणि त्यातली संदिग्धता वाढतच जाण्याच्या या काळात, कमीतकमी गुंतवणुकीत जास्तीतजास्त परिणाम मिळवण्यासाठी ही एक मार्गदर्शक पुस्तिका आहे. मी (आणि माझ्या अनेक सहकाऱ्यांनी) हुशारातल्या हुशार आणि व्यग्रातल्या व्यग्र लोकांना त्यांच्या कामाच्या प्रत्यक्ष जागेवर आणि त्यांच्या घरात बंद दरवाजामागे, त्यांचं काम आणि त्यांच्या बांधिलकींचा धांडोळा घेणं, त्यात सुस्पष्टता आणणं आणि त्यांची सुसूत्र मांडणी करणं शिकवण्यात हजारो तास खर्च केले आहेत. मी शोधलेल्या या पद्धती सर्व प्रकारच्या संस्थांमध्ये, कामाच्या प्रत्येक पातळीवर, विविध कार्यसंस्कृतींमध्ये आणि अगदी घरात व शाळेमध्येदेखील अत्यंत परिणामकारक असल्याचं सिद्ध झालं आहे. अनेक वर्षं जगातल्या अत्यधिक सुसंस्कृत आणि उत्पादनक्षम असलेल्या व्यावसायिकांना (आणि त्यांच्या मुलांनादेखील) मार्गदर्शन आणि प्रशिक्षण दिल्यानंतर मी हे खात्रीनं सांगू शकतो की, या पद्धतींची गरज खूप मोठी आहे.

> *चिंता ही नियंत्रण, सुसूत्र मांडणी, पूर्वतयारी आणि कृती यांच्या अभावामुळे निर्माण होत असते.*
>
> \- डेव्हिड केकिच

वरिष्ठ पातळीवरील अधिकारी स्वतःमध्ये, त्यांच्या कर्मचाऱ्यांमध्ये आणि त्यांच्या कार्यसंस्कृतींमध्ये कठोर अंमलबजावणीचं तत्त्व रुजवण्याच्या प्रयत्नात आहेत. त्याचबरोबर लोकांनी खासगी आयुष्याचं संतुलनही कसं सांभाळायचं हेही ते शिकवू पाहात आहेत; पण कामाचे नियमित तास संपले तरी न घेतलेले टेलिफोन कॉल, वाटून द्यायची राहिलेली कामं, बैठका आणि संभाषणांमध्ये पुढे आलेल्या, पण त्यासंदर्भात कुठलीही कृती न झालेल्या अडचणी, वरिष्ठ पातळीवरचं अजून स्पष्ट करायचं राहिलेलं उत्तरदायित्व, मागे पडलेली व्यक्तिगत कामं आणि ज्यांना

अजून उत्तरं गेलेली नाहीत अशा, शेकड्यांनी आलेल्या ई-मेल्सपैकी महत्त्वाच्या असू शकतील अशा डझनभर ई-मेल्स मागे राहतातच, हे त्यांनाही माहीत आहे आणि मलाही! यातले अनेक व्यावसायिक यशस्वी आहेत, कारण त्यांच्या घर, ऑफिस किंवा ब्रीफकेसमधून जन्म घेत असलेल्या समस्यांपेक्षा, ते पार पाडत असलेले समरप्रसंग आणि त्यांनी लाभ घेतलेल्या संधी या गोष्टी अधिक मोठ्या असतात; पण आज व्यवसाय आणि जीवन यांची गती पाहता या समीकरणाविषयी बरेचदा प्रश्नचिन्ह उभं राहतं.

आणि त्यांच्यापैकी अनेकांच्या दृष्टीनं त्याहीपेक्षा महत्त्वाचं म्हणजे, त्यांच्या मुलांच्या शाळेतलं नाटक, खेळांच्या स्पर्धा किंवा ते विचारू इच्छित असलेले जीवनाविषयीचे प्रश्न यांच्याकडे ते योग्य तितकं लक्ष पुरवण्यात कमी पडत आहेत किंबहुना कुठल्याही ठिकाणी आणि कुठल्याही वेळी ते मनानं आत्ता आणि इथे राहूच शकत नाहीत. आपल्या समाजात सगळीकडे एक सर्वसाधारण चिडचिड भरून राहिली आहे. आपण करायला हवं आहे; पण करत नाही असं काहीतरी असल्याची एक भावना सगळ्यांच्याच मनात आहे. या भावनेमुळे जो ताण निर्माण होतो, त्याला कुठलंही उत्तर नाही आणि तिच्यापासून सुटकाही मिळत नाही.

एकीकडे आपल्याला, एकही गोष्ट आपल्या ओंजळीतून निसटून न जाऊ देण्याकरता आपली सर्व ऊर्जा धोरणात्मकरीत्या आणि चातुर्यानं केंद्रित करण्यात मदत करतील अशी सिद्ध झालेली साधनं हवी आहेत; तर दुसरीकडे, कामाच्या ठिकाणी अधिक गुंतवणूक करणाऱ्या व्यक्ती ताणामुळे संपून जाऊ नयेत, असं योग्य वातावरण आणि अशा वैचारिक सवयी निर्माण करण्याची गरज आहे. सर्वोत्तम आणि बुद्धिमान लोकांना आकर्षित करणाऱ्या आणि त्यांना टिकवून ठेवणाऱ्या सकारात्मक कार्य आणि जीवनशैली आज आपल्याला हव्या आहेत.

अशा ज्ञानाची संस्थांना अत्यंत तीव्र गरज आहे हे आपण जाणतो. तरी अजूनही आपल्या मुलांना माहितीवर प्रक्रिया कशी करावी, आपलं लक्ष परिणामांवर कसं केंद्रित करावं किंवा अपेक्षित परिणाम मिळवण्याकरता कोणत्या क्रिया कराव्यात अशा गोष्टी शाळांमध्ये शिकवल्या जात नाहीत. तिथेही हे ज्ञान देणं आवश्यक आहे. हेच ज्ञान आपल्या सगळ्यांना व्यक्तिशःदेखील तेवढंच आवश्यक आहे, जेणेकरून आपण राहतो त्या जगाचं मूल्य स्व-संगोपनाच्या माध्यमातून आणि सातत्यपूर्ण रितीनं वाढवण्याकरता आपल्या समोर येत असलेल्या संधींचा आपण योग्य तो लाभ घेऊ शकू.

'गेटिंग थिंग्ज डन'मध्ये मी जे काही सांगतो आहे, त्यातली शक्ती, साधेपणा आणि परिणामकारकता तुमच्या प्रत्यक्ष जीवनामध्ये, प्रत्यक्ष परिस्थितीमध्ये, प्रत्यक्ष

त्या क्षणी घेतलेले अनुभव या स्वरूपामध्ये अनुभवणंच जास्त श्रेयस्कर ठरेल. तुम्ही हे पुस्तक वाचायला किंवा चाळायला लागल्यावर मी त्यात जे सांगतो आहे, ते तुम्ही कसं अमलात आणू शकाल किंवा आणाल याचा विचार करण्यास तुम्ही प्रवृत्त व्हाल याबद्दल माझ्या मनात शंका नाही. जसजसं तुम्ही वाचत जाल, तसतसं एक-एक गोष्ट प्रत्यक्ष करून पाहण्याचा तुम्हाला खूप फायदा होईल; त्यामुळे तुम्हाला ती अधिकाधिक समजायला लागेल. यात दिलेले साचे अथवा नमुने समजावून घेणं तुम्हाला उपयुक्त वाटेल आणि ते आचरणात आणण्यानं तुम्हाला बदल जाणवायला लागेल.

त्याकरता कार्यप्रवाह (वर्कफ्लो) व्यवस्थापन आणि व्यक्तिगत उत्पादकता या गोष्टींचं सार एकरेषीय स्वरूपात मांडणं गरजेचं आहे. हे पुस्तक तुमच्या मनात भव्य चित्रही उभं करेल आणि तुम्ही एक-एक गोष्ट करत जाल तसे त्यांचे प्रतिकात्मक तात्कालिक परिणामही दिसून येतील अशा पद्धतीनं मी त्याची मांडणी केली आहे.

> समोर जे सादर होतं आहे त्याचं मूल्य कळण्याकरता, त्याबद्दल एक निकोप साशंकता बाळगणं हा एक उत्तम मार्ग आहे. त्याला आव्हान द्या, शक्य असल्यास ते कसं चुकीचं आहे हे सिद्ध करा; त्यामुळे तुम्ही त्यात गुंताल आणि गुंतवणूक ही गोष्टी समजावून घेण्याची गुरुकिल्ली असते.

या पुस्तकाचे तीन भाग पाडलेले आहेत. पहिल्या भागामध्ये हा संपूर्ण खेळ समजावून, या पद्धतीची थोडक्यात माहिती सांगितलेली आहे आणि त्यानंतर, ही पद्धत वेगळी आणि समयोचित का आहे, हे समजावलेलं आहे. शेवटी प्रत्यक्ष मूलभूत कार्यपद्धती अगदी संक्षिप्त आणि ढोबळ शब्दांमध्ये मांडल्या आहेत. दुसऱ्या भागामध्ये तुम्हाला या पद्धतींची अंमलबजावणी कशी करावी, हे सांगितलं आहे. यातल्या साच्यांच्या उपयोगाबाबत पायरी-पायरीनं आणि बारकाव्यांसहित तुम्हाला वैयक्तिक मार्गदर्शन केलं आहे. तिसरा भाग अधिक खोलात शिरणारा आहे. दिलेल्या कार्यपद्धती आणि साच्यांचा तुमचं काम आणि जीवन यांमध्ये अंगीकार केल्यानंतर तुम्हाला जे बारीकबारीक आणि सखोल परिणाम मिळू शकतील, त्यांचं यात वर्णन केलं आहे.

तिन्ही भागांमध्ये मजकुराची पुनरावृत्ती होणं अटळ आहे. मूलभूत कार्यपद्धती तुलनेनं खूप सोपी आहे; पण इथे दिलेल्या वेगवेगळ्या भिंगांतून आणि धड्यांमधून ती विविध पातळ्यांवरून व्यक्त केली आणि समजून घेतली जाऊ शकते.

तुम्ही यात सहभागी व्हावं, या सगळ्या गोष्टींचा पडताळा घेऊन पाहावा, अगदी त्यांचा समाचारही घ्यावा, अशी माझी इच्छा आहे. मी ज्याचं आश्वासन देतो आहे, ते केवळ शक्य आहे असं नाही तर तुम्ही व्यक्तिशः ते ताबडतोब मिळवू शकता हे तुम्हाला स्वतःलाच कळावं असं मला वाटतं आणि मी तुम्हाला जे काही करायला सांगतो आहे ते सहजसाध्य आहे, हे तुम्हाला जाणवावं अशी माझी इच्छा आहे. त्याला

कुठलंही नवं कौशल्य लागणार नाही. एखाद्या गोष्टीवर लक्ष कसं केंद्रित करावं, गोष्टी लिहून कशा काढाव्यात, परिणाम आणि कृतींबाबत निर्णय कसा घ्यावा आणि आपल्यासमोरच्या पर्यायांचा विचार करून निवडी कशा कराव्यात, हे तर तुम्हाला माहीत आहेच. आजवर तुम्ही सहजप्रवृत्ती म्हणून किंवा अंतःप्रेरणेनं केलेल्या गोष्टींपैकी बऱ्याच गोष्टी योग्यच आहेत याबद्दल तुमची खात्री होईल. परिणामकारकतेच्या नव्या स्तरांवर त्या मूलभूत कौशल्यांचा उपयोग करण्याचे मार्ग मी तुम्हाला दाखवेन. या सगळ्या गोष्टींचा उपयोग करून तुम्हाला स्वतःलाही आश्चर्यानं थक्क करेल असा वर्तनाचा एक नवा साचा तुम्ही बनवावा, अशी प्रेरणा मला तुम्हाला द्यायची आहे.

या पुस्तकातील माहितीच्या आधारे लोकांसोबत केलेल्या कामाचा मी ठिकठिकाणी उल्लेख केलेला आहे. गेली तीन दशकं मी व्यवस्थापन सल्लागार म्हणून एकट्यानं किंवा छोट्या भागीदारांबरोबर आणि एका जागतिक प्रशिक्षण संस्थेचा संस्थापक या नात्यानं काम करतो आहे. माझं काम मुख्यतः व्यक्तिगत उत्पादकता मार्गदर्शन आणि या पुस्तकामध्ये दिलेल्या कार्यपद्धतींवर परिषदा घेणं, सादरीकरण करणं हे आहे. मी (आणि माझ्या सहकाऱ्यांनी) एव्हाना हजारो लोकांना व्यक्तिगत मार्गदर्शन केलेलं आहे आणि आमच्या खासगी, तसंच जाहीर परिषदांमधून जगभरातील लाखो व्यावसायिकांना प्रशिक्षण दिलं आहे. आम्ही जगातल्या सर्वोत्तम आणि बुद्धिमान लोकांसोबत काम करतो. यातूनच मी माझे अनुभव आणि दाखले मिळवलेले आहेत.

मी तुमच्यासारखाच एक विद्यार्थी आहे. सगळ्यांसारखंच मीही अधूनमधून अनियंत्रित जीवन जगायला लागतो आणि माझंही लक्ष विचलित होत असतं. मलाही शक्य तेवढं वर्तमान क्षणामध्ये जगण्याच्या दृष्टीनं माझ्या डोक्यामध्ये सुस्पष्टता येण्याकरता या पुस्तकामध्ये मी वर्णन केलेल्या कार्यपद्धती सारख्या वापरत राहाव्या लागतात. प्रकरण १५ मध्ये मी सांगितल्याप्रमाणे या कार्यपद्धती म्हणजे आयुष्यभरासाठीच्या जीवनशैलीविषयक सवयी आहेत आणि जगामध्ये अधिक उच्च आणि प्रगल्भ पातळीवर काम करण्यासाठी त्यांचा वापर करत राहणं आवश्यक आहे. जिचा मला स्वतःला अनुभव आलेला नाही, जिची सत्यता मी स्वतः तपासून पाहिलेली नाही आणि कुठल्या ना कुठल्या स्वरूपात जी मी स्वतः वापरत नाही, अशी एकही गोष्ट मी या पुस्तकामध्ये सांगितलेली नाही.

या पुस्तकात मी दिलेलं आश्वासन माझ्या एका ग्राहकानं चपखल शब्दांमध्ये मांडलेलं आहे. त्यानं लिहिलं आहे : या कार्यक्रमामधल्या सिद्धान्तांची सवय लावून घेतल्यावर मी तरलो आणि मी त्यांचा श्रद्धापूर्वक वापर केल्यावर माझं जीवन बदललं. दैनंदिन जीवनामध्ये सामोरं जावं लागणाऱ्या कठीण प्रसंगांसाठी (कामामधल्या तथाकथित तातडीचे आणि आणीबाणीचे प्रसंग) ही जणू एक प्रतिबंधक लस आहे! अनेक लोक स्वतःवर ओढवून घेत असलेल्या असमतोलाच्या परिस्थितीवरचा हा उतारा आहे!

अनुक्रमणिका

भाग

१

गोष्टी पूर्णत्वाला नेण्याची कला

१

नव्या वास्तवाकरता नवं आचरण

असंख्य गोष्टी करायच्या असतानाही शांत डोक्यानं आणि ताणरहित नियंत्रणाच्या सकारात्मक भावनेनं, तसेच उत्पादनक्षमरीत्या काम करणं शक्य आहे. उच्च परिणामकारकता आणि कार्यक्षमतेनं जगण्याचा आणि काम करण्याचा हा एक विलक्षण मार्ग आहे. तुमच्या हातात जे काही काम असेल, त्यातच पूर्णपणे राहण्याचा आणि सद्य क्षणामध्ये योग्यप्रकारे व्यग्र राहण्याचाही हा एक सर्वोत्तम मार्ग आहे. तुमचं लक्ष पूर्णपणे तुमच्या कह्यात आहे आणि वेळचं भान उरलेलं नाही, अशी ही अवस्था आहे. तुमच्या एकूण बांधिलकी आणि आवडीच्या गोष्टींपैकी तुम्ही आत्ता जे करत आहात, तेच तुम्हाला करणं आवश्यक आहे. तुम्ही पूर्णपणे उपलब्ध आहात. ऑन आहात.

ही कार्यशैली यशस्वी आणि उच्च प्रतीची कामगिरी करणाऱ्या लोकांकरता अत्यंत महत्त्वाची झाली आहे. जीवनामध्ये न संपणाऱ्या कठीण परिस्थितींमध्ये सापडलेल्या व्यक्तीला आपलं मानसिक संतुलन हरवू न देण्याकरता या शैलीनं काम करणं आवश्यक आहे आणि आपल्या सर्वांनाच, आपली सर्वांत अर्थपूर्ण कामं आवश्यक त्या प्रमाणात करण्याचं स्वातंत्र्य देणारा हा मार्ग आहे.

आपण एक गोष्ट करू शकतो आणि जे लोक ती त्यांच्या सर्वोच्च क्षमतेनं करू शकतात, तेच सर्वांत आनंदी असतात. आपण संपूर्णपणे वर्तमानात राहू शकतो. आपण सगळे इथे असू शकतो. आपण आपलं लक्ष समोरच्या संधीकडे देऊ शकतो.

\- मार्क फॉन डोरेन

ही उच्च प्रतीची कामगिरी करण्याची आरोग्यदायी अवस्था गाठण्याकरता आवश्यक ते सर्व कसं करायचं हे तुम्हाला ठाऊक आहे; पण तुम्ही जर बहुसंख्य लोकांमध्ये मोडत असाल तर ही कौशल्यं तुम्ही योग्य वेळी, संपूर्णपणे आणि पद्धतशीररीत्या वापरण्याची गरज आहे. म्हणजे मग तुम्हाला कामाखाली दबल्यासारखं न वाटता त्या कामांवर आपलं नियंत्रण असल्यासारखं वाटेल. या पुस्तकामध्ये मी

सांगितलेल्या पद्धती आणि तंत्रं अगदी व्यवहार्य आणि सामान्य बुद्धीवर आधारलेली आहेत. तरी बहुतेकांना ही व्यवस्था अंगीकारण्याआधी त्यांच्या कामांच्या महत्त्वाच्या सवयींमध्ये सुधारणा करणं आवश्यक ठरेल. काही छोट्या-छोट्या सुधारणा आवश्यक ठरतील, जसं तुम्ही लक्ष पुरवण्याची आवश्यकता असलेल्या गोष्टींमध्ये सुस्पष्टता आणण्याच्या आणि मग त्यांची सुसूत्र व्यवस्था लावण्याच्या पद्धतीतले बदल. कदाचित हे बदल तुमच्या दैनंदिन कामकाजाच्या महत्त्वाच्या बाबींकडे तुम्ही ज्या पद्धतीनं पाहता, त्यातल्या लक्षणीय बदलाची नांदी ठरू शकतात; पण त्याचे परिणाम सहसा एक क्रांतिकारक बदल अशा स्वरूपाचे असतात असं लोक मला सांगतात.

मी इथे सादर करत असलेल्या पद्धतींची तीन महत्त्वाची उद्दिष्टं आहेत :

१. करायला हव्या आहेत, अशा एकूण एक गोष्टी तुमच्या मन आणि मेंदूबाहेरच्या एका तर्कशुद्ध आणि विश्वसनीय व्यवस्थेमध्ये साठवणं (मग त्या गोष्टी आत्ता करायच्या असोत की नंतर कधीतरी, लहान असोत की मोठ्या किंवा यामधल्या कुठल्यातरी), २. कुठल्याही क्षणी तुम्ही ज्याच्यावर काम करू शकाल किंवा त्यावर फेरविचार करू शकाल, असा पुढच्या कृतींचा साठा सदैव तुमच्या मनामध्ये तयार असेल अशा पद्धतीनं, तुमच्याकडे जमा होत असलेल्या सगळ्या कच्च्या मालाच्या बाबतीत ताबडतोब निर्णय घेण्याची शिस्त स्वतःला लावणं आणि ३. कुठल्याही क्षणी, तुमची स्वतःशी किंवा इतरांशी असलेली विविध पातळ्यांवरची बांधिलकी लक्षात घेऊन कामांचा हा साठा सांभाळणं आणि त्यात सूसूत्रता आणणं.

अशा प्रकारच्या उच्च कामगिरीवर आधारित कार्यप्रवाह व्यवस्थापनाची एक सिद्ध झालेली पद्धत हे पुस्तक तुम्हाला देऊ करतं. यात तुम्हाला वापरण्याकरता उत्तम साधनं, टिपा, तंत्रं आणि युक्त्या आढळतील. यामध्ये तुमच्या खासगी, तसेच व्यावसायिक जीवनाशी संबंधित प्रत्येक बाबीमध्ये तुम्ही ज्यांचा ताबडतोब प्रयोग करू शकाल अशी ही तत्त्वं आणि पद्धती आहेत, असं तुमच्या लक्षात येईल.* तुमचं काम आणि तुमचं जग यांमध्ये वावरत असताना मी ज्याला सतत बदलती

---

* माझ्या दृष्टीनं 'काम' म्हणजे, जी गोष्ट तुम्हाला तिच्या सध्याच्या अवस्थेपेक्षा वेगळ्या अवस्थेमध्ये असणं आवश्यक वाटत असतं, अशी प्रत्येक गोष्ट. अनेक लोक 'काम' आणि 'खासगी जीवन' यांत फरक करतात. मी तसं करत नाही. माझ्याकरता बागेची साफसफाई असो की, मृत्युपत्र अद्ययावत करणं असो, तेही तेवढंच 'काम' आहे, जेवढं हे पुस्तक लिहिणं आहे किंवा माझ्या एखाद्या ग्राहकाला प्रशिक्षण देणं हे आहे. या पुस्तकातली तंत्रं आणि पद्धती जीवनातल्या त्या अर्थाच्या प्रत्येक कामाला लागू आहे आणि ते गरजेचंही आहे.

कार्यशैली असं म्हणतो, तिचा तुम्ही अंगीकार करू शकता.

तुमच्या आधी अनेकजणांनी हे केलं आहे किंवा मग तुम्ही या पुस्तकाचा, जीवनावर अधिक चांगलं नियंत्रण असणं आवश्यक वाटेल, तेव्हा संदर्भासाठी मार्गदर्शक म्हणून वापर करू शकता.

समस्या : नव्या मागण्या, अपुरी संसाधनं

आजकाल मी ज्यांना-ज्यांना भेटतो, त्या प्रत्येकालाच असं वाटत असतं की, त्याच्या किंवा तिच्याकडे खूप काम आहे. मात्र, ते करण्याएवढा वेळ अजिबात नाही. काही दिवसांपूर्वी एका आठवडाभरात मला दोन व्यक्ती भेटल्या. त्यातले एकजण मोठ्या आर्थिक सल्लागार कंपनीचे एक भागीदार, या चिंतेत होते की, त्यांना देऊ करण्यात आलेल्या नव्या कॉर्पोरेट व्यवस्थापकीय जबाबदाऱ्यांमुळे त्यांच्या कौटुंबिक कर्तव्यांवर ताण येईल. दुसरी व्यक्ती म्हणजे मध्यम श्रेणीतील एक मानवी संसाधन व्यवस्थापिका होत्या. त्यांच्या कंपनीच्या एका विभागीय कार्यालयातील कर्मचाऱ्यांची संख्या अकराशेवरून वाढवून दोन हजारापर्यंत नेण्याच्या उद्दिष्टामागे त्या धावत होत्या आणि त्या अनुषंगानं दररोज त्यांच्या मेल बॉक्समध्ये येऊन पडणाऱ्या १५०हून अधिक ई-मेल्सना उत्तरे देण्याची धडपड करत होत्या; पण त्याचबरोबर त्यांना आठवड्याच्या सुटीच्या दोन दिवसांमधलं आपलं सामाजिक जीवनही हवं होतं...

या नव्या सहस्त्रकामध्ये एका नव्याच विरोधाभासाचा जन्म झालेला आहे; लोकांचं जीवनमान तर सुधारलं आहे; पण उपलब्ध संसाधनांपेक्षा जास्त गोष्टी अंगावर घेऊन ते आपला ताण वाढवत आहेत. अनेक पर्याय आणि संधी उपलब्ध असल्यास निर्णय घेणं आणि निवड करण्याचा ताणही वाढतो. ही परिस्थिती कशी सुधारावी, याचा विचार करताना बहुतेकजण काही प्रमाणात उद्विग्न झाले आहेत आणि गोंधळून गेले आहेत.

कामाला निश्चित सीमारेषा उरलेल्या नाहीत

वाढत्या तणावाला कारणीभूत असलेला एक घटक म्हणजे काम करण्याची क्षमता आणि त्याकरताचं प्रशिक्षण, यांच्यापेक्षा आपल्या कामाचं प्रत्यक्ष स्वरूप अधिक नाट्यमयरीत्या आणि वेगानं बदललं आहे. विसाव्या शतकाच्या उत्तरार्धात, फक्त गेल्या पन्नास वर्षांमध्येच, औद्योगिक जगतातलं काम लक्षणीयरीत्या बदललेलं आहे. असेंब्ली लाइनवरच्या, करा आणि पुढे सरकवा अशा प्रकाराऐवजी ते आता पीटर ड्रकर यांनी ज्याला ज्ञानाधिष्ठित कार्य - नॉलेज वर्क असं समर्पक नाव दिलं आहे, तसं झालं आहे.

पूर्वी काम प्रत्यक्ष डोळ्यांना दिसत असे. शेत नांगरणं, यंत्रांसाठी हत्यारं बनवणं, खोक्यांमध्ये सामान भरणं, गायीचं दूध काढणं, सामान हलवणं इत्यादी गोष्टी केल्या जाताना दिसायच्या. काय काम करायचं, हे तुम्हाला माहीत असायचं. तुम्ही ते डोळ्यांनी पाहू शकायचा. त्याचबरोबर काम पूर्ण झालं किंवा नाही, हेही स्पष्ट कळायचं. त्या काळात तुमची उत्पादकता वाढवण्याचा अर्थ कामाची प्रक्रिया अधिक कार्यक्षम करणं किंवा निव्वळ जास्त कष्ट करणं अथवा जास्त काळ काम करणं असा होता.

पण आज आपल्यापैकी अनेकांच्या बाबतीत प्रकल्पांना निश्चित अशी सीमारेषाच नसते. माझ्या माहितीतले बहुतेक लोक कमीतकमी अर्धा डझन गोष्टी साध्य करण्याची किंवा तेवढ्या परिस्थितीमध्ये सुधारणा करण्याची आता या क्षणी धडपड करत असतील आणि त्यांनी त्यांचं उर्वरित सगळं आयुष्य त्यासाठी घालवलं, तरी त्या गोष्टी परिपूर्ण रीतीनं ते पूर्ण करू शकणार नाहीत. तुम्हालाही कदाचित हाच पेच पडलेला असू शकेल. ती अमुक परिषद किती महत्त्वाची असेल? तो प्रशिक्षण कार्यक्रम किंवा तुमच्या अधिकारीवर्गाची वेतनरचना किती परिणामकारक ठरेल? तुमच्या मुलांची शिक्षणं तुम्ही कितपत चांगल्या प्रकारे करू शकाल? तुम्ही लिहीत असलेला ब्लॉग परिपूर्णतेच्या कितपत जवळपास आहे? तुम्ही ठरवत असलेली तुमच्या हाताखालच्या लोकांची बैठक कितपत प्रेरणादायी ठरेल? तुम्ही तुमचं आरोग्य किती चांगलं ठेवू शकाल? तुमच्या खात्याची पुनर्रचना किती उपयोगी ठरेल? आणि शेवटचा प्रश्न - उपलब्ध असलेली किती माहिती तुमचे हे सगळे प्रकल्प अधिक चांगल्या पद्धतीनं पुरे करण्याच्या दृष्टीनं किती योग्य ठरू शकेल? या प्रश्नाचं उत्तर आहे, इंटरनेटच्या माध्यमाद्वारे सहजप्राप्य असलेली अमर्याद माहिती.

> जवळजवळ प्रत्येक प्रकल्प अधिक चांगल्या प्रकारे करता येतो आणि आता त्यासाठी अमर्याद माहिती उपलब्ध असते.

दुसरीकडे, सीमारेषांच्या अभावामुळे प्रत्येकाला अधिक काम करावं लागतं. आज संस्थेतल्या बहुतेक कामांमध्ये आंतरविभागीय सुसंवाद, सहकार्य आणि परस्पर व्यवहारांची गरज असते. आपापल्या कार्यालयामध्ये स्वतंत्रपणे काम करत राहण्याचा प्रकार आता संपुष्टात येतो आहे. (किमान तो यायला हवा.) त्याचबरोबर विपणन (मार्केटिंग) किंवा मानवी संसाधन (एचआर) किंवा कुठल्यातरी विशिष्ट समस्येला तोंड देण्याकरता खास बनवलेली समिती, यांच्या ई-मेलची आपल्याला देण्यात आलेली माहितीस्तव प्रत वाचण्याची तसदी न घेण्याची ऐषही आता परवडत नाही. त्यात, मित्र-मैत्रिणी आणि कुटुंबीयांपासूनची अंतरं कमी झाल्यामुळे त्यांच्याबरोबर राहून काहीतरी करण्याबद्दल ते तुमच्या मागे असतात. अगदी वृद्ध आई-वडीलसुद्धा इंटरनेट आणि स्मार्टफोनमुळे आपल्याशी सतत कनेक्टेड असतात.

सतत नवनव्या दूरसंचार तंत्रज्ञानांमुळे आपली बांधिलकी आणि आपलं जीवन यांच्यामध्ये स्पष्ट सीमांचा अभाव गुणोत्तर प्रमाणात वाढला आहे. चालू शतकातल्या दुसऱ्या दशकामध्ये सतत-ऑनच्या समस्येबाबतच्या चिंतेचा स्फोट होताना दिसला आहे. त्यात जागतिकीकरण (माझी अर्धी टीम हाँगकाँगमध्ये आहे आणि एक महत्त्वाचा माणूस इस्टोनियामध्ये आहे.) आभासी (व्हर्च्युअल) काम आणि संपर्कक्षमता आणि आपल्या खिशात किंवा मनगटावरच्या, १९७५ साली खोलीभर आकाराच्या संगणकामध्ये होती त्यापेक्षा कितीतरी जास्त कामं करण्याची क्षमता असलेल्या उपकरणांचं आपल्याला जडलेलं व्यसन यांची भर पडली आहे.

त्यामुळे काम आणि त्याच्या आकलनीय सीमारेषाच फक्त अधिक संदिग्ध आणि नीट ठरवल्या न गेलेल्या झाल्या आहेत असं नाही, तर आपण कामामध्ये ज्या काळ आणि अवकाशामध्ये गुंतू शकतो (आणि सहसा गुंतायला हवं) तेही धूसर झाले आहेत.

आपलं काम (आणि आपलं आयुष्य) सतत बदलत राहातं

आपले प्रकल्प किंवा एकंदरीतच आपल्या कामांच्या अस्पष्ट होत चाललेल्या सीमारेषा कुणासाठीही आव्हानात्मकच असणार; पण आता या समीकरणामध्ये आपल्याला आपल्या कामाची बदलती व्याख्या आणि आपल्या आयुष्याच्या एकूण विस्ताराचा विचार करता आपल्या वारंवार बदलत असलेल्या जबाबदाऱ्या, तसेच आपल्या आवडीनिवडी या गोष्टीदेखील समाविष्ट कराव्या लागणार आहेत.

माझ्या परिषदांमध्ये मी नेहमी विचारतो, ज्या कामाकरता नोकरीवर घेतलं, तेच काम करणारे तुमच्यापैकी कितीजण आहेत? क्वचितच कधीतरी एखादा हात वर येतो. काम कितीही अस्पष्ट किंवा असीम असो; पण तुम्हाला जर निश्चित अशा कामामध्ये पुरेसा दीर्घ काळ काम करण्याची संधी मिळाली, तर तुमचं डोकं शाबूत ठेवण्याकरता तुम्ही नेमकं काय, किती आणि कुठल्या पातळीवर करायला हवं, हे कदाचित तुम्हाला कळू शकेल आणि तुम्ही एकूणच आयुष्य अधिक नियंत्रणात ठेवू शकलात तर एक आश्वस्त स्थैर्य मिळवून देणारी काही एक लय, काही एक व्यवस्था तुम्ही निर्माण करू शकाल. त्यात घरं बदलणं, नातेसंबंध बदलणं, तुम्हाला आणि तुमच्या प्रिय व्यक्तींना भेडसावणारे आरोग्य अथवा जीवनशैलीविषयक प्रश्न, कुठलेही आर्थिक आश्चर्याचे धक्के, नव्या दिशा शोधायची प्रेरणा देणारे प्रेरणात्मक प्रशिक्षण कार्यक्रम, लादलेले कामातले क्षेत्रबदल अशा कुठल्याही गोष्टी नसतील.

पण ही चैन फार थोड्यांच्या नशिबात आहे आणि त्याची तीन कारणं आहेत :

१. आपण ज्या संस्थांमध्ये काम करतो, त्या सतत एका संक्रमणावस्थेत असतात. त्यांची उद्दिष्टं, उत्पादनं, भागीदार, ग्राहक, बाजारपेठा, तंत्रज्ञान आणि मालक सतत बदलत राहतात. या सगळ्या गोष्टींमुळे संस्थेची रचना, साचे, त्यातल्या भूमिका आणि जबाबदाऱ्याही साहजिकच बदलत राहतात.

२. आजकाल सर्वसामान्यपणे व्यावसायिक लोक हे पूर्वीपेक्षा अधिक मुक्तसंचारी घटक बनले आहेत. त्यांचे आई-वडील जेवढ्या वेळा नोकऱ्या बदलत असत, त्यापेक्षा कितीतरी जास्त वेळा आजचे व्यावसायिक आपले व्यवसाय बदलत असतात. चाळीशी किंवा पन्नाशीतल्या लोकांनासुद्धा आजकाल आपली सतत प्रगती होत राहावी असं वाटत असतं. आता त्यांची ध्येयं मुख्य प्रवाहाशी अधिक प्रमाणात जोडली गेली आहेत. ज्यात व्यावसायिक, व्यवस्थापन आणि अधिकारी विकास यांसारख्या सर्वसमावेशक संज्ञा येतात आणि याचा सोपा अर्थ म्हणजे हे लोक आता जे काही करत आहेत, ते फार काळ करत राहणार नाहीत, असा आहे.*

गेल्या बहात्तर तासांमध्ये आपल्यापैकी बहुतेकांना, बदलांना चालना देणारी, नवे प्रकल्प जन्माला घालणारी आणि प्राधान्यक्रमामध्ये बदल करायला लावणारी जी नवी अतिरिक्त माहिती (इनपुट) मिळालेली आहे, तेवढी माहिती आपल्या आई-वडिलांना त्यांच्या काळात एका महिन्यात किंवा कदाचित वर्षभरामध्ये मिळत असावी.

जे सर्वस्वी नवं असतं, त्याच्याकरता आपण खऱ्या अर्थानं कधीही तयार राहू शकत नाही. आपल्याला स्वतःमध्ये बदल करावे लागतात आणि प्रत्येक मूलभूत बदल हा आपल्या आत्मसन्मानावर संकट आणणारा असतो. त्यात आपल्याला एका सत्त्वपरीक्षेला सामोरं जावं लागतं, स्वतःला सिद्ध करावं लागतं. अंतर्गत खळबळ न माजू देता मोठ्या बदलांना सामोरं जाण्याकरता आत्मविश्वासाची जोड असणं आवश्यक ठरतं.

\- एरिक हॉफर

३. आपली संस्कृती, जीवनशैली आणि तंत्रज्ञानामध्ये होत असलेल्या बदलांची वेगवेगळी तुलनात्मक गती पाहता व्यक्तींना त्यांच्या एकमेवाद्वितीय वैयक्तिक परिस्थितीवर अधिक वारंवार, अधिक नियंत्रण मिळवण्याची गरज निर्माण होते आहे.

---

* चालू शतकाच्या सुरुवातीलाच आलेल्या महामंदीनं अनिश्चिततेमध्ये भर घातली आहे, कारण त्यामुळे अनेकांना आता त्यांच्या पारंपरिक सेवानिवृत्तीच्या वयानंतरही काम करणं भाग पडतं आहे आणि त्याकरता सहसा पैसे मिळवण्याचे अन्य मार्गही शोधावे लागत आहेत.

अचानक आई अथवा वडिलांची काळजी घेण्याची परिस्थिती निर्माण होणं, नोकरी सोडून घरी परत आलेल्या मुलाला सांभाळणं, अनपेक्षितरित्या उद्‌भवलेल्या एखाद्या आरोग्यविषयक समस्येशी सामना करावा लागणं किंवा आपल्या आयुष्याच्या जोडीदारानं करायच्या ठरवलेल्या एका मोठ्या बदलाशी जुळवून घेणं... हे सगळं आता पूर्वीपेक्षा जास्त वारंवार घडायला लागलं आहे आणि त्याचे परिणामही पूर्वीपेक्षा मोठे असतात.

ऑफिसमध्ये, घरी, विमानात बसल्यावर, गाडीत आणि कोपऱ्यावरच्या हॉटेलमध्ये बसल्यावर - आठवड्याच्या शेवटी, सोमवारी सकाळी, पहाटे तीन वाजता जाग आल्यावर आणि रजेवर असताना, नेमकं काय करावं आणि ते चांगल्या प्रकारे करण्यासाठी काय आणि किती प्रमाणामध्ये कच्ची सामग्री किंवा माहिती (इनपुट) उपयुक्त ठरेल, याबाबतीत आता फारच थोडी सुस्पष्टता फार काळ टिकून राहते. बाह्य जगाकडून आपण फार मोठ्या प्रमाणात माहिती आणि संवाद स्वीकारतो आणि तितक्याच मोठ्या प्रमाणामध्ये आपल्या अंतरंगात नव्या कल्पना आणि स्वतः तसेच इतरांबरोबरच्या वर्तणुकीशी संबंधित करारांना जन्म देत असतो. इतक्या प्रचंड संख्येनं अंतर्गत आणि बाह्य बांधिलकी पाळण्याकरता आपल्याकडे पुरेशी साधनंच उपलब्ध नाहीत.

या उच्च तंत्रज्ञानाधिष्ठित, जगभराशी जोडलेल्या जगामध्ये नवं काय, यापेक्षा किती वारंवार नवं, हा खरा प्रश्न आहे. आयुष्य आणि कामाच्या बाबतीतल्या बदलांची गती जेव्हा सध्यापेक्षा कमी होती, तेव्हा कुठल्याही नव्या गोष्टीमुळे सुरुवातीला निर्माण होत असलेल्या अस्वस्थेचा अटळ टप्पा ओलांडल्यावर लोक बराच काळ स्थिर अवस्थेत पुढे जात राहू शकत होते. आता आपण ज्या जगात राहतो आहोत, तिथे वेळ हीच चैन आहे. तुम्ही हे वाचताहात तोवर तिकडे जग बदलतं आहे आणि हे पुस्तक वाचत असताना मध्येच तुमचं मन तुमच्या आयुष्यामध्ये चालू असलेल्या अन्य गोष्टींकडे भरकटलं किंवा एखादी महत्त्वाची नवी माहिती मिळेल असं वाटल्यामुळे तुम्हाला तुमची ई-मेल पाहण्याची इच्छा होऊन तुमचं लक्ष विचलित झालं, तर याचा अर्थ गाडी चुकेल या रोगाचं लक्षण तुमच्यामध्ये दिसतं आहे.

जुने आदर्श आणि सवयी अपुरे आहेत

आपलं सर्वसाधारण शिक्षण, वेळेच्या व्यवस्थापनाचे परंपरागत साचे आणि उपलब्ध असलेली नानाविध प्रकारची डिजिटल व कागदी साधनं, यांपैकी कुणीही

आपल्या डोक्यावर पडलेल्या नव्या मागण्यांची पूर्तता करण्याचा एखादा व्यवहार्य मार्ग आपल्याला पुरवू शकलेलं नाही. तुम्ही जर या प्रक्रिया किंवा साधनांचा प्रयोग करून पाहिलेला असेल तर तुम्हाला बहुधा असं आढळलं असेल की, तुम्ही जे काही करता आहात, त्यातली गती, गुंतागुंत आणि बदलते प्राधान्यक्रम हे घटक, या प्रक्रिया अथवा ही साधनं आपल्यात सामावून घेऊ शकत नाहीत. आजच्या अत्यंत उत्पादनक्षम; पण उलथापालथीच्या आणि बरेचदा अरचित असलेल्या युगामध्ये एकाग्र, ताणमुक्त आणि नियंत्रित राहण्याकरता विचार आणि काम करण्याचे नवे मार्ग आवश्यक आहेत. आपल्या जगामध्ये शिखरावर पोहोचण्याकरता नव्या कार्यपद्धती, तंत्रज्ञान आणि काम करण्याच्या सवयी यांची आपल्याला तीव्र निकड आहे.

वेळेचं व्यवस्थापन आणि व्यक्तिगत सुसंघटन यांचं नियोजन करण्याचे पारंपरिक मार्ग एकेकाळी उपयुक्त होते. उद्योगांमधल्या असेंब्ली लाइन पद्धतीमधून एका नव्या प्रकारच्या कार्यपद्धतीमध्ये कर्मचारी शिरले, तेव्हा त्यांना काय करायचं याचं निवडस्वातंत्र्य आणि केव्हा करायचं हे ठरवण्याचा अधिकार होता आणि या गोष्टींनी त्यांना उपयुक्त आधारबिंदू पुरवले. वेळ हाच कामाचा महत्त्वाचा घटक बनल्यावर व्यक्तिगत दिनदर्शिका हे कामाचं एक महत्त्वाचं साधन ठरलं. (अगदी १९८०च्या दशकाच्या शेवटपर्यंत अनेक व्यावसायिक खिशातली डायरी ही आपण व्यवस्थित असण्याचं चिन्ह मानत असत आणि आजदेखील अनेक लोकांना स्वतःवर ताबा मिळविण्याच्या दृष्टीनं दिनदर्शिका किंवा त्यांच्या ई-मेल अथवा एसएमएसचे इन-बॉक्स ही मुख्य साधनं वाटतात.) आपल्या वाटेच्या वेळाबरोबरच, काय करायचं या संदर्भात योग्य निर्णय घेण्याची गरजही उत्पन्न झाली. आपल्यासमोरील पर्यायांची अर्थपूर्ण मांडणी करण्याकरता लोकांनी अ, ब, क असे प्राधान्यक्रम संकेतांक आणि दैनंदिन कामांची यादी (टू डू लिस्ट) ही दोन तंत्रं शोधून काढली. तुम्हाला काय करायचं याची निवड करण्याचं स्वातंत्र्य मिळालं, तर तुमच्या प्राधान्यक्रमानुसार योग्य निवड करण्याची जबाबदारीदेखील तुमच्यावर येणारच!

निदान कुठल्यातरी एका पातळीवर तुम्हाला असं आढळलं असेल की, दिनदर्शिका महत्त्वाची असली तरी तुम्हाला ज्या गोष्टींची व्यवस्था लावायची आहे, त्यांपैकी फारच थोड्या गोष्टींचं परिणामकारक व्यवस्थापन ती करू शकते. त्याचप्रमाणे सर्वसामान्य व्यावसायिकाच्या कामाचा आवाका आणि त्याचं बदलतं स्वरूप यांना तोंड देताना दैनंदिन कामाची यादी बनवणं किंवा प्राधान्यक्रमाला सोपे संकेतांक देणं याचा फारसा उपयोग होत नाही. अधिकाधिक लोकांच्या कामांमध्ये दिवसाला डझनांनी किंवा शेकड्यांनी ई-मेल्स पाहण्याचा समावेश असतो आणि कंपनी किंवा घरून मिळालेली एकही विनंती, तक्रार, आदेश अथवा माहिती दुर्लक्षित करण्याला त्यात वाव नसतो. आपल्या सर्वच गोष्टींना अ, ब किंवा क अशा प्राधान्यक्रमांमध्ये

बसवणं फार थोड्या लोकांना शक्य असतं आणि त्यांनी तशी अपेक्षाही करू नये किंवा एखादी पूर्वनियोजित कामांची यादी पहिल्याच टेलिफोन कॉलमुळे, एसएमएसमुळे किंवा वरिष्ठांच्या अथवा वैवाहिक जोडीदाराच्या हस्तक्षेपामुळे बदलली नाही, असंही क्वचितच लोकांच्या बाबतीत घडत असेल.

मोठं चित्र विरुद्ध बारकावे

असं असताना दुसरीकडे आपल्या व्यामिश्र जगाला तोंड देण्याकरता, प्रचंड संख्येनं व्यावसायिक पुस्तकं, साचे, परिषदा आणि व्यवस्थापन गुरू यांनी मोठं चित्रं पाहणं हे आपल्या गुंतागुंतीच्या जगाचा सामना करण्याचं सूत्र आहे असं आपल्याला सांगितलं आहे. या विचारधारेनुसार, प्रमुख उद्दिष्टं आणि मूल्यं सुस्पष्ट करून घेतल्यास कामाला योग्य क्रम, अर्थ आणि दिशा प्राप्त होतात. प्रत्यक्षात मात्र मूल्याधारित विचार करण्याच्या चांगल्या उद्देशानं केलेल्या गोष्टी केल्यानं बरेचदा अपेक्षित परिणाम मिळत नाहीत. असे प्रयत्न अपयशी ठरताना मी असंख्य वेळा पाहिलेलं आहे आणि याची पुढीलपैकी एक वा अनेक कारणं असतात :

> *वारा आणि लाटा नेहमी सर्वांत कुशल नावाड्याला साथ देतात.*
>
> \- एडवर्ड गिबन

१. आपलं लक्ष वरच्या स्तरावर केंद्रित करताना, दिवसा-दिवसाच्या, तासा-तासाच्या अनेक बांधिलकींमुळे आपण खूपच विचलित होतो
२. जे नीट संभाळले जाण्याची शक्यता कमीच असते आणि पर्यायानं जे आणखी विचलित करण्याची, ताण निर्माण करण्याची शक्यता असते, असे अधिक मोठे प्रकल्प अथवा उद्दिष्टं हाती घ्यायला परिणामशून्य व्यक्तिगत व्यवस्थापन प्रणाली सुप्त पातळीवर मोठा अवरोध निर्माण करतात.
३. जेव्हा भव्य, दिव्य ध्येयं आणि मूल्यं खऱ्या अर्थानं सुस्पष्ट केली जातात, तेव्हा आपल्या मानकांची पातळीदेखील उंचावते आणि मग ज्या गोष्टींमध्ये बदल करणं आवश्यक आहे त्यांच्याकडे आपलं लक्ष जास्त प्रमाणात वेधलं जातं किंवा त्या आपल्याला जास्त प्रमाणात लक्षात येतात. करण्याच्या गोष्टींच्या अफाट संख्येमुळे आधीच आपल्या मनामध्ये एक नकारात्मक भावना निर्माण झालेली असते आणि हे एवढं सगळं काम मुळात कशामुळे निर्माण झालं? तर आपली मूल्यं!

प्राथमिक परिणाम आणि मूल्यांवर लक्ष केंद्रित करण्याची क्रिया नक्कीच खूप

महत्त्वाची आहे, कारण ती आपल्याला आपल्या असंख्य कामांमधली कुठली कामं करणं थांबवायला हवं आणि कुठल्या कामांकडे जास्त लक्ष द्यायला हवं, हे अवघड निर्णय करण्याचे निकष पुरवत असते; पण त्याचा अर्थ असा नाही की, तुमचं काम कमी होतं किंवा काम पूर्ण करण्यामध्ये आव्हानं कमी होतात. उलट रोज उठून आपल्याला जो खेळ खेळायचाच असतो, त्यातली आपली जोखीम मात्र त्यामुळे वाढून बसते. उदाहरणार्थ, एखाद्या मानव संसाधन अधिकाऱ्यानं निव्वळ अत्यावश्यक गुण आणि कौशल्यं असणाऱ्या कर्मचाऱ्यांना आकर्षित करण्याकरता आणि त्यांना टिकवून ठेवण्याकरता त्यांचं एकूण जीवनमान आणि कामाचा दर्जा यांमध्ये निर्माण होणाऱ्या समस्या हाताळण्याचा निर्णय घेतला तर त्याचा अर्थ ते काम सोपं होऊन गेलं असा होत नाही. तसेच आपली किशोरवयीन मुलगी नोकरी किंवा उच्च शिक्षणाकरता घर सोडून जाण्यापूर्वी शेवटच्या काही सुट्या हातात असतानाच तिला आपल्या मौल्यवान अनुभवांमधून काही शिकवणं आवश्यक असल्याचं तिच्या आईला नुसतं कळून ते काम सोपं होत नाही. आपले विचार आणि बांधिलकीचा दर्जा वाढवण्यानं संभाव्य आवश्यक आणि महत्त्वाच्या कामांची संख्या किंवा आवाका कमी होत नसतो.

> *अव्यवस्था असणं ही समस्या नाही; त्यात सुसंगती शोधायला किती वेळ लागतो, यातच सगळं काही असतं.*
> - डॉक चिल्डर आणि ब्रूस क्रायर

आपल्या ज्ञानाधिष्ठित कार्याच्या नव्या संस्कृतीमध्ये काहीतरी राहून गेलेलं आहे आणि ते म्हणजे, काम प्रत्यक्षात ज्या पातळीवर होत असतं, त्या पातळीवर परिणामकारकरीत्या काम करणाऱ्या साधनं आणि वर्तणुकींचा सुसंगत संच असलेली प्रणाली. या प्रणालीमध्ये मोठं चित्र पाहण्याच्या विचारपद्धतीबरोबरच लहानातल्या लहान मोकळ्या सुटलेल्या बारकाव्यांनाही स्थान असणं आवश्यक आहे. प्राधान्यक्रमांच्या एकापेक्षा अधिक पातळ्यांचं व्यवस्थापन तिच्यात व्हायला हवं. या प्रणालीनं दररोज प्राप्त होणाऱ्या शेकडो नव्या कच्च्या सामग्रींवर (इनपुट) नियंत्रण ठेवायला हवं. ही प्रणाली संभाळायला जेवढा वेळ आणि श्रम लागतील, त्यापेक्षा खूप जास्त वेळ आणि श्रमांची बचत तिच्यामुळे व्हायला हवी. गोष्टी घडवून आणणं तिच्यामुळे अधिक सोपं व्हायला हवं.

आश्वासन : मार्शल आर्टच्या खेळाडूची सज्ज अवस्था

आता क्षणभर असा विचार करा की, तुमच्या व्यक्तिगत व्यवस्थापनाची परिस्थिती सर्व पातळ्यांवर आणि सर्वकाळ तुमच्या संपूर्ण नियंत्रणाखाली असेल तर काय होईल? एकही गोष्ट तुम्हाला अनुत्पादकतेच्या दिशेनं ओढत वा ढकलत नसेल

आणि तुमच्या मनाचं अवकाश संपूर्णपणे स्वच्छ, मोकळं असेल तर काय होईल? कुठलाही व्यत्यय न येता तुम्हाला हवं तेव्हा तुमच्या हातात जे काही काम असेल, त्याकडे तुम्ही आपलं १०० टक्के लक्ष पुरवू शकलात तर काय होईल?

हे शक्य आहे. तुमच्या जीवनातल्या आणि कामातल्या सगळ्या गोष्टींवर पकड मिळवणं, ताणमुक्त राहणं आणि कमीतकमी श्रमांमध्ये अर्थपूर्ण गोष्टी घडवून आणण्याचा एक मार्ग उपलब्ध आहे. मार्शल आर्ट्सचा अभ्यास करणारे लोक ज्याला पाण्यासारखं मन म्हणतात आणि उच्च प्रतीचे खेळाडू ज्याला झोन असं म्हणतात, त्याचा अनुभव तुम्हाला घेता येणं शक्य आहे आणि तेही आताच्या व्यामिश्र जगामध्ये. खरं तर तुम्ही कदाचित अधूनमधून या अवस्थेत जातही असता.

> *लक्ष नसण्यानं आयुष्यातला आनंद हरपतो, मग तुम्ही खिडक्या स्वच्छ करत असा, नाही तर एखादं उत्तम पुस्तक लिहीत असा.*
>
> \- नादिया बौलँजर

ही अस्तित्वाची अशी अवस्था असते, जिच्यात आपलं मन स्वच्छ असतं आणि सगळ्या विधायक गोष्टी घडत असतात. ही अवस्था कुणालाही प्राप्त करता येते आणि एकविसाव्या शतकातल्या जीवनाच्या गुंतागुंतीचा परिणामकारकरीत्या सामना करण्याकरता तिची अधिकाधिक गरज भासते आहे. आपल्या काम आणि जीवनाबद्दलच्या दृष्टिकोनामध्ये समतोल आणि एक सातत्यपूर्ण सकारात्मक निष्पत्ती (आउटपुट) राखू पाहणाऱ्या, आपल्यापैकी कुणाच्याही दृष्टीनं ही अवस्था अधिकाधिक आवश्यक ठरत जाणार आहे. जागतिक दर्जाचा नौकानयनपटू क्रेग लॅम्बर्ट यानं आपल्या 'माइंड ओव्हर वॉटर' या आत्मचरित्रामध्ये (हॉटन मिफ्लिन, १९९८) या अवस्थेचं वर्णन केलेलं आहे :

> *या घर्षणरहित अवस्थेकरता नौकानयनपटूंकडे एक शब्द आहे : स्विंग, झोका... परसामध्ये झोके घेण्यामधला निखळ आनंद आठवा : एक सहज हेलकावा, झोक्यातूनच उत्पन्न होणारी गती. आपण झोक्याला झुलवत नाही, तोच आपल्याला त्याच्याबरोबर नेतो. झोका अधिक उंच जाण्याकरता आपण आपले पाय रेटतो हे खरं; पण खरं काम गुरुत्वाकर्षण शक्तीच करत असते. आपण झुलतो, त्यापेक्षा जास्त आपण झुलवले जात असतो. नौका तुम्हाला झुलवते. शर्यतीच्या बोटीला वेगानं जायचं असतं; तिच्या दोरांमध्ये आणि स्वभावामध्ये गतीचं गुंजन असतं. आपलं काम फक्त बोटीच्या बरोबर राहायचं आणि अधिक वेगानं जाण्याची धडपड करून तिला मागे खेचून धरणं थांबवायचं. अति प्रयत्न केल्यास बोटीच्या गतीचा भंग होतो. असे प्रयत्न धडपड या सदरात मोडतात*

आणि धडपड करणं आत्मघातकी ठरतं. समाजामध्ये मोठे होऊ पाहणारे लोक अमीर-उमराव बनण्याची धडपड करतात; पण त्यांची ही धडपड त्यांना अमीर किंवा उमराव अजिबात करत नाही. उच्च पातळीवरचे लोक धडपड करत नसतात; ते त्यांच्या स्थानावर उपस्थित असतात. झोका ही अशीच एक आपण आपल्या स्थानावर उपस्थित असण्याची स्थिती असते.

पाण्यासारखं मनचं रूपक

कराटेमध्ये अगदी पूर्णपणे सज्ज असण्याच्या स्थितीकरता पाण्यासारखं मन ही प्रतिमा वापरली जाते. स्तब्ध तळ्यामध्ये दगड फेकल्यास काय होतं? पाण्याची प्रतिक्रिया काय असते? या प्रश्नाचं उत्तर आहे, टाकलेल्या दगडाचं वस्तुमान आणि बल यांच्याशी संपूर्णपणे सुसंगत अशी प्रतिक्रिया आपल्याला मिळते. नंतर मग पाणी पुन्हा पूर्वस्थितीत जातं. ते आवश्यकतेपेक्षा कमीही प्रतिक्रिया देत नाही आणि अतिशयोक्त प्रतिक्रियाही देत नाही.

> शक्ती उत्पन्न करण्याची तुमची क्षमता तुमच्या शिथिल राहण्याच्या क्षमतेच्या प्रमाणात असते.

पाणी जसं असतं, तसंच असतं आणि ते जे करतं तेच करत असतं. ते आपल्याला दडपून टाकू शकतं; पण ते स्वतः दडपलं जात नाही. ते स्थिर राहू शकतं; पण ते अधीर नसतं. त्याला त्याचा प्रवाह बदलणं भाग पाडता येतं; पण ते निराश होत नाही. यावरून काही लक्षात येतं का?

कराटेमधली हाताच्या फटक्याची जी ताकद असते, ती स्नायूंमुळे नव्हे, तर गतीमुळे येते. चाबकाच्या वादीच्या टोकाची तीव्रता त्यात असते; त्यामुळेच नाजूक आणि सडपातळ शरीरयष्टीचे लोक त्यांच्या हाताच्या फटक्यानं फळ्या आणि विटाही तोडायला शिकू शकतात. ही ताकद निबर कातडी किंवा पाशवी बळामुळे नाही, तर एकवटलेल्या शक्तीचा प्रहार वेगानं करू शकण्याच्या क्षमतेमुळे मिळते; पण ज्या स्नायूंमध्ये ताण असतो, तो स्नायू मंद होतो; त्यामुळे स्वसंरक्षण कलांमधील उच्च प्रशिक्षणाकरता इतर गोष्टींप्रमाणेच संतुलन आणि स्नायूशैथिल्य आवश्यक असतं आणि ते शिकवलं जातं. मन शांत ठेवून खुलं आणि आवश्यक तेवढं प्रतिसादक्षम ठेवणं अतिशय महत्त्वाचं असतं.

तुम्हाला अतिशयोक्त किंवा अपुरी प्रतिक्रिया द्यावयास भाग पाडणारी गोष्ट तुमच्यावर नियंत्रण मिळवू शकते आणि सहसा मिळवतेच. तुमची ई-मेल, तुम्ही काय करायला हवं याबद्दलचे तुमचे विचार, तुमची मुलं किंवा तुमचा वरिष्ठ यांच्या बाबतीत अयोग्य प्रतिसाद देण्याचा परिणाम तुम्हाला वाटतो तेवढा चांगला होत

नाही. बहुतेक लोक एखाद्या गोष्टीच्या लायकीपेक्षा तिच्याकडे जास्त किंवा कमी लक्ष देत असतात आणि याचं कारण म्हणजे ते पाण्यासारखं मन ठेवून वागत नसतात, एवढंच आहे.

तुम्ही गरज असेल तेव्हा तुमच्या उत्पादक अवस्थेमध्ये शिरू शकता का?
तुम्हाला आपण खूप उत्पादक अवस्थेमध्ये आहोत असं शेवटचं कधी वाटलं होतं, तेव्हाची स्थिती आठवा. त्या वेळी कदाचित तुम्हाला स्वतःवर आपलं संपूर्ण नियंत्रण आहे असं वाटलं होतं, तुम्हाला अजिबात ताण जाणवत नव्हता, तुमच्या हातातल्या कामावर तुमचं संपूर्ण लक्ष केंद्रित झालेलं होतं, वेळ जणू भराभर संपून जात होता (अरेच्चा! जेवणाची वेळ झालीसुद्धा?) आणि तुम्हाला असं वाटत होतं की, तुम्ही काहीतरी अर्थपूर्ण साध्य करण्याच्या दिशेनं लक्षणीय प्रगती करत आहात. तुम्हाला असा अनुभव पुनःपुन्हा हवा आहे का?

> तुमचं मन रिकामं असेल तर ते काहीही करायला तयार असतं; ते कुठल्याही गोष्टीकरता खुलं असतं.
>
> \- शुनऱ्यू सुझुकी

समजा, तुम्ही त्या अवस्थेपासून खूप दूर असाल - तुम्हाला वाटतं आहे की, आपलं कशावरच नियंत्रण नाही, तुम्ही फारच तणावग्रस्त आहात, तुमचं कुठेच लक्ष लागत नाही, तुम्हाला कंटाळा आलेला आहे आणि तुमची गाडी अडकून पडली आहे - तर पुन्हा त्या हव्या असलेल्या अवस्थेत शिरू शकण्याची क्षमता तुमच्यामध्ये आहे का? इथेच 'गेटिंग थिंग्ज डन'ची कार्यपद्धती तुमच्या जीवनावर सर्वाधिक प्रभाव टाकू शकते. तुमची सगळी संसाधनं आणि तुमच्या सगळ्या क्षमता ज्यामध्ये सर्वोच्च पातळीवर कार्य करतात, त्या 'पाण्यासारखं मन' या अवस्थेमध्ये पुन्हा कसं शिरायचं, हे ती तुम्हाला दाखवेल. अनेक लोकांच्या बाबतीत, कदाचित ते नेमके केव्हा उत्पादक अवस्थेतून बाहेर पडतात हे ओळखण्याचा संदर्भबिंदू जाणणं हे एक आव्हान असू शकेल. बरेच लोक इतक्या दीर्घकाळापासून तणावग्रस्त आयुष्य जगत आलेले असतात की, जीवन यापेक्षा खूप वेगळं असू शकतं, जगामध्ये राहण्याचा आणखी एक, अधिक सकारात्मक मार्ग आहे, हेच त्यांना माहीत नसतं. मला आशा आहे की, हे पुस्तक तुम्हाला आपल्यावरचा ताण हलका करण्याची तंत्रं माहिती आहेत हे कळल्यावर तुमची ताण सहन करण्याची क्षमता वाढवण्याची प्रेरणा देईल.

सिद्धान्त : आंतरिक बांधिलकी समर्थपणे हाताळणं

अनेक दशकांच्या माझ्या मार्गदर्शन आणि प्रशिक्षणाच्या अनुभवामध्ये मला एक मूलभूत सत्य सापडलं आहे आणि ते म्हणजे, लोकांना जाणवणारा ताण हा

बहुतांशी ते देत किंवा स्वीकारत असलेल्या बांधिलकीच्या अयोग्य व्यवस्थापनामुळे निर्माण होत असतो. अगदी जे लोक जाणीवपूर्वक तणावग्रस्त राहात नाहीत, त्यांनासुद्धा त्यांच्या जीवनातल्या उघड्या गाठी (ओपन लूप्स) अधिक परिणामकारकरीत्या नियंत्रणाखाली ठेवण्यास शिकल्यानंतर निश्चितपणे अधिक निश्चिंतपणा, अधिक चांगली एकाग्रता आणि अधिक उत्पादक ऊर्जा अनुभवास येईल.

कदाचित तुम्हाला वाटतं त्यापेक्षा कितीतरी जास्त करार तुम्ही स्वतःशी केलेले असू शकतात आणि लहान असो वा मोठा, त्यांपैकी प्रत्येक कराराचा पाठपुरावा तुमच्या सुप्त मनाचा एक भाग करत असतो. याच त्या अपूर्ण किंवा उघड्या गाठी, ज्यांची व्याख्या मी, चुकीच्या अवस्थेमध्ये आणि चुकीच्या ठिकाणी असलेली आणि तुमचं लक्ष वेधून घेऊ पाहणारी कुठलीही गोष्ट अशी करतो. उघड्या गाठींमध्ये जगातली उपासमारी थांबवणं यासारख्या भल्यामोठ्या कामांपासून ते नवी सेक्रेटरी नेमणं, अशा तुलनेनं खूपच लहान किंवा पोर्चमधला बल्ब बदलणं यांसारख्या अगदीच किरकोळ कामापर्यंत काहीही असू शकतं.

> कुठलीही गोष्ट, ती जशी आहे आणि जिथे आहे तशी आणि तिथे नको असेल, तर ती उघडी गाठ असते; जिची योग्य व्यवस्था लावली नाही, तर ती सतत तुमचं लक्ष वेधून घेत राहाते.

या सगळ्या गोष्टी परिणामकारकरीत्या सांभाळण्याकरता आधी, कुठल्या ना कुठल्या स्वरूपामध्ये घंटी वाजवणाऱ्या सगळ्या गोष्टी शोधून त्या एकत्र करणं आवश्यक आहे. त्यांचं नेमकं महत्त्व काय आहे हे स्पष्ट करून घेणं आवश्यक आहे. ही गोष्ट वरवर सोपी भासली तरी अनेक लोक ती सातत्यानं करत नाहीत. बहुधा या सवयीकडे दुर्लक्ष केल्याची मोजावी लागणारी किंमत त्यांना ठाऊक नसल्यामुळे, ती करण्यासाठी आवश्यक ते ज्ञान किंवा प्रेरणा किंवा दोन्हीही, त्यांना कमी पडतात.

बांधिलकीचं व्यवस्थापन करण्यासाठी आवश्यक मूलभूत गोष्टी

बांधिलकी चांगल्या प्रकारे पार पाडण्याकरता काही मूलभूत क्रिया आणि वर्तनं अंगीकारणं आवश्यक असतं.

- सर्वप्रथम, तुमच्या मनामध्ये काहीतरी आहे याचा अर्थ तुमचं मन रिकामं नाही. तुमच्या मते जे काही अद्याप अपूर्ण राहिलेलं आहे, ते सर्व तुम्हाला मनाबाहेरच्या आणि विश्वसनीय व्यवस्थेमध्ये ठेवणं आवश्यक आहे. मी त्याला कलेक्शन बकेट किंवा वस्तू गोळा करण्याचा डबा म्हणतो आणि हा डबा किंवा बादली वारंवार आवरत राहणं आवश्यक आहे.

- दुसरी गोष्ट, तुमची बांधिलकी नेमकी काय आहे हे तुम्ही स्पष्ट करून घ्यायला हवं आणि मग ती पूर्ण करण्याकरता तुम्हाला काही करणं आवश्यक आहे का आणि असल्यास काय, हे ठरवायला हवं.
- तिसरी गोष्ट, एकदा तुम्ही सर्व कृती निश्चित केल्या की, मग त्या कृतींबद्दल तुम्हाला आठवण करून देण्याची अशी काहीतरी व्यवस्था हवी जी तुम्ही नियमितपणे वापरत असाल.

गोष्टी तुमच्या डोक्यामधून बाहेर काढण्याकरता तुम्हाला तुमचं डोकं वापरावं लागतं.

वर्तनाच्या या नमुना किंवा साच्याची पडताळणी करण्याकरता एक महत्त्वाचा सराव

आता मी असं सुचवतो की, आत्ता या क्षणी तुमच्या डोक्यामध्ये जो प्रकल्प अथवा जी परिस्थिती जास्त घोळते आहे, ती एका कागदावर लिहून काढा. कोणती गोष्ट तुम्हाला छळते आहे, तुमचं चित्त विचलित करते आहे अथवा आकर्षित करते आहे किंवा इतर कुठल्या तरी प्रकारे तुमच्या मेंदूचा एक मोठा भाग व्यापून बसलेली आहे? तो एखादा प्रकल्प असेल अथवा तुमच्या अगदी समोर येऊन ठाकलेली समस्या असेल. तुम्ही तातडीनं हाताळायला हवी काही परिस्थिती असेल किंवा असं काही असू शकेल, ज्याचा तुम्ही लवकरात लवकर समाचार घेतलेला बरा.

कदाचित तुमचं सुटीवर जाणं अगदी तोंडावर आलेलं असेल आणि त्या संदर्भात तुम्हाला काही ऐनवेळचे आणि मोठे निर्णय घेणं आवश्यक असेल किंवा तुम्ही तुमच्या खात्यामध्ये नव्यानं उद्‌भवलेल्या एका तातडीच्या प्रश्नासंबंधीची एक मेल वाचली असेल किंवा मग तुम्हाला नुकतीच ५०-६० लाख रुपयांची वडिलोपार्जित रक्कम मिळालेली असेल आणि एवढ्या मोठ्या रकमेचं काय करावं हे तुम्हाला सुचत नसेल. थोडक्यात, जे काही सध्या तुमच्या मनात घोळतं आहे ते.

लक्षात आलं का? उत्तम!

आता ही समस्या किंवा परिस्थितीवरचं तुम्हाला हवं असलेलं यशस्वी समाधान काय आहे, हे एका वाक्यामध्ये मांडा. निराळ्या शब्दांत सांगायचं तर हा प्रकल्प पूर्ण झाला असं म्हणण्याकरता काय घडायला हवं आहे? या प्रश्नाचं उत्तर - सुटीसाठी लांब कुठेतरी जावं असं साधं असेल, क्ष या ग्राहकाच्या प्रश्नामध्ये लक्ष घालावं, क बरोबर बसून महाविद्यालयातलं प्रकरण संपवावं, विभागीय व्यवस्थापनाची नवी रचना स्पष्ट करून घ्यावी किंवा नव्या गुंतवणूक नीतीची अंमलबजावणी करावी असं काहीतरी असू शकेल.

हे समजलं का? छान!

आता पुढे वाटचाल करण्यासाठी पुढची प्रत्यक्ष कृती कोणती असेल, ते लिहून काढा. समजा, हे काम पूर्ण करण्याशिवाय तुमच्या आयुष्यामध्ये इतर काहीच नसतं, तर तुम्ही आता नेमकं काय केलं असतं? कुणालातरी फोन किंवा एसएमएस केला असता? कॉम्प्युटरसमोर बसून कुणाला ई-मेल लिहिली असती? कागद-पेन घेऊन काहीतरी नव्या कल्पना शोधून काढल्या असत्या? इंटरनेटवर माहितीचा शोध घेतला असता? तुमच्या पती/पत्नी, सचिव, वकील किंवा साहेबाशी समोरासमोर बसून चर्चा केली असती? नेमकं काय केलं असतं?

उत्तर सापडलं का? उत्तम!

या दोन मिनिटांच्या सरावाचा तुम्हाला काही उपयोग झाला का? तुम्ही जर माझ्या सत्रांमध्ये हा सराव करणाऱ्या बहुतेक लोकांसारखे असाल तर तुम्हाला किंचित तरी नियंत्रण, ताणमुक्ती आणि एकचित्तता मिळाल्याचं समाधान मिळालं असेल. आतापर्यंत आपण त्या प्रकल्प किंवा परिस्थितीबद्दल नुसताच विचार होतो, आता चटकन काहीतरी प्रत्यक्ष कृती करू या, अशी प्रेरणासुद्धा तुमच्या मनामध्ये जागृत झाली असेल. आता हीच प्रेरणा जर हजारो पटींनी वाढून तुमच्या जीवनाचा आणि कामाचा एक भागच बनली तर काय होईल, याचा विचार करा.

> *कृतीशील मनुष्याप्रमाणे विचार करा आणि विचारशील मनुष्याप्रमाणे कृती करा.*
>
> \- हेन्री बर्गसन

या सरावामुळे तुमच्या बाबतीत यत्किंचितही काहीतरी सकारात्मक घडलं असेल, तर पुढील गोष्टींबद्दल विचार करा : काय बदललं? तुम्हाला बरं वाटण्यासारखं या अनुभवामध्ये काय घडलं? ती परिस्थिती आता तुमच्यासमोर नाही, निदान प्रत्यक्षात तरी नाहीच आणि ती अद्याप संपलेलीही नाही. जे काही घडलं, ते कदाचित एवढंच आहे की, तुम्हाला तुमच्या अपेक्षित परिणामाची आणि पुढच्या कृतीची एक स्पष्ट परिभाषा मिळाली. जो काही बदल घडून आला आहे, तो सुस्पष्टता, लक्ष केंद्रित होणं आणि मनःशांती, या तुम्हाला तुमच्या वास्तव जगाशी जोडणाऱ्या गोष्टींमध्ये घडून आला आहे.

पण हे कशामुळे घडलं? सुसंघटित होण्यामुळे किंवा प्राधान्यक्रम ठरवण्यामुळे नव्हे, तर विचार करण्यामुळे! खूप नाही, फक्त एक सुप्त ताण किंवा संधीप्रती तुमची बांधिलकी आणि ती पूर्ण करण्याकरता लागणारी संसाधनं निश्चित करण्यापुरता विचार केल्यामुळे! लोक खूप विचार करत असतात; पण त्यांचा बहुतांश भर असतो तो समस्या, प्रकल्प किंवा अडचणीची परिस्थिती यावर; त्याबद्दल काय करावं याच्यावर नाही. तुम्ही जर खरोखरच वरचा सराव केला असेल तर तुम्हाला तुमचे विचार अपेक्षित परिणाम आणि कृतीवर केंद्रित करावे लागले असतील आणि ही

गोष्ट सहसा जाणीवपूर्वक केंद्रित होऊन प्रयत्न केल्याशिवाय घडत नाही. प्रतिक्रिया आपोआप होते, विचार जाणीवपूर्वक करावा लागतो.

ज्ञानाधिष्ठित कार्याचं खरं काम

ज्ञानाधिष्ठित कार्याचा आणि एका अर्थपूर्ण कार्यविषयक सिद्धान्ताचा आता प्रत्यक्ष जीवनामध्ये अनुभव घ्या. हा सिद्धान्त असा : तुमच्या कामाचा तुम्हाला वाटतो त्यापेक्षा जास्त विचार तुम्ही करायला हवा; पण तुम्हाला त्याची भीती वाटावी इतकाही जास्त नाही. पीटर ड्रकर यांनी लिहिलं आहे : ज्ञानाधिष्ठित कार्यामध्ये... काम असं नेमून दिलेलं नसतं; ते ठरवावं लागतं. या कामामधून काय परिणाम अपेक्षित आहेत? हा ज्ञानाधिष्ठित कार्य करणाऱ्या कर्मचाऱ्यांना उत्पादक करण्याकरताचा कळीचा प्रश्न आहे आणि या प्रश्नाच्या उत्तराकरता धोकादायक निर्णय घ्यावे लागतात. या प्रश्नाला सहसा एकच अचूक उत्तर नसतं; असतात ते काही पर्याय आणि तुम्हाला जर उत्पादकता हवी असेल तर परिणाम स्पष्टपणे मांडणं आवश्यक आहे.*

> *विचार हा प्रत्येक कृतीचा पूर्वज असतो.*
> - राल्फ वाल्डो इमर्सन

आपण आपल्या विश्वामध्ये ज्या काही गोष्टींना प्रवेश दिला आहे, त्यांचा आपल्या दृष्टीनं खरा अर्थ काय आणि त्या संदर्भात त्यांनी काय करायला हवं आहे, हे सुस्पष्टपणे जाणून घेण्याकरता आवश्यक असलेल्या ऊर्जेला चालना देण्यास लोक बिचकतात. आपण आपलं काम प्रत्यक्ष करण्यापूर्वी त्यासंबंधी विचार करायला

---

* ज्ञानाधिष्ठित कार्य ही संज्ञा चालू शतकातल्या अनेकांना अपरिचित वाटू शकेल, कारण सध्या आपल्या जीवनामध्ये अदृश्य आणि अध्याहृत अशा असंख्य गोष्टींबद्दल निर्णय घेण्याचा समावेश असतो आणि या सगळ्या गोष्टी सतत विचार करायला लावणाऱ्या, पर्यायांची निवड करायला लावणाऱ्या असतात. आपल्यापैकी बहुतेकजण या गोष्टींमध्ये पार बुडून गेलेले असतात; (माशाला ज्याप्रमाणे तो पाण्यातच राहात असल्याने पाणी दिसतच नाही, आपलं तसंच काहीसं होतं.) पण आपण कशाप्रकारे विचार करायला हवा याची जाणीवच बहुतेकांना अद्याप स्पष्टपणे झालेली नाही किंवा निदान ते ती अमलात तरी आणत नाहीत. वरकरणी ज्ञानाधिष्ठित कार्य म्हणजे पांढरपेशा व्यावसायिकांपुरतीच मर्यादित संकल्पना भासते. गेल्या शतकामध्ये सुरुवातीला अशाच लोकांनी हे कार्य सांभाळलं होतं; पण आता नोकरीत किंवा जीवनातही, केवळ टिकून राहण्याच्या पुढच्या टप्प्यात प्रवेश केलेल्या प्रत्येकालाच हे कार्य करणं भाग पडतं. उदाहरणार्थ, आपल्या मुलाला अथवा मुलीला कुठला क्लास लावायचा किंवा त्याला कुठलं डिजिटल उपकरण घेऊन द्यायचं याबद्दल विचार करणारे कुठलेही पालक या वर्गात मोडतात.

हवा, हे आपल्याला खरं तर शिकवलंच जात नाही. सकाळी ऑफिसमध्ये आल्यावर आपल्यापुढे वाढून ठेवलेली पूर्ण न झालेली किंवा अजिबातच न झालेली कामं, घरी गेल्यावर आपण स्वयंपाक करेपर्यंत जेवणाकरता खोळंबलेलं आपलं कुटुंब, न धुतलेले कपडे, तयारी करून देण्यासाठी थांबलेली मुलं यांसारख्या गोष्टींच्या रूपात आपल्या बहुतेक दैनंदिन क्रिया आधीच ठरून गेलेल्या असतात; त्यामुळे एकाग्र होऊन एखाद्या कामाचे अपेक्षित परिणाम काय असावेत, आपली पुढची आवश्यक कृती कुठली आहे, याचा विचार करायचा असतो ही गोष्ट (तसं करणं भाग पडेपर्यंत) फार कमी लोकांना माहीत असते; पण खरं तर, आपल्या इच्छांना मूर्त स्वरूप देण्याकरता आपल्याजवळ उपलब्ध असलेलं सर्वांत महत्त्वाचं साधन हेच असतं.

तुमच्या मनामध्ये गोष्टी का घोळत असतात?

बऱ्याचदा, एखादी गोष्ट तुमच्या मनामध्ये घोळण्याचं कारण तुम्हाला ती सध्या आहे त्यापेक्षा वेगळी हवी असते, हे असतं आणि तरीही -

- नेमका काय परिणाम अपेक्षित आहे, हे तुम्ही स्पष्ट करून घेतलेलं नसतं;
- पुढची प्रत्यक्ष कृती काय असावी, हे तुम्ही अद्याप ठरवलेलं नसतं; आणि/किंवा
- तुमचा जिच्यावर विश्वास आहे, अशा एखाद्या व्यवस्थेमध्ये तुम्ही अपेक्षित परिणाम आणि कृतींची आठवण करू देणारी रिमाइंडर्स (स्मरणकं) टाकलेली नसतात.

आपला सर्वाधिक वेळ आणि ऊर्जा खाणारी एकमेव गोष्ट म्हणजे आपल्याला कराव्या लागणाऱ्या सगळ्या गोष्टींमध्ये सततची आणि अनुत्पादक मानसिक गुंतवणूक ही आहे.

- केरी ग्लीसन

म्हणूनच गोष्टी तुमच्या मनामध्ये घोळत राहतात. ते विचार स्पष्ट करून घेतल्याशिवाय, ते निर्णय घेतल्याशिवाय आणि या विचार व निर्णयांचे निष्कर्ष योग्य वेळी तुम्ही जिथे नक्की शोधाल अशा एखाद्या व्यवस्थेमध्ये साठवून ठेवल्याशिवाय तुमचा मेंदू त्या गोष्टी लक्षात ठेवण्याचं काम करणं थांबवणार नाही. तुम्ही सगळ्या जगाला फसवू शकाल; पण स्वतःच्या मेंदूला नाही. तुम्ही आवश्यक त्या निष्कर्षापर्यंत येऊन पोहोचला आहात किंवा नाही आणि योग्य वेळी तुमच्या जागृत मनाला खात्रीनं आठवेल अशा जागी तुम्ही अपेक्षित परिणाम आणि कृतीसंबंधी रिमाइंडर्स ठेवले आहेत किंवा नाही, हे मेंदूला बरोबर कळतं.* तुम्ही जर या गोष्टी केलेल्या नसतील, तर मेंदू जास्तीचं काम करणं सोडणार नाही. एखादी समस्या सोडवण्याकरता

---

* प्रकरण १४ मध्ये संदर्भ दिलेलं बौमाइस्टर यांचं या विषयातलं संशोधन पाहा.

उचलायच्या पुढच्या पावलाचा निर्णय तुम्ही घेऊन ठेवलेला असला, तरीही जोपर्यंत तुम्ही त्याची नोंद जिथे तुमचे लक्ष न चुकता जाईलच, अशा जागी करून ठेवत नाही, तोपर्यंत तुमचा मेंदू ती गोष्ट सोडून देणार नाही. त्या न उचललेल्या पावलाबद्दल तो तुमच्यावर दबाव आणतच राहील आणि तेही ज्या वेळी तुम्ही त्याबाबतीत काहीही करू शकण्याच्या परिस्थितीत नसाल, सहसा अशा वेळी तो दबाव आणेल आणि त्यामुळे तुमच्या तणावामध्ये भर पडेल.

तुमच्या मेंदूला स्वतःचा मेंदू नसतो

तुमच्या मेंदूचा किमान एक भाग रोचक प्रकारे निर्बुद्ध असतो. त्याला थोडं जरी स्वतःचं डोकं असतं, तर तुम्हाला खरोखर काहीतरी करणं शक्य असेल अशाच वेळी त्यानं तुम्हाला तुमच्या कामांची आठवण केली असती.

तुमच्याकडे एखादी सेल संपलेली बॅटरी आहे का? मग आता सांगा की, नवीन सेल विकत घ्यायचे आहेत, याची आठवण तुमचा मेंदू तुम्हाला केव्हा करतो? जेव्हा तुम्ही संपलेले सेल पाहता तेव्हा! हे काही हुशारीचं लक्षण नव्हे. तुमच्या मेंदूला स्वतःचा मेंदू असता तर एखाद्या सेलच्या दुकानासमोरून जात असतानाच त्यानं तुम्हाला तुमच्या संपलेल्या सेलची आठवण करून दिली असती आणि तेही नेमक्या आकाराचे सेल्स पाहिल्यावर.

आपल्या मनावर नियंत्रण ठेवा, नाही तर ते तुमच्यावर नियंत्रण ठेवेल.

\- होरेस

आज सकाळी तुम्ही उठलात तेव्हापासून आतापर्यंत तुम्ही तुमच्या एखाद्या राहिलेल्या कामाचा विचार केला आहे का? असा विचार तुमच्या मनामध्ये एकापेक्षा जास्त वेळा आला होता का? असं का झालं? तुम्ही ज्या बाबतीत काहीच करणार नाही, त्यासंबंधी विचार करणं म्हणजे वेळ आणि शक्तीचा अपव्यय आहे. तुम्ही एखादी गोष्ट करायला हवी; पण ती करत नाही आहात या चिंतेमध्ये त्यामुळे भरच पडत राहते.

बरेच लोक बहुतेक गोष्टी आपल्या मनाच्या प्रतिक्रियात्मक प्रक्रियेद्वारेच घडू देत असतात, विशेषतः खूप काम आहे बुवा; या मनःस्थितीत तर नक्कीच! कदाचित तुमची पुष्कळशी कामं, तुमच्या पुष्कळशा उघड्या गाठी (अर्धवट राहिलेली कामं) तुम्ही, त्या योग्य रीतीनं हाताळू न शकणाऱ्या अंतर्गत समिती-सदस्यावर, म्हणजेच तुमच्या मनावर सोडून दिलेल्या असाव्यात. आता संशोधनांती असं सिद्ध झालेलं आहे की, तुमच्या मनाचा एक लक्षणीय भाग या तुमच्या उघड्या गाठींचा पाठपुरावा केल्याशिवाय राहूच शकत नाही आणि हे काम तो भाग पूर्वी वाटल्याप्रमाणे बुद्धिमान आणि सकारात्मक प्रेरकाच्या भूमिकेतून नव्हे, तर तुम्हाला इतर ज्या कुठल्या

बाबीबद्दल विचार करावा वाटतो किंवा करणं आवश्यक आहे, त्यात व्यत्यय आणण्याच्या भूमिकेतून करतो आणि अंतिमतः तुमची कार्यक्षमता कमी करतो.

कामाच्या स्वरूपातला बदल

कामाची व्याख्या मी अशी करतो : काम म्हणजे तुमच्या मानसिक किंवा भौतिक जगामध्ये असलेलं असं काहीतरी, जे आता ज्या स्थितीत आहे, त्या स्थितीमध्ये असायला नको आहे; पण त्याकरता तुम्ही कुठलाही अपेक्षित परिणाम किंवा कुठलीही पुढची कृती निश्चित केलेली नाही. बहुतेक लोकांकरता कामाला शिस्त लावणाऱ्या बहुतेक पद्धती उपयुक्त ठरलेल्या नाहीत, याचं कारण म्हणजे ज्या कामामध्ये शिस्त आणायची त्याच्या स्वरूपामध्ये त्यांनी कोणताही बदल केलेला नाही. जोपर्यंत एखादं काम हे फक्त काम या ढोबळ नावाखाली असतं, तोपर्यंत ते नियंत्रणाखाली ठेवणं शक्य नाही.

> आपण जमा करून ठेवलेल्या सर्व 'कामांचं' रूपांतर, अर्थपूर्ण कृती, प्रकल्प आणि वापर करण्यायोग्य माहितीच्या सुस्पष्ट साठ्यामध्ये करणं आवश्यक आहे.

गेल्या इतक्या वर्षांमध्ये कामांच्या ज्या काही याद्या मी आजवर बघत आलो आहे, (ज्या लोकांनी त्या खरोखरच तयार केल्या होत्या त्यांच्या) त्यांपैकी बहुतांश याद्या या निव्वळ करण्याच्या गोष्टींची जंत्री या स्वरूपात होत्या. त्यातून जे प्रत्यक्ष काम निष्पन्न होणार असतं, त्याची सुव्यवस्थित मांडणी (इन्व्हेंटरी) त्यात नव्हती. अपूर्ण आणि अद्याप परिणाम आणि कृतींच्या परिभाषेत व्यक्त न केलेल्या असंख्य गोष्टींची ती अर्धवट स्मरणकं होती. त्या कामांची प्रत्यक्ष रूपरेषा आणि ती यादी बनवणारी व्यक्ती नेमकं काय करणार आहे, याचं वर्णन त्यात नव्हतं.

सामान्यतः या कामांच्या यादीत तुम्हाला आढळणाऱ्या गोष्टी अशा असतात : आई, बँक, डॉक्टर, बॉस इ. या यादीकडे नुसतं पाहिलं तरी बरं वाटण्याऐवजी ताणच जास्त उत्पन्न होतो, कारण हे शब्द तुम्हाला तुमच्या बांधिलकीची मोलाची आठवण करून देणारे असले, तरी मानसिकदृष्ट्या माझ्याबाबत काहीतरी निर्णय घे! असं ते ओरडून सांगत असतात. तुम्ही या यादीकडे पाहता, त्या वेळी जर तुमच्यात त्यातल्या गोष्टींबाबत काहीही करण्याची ऊर्जा नसेल किंवा तुमचं लक्ष त्यावर केंद्रित होणं शक्य नसेल, तर तुमच्याकडे खूप कामं आहेत, हीच आठवण त्या करून देत राहतील.

काम ही मूलतः काही वाईट गोष्ट नव्हे. आपलं लक्ष स्वतःकडे वळवणाऱ्या गोष्टी स्वाभाविकच काम म्हणून आपल्यासमोर येतात; पण एकदा हे काम आपल्या जीवन किंवा कार्यामध्ये प्रवेश करतं झालं की, मग मात्र त्याची नेमकी परिभाषा

बनवण्याला आणि ते सुस्पष्ट करून घेण्याला आपण बांधील असतो. व्यावसायिक जगामध्ये मिनिटा-मिनिटाला कशाचा तरी विचार, मूल्यमापन, निर्णय आणि अंमलबजावणी करणं हे आपलं दैनंदिन कामच असतं, मग ती एखादी ई-मेल असो किंवा सकाळी झालेल्या धोरणात्मक बैठकीमध्ये आपण केलेल्या नोंदी असोत. ज्ञानाधिष्ठित कार्याचे कर्मचारी म्हणून ती आपली जबाबदारी असते. तुम्हाला जर हे करण्याची गरज पडली नसेल, तर त्याचा अर्थ ते तुमचं काम नव्हतंच आणि व्यक्तिशः, आपण आपल्या घर, कुटुंब, आरोग्य, आर्थिक बाबी, करिअर किंवा नातेसंबंध अशा दैनंदिन जीवनातल्या समस्यांना, त्यांच्यासंबंधीच्या गोष्टींचे निश्चित वांच्छित परिणाम आणि आपण करणं आवश्यक असलेली कृती स्पष्ट नसल्यामुळे आपल्या जागृत मनामध्ये साठत राहू देण्यानं आपलं खूपच नुकसान होऊ शकतं.

माझ्या एका परिषदेच्या समारोपाच्या वेळी एका मोठ्या जैवतंत्रज्ञान कंपनीच्या वरिष्ठ व्यवस्थापिकेनं आपल्याबरोबर आणलेल्या कामाच्या यादीकडे पुन्हा एकवार नजर टाकली आणि म्हणाली, अरेच्चा! यात प्रत्यक्ष करण्यासारखं काहीच दिसत नाही! बहुतेक व्यक्तिगत नीटनेटकेपणाच्या (पर्सनल ऑर्गनायझेशन) व्यवस्थांची साधनं, या नावाखाली जे काही खपतं, त्याचं याहून चांगलं वर्णन मला तरी सापडलेलं नाही. असंख्य लोक अस्पष्ट गोष्टींच्या, अपूर्ण याद्यांची पुनर्मांडणी करण्याद्वारे सुसंघटित (ऑर्गनाइझ्ड) बनू पाहत असतात. खरे परिणाम मिळवण्याकरता कोणत्या आणि किती गोष्टींची सुसूत्र मांडणी करायला हवी याची त्यांना अद्याप कल्पनाही आलेली नसते. सुसंघटनाचे प्रयत्न यशस्वी होण्याकरता ज्या गोष्टींवर विचार व्हायला हवा, त्या सगळ्या एकत्र करण्याची आणि मग त्यांचा प्रत्यक्ष विचार करण्याची खरी गरज आहे.

एखादा विचार जेव्हा कृती करण्याला प्रेरणा देतो, तेव्हा तो उपयुक्त असतो आणि तो जेव्हा कृतीचा पर्याय बनून राहतो, तेव्हा तो अडसर असतो.

- बिल रेडर

प्रक्रिया : कृतीचं व्यवस्थापन

ज्ञानाधिष्ठित कार्यामध्ये अधिक गतिमान, प्रतिसादतत्पर, पुढाकारप्रवण आणि अधिक एकाग्र होण्याकरता एखाद्या खेळाडूप्रमाणे तुम्ही स्वतःला प्रशिक्षित करू शकता. तुम्ही अधिक परिणामकारक विचार करू शकता आणि परिणामांचं व्यवस्थापन अधिक सहजगत्या आणि नियंत्रित पद्धतीनं करू शकता. तुमच्या खासगी, तसेच व्यावसायिक जीवनातले सुटे धागे तुम्ही कमी करू शकता आणि कमी श्रमांमध्ये जास्त साध्य करू शकता. तुम्ही जी काही कामं जमा करता, त्यांच्या बाबतीत

तत्काळ निर्णय घेऊन, या नव्या सहस्रकामध्ये जगण्याच्या आणि काम करण्याच्या बाबतीतली एक प्रमाण कार्यप्रणाली निर्माण करू शकता.

पण हे सगळं करण्यापूर्वी तुम्हाला आपल्या मनामध्ये काहीही साठवून न ठेवण्याची सवय लावून घेणं आवश्यक आहे. हे करण्याचा मार्ग आपण आतापर्यंत पाहिल्याप्रमाणे, वेळेचं व्यवस्थापन, माहितीचं व्यवस्थापन किंवा प्राधान्यक्रमाचं व्यवस्थापन यांच्यापैकी कुठलाही नाही. कारण -

- तुम्हाला पाच मिनिटं वाचवून सहा घालवायची नाहीत;
- तुम्हाला प्रचंड माहितीचा डोलारा सांभाळायचा नाही; अन्यथा तुम्ही एखाद्या ग्रंथालयात पाऊल ठेवताच तुमचा श्वास थांबेल किंवा तुम्ही इंटरनेट सुरू करताच तुमच्या मेंदूमध्ये स्फोट होईल आणि
- तुम्हाला प्राधान्यक्रमाचं व्यवस्थापन करायचं नाही तर तुमची प्राधान्यं ठरलेली आहेत.

तुमची सगळी कामं सांभाळण्याकरता तुम्हाला नेमकं काय करायचं आहे, तर तुमच्या कृतीचं व्यवस्थापन करायचं आहे.

प्रत्येक कृतीची सुरुवात हा तिचा अर्धा भाग असतो.

- एक ग्रीक सुभाषित

कृतीचं व्यवस्थापन हे मुख्य आव्हान आहे

तुम्ही तुमच्या वेळेचं काय करता, तुमच्याजवळ असलेल्या माहितीचं काय करता आणि तुमच्या प्राधान्यांच्या संदर्भामध्ये तुमचं शरीर आणि तुमच्या एकाग्रतेचं काय करता, या खऱ्या महत्त्वाच्या गोष्टी आहेत. त्यांच्याकरता तुम्ही तुमच्या जवळची मर्यादित संसाधनं वापरायला हवीत. खरा प्रश्न आहे तो कुठल्याही एका वेळी काय करायचं, त्याची योग्य निवड कशी करावी हा. आपलं खरं काम आपल्या कृतींचं व्यवस्थापन करणं हे असतं.

आता ही गोष्ट स्वाभाविक आहे असं वाटेल; पण बहुतेक लोकांच्या हातून किती प्रकल्प वा बांधिलकीच्या बाबतीतील पुढच्या कृती ठरवणं राहून गेलेलं असतं, हे जर तुम्हाला कळलं तर तुम्हाला आश्चर्य वाटेल. ज्या कृती तुम्हाला अद्याप माहीतच नाहीत किंवा ज्यांच्या बाबतीत तुम्ही अजून काही निर्णयच घेतलेला नाही, त्या कृतींचं व्यवस्थापन करणं अतिशय अवघड असतं. विविध आघाड्यांवर पुढे जाण्याकरता लोकांना डझनभर गोष्टी करणं आवश्यक असतं; पण त्या गोष्टी कोणत्या, हेच त्यांना माहीत नसतं. मग वेळ नाही ही सर्वसाधारण तक्रार समजणं अवघड नाही, कारण अनेक प्रकल्प खूप दडपण आणणारे भासतात आणि ते तसे

असतातही, कारण कुठलाही प्रकल्प त्याच्या संपूर्ण रूपात तुम्ही करू शकत नाही! तुम्ही फक्त त्याच्याशी संबंधित एखादी कृती करू शकता. जर प्रकल्प पुढे न्यायचा असेल तर योग्य पद्धतीनं काम केल्यास अनेक कृती फक्त एक-दोन मिनिटांमध्येच होणाऱ्या असतात.

हजारो व्यावसायिकांना प्रशिक्षण देताना आणि मार्गदर्शन करताना मला असं आढळून आलं आहे की, त्यांच्या बाबतीत वेळ नसणं ही मुख्य समस्या नसतेच. (त्यांना स्वतःला जरी तसं वाटत असलं तरीही.) त्यांची खरी समस्या असते प्रकल्प नेमका काय आहे आणि त्याच्याशी निगडित पुढची कृतिशील पावलं कोणती, यांबद्दल निश्चित माहिती आणि सुस्पष्टता यांचा अभाव. गोष्टी पुढे गेल्यावर आणि काहीतरी समस्या उत्पन्न झाल्यावर त्या समजून घेण्याचा प्रयत्न करण्याऐवजी त्या आपल्या नजरेसमोर येताच त्या स्पष्ट करून घेण्यानं कृतीच्या व्यवस्थापनाचे लाभ पदरात पडतात.

> गोष्टी क्वचितच वेळेअभावी अडकून पडतात. त्या अडकून पडण्याचं कारण त्या करणं म्हणजे कसं असेल आणि ते कुठे घडून येईल, याबद्दलचा निर्णय झालेला नसतो.

गोष्टी घडवून आणण्याकरता दोन मूलभूत घटक आवश्यक असतात. (१) एखादी गोष्ट पूर्ण झाली, म्हणजे नेमकं काय झालं (परिणाम) आणि (२) ती गोष्ट करणं म्हणजे काय (कृती), या गोष्टी निश्चित करणं. बहुतेक लोकांकरता त्यांचे लक्ष खेचून घेणाऱ्या बहुतेक कामांच्या बाबतीत या दोन गोष्टी अजिबात सहज स्पष्ट नसतात.

खालून-वर पद्धतीचा फायदा

व्यक्तिगत उत्पादकतेमध्ये सुधारणा करताना खालून-वर पद्धत अंगीकारण्याचं, आत्ताच्या चाकोरीबद्ध कृतींच्या आणि बांधिलकीच्या दृष्टीनं पाहता सर्वांत खालच्या पातळीपासून सुरुवात करून वरच्या पातळीपर्यंत पोहोचण्याचं व्यावहारिक मूल्य, गेल्या एवढ्या वर्षांमध्ये माझ्या लक्षात आलं आहे. बौद्धिकदृष्ट्या वरून-खाली पद्धत खरं तर सर्वांत योग्य ठरायला हवी. आधी व्यक्तिगत आणि संस्थात्मक जीवितकार्य (मिशन) शोधून काढणं, मग अत्यंत महत्त्वाची ध्येयं ठरवणं आणि शेवटी अंमलबजावणीच्या बारकाव्यांवर लक्ष केंद्रित करणं असा क्रम असायला हवा; पण त्यात अडचण अशी आहे की, बहुतांश लोक त्यांच्या दैनंदिन पातळीवरच्या बांधिलकीमध्येच एवढे गुरफटतात की, मोठ्या क्षितिजावर यशस्वीपणे लक्ष केंद्रित करण्याची त्यांची क्षमता खूपच कमी होऊन जाते; त्यामुळेच सहसा खालून-वर ही पद्धतच जास्त परिणामकारक ठरते.

वर्तमानात राहून सध्या समोर आणि डोक्यामध्ये असलेल्या गोष्टींवर नियंत्रण

मिळवणं आणि ही नियंत्रणाची स्थिती टिकवून ठेवण्यामध्ये तुम्हाला साह्यभूत ठरतील, अशा सवयी तुमच्या वर्तणुकीत समाविष्ट करणं हा तुमचं क्षितिज विस्तारण्याचा सर्वोत्तम मार्ग ठरेल. त्यातून एक सर्जनशील आणि सळसळती ऊर्जा बाहेर पडेल. तुमच्या अधिक उच्च टप्प्यावर लक्ष केंद्रित करण्यास ती तुम्हाला बळ देईल आणि त्या सर्जनशीलतेमधून जे काही उत्पन्न होईल, ते हाताळण्याकरता तुमचा आत्मविश्वास वाढेल. आपल्या बाह्या वर करून जे लोक या प्रक्रियेची अंमलबजावणी करण्यास सुरुवात करतात, त्यांना ताबडतोब एक मुक्त भावना, दिलासा व प्रेरणा सहजच प्राप्त होतात.

केवळ दूरदृष्टी असणं पुरेसं नसतं; त्याला प्रत्यक्ष कृतीची जोड आवश्यक असते. जिन्याकडे केवळ बघत बसणं पुरेसं ठरत नाही; आपल्याला पायऱ्या चढाव्या लागतात.

\- व्हॅक्लाव हावेल

विचारांच्या परिणामस्वरूप कृती करण्याची तुमची साधनं जर तुमच्या सद्य सर्वसाधारण कार्यशैलीमध्ये अंगभूत असतील, तर अधिक एकाग्र विचार करण्याकरता तुम्ही जास्त सज्ज असाल. तुमच्यासमोर गोळा होणाऱ्या कामांच्या टोपलीपेक्षा (इन-ट्रे), ज्यांवर विचार करावा अशा इतर अनेक अर्थपूर्ण गोष्टी असतात; पण त्या पातळीवरचं तुमचं व्यवस्थापन जर हवं तेवढं कार्यक्षम नसेल, तर ते घोळदार कपडे घालून पोहण्याचा प्रयत्न करण्यासारखं होईल.

ज्यांच्या साध्या-साध्या कामांचा ढिगारा संपविण्याकरता मी त्यांच्याबरोबर दिवसभर काम केलं होतं असे अनेक अधिकारी संध्याकाळी त्यांच्या कंपनीसंबंधी आणि त्यांच्या भविष्यासंबंधी नवनव्या कल्पना व योजना मांडताना आढळत असत. साचलेला कार्यप्रवाह मुक्त करून टाकल्यास ही गोष्ट आपोआपच घडून येते.

कृतींचं आडवं आणि उभं व्यवस्थापन

तुमची बांधिलकी, तुमचे प्रकल्प आणि तुमची कृती यांवर तुम्हाला दोन प्रकारचं नियंत्रण ठेवणं आवश्यक असतं. उभं आणि आडवं नियंत्रण. आडवं नियंत्रण तुम्ही ज्यामध्ये सहभागी आहात अशा सर्व क्रियांमध्ये सुसंगती साधतं. तुमचं मन एखाद्या रडार यंत्रणेसारखं सतत तुमच्या अवतीभोवतीच्या वातावरणावर नजर ठेवून असतं अशी कल्पना करा. अशा वेळी दिवसाच्या चोवीस तासांमध्ये ही नजर तुमचं लक्ष खेचून घेणाऱ्या हजारो गोष्टींपैकी कुठल्याही एकीवर पडू शकते. उदाहरणार्थ, औषधाचं दुकान, कामवाली बाई, बोर्ड मीटिंग, तुमचा एखादा नातेवाईक, एखादी धोरणात्मक योजना, दुपारचं जेवण, ऑफिसातल्या कुंडीतलं कोमेजून चाललेलं एखादं रोप, तणतणणारा ग्राहक, पॉलिश करण्याची गरज असलेले बूट इ. तुम्हाला पोस्टाची तिकिटं घ्यायची असतात, उद्याच्या सादरीकरणाबद्दल (प्रेझेंटेशन)

काहीतरी करायचं असतं; चेक बँकेत टाकायचा असतो, हॉटेलमध्ये खोली आरक्षित करून ठेवायची असते. कर्मचाऱ्यांची बैठक रद्द करायची किंवा पुढे ढकलायची असते, रात्री सिनेमाला जाण्याची योजना मनात असते. केवळ एकाच दिवसामध्ये तुम्ही ज्यांबद्दल विचार करता किंवा ज्या हाताळता, अशा गोष्टींची संख्या पाहिली तरी तुमचे तुम्हालाच आश्चर्य वाटेल. त्यातल्या शक्य तितक्या जास्त गोष्टींचा माग ठेवण्याकरता, हवी तेव्हा त्याबद्दल आवश्यक ती माहिती पुरविण्याकरता आणि तुमचं लक्ष एका गोष्टीकडून दुसरीकडे त्वरित आणि सहज वळवणं शक्य करण्याकरता, तुम्हाला गरज असते एका चांगल्या व्यवस्थेची, चांगल्या प्रणालीची!

याउलट उभं नियंत्रण विशिष्ट विषय किंवा प्रकल्पाबद्दल सर्वांगीण विचार करण्याची व्यवस्था पाहतं. उदाहरणार्थ, तुम्ही आणि तुमचा वैवाहिक जोडीदार रात्रीच्या जेवणानंतर जेव्हा सुटी घेऊन कुठेतरी जाण्याबद्दल बोलत असतो, तेव्हा तुमच्या आतला रडार कुठे जायचं, कसं जायचं, केव्हा जायचं, या सहलीसाठी काय-काय तयारी करायची इ. गोष्टींवर केंद्रित होतो किंवा मग तुमच्या खात्याची पुनर्रचना करण्याची जी योजना तुम्ही कार्यान्वित करण्याच्या बेतात असता त्यासंबंधी काही महत्त्वाचे निर्णय तुम्ही आणि तुमच्या वरिष्ठांना घ्यायचे असतात त्यावर केंद्रित होतो किंवा मग तुम्ही ज्या ग्राहकाला तेव्हा टेलिफोन करणार असता, त्याच्याबद्दल मागच्या सर्व बाबी तुम्हाला आठवून ठेवायच्या असतात त्यावर केंद्रित होतो. ढोबळ मानानं यालाच प्रकल्प नियोजन असं म्हणतात. त्यात एकावेळी एक विशिष्ट कार्य, परिस्थिती किंवा व्यक्तीवर लक्ष केंद्रित केलं जातं आणि ती गोष्ट, किमान त्या क्षणी तरी, हाताळण्याकरता ज्या काही कल्पना, बारकावे, प्राधान्यक्रम आणि घटनाक्रम आवश्यक असतील त्यांचा संपूर्ण विचार केला जातो.

उभ्या आणि आडव्या व्यवस्थापनाचं ध्येय मात्र एकच असतं : कामं किंवा गोष्टी तुमच्या मनामधून काढून टाकून प्रत्यक्षात घडवून आणणं. कृतीचं सुयोग्य व्यवस्थापन तुम्हाला चिंतामुक्त करतं आणि काम तसेच जीवनातल्या अनेकविध बाजू सांभाळत असताना सर्व काही आपल्या नियंत्रणाखाली आहे, अशी भावना देतं. प्रकल्पांवर सुयोग्य प्रकारे लक्ष केंद्रित करण्यानं तुमच्याजवळ आवश्यक त्या विशिष्ट गोष्टींबद्दल सुस्पष्टता येते.

एक मोठा बदल : गोष्टी तुमच्या डोक्याबाहेर काढणं

तुम्ही जर सगळ्या गोष्टी तुमच्या डोक्यामध्येच साठवून ठेवत राहिलात, तर मी तुम्हाला ज्याचं आश्वासन देतो आहे ते ताणमुक्त नियंत्रण साध्य करणं कदापिही शक्य नाही. या पुस्तकामध्ये दिलेली प्रत्येक क्रिया तुम्ही आत्तादेखील करतच आहात असं तुमच्या लक्षात येईल; पण मी जे करतो आणि इतर लोक जे करतात,

त्यामध्ये असलेला मोठा फरक म्हणजे माझ्याजवळच्या १०० टक्के गोष्टी मी माझ्या डोक्यात नव्हे, तर हातात असणाऱ्या वस्तूमध्ये आणि वस्तुनिष्ठ साधनांच्या साह्यानं साठवतो आणि मांडून ठेवतो. त्यामध्ये लहान अथवा मोठी, खासगी किंवा व्यावसायिक, तातडीची अथवा तातडीची नसलेली अशी एकूण एक गोष्ट समाविष्ट असते.*

तुमच्या मनात किती गोष्टी आहेत आणि त्यातल्या किती प्रत्यक्ष केल्या जात आहेत, यांच्यामध्ये सहसा एक विरुद्ध नातं असतं.

तुमच्या प्रकल्पामध्ये म्हणा किंवा तुमच्या जीवनामध्ये म्हणा; पण एका ठिकाणी बसून कामांची एक व्यवस्थित यादी लिहून काढण्याची वेळ कधी ना कधीतरी तुमच्यावर आलीच असेल, त्यानंतर तुम्हाला जरा अधिक एकाग्र झाल्याची, नियंत्रण प्राप्त झाल्याची भावना झाली असेल याबद्दल माझी खात्री आहे. तसं असेल तर मी जे काही सांगतो आहे, त्याचा काहीएक संदर्भ तुमच्याकडे असणार. बाह्यतः तुमच्या जगामध्ये काहीही बदल झालेला नव्हता; पण तरीही तुम्हाला छान वाटलं होतं. ही यादी तयार करण्यामुळे तुम्ही तुमच्या जगाशी ज्याप्रकारे जोडलेले होतात, ते नातं मात्र बदललं होतं. संभाव्य महत्त्वाच्या गोष्टी मनामधून काढून टाकल्यावर असं नेहमीच घडतं; पण बहुतांश लोक यादी करण्याचं हे काम फक्त खूपच गोंधळ माजून त्यासंबंधी काहीतरी हालचाल केल्याशिवाय आता गत्यंतर नाही, अशी वेळ आल्यावरच करतात. त्यामध्येही त्यातल्या त्यात जास्त त्रास कशामुळे होतो आहे, त्याच बाबतीत ते अशी कामांची किंवा गोष्टींची यादी बनवतात; पण गोष्टी अशा प्रकारे डोक्याबाहेर काढणं आणि त्यांचा आढावा घेणं हा तुम्ही तुमच्या जीवनातला नित्यनेम बनवलात, कार्यशैलीचा एक भाग बनवलात आणि जीवनातल्या प्रत्येक बाबतीत (फक्त तातडीच्या गोष्टींच्या बाबतीत नव्हे) तो नित्यक्रम पाळत राहिलात

---

* खरं तर अगदी सगळ्याच गोष्टी नाही. बहुतेक वेळा माझं मन निव्वळ चरत असतं. म्हणजे, विविध गोष्टींची नोंद घेत असतं, त्यांचा विचार करत असतं आणि कुठल्या ना कुठल्या गोष्टीबाबत माझी जाणीव प्रगल्भ करत असतं. दिवसभरामध्ये माझ्या मनात येणारे हजारो विचार मी नोंदवून ठेवत नाही, कारण त्यातले जवळजवळ सर्व विचार वर्तुळ पूर्ण करणारे असतात. जे विचार माझ्या मनामध्ये एखादं वर्तुळ पूर्ण न करणारे असतात, तेच मी नोंदवून ठेवतो. उदाहरणार्थ मला एकदा जाऊन पाहावं वाटणारं हॉटेल, या पुस्तकाच्या मजकुरात सुधारणा करण्याच्या दृष्टीनं उपयुक्त ठरू शकेल अशी एखादी कल्पना, पत्नीकरता करावीशी वाटणारी एखादी गोष्ट, माझ्या सीएला विचारायचा असलेला एखादा प्रश्न, दुकानात जाऊन आणायची एखादी वस्तू इत्यादी.

तर मी सांगत असलेली पाण्यासारखी व्यवस्थापनशैली तुम्ही अंगीकाराल. माझ्या अनुभवानुसार ही प्रक्रिया न चुकता प्रत्येक वेळी आपली दृष्टी स्वच्छ करते आणि आपल्याला चांगला अनुभव देते. मग ती करायला वाट कशाला पाहायची?

> एखादा विचार अगदीच आवडत असल्याशिवाय, एकच विचार दोनदा करण्याचं काहीही कारण नाही.

समोर असलेल्या पर्यायांविषयी खोलात जाऊन विचार करण्याचा प्रयत्न करत बसण्याऐवजी मी त्या पर्यायांपैकी एकाची अंतःप्रेरणेनं निवड करण्याचा प्रयत्न करतो, कारण त्या सर्व पर्यायांबद्दलचा विचार आधीच करून विश्वासार्ह पद्धतीनं त्याचे निष्कर्ष नोंदवून ठेवलेले असणं मला आवश्यक वाटतं. कुठल्याही गोष्टीच्या बाबतीत एकापेक्षा अधिक वेळा विचार करण्यात वेळ वाया घालवण्याची माझी इच्छा नसते. तसं करणं म्हणजे सर्जनशक्तीचा अकार्यक्षम वापर करणं असतं आणि निराशा व ताणाचं उगमस्थान असतं.

अशा प्रकारे एकदा करून ठेवलेल्या विचाराला तुम्ही मिटवू शकत नाही. अनिर्णीत अवस्थेतील कुठल्याही गोष्टीवर तुमचं मन सतत विचार करत राहतं; पण अशा प्रकारे तुमचा मेंदू त्याच-त्याच विचारांमध्ये फिरत राहण्यामुळे तुमची विचारशक्ती आणि कार्यशक्तीदेखील क्षीण होते, हे आता सिद्ध झालं आहे आणि एका वेळी किती अनिर्णीत गोष्टी मनामध्ये राहू शकतात, यालाही काहीतरी मर्यादा असतेच. त्यानंतर त्यांचा स्फोट होतो.

> करायला हवं, करता येणं शक्य आहे किंवा करायलाच हवं आहे अशा प्रकारच्या बांधिलकी केवळ मनातच ठेवल्या, तर त्यांमुळे अर्थहीन आणि दूर करता न येण्याजोगं दडपण प्रत्येक दिवशी चोवीस तास आपल्या मनामध्ये उत्पन्न होतं.

तुमच्या मेंदूतला अल्पकालीन स्मृतीचा भाग - सगळ्या अर्धवट, अनिर्णीत आणि अव्यवस्थित गोष्टी सांभाळणारा भाग - संगणकाच्या रॅमसारखा काम करत असतो. तुमचं जागृत मन हे संगणकाच्या पडद्यासारखं लक्ष केंद्रित करण्याचं साधन आहे, साठवणीची जागा नव्हे. एका वेळेला तुम्ही दोन नाही तर तीनच गोष्टींवर विचार करू शकता; पण अपूर्ण गोष्टी अल्पकालीन स्मृतीमध्ये साठवल्या जात असतात. संगणकाच्या रॅमप्रमाणेच या स्मृतीलादेखील साठवणक्षमतेची मर्यादा असते; त्यामुळे मेंदूच्या या भागाची कार्यक्षमता कमी होऊ न देता त्यात तुम्ही किती गोष्टी साठवून ठेवू शकता, यालाही एक मर्यादा असते. अनेक लोक त्यांची रॅम फुटेपर्यंत तिच्यात गोष्टी भरून ठेवून फिरत असतात. असे लोक मग सतत विचलित होतात. त्यांचं लक्ष त्यांच्याच मनातल्या अंतर्गत भारामुळे केंद्रित होऊ शकत नाही आणि त्यांची कामगिरी खालावते. आकलन विज्ञानातील नव्या संशोधनांमध्ये

आता या निष्कर्षाला दुजोरा मिळाला आहे. आपण ज्या गोष्टी पूर्ण करण्याला बांधील असतो, त्या गोष्टी हाताळण्याची एक विश्वासार्ह योजना किंवा प्रणाली नसेल तर त्यांचा माग ठेवण्याचा भार मनावर पडतो आणि त्यामुळे आपल्या मानसिक प्रक्रियांवर कुपरिणाम होतो, हे विविध अभ्यासांमध्ये दिसून आलं आहे.*

उदाहरणार्थ, गेल्या काही मिनिटांमध्ये या ठिकाणी तुम्ही वाचत असलेल्या मजकुराशी काहीही संबंध नसलेल्या एखाद्या विषयामध्ये तुमचं मन भरकटत गेलं होतं का? कदाचित गेलं होतं. तुमचं मन ज्यात गेलं होतं, तो विषय म्हणजे तुम्ही ज्यात गुंतला आहात अशी एखादी अपूर्ण राहिलेली गोष्ट असण्याचीच शक्यता जास्त आहे. त्या अपूर्ण गोष्टीनं तुमच्या मेंदूच्या रॅममध्ये आपलं डोकं वर काढलं आणि मनात तुमच्या नावानं ठणाणा केला आणि मग तुम्ही काय केलं? तुम्ही तिच्याबद्दल चिंता केलीत किंवा किमान एखाद्या दूर न केल्या गेलेल्या ताणामध्ये भर तरी निश्चितच टाकलीत. अर्थात तुम्ही जर ताबडतोब एका कागदावर ती अपूर्ण बाब लिहून काढली असेल आणि नंतर लवकरच तिचा योग्य पद्धतीनं समाचार घेण्याकरता ती नोंद एखाद्या विश्वासार्ह ठिकाणी ठेवली असेल तर गोष्ट वेगळी! इथं तुमचं चिंता करणं हे काही खूप चांगलं वर्तन नाही, कारण तुम्ही त्या बाबतीत काही प्रगती तर केलीच नाहीत, उलट तुमचा ताण मात्र वाढवून घेतलात.

जेव्हा तुम्ही एखाद्या गोष्टीबद्दल काही करू शकत नाही, तेव्हा तुमचं मन तुम्हाला त्या गोष्टीची सतत आठवण करून देत राहतं, ही एक मोठी समस्या आहे. मनाला भूतकाळाची किंवा भविष्यकाळाची जाणीव नसते; त्यामुळे आपल्याला बहुधा अमुक गोष्ट करावी लागेल असं म्हणून तुम्ही जेव्हा एखादी गोष्ट तुमच्या डोक्यामध्ये ठेवून देता, तेव्हा तुमच्या मनाला असं वाटत राहतं की, तुम्ही सतत तीच अमुक गोष्ट करत असायला हवं आहे. आपल्याला हे करायलाच हवं असं जेव्हा केव्हा तुम्ही स्वतःला बजावता, तेव्हा ते काम तुम्ही आत्ताच करायला हवं, असं तुमच्या मनाला वाटत राहतं. खरं सांगायचं तर तुम्ही जेव्हा करण्याजोग्या कुठल्याही दोन गोष्टी तुमच्या फक्त डोक्यामध्येच ठेवता, तेव्हाच तुम्ही व्यक्तिगत अपयशाचं बीज पेरून ठेवत असता. कारण त्या दोन गोष्टी तुम्ही एकाच वेळी करणं शक्यच नसतं; त्यामुळे होतं असं की, ज्याच्या उगमस्थानावर नेमकं बोट ठेवता येत

> *तुमच्या डोक्यातच चौक्या उभारून बसलेल्या शत्रूशी लढणं अवघड असतं.*
>
> \- सॅली केम्प्टन

* या (आणि अन्य अनेक) विषयांवरचं एक सुरेख पुस्तक म्हणजे, विलपॉवर : रीडिस्कव्हरिंग द ग्रेटेस्ट ह्युमन स्ट्रेंग्थ, लेखक - रॉय बौमाइस्टर आणि जॉन टिएर्नी (पेंग्विन, २०११)

नाही असा एक सर्वव्यापी ताणाचा घटक निर्माण होऊन बसतो.

अनेक लोक कुठल्या ना कुठल्या स्वरूपात या मानसिक ताणाच्या अवस्थेत इतक्या सातत्यानं आणि इतका दीर्घ काळ राहात असतात की, आपण ताणाखाली आहोत, हेदेखील त्यांच्या लक्षात येत नाही. गुरुत्वाकर्षणशक्ती ज्याप्रमाणे सदासर्वत्र असते आणि तिची अनुभूती घेणाऱ्या लोकांना ती त्यांच्यावर टाकत असलेलं बल जाणवतच नाही, त्याचप्रमाणे मानसिक ताणाचं असतं. हा ताण दूर केल्यानंतर आणि आता वेगळंच वाटतं आहे, हे लक्षात आल्यानंतरच यातल्या बहुतेकांना आपण किती ताण सोसत होतो, ते जाणवतं. खोलीमध्ये सतत एक बारीक आवाज सुरू असेल तर कालांतरानं तो थांबल्यावरच त्याचं अस्तित्व होतं हे तुमच्या लक्षात येतं, तसंच हे असतं.

तुम्ही अशा प्रकारचा ताण दूर करू शकता का? नक्कीच! कसं, ते पुढे वाचा.

२

तुमच्या आयुष्यावर ताबा मिळवणं : कार्यप्रवाहावर प्रभुत्व मिळवण्याचे पाच टप्पे

ताण येऊ न देता आणि नियंत्रित पद्धतीनं ज्ञानाधिष्ठित काम करण्याची कला आत्मसात करण्याकरता मुख्य प्रक्रिया कार्यप्रवाहाचं (वर्कफ्लो) व्यवस्थापन करण्याची पाच टप्पे असलेली एक पद्धत आहे. आपलं जीवन, आपलं काम आणि त्यात आपल्याला सतत मिळत असलेली माहिती तसेच होणारे बदल यांना आपण हाताळत असतो, तेव्हा कामाचं स्वरूप कोणतंही असो, ते हाताळताना आपण पाच सुप्त टप्प्यांमधून प्रवास करत असतो. स्वयंपाकघर असो अथवा कंपनी, त्यातल्या परिस्थितीवर नियंत्रण मिळवण्यामध्ये हे पाच टप्पे समाविष्ट असतातच आणि या पाचही वेगवेगळ्या बाजूंच्या आपापल्या सर्वोत्तम कार्यपद्धती आणि आपापली साधनं असतात. अवतीभोवतीच्या सगळ्या गुंतागुंतीमध्येही वर्तमानात राहण्याच्या अद्‌भुत उत्पादक स्थितीमध्ये असणं साध्य करण्याकरता या कार्यपद्धती आणि साधनांचा उर्वरित कार्यपद्धती आणि साधनांशी मेळ बसणं आवश्यक असतं. ही गोष्ट म्हणजे केवळ सुसंघटित होणं किंवा प्राधान्यक्रम ठरवणं नव्हे. या गोष्टी चांगल्याच आहेत; पण त्या स्वतः होऊन नव्हे, तर हे पाच टप्पे पार केल्याच्या परिणामी घडून येतात. मी आता वर्णन करणार असलेल्या या प्रक्रिया एकत्र काम करतात आणि परिणाम साध्य करण्याकरता त्यांचा उपयोग करणं हे तुम्हाला वाटतं त्यापेक्षा खूप सोपंही आहे आणि आव्हानात्मकही!

> जीवनाला तुमच्या वाटेत येऊ देऊ नका.

आपण- १. आपण आपलं लक्ष वेधून घेणाऱ्या गोष्टी एकत्र (संकलित) करतो; २. त्या प्रत्येक गोष्टीचा अर्थ आणि त्यांच्या बाबतीत काय क्रिया करायची हे स्पष्ट करून घेतो; ३. परिणाम किंवा निष्कर्षांची सुसंघटित मांडणी करतो, ज्यामुळे आपल्यासमोर विविध पर्याय उभे राहतात, ज्यांवर आपण ४. विचार करतो आणि

मोकळिकीचं तत्त्व मानवी जीवनाच्या मुख्य कार्यभागाला लागू करण्यातून, म्हणजेच लोक ज्या प्रकारे त्यांचे प्रतिसाद प्रगल्भ करत असतात आणि आपल्या वातावरणावर नियंत्रण मिळवणं शिकत असतात त्या प्रक्रियेमध्ये उपयोगात आणूनच मोकळिकीची एक उपयुक्त परिभाषा प्राप्त होत असते.

- वॉल्टर लिपमान

मग ५. प्रत्यक्ष कृती करण्याचा निर्णय घेतो. क्षणोक्षणी आपण पुढे जात असताना त्यातल्या कुठल्याही क्षणी आपण ज्यांवर विचार करायला हवा आहे अशा सर्व गोष्टी एकत्रित करणं म्हणजेच आपल्या जीवनाच्या आडव्या बाजूचं व्यवस्थापन करणं होय.

या सूचना सर्वसाधारण किंवा शुद्ध सैद्धान्तिक स्वरूपाच्या नाहीत. जेव्हा केव्हा आपल्यालाएखाद्या गोष्टीवर नियंत्रण मिळवण्याची इच्छा असते आणि उत्पादक कृती करण्याच्या उद्देशानं ते नियंत्रण टिकवून ठेवायचं असतं, तेव्हा प्रत्येक वेळी आपण सर्वजण असंच करत असतो. उदाहरणार्थ, तुम्ही जर तुमच्या मैत्रिणींना जेवायला बोलावलं असेल; पण घरी आल्यावर स्वयंपाकघरामध्ये तुम्हाला सगळा पसारा दिसला, तर तुम्ही ही परिस्थिती कशी बदलाल? सर्वप्रथम तुम्ही अनावश्यक गोष्टी कुठल्या, याचा शोध घ्याल (संकलन), मग तुम्ही काय ठेवायचं आणि काय फेकून द्यायचं हे ठरवाल (सुस्पष्टता), त्यानंतर तुम्ही अनेक गोष्टी आपापल्या जागी, फ्रिजमध्ये, कचऱ्याच्या डब्यात किंवा सिंकमध्ये ठेवून द्याल (संघटन), मग तुम्ही पाककलेच्या पुस्तकामध्ये बघून आपल्याला काय-काय जिन्नस आणि कुठली भांडी लागणार आहेत, ते पाहाल (विचार) आणि अखेर, तुम्ही कढईमध्ये तेल टाकून स्वयंपाकाला सुरुवात कराल (कृती).

ही पद्धत तत्त्वतः सरळसाधी आहे आणि सर्वसाधारणपणे आपण ज्या पद्धतीनं काम करतो तशीच असते; पण माझा अनुभव असा आहे की, बहुतेक लोकांच्या बाबतीत यातील प्रत्येक टप्प्यामध्ये सुधारणेला नक्कीच वाव असतो. आपल्या कार्यप्रवाह व्यवस्थापनाचा दर्जा या पाच कड्यांच्या साखळीपैकी जी कडी सर्वांत कमकुवत असते, त्यानुसार ठरतो; त्यामुळे या साखळीतील कड्या एकसंध ठेवणं आणि त्या पक्क्या मापदंडांच्या आधारे मजबूत करणं आवश्यक असतं.

या नियंत्रणप्राप्तीच्या प्रक्रियेच्या बाबतीत बहुतेक लोक अकार्यक्षम असतात; पण आजच्या नव्या युगामधले ताणतणाव कमकुवत दुवे मोठे करून टाकतात. माहिती कुठेही, केव्हाही उपलब्ध असणं आणि बदलांचा प्रचंड वेग यांमुळे तुमच्या जीवन आणि कामामधली गुंतागुंत वाढतच असते; त्यामुळे अस्ताव्यस्त स्वयंपाकघर जरी व्यवस्थित करता आलं, तरी तो मोठाच दिलासा वाटतो! दाब वाढला, तर थेंब-थेंब गळणं धारेमध्ये परिवर्तित होतं. एखादी दुर्लक्षित राहिलेली ई-मेल, एखादी विसरलेली बांधिलकी किंवा एखादा टाळलेला निर्णय यांचे परिणाम खूप मोठे होऊ

शकतात. उपयुक्त माहितीचा लोंढा आकारानं कमी होत नसल्यामुळे किंवा नवनव्या माहितीची संततधार कमी होत नसल्यामुळे कार्यप्रवाहावर पकड मिळवण्याची कला शिकून न घेण्यानं आपलं नुकसानच जास्त होऊ शकतं.

अनेक लोकांच्या बाबतीत, (१) संकलन करण्याच्या प्रक्रियेमध्ये ढिसाळपणा असतो. त्यांच्या बहुतेक बांधिलकी त्यांच्या डोक्यामध्येच असतात. करू शकतो, करायला हवं, कदाचित करू, करणं भागच आहे या प्रकारच्या; ते आपल्या डोक्यात ठेवणाऱ्या गोष्टींची संख्या त्यांनी अन्यत्र कुठेतरी लिहून ठेवलेल्या गोष्टींच्या संख्येपेक्षा खूपच मोठी असते.

काही लोक अनेक गोष्टी संकलित करून ठेवतात; पण त्या गोष्टी नेमक्या कशाशी संबंधित आहेत किंवा त्यांच्या बाबतीत काय कृती करावी हेच त्यांनी (२) सुस्पष्ट करून घेतलेलं नसतं. पोस्ट-इट चिठ्ठ्यांवरच्या फ्रिजवर किंवा कम्प्युटर स्क्रीनवर चिकटवलेल्या अथवा एखाद्या डिजिटल साधनाच्या टास्कमध्ये नोंदवलेल्या विविध प्रकारच्या याद्या, बैठकींमधल्या नोंदी, करण्याच्या कामांच्या संदिग्ध याद्या अशा गोष्टी त्यांवर कुठलीही कृती केली न जाता जमा झालेल्या असतात आणि वाचताना मेंदू बधिर करत असतात. त्या याद्या जेवढा ताण शिथिल करत असतील, त्यापेक्षा जास्त तो वाढवतात.

आणखी काही लोक हातातल्या गोष्टींबद्दल चांगले निर्णय घेतात; पण ते फोल ठरतं; कारण परिणामांची योग्य मांडणी किंवा (३) संघटन करण्यामध्ये ते कमी पडतात. अमुक एका गोष्टीबद्दल बॉसशी चर्चा करायची, असं ते ठरवतात; पण त्याबद्दलचं रिमाइंडर मात्र त्यांच्या मेंदूच्या कुठल्यातरी अंधाऱ्या कोपऱ्यात पडलेलं असतं. त्यांना जेव्हा हवं तेव्हा योग्य संदर्भचौकटीसह समोर येईल अशा कुठल्याही विश्वासार्ह नमुन्यामध्ये ते उपलब्ध नसतं.

काही लोकांकडे उत्तम प्रणाली असतात; पण त्या प्रणालीमध्ये काय-काय आहे याबद्दल ते पुरेशा सातत्यानं (४) विचार करत नसल्यामुळे त्या प्रणालीचा उपयोग होतच नाही. संकलन, सुस्पष्ट करून घेणं आणि संघटन करणं या गोष्टी काटेकोरपणे पाळून तयार झालेल्या याद्या, योजना आणि विविध चेकलिस्ट त्यांच्याकडे असतात; पण ते त्या अद्ययावत करत नाहीत किंवा त्यांचा लाभ घेण्याकरता त्या पुनःपुन्हा पाहात नाहीत. येऊ घातलेल्या घटना, प्रसंग, डेडलाइन्स इत्यादींची ताजी माहिती ठेवण्याकरता हे लोक आपलं कॅलेंडर पुरेशा सातत्यानं बघतच नाहीत,

> स्वतःला विचारा, माझ्या मनातून काढून टाकण्याकरता कुठली गोष्ट मी केव्हा आणि कुठल्या स्वरूपात बघणं आवश्यक आहे? तुम्ही एखादी व्यवस्था निर्माण करता, ती केवळ काहीतरी व्यवस्था असण्याकरता नव्हे, तर कार्य करण्याकरता निर्माण करता.

त्यामुळे ऐनवेळी त्यांची धावपळ होतच राहते.

शेवटी, या साखळीतील वरची कुठलीही एक कडी कमकुवत असेल तर कुठल्याही एका क्षणी मनुष्य जी काही (५) कृती करण्याचा निर्णय घेईल, तो त्याच्याजवळचा सर्वोत्तम पर्याय असेलच, याची शाश्वती नसते. कृती करण्याचे आणि लक्ष पुरवण्याचे बहुतेक निर्णय शेवटच्या आणि सर्वांत जास्त आरडाओरडा होत असलेल्या माहितीच्या आधारे घेतले जातात आणि त्यांमध्ये विश्वास कमी, आशावाद जास्त असतो. आपण जे करायला हवं ते करत नाही आहोत, संभाव्यतः अतिमहत्त्वाच्या गोष्टींबद्दल कृती करण्याकरता त्यांच्याकडे वेळ नसतो आणि वेळेची भीती न बाळगता अर्थपूर्ण कृती करण्याची भावना आपल्याला कधी येतच नाही असं लोकांना सतत त्रासदायकरीत्या जाणवत राहतं. खरं तर अशा कृतीच ताणविरहित उत्पादकतेचा अर्क असतात.

या पाचही टप्प्यांचं चलनवलन समजून घेणं आणि ते शक्य तितक्या उत्तम प्रकारे पार पडण्याकरता चांगली तंत्रं व साधनं वापरणं आवश्यक असतं. माझा कामाचा दिवस जसजसा पुढे सरकत जातो, तसतसे हे टप्पे एकमेकांपासून वेगळे करत जाणं आवश्यक नसलं, तरी उपयुक्त असतं असं मला आढळलं आहे. जसं काही वेळा कुठलाही निर्णय न घेता आवश्यक ती माहिती/सामग्री फक्त गोळा करत जावी असं मला वाटतं. कधीतरी मी बैठकीमध्ये केलेल्या नोंदींवर फक्त प्रक्रियाच करत बसतो. कधी मी नुकताच एखाद्या प्रदीर्घ दौऱ्यावरून परतलो असेन तर त्या दौऱ्यामध्ये मी जी काही माहिती गोळा केली असेल किंवा ज्या काही प्रक्रिया केल्या असतील त्या मला विषयवार, योग्य प्रकारे मांडणं आवश्यक असतं. काही वेळा माझ्या संपूर्ण कामाचा किंवा त्याच्या एखाद्या भागाचा मला आढावा घ्यावा वाटतो. अर्थातच माझा बहुतांश वेळ मला ज्या कृती करणं आवश्यक असतं, त्या करण्यातच जातो.

संघटित होण्याच्या कामामध्ये अनेक लोकांना अपयश येण्याचं एक मुख्य कारण मला सापडलं आहे. ते म्हणजे लोक हे पाचही टप्पे एकदमच करण्याचा प्रयत्न करत असतात. लोक जेव्हा (कामांची) यादी करायला बसतात, तेव्हा ते कुठल्यातरी प्राधान्यक्रमानुसार किंवा अनुक्रमानुसार अत्यंत महत्त्वाच्या गोष्टी संकलित करण्याचा प्रयत्न करत असतात; पण त्यामध्ये कुठलीही ठोस कृती मात्र ठरवलेली नसते. समजा, तुमच्या सेक्रेटरीच्या वाढदिवसाच्या संदर्भामध्ये - हे आत्ता तितकं महत्त्वाचं नाही, असं म्हणून तुम्ही काय करायला हवं हे ठरवलं नाही, तर हे अर्धवट सोडलेलं काम तुमची ऊर्जा शोषत राहील आणि जे खरोखर महत्त्वाचं आहे, त्यावर तुमचं लक्ष संपूर्णपणे आणि परिणामकारकरीत्या केंद्रित होऊ देणार नाही.

या प्रकरणामध्ये पाचही टप्पे सविस्तर सांगितलेले आहेत. प्रकरण ४ ते ८

मध्ये प्रत्येक टप्प्याकरता राबवण्याच्या बिनचूक प्रणालीच्या पायऱ्या समजावून सांगितलेल्या आहेत. त्यामध्ये अनेक उदाहरणं आणि आदर्श पद्धतीदेखील दिलेल्या आहेत.

संकलन

काय गोळा करायचं आणि ते परिणामकारकरीत्या कसं गोळा करायचं, म्हणजे तुम्ही त्यावर योग्य पद्धतीनं प्रक्रिया करू शकाल, हे जाणून घेणं महत्त्वाचं आहे. तुमच्या मनानं दिसेल तो फापटपसारा गोळा करून धरून ठेवण्याचं फालतू काम सोडून द्यायचं असेल, तर तुम्हाला जे करायचं आहे किंवा निदान ज्यावर काही निर्णय घ्यायचा आहे, त्याला लागणारं सर्व काही तुम्ही नेमकं गोळा केलेलं आहे आणि नजीकच्या भविष्यात तुम्ही त्यावर प्रक्रिया कराल, त्याचं पुनर्विलोकन कराल हे तुम्हाला पक्कं माहिती असणं आवश्यक आहे.

अपूर्ण असलेल्या १०० टक्के गोष्टी संकलित करणं

तळाला भोक असलेला पोहरा अशी परिस्थिती टाळायची असेल, तर तुमच्या विश्वामध्ये तुमच्या मते जी अपूर्ण आहे, अशी प्रत्येक गोष्ट तुमच्या संकलनामध्ये किमान प्रतिकात्मक रूपानं तरी यायला हवी. ही गोष्ट खासगी अथवा व्यावसायिक, लहान किंवा मोठी, तातडीची किंवा कमी महत्त्वाची असू शकते. ती आत्ता आहे त्यापेक्षा वेगळी असायला हवी आणि तुमच्या मते तिच्यात बदल करणं तुमचं कर्तव्य आहे, अशी कुठलीही असू शकते.

तुम्ही आत्ता हे वाचत असतानासुद्धा तुम्ही करायला हव्यात अशा अनेक गोष्टी संकलित होत असतील. तुमच्या पोस्टाच्या किंवा संगणकावरच्या विविध पत्रपेट्यांमध्ये आणि मेल बॉक्सेसमध्ये पत्रं येऊन पडत असतील. कदाचित अजूनही तुमच्या घरी पाकिटं आणि पत्रं येत असतील. ई-मेल, टेक्स्ट आणि व्हॉइस मेल तुमच्या डिजिटल साधनामध्ये गोळा होण्यासोबतच कागदस्वरूपात अनेक गोष्टी अजूनही कदाचित तुमच्या टेबलावरील इन-ट्रेमध्ये येऊन पडत असतील; पण त्याचबरोबर तुमच्या भोवताली आणि तुमच्या डोक्यातही तुम्ही अशा अनेक गोष्टी गोळा करत असाल, ज्या आहेत तशा आणि आहेत तिथे कायमस्वरूपी असायला नकोत. त्या अनावश्यक आणि अयोग्य आहेत. या गोष्टी अगदी तुमच्या ई-मेलसारख्या डोळ्यांना दिसणाऱ्या नसल्या, तरी त्यांची काहीतरी विल्हेवाट लावणं आवश्यक असतं - उघड्या गाठी बंद करणं आवश्यक असतं, काहीतरी कृती करणं आवश्यक असतं. एखाद्या पॅडवर लिहून ठेवलेल्या धोरणात्मक कल्पना, एकतर फेकायला हवे आहेत नाहीतर दुरुस्त करून घेऊन वापरायला हवेत असे टेबलाच्या खणामध्ये पडलेले

मृत गॅजेट्स, तुमच्या कॉफी टेबलवरील जुनी मासिकं अशा सर्व गोष्टी या सदरामध्ये मोडतात.

कुठल्याही गोष्टीच्या पुढे तुम्ही जेव्हा, करायला हवं, करणं आवश्यक आहे, करायलाच पाहिजे असे वाक्प्रयोग जोडता, तेव्हा त्या गोष्टी लगेच अपूर्ण ठरतात. उदाहरणार्थ, एखाद्या गोष्टीच्या संदर्भात तुम्ही प्रत्यक्षात काही करणार आहात की नाही करणार, याचा निर्णय घेणं हेही एक अपूर्ण काम असतं. यात मी आता अमुक-अमुक करणार आहे अशा प्रकारच्या तुम्ही करायच्या ठरवलेल्या; पण अद्याप त्या दिशेनं हालचाल न केलेल्या सगळ्या गोष्टी येतात. त्यामध्ये सगळ्या मागे पडलेल्या, तसेच सध्या प्रक्रियेमध्ये असलेल्या गोष्टीही येतात. तद्वतच करायचं ते सर्व करून झालेल्या; पण आता हे काम पूर्ण झालं, असं अजून तुम्ही स्वतःशी मान्य करत नसलेल्या गोष्टीही यामध्ये अंतर्भूत असतात.

> एखादं न केलेलं काम दोन ठिकाणी अपूर्ण राहात असतं - त्याच्या प्रत्यक्ष जागी आणि तुमच्या डोक्यामध्ये. तुमच्या डोक्यामध्ये अपूर्ण राहिलेली कामं तुमच्या सद्सद्विवेकबुद्धीला डाचत राहात असल्यामुळे तुमची ऊर्जा शोषत राहतात.
>
> - ब्रह्मकुमारी

अशा अर्धवट गोष्टी किंवा ओपन लूप्सच्या साठ्याचं योग्य ते व्यवस्थापन करण्यासाठी, त्यांच्याकडे बघण्याची किंवा तुम्ही त्यासंबंधी काही करणार आहात का, असल्यास काय, हे ठरवण्याची फुरसत मिळेपर्यंत तुम्हाला त्या कुठेतरी ठेवाव्या लागतात. मग साठवणीची ही वस्तू, ज्याला आपण कपाट म्हणू या, ते कपाट तुम्हाला नियमितपणे रिकामं करावं लागतं. तरच त्याचा तुम्हाला साठवणीसाठी उपयोग करता येईल.

मुळात एका व्यापक अर्थानं, तुमच्या दृष्टीनं संभाव्यतः महत्त्वाच्या असलेल्या सगळ्या गोष्टी गोळा होतच असतात. त्या जर तुमच्या विश्वासातल्या एखाद्या बाह्य व्यवस्थेमध्ये थेट साठवल्या जात नसतील, तर त्या तुमच्या मनामध्ये कुठेतरी असतात. एखादी गोष्ट तुम्ही तुमच्या इनबॉक्समध्ये ठेवली नाही तर त्याचा अर्थ ती तुमच्याजवळ नाही, असा नाही; पण आपण इथे चर्चा करतो आहोत ती तुम्हाला आवश्यक त्या सर्व गोष्टी तुमच्या मनाच्या किंवा डोक्याच्या बाहेर साठवण्याविषयी.

संकलनाची साधनं

तुमची अपूर्ण कामं साठविण्याकरता साध्या आणि उच्च अशा दोन्ही प्रकारच्या तंत्रज्ञानावर आधारित असलेली अनेक साधनं आहेत. खाली दिलेल्या सर्व गोष्टी, आपल्या आत निर्माण होणाऱ्या आणि बाहेरून येणाऱ्या सगळ्याच सामग्रीसाठी इन-ट्रे म्हणून काम करू शकतात :

- वस्तुरूप इन-ट्रे
- कागदस्वरूपी नोंद साधनं
- डिजिटल/ ध्वनिमुद्रित नोंद साधनं
- ई-मेल आणि टेक्स्ट मेसेजिंग

वस्तुरूप इन-ट्रे

कागदरूपातल्या किंवा अन्य जड स्वरूपाच्या वस्तू गोळा करण्याकरता लाकूड, प्लॅस्टिक, चामडं किंवा तारांपासून बनवलेले साधारण ट्रे वर्षानुवर्षं वापरले जात आहेत. यामध्ये पत्रव्यवहार, नियतकालिकं, बैठकीतल्या नोंदी, कॉर्पोरेट अहवाल, तिकिटं, पावत्या, पेन ड्राइव्ह, व्हिजिटिंग कार्ड - अगदी सेल संपलेल्या विजेऱ्यादेखील साठवता येतात.

सुटे कागद आणि पॅड

वह्या, सुटे कागद, स्टेनो पॅड्स इ. वस्तू स्वैर कल्पना, माहिती, कामांची यादी वगैरेंची नोंद ठेवण्यामध्ये उपयुक्त ठरतात. तुम्हाला जे आवडेल अथवा सोयीचं असेल, ते तुम्ही वापरू शकता.

डिजिटल/ ध्वनिमुद्रित नोंद साधनं

नंतर प्रक्रिया करण्याकरता टिपा लिहून ठेवण्यासाठी, नंतर कधीतरी ज्यांचा समाचार घ्यायचं लक्षात ठेवायचं असतं अशा गोष्टींच्या अंतरिम नोंदी साठवण्यासाठी संगणक, टॅब्लेट्स, रोजच्या रोज बाजारात येणारे स्मार्टफोन आणि अन्य मोबाइल तंत्रज्ञानाधिष्ठित साधनांचा उपयोग होऊ शकतो.

ई-मेल आणि टेक्स्ट मेसेजिंग

तुम्ही जर ई-मेलद्वारे जगाशी जोडलेले असाल, तर तुम्हाला पाठवण्यात येणारे संदेश आणि फायली साठवण्याची सोय तुमच्या सॉफ्टवेअरमध्ये असते. अशी माहिती जी नंतर वाचून तिच्यावर प्रक्रिया करेपर्यंत साठवता येते.

तंत्रज्ञानाचं एकात्मिकरण (इंटिग्रेशन)

डिजिटल विश्वाचा उदय झाल्यामुळे वर उल्लेख केलेल्या विविध साधनांचं आपोआप एकात्मिकरण करणं अधिकाधिक सोपं होत गेलं आहे. कागदावर किंवा पांढऱ्या फळ्यावर लिहिलेल्या नोंदी क्षणार्धात डिजिटल स्वरूपात नोंदवल्या जाऊ शकतात आणि सॉफ्टवेअरमध्ये साठवल्या जाऊ शकतात. आवाजी संदेश ध्वनिमुद्रित केले जाऊ शकतात, डिजिटाइझ केले जाऊ शकतात आणि छापताही येतात. तुम्ही तुमच्या मोबाइलवरूनच एखादी कल्पना ई-मेलवर पाठवू शकता.

तंत्रज्ञान उच्च असो की साधं, वर वर्णन केलेली सर्व साधनं इन-ट्रेचंच काम करतात आणि कृती करण्याकरता संभाव्य उपयुक्त माहिती, आश्वासनं, कल्पना आणि कृतीविषयक करार संकलित करतात.

यशस्वी संकलनाचे घटक

दुर्दैवानं, फक्त इन-ट्रे असला की झालं असं नसतं. बहुतेक लोकांकडे अशी संकलनाची साधनं असतात; पण सहसा त्यावर त्यांचं काहीच नियंत्रण राहात नाही किंवा मग त्या साधनांचा जेमतेमच वापर केला जातो. आता संकलनाचा हा टप्पा उपयुक्त ठरण्याकरता आवश्यक असलेल्या तीन गोष्टी पाहू :

गोष्टी डोक्याच्या बाहेर काढा

जर तुम्ही अजूनही खूप गोष्टींचा माग तुमच्या मनामध्येच ठेवत असाल तर तुमच्या इन-ट्रेचा उपयोग करून तो निगुतीनं रिकामा करण्यास तुम्ही फारसे उत्सुक असणार नाही. अनेक लोक या साधनांच्या बाबतीत निष्काळजी असतात, कारण या स्वतंत्र आणि संपूर्ण व्यवस्था आहेत, यावर त्यांचा विश्वासच नसतो. जशा त्यांच्या इन-ट्रेमध्ये काही अपूर्ण गोष्टी आहेत तशाच त्यांच्या डोक्यामध्येही काही अपूर्ण गोष्टी आहेत, त्या कुठेही राहिल्या तरी काही फरक पडत नाही, असं त्यांचं तत्त्वज्ञान असतं. हे म्हणजे तळाला भोकं असलेल्या पोहऱ्यामध्ये पाणी भरत राहण्यासारखं असतं. अशा परिस्थितीत हे काम सातत्यानं कशासाठी करत राहायचं, असा प्रश्न त्यांना पडणं साहजिक आहे.

> *तुमचा मेंदू एकदा पूर्ण रिकामा करा. पोट रिकामं होण्यापेक्षा तुम्हाला याचा जास्त फायदा होईल.*
> - मिचेल आयक्वेम डी मॉंटेन

संकलनाची ही साधनं तुमच्या जीवनशैलीचा एक भाग बनायला हवीत. ती सतत जवळ बाळगा म्हणजे मग तुम्ही कुठेही असलात तरी एखादा संभाव्य, मौल्यवान विचार तुम्हाला लगेच नोंदवून ठेवता येईल. या साधनांकडे तुमचा टूथब्रश, गाडी चालवण्याचा परवाना किंवा चष्म्याप्रमाणेच न चुकता सोबत ठेवण्याच्या गोष्टी म्हणून बघा. आपली एकही कल्पना विसरणार किंवा हरवल्यामुळे वाया जाणार नाही असा विश्वास वाटला, तर अजून चांगल्या-चांगल्या कल्पना सुचण्याकरता तुम्हाला मुक्त वाटू लागेल.

> तुमच्या सगळ्या गोष्टी एक तर पूर्ण डोक्यात ठेवा, नाही तर पूर्ण डोक्याबाहेर. त्या जर अध्येमध्ये राहिल्या, तर तुम्हाला त्यातल्या कुठल्याच एका ठिकाणावर विश्वास उरणार नाही.

संकलनपेट्यांची संख्या कमी करा

तुमच्याजवळ तुम्हाला आवश्यक तेवढ्या; पण कमीतकमी संकलनपेट्या किंवा इन-ट्रे असावेत. तुम्हाला जी संकलित करावी वाटेल, अशी एखादी गोष्ट तुम्हाला कुठेही आणि केव्हाही सापडू शकेल; त्यामुळे तुमची संकलनपेटी तुमच्याजवळ हरघडी उपलब्ध असायला हवी; पण तुमच्याकडे संकलन करण्याची ठिकाणं खूप असतील, तर तुम्ही गोळा केलेल्या गोष्टींवर सहज आणि सातत्यानं प्रक्रिया करू शकणार नाही.

अति संख्येनं संकलनपेट्या असणं हे उच्च आणि हलक्या अशा दोन्ही तंत्रज्ञानांच्या बाबतीत सहज घडू शकतं. या बाबतीत हलक्या तंत्रज्ञानाच्या संदर्भात बहुतेक लोकांना सुधारणेला वाव असतो, विशेषतः कागदावर नोंदी करणं आणि इन-ट्रेमध्ये वस्तुरूप साधनं गोळा करणं या संदर्भात. लिखित नोंदी कुठल्यातरी फायलींच्या गठ्ठ्यात, वह्यांमध्ये किंवा टेबलाच्या खणांमध्ये पडून राहून उपयोग नसतो. त्यांवर प्रक्रिया करणं आवश्यक असतं. कागद आणि वस्तुरूप सामग्रीचे जगभर जिथे जागा मिळेल तिथे विखुरलेले ढीग रचून ठेवण्याऐवजी त्यांना एका ठिकाणी एकत्र करून त्यांच्यावर प्रक्रिया करणं आवश्यक आहे. उच्च तंत्रज्ञानाच्या संदर्भात, समाजमाध्यमं, एकमेकांशी जोडलेली विविध साधनं आणि सर्वव्यापी ई-मेल यांचं आगमन झाल्यापासून जिचं मूल्यमापन करावं आणि जिच्यावर पुढची काही प्रक्रिया करावी, अशा माहिती व सामग्रीच्या स्रोतांची संख्या प्रचंड प्रमाणात वाढली आहे. आजकाल बहुतांश लोकांकडे एकापेक्षा जास्त ई-मेल खाती असतात, ते कमीतकमी एका समाजमाध्यमामध्ये सहभागी असतात आणि अनेक डिजिटल साधनं वापरत असतात. विरोधाभास म्हणजे, डिजिटल क्रांतीमुळे आपलं जीवन सुरळीत किंवा स्ट्रीमलाइन झाल्यामुळे अनेकानेक तुटक-तुटक गोष्टींची माहिती नंतर कधीतरी वापरण्याकरता जमा करण्याचा लोकांचा कल आणि त्यामुळे त्रस्त झालेले लोक यांची संख्या नाट्यमयरीत्या वाढली आहे.

> तुमच्याकडे येणारी संभाव्य उपयुक्त माहिती कमीतकमी मार्गांनी एकत्रित करा, म्हणजे तिच्या स्वरूपाचं मूल्यमापन करणं आणि तिचा आढावा घेत राहणं तुम्हाला सोपं जाईल.

तुमचं आयुष्य आणि तुमची कामं जसजशी अधिक सुव्यवस्थित होत जातात, तसतशी कल्पना आणि माहिती गोळा करण्याकरता प्रमाण साधनं आणि कार्यप्रणालींचा वापर करणं महत्त्वाचं ठरत जातं. उदाहरणार्थ, तुमच्या कारकिर्दीमध्ये प्रगती करत असताना तुम्हाला कदाचित जाणवेल की, कामासंबंधीच्या सर्वोत्तम कल्पना तुम्हाला तुम्ही कामावर नसतानाच सुचत असतात; त्यामुळे अशा कल्पना सतत हाताशी असणाऱ्या उत्तम संकलन साधनांच्या साह्यानं साठवून ठेवून त्यांचा उपयोग करणं

तुम्हाला तुमच्या क्षेत्रामध्ये आघाडीवर राहण्याच्या दृष्टीनं महत्त्वाचं असतं.

संकलनपेट्या नियमितपणे रिकाम्या करा

संकलनाच्या बाबतीत यशाचा शेवटचा घटक अगदी सहज समजावा असा आहे. तुम्ही जर तुमच्या संकलनपेट्या रिकाम्या करत नसाल आणि त्यातील गोष्टींवर प्रक्रिया करत नसाल तर त्याचा अर्थ नानाविध गोष्टी साठवून ठेवण्यापलीकडे त्या दुसरं काहीही कार्य करत नाहीत. आता इथे रिकामं करण्याचा अर्थ तुमच्या पेट्यांमध्ये असलेली सर्व कामं संपवून टाकणं असा नाही. त्याचा अर्थ तुम्ही त्या गोष्टी पेटीमधून बाहेर काढाव्यात, त्या काय आहेत आणि त्यांच्यासंबंधी तुम्हाला काय करायचं आहे ते ठरवावं आणि जर त्या गोष्टी अद्याप अपूर्णच असतील, तर त्या तुमच्या व्यवस्थेमध्ये इतरत्र नीट हलवाव्यात. त्या तशाच ठेवून अथवा पुन्हा आतमध्ये टाकून उपयोग नाही. आपल्या संकलनपेट्या रिकाम्या न करणं हे कचऱ्याचे डबे रिकामे न करण्यासारखंच असतं. मग सतत साठत राहणारा कचरा ठेवण्याकरता तुम्हाला रोज नवा डबा विकत घेत बसावं लागेल.

मात्र, तुमचा इन-ट्रे रिकामा करण्याकरता आधी तुमची एक एकात्मिक जीवन-व्यवस्थापन प्रणाली जागच्या जागी असणं आवश्यक आहे. वस्तुरूप असो किंवा डिजिटल, इन-ट्रेमध्ये असंख्य गोष्टी साचून राहतात, याचं कारण म्हणजे त्यांना तिथून पुढे पाठवण्याकरता परिणामकारक प्रणालीच अस्तित्वात नसतात. बरेचदा, एखाद्या गोष्टीबद्दल आपल्याला काहीतरी करायचं आहे; पण आत्ता ते करणं शक्य नाही हे लक्षात आल्यावर मग ती ट्रेमध्येच पडू देणं सोपं वाटू लागतं. सुसंघटनाच्या नावाखाली बरेच लोक जास्तीतजास्त इन ट्रे आवरून ठेवण्याचं काम करू शकतात. विशेषतः कागदपत्रं आणि ई-मेल्सच्या संदर्भात तरी. निदान त्या ढिगामध्ये कुठेतरी, काहीतरी करण्यासंबंधीचं स्मरणपत्र ठेवलेलं आहे, हे तरी या लोकांना माहीत असतं; पण दुर्दैवानं हे ढीग जेव्हा नियंत्रणाबाहेर जातात किंवा ई-मेल्स एका स्क्रीनमध्ये पाहणं शक्य होण्याच्या पलीकडे साठतात, तेव्हा मात्र त्याचा काहीही उपयोग होत नाही.

> कुठल्याही गोष्टीच्या प्रवाहामध्ये अडथळा निर्माण झाल्यास, त्या क्षेत्रामध्ये वर्तमानात, अद्ययावत आणि सृजनात्मक राहणं अवघड होऊन बसतं.

तुम्ही पुढच्या दोन पायऱ्यांवर प्रभुत्व मिळवाल आणि तुमच्या अपूर्ण गोष्टींवर जलद आणि सहजगत्या प्रक्रिया कशी करावी हे शिकाल, तेव्हा तुमचा इन-ट्रे पुन्हा पूर्ववत काम करू लागेल. तातडीनं काही करणं भाग न पडताही तुम्ही तुमचा मेलबॉक्स आणि इन-ट्रे कसे रिकामे करू शकता, ते आता पाहू.

सुस्पष्टता प्राप्त करणं

मी सोबत काम केलेल्या जवळपास सर्वांमध्ये एक महत्त्वाची सुधारणा घडवून आणली. ती म्हणजे त्यांच्या संकलनपेट्या रिकाम्या करण्याच्या दृष्टीनं त्यांना त्यातील एकेका गोष्टीचा वेगळा विचार करण्यास मी शिकवलं. एका मोठ्या बहुराष्ट्रीय कंपनीतील एका मोठ्या विभागाच्या प्रमुख असलेल्या बाईंनी एकदा माझ्याबरोबर बसून त्यांच्या मनात असलेल्या सर्व अपूर्ण गोष्टी सुस्पष्ट करून घेतल्या (त्यांवर प्रक्रिया केली) आणि त्यानंतर त्या आश्चर्यानं थक्क होऊन मागे रेलून बसल्या! मग त्या मला म्हणाल्या की, कॅलेंडरच्या वापरामुळे कुठल्याही बैठकीला हजर राहण्याच्या बाबतीत त्यांना कधी ताण जाणवत नसे; पण आम्ही नुकत्याच स्पष्ट करून घेतलेल्या, त्यांच्या कामाच्या इतर बाजूंच्या बाबतीत मात्र तितकी ताणरहित स्थिती त्यांना कधीही जाणवली नव्हती. त्यांना ज्या कृती आणि माहितीकरता स्मरण करून देण्याची गरज होती त्या आता स्पष्ट झाल्या होत्या आणि एका विश्वासार्ह, मजबूत व्यवस्थेमध्ये त्या ठेवून दिल्या गेल्या होत्या.

> *एखाद्या बाबतीत संदिग्ध असण्यापेक्षा चूक असणं श्रेयस्कर असतं.*
>
> \- फ्रीमन डायसन

तुम्हाला स्वतःला सुचलेल्या कल्पना आणि तुमच्याकडे आलेल्या प्रत्येक ई-मेल, व्हॉइस मेल, मेमो किंवा बैठकीतल्या नोंदींच्या बाबतीत तुम्ही स्वतःला काय प्रश्न विचारायला हवे असतात, (आणि त्यांची उत्तरंही द्यायला हवी असतात) हाच तुमच्या वैयक्तिक नीटनेटकेपणाचा आधारभूत असलेला, कच्च्या माहितीच्या व्यवस्थापनाचा घटक असतो. अनेक लोक व्यवस्थित होण्याचा प्रयत्न करतात; पण अपूर्ण असलेली कामं हातात ठेवून ते करण्याची चूक ते करतात. ज्या गोष्टी तुमच्याकडे आत येत आहेत, त्यांना तुम्ही नीटनेटकं बनवू शकत नाही; तुम्ही फक्त त्या गोळा करू शकता आणि मग त्यावर प्रक्रिया करू शकता. याउलट काय करायचं आहे यासंबंधीचे निर्णय घेतल्यानंतर त्यानुसार ज्या कृती तुम्हाला करायच्या असतात, त्यांची व्यवस्था तुम्ही लावू शकता. संकलन आणि प्रक्रिया किंवा मांडणी हे दोन टप्पे पुढील आकृतीमध्ये निर्णयप्रक्रियेच्या मध्यभागी दर्शविलेले आहेत.

काम काय आहे?

हा प्रश्न वाटतो तितका मूर्खपणाचा नाही. आपण कामांच्या ढिगाबद्दल बोललो आहोत आणि आपण संकलनपेट्यांबद्दलही बोललो आहोत; पण आपण कामाच्या ढिगामध्ये काय आहे आणि त्याचं काय करायचं, याबद्दल अजून चर्चा केलेली नाही. उदाहरणार्थ, आपल्या व्यक्तिगत नीटनेटकेपणाच्या व्यवस्थेमधून निसटणाऱ्या काही

गोष्टी म्हणजे कंपनी किंवा सरकारी खात्याकडून आपल्याला मिळणारे काही फॉर्म्स असतात. या फॉर्म्सच्या बाबतीत आपल्याला खरोखर काही करणं आवश्यक असतं का? आणि मानवी संसाधनाकडून अमुकतमुक धोरणाबाबत आपल्याला सांगत बसणाऱ्या ई-मेल्स येत राहतात, त्यांचं काय? मी माझ्या ग्राहकांच्या ड्रॉवरमधून आणि कपाटांमधून अशा माहितीपर मेमोंच्या थप्प्याच्या थप्प्या काढलेल्या आहेत. तो कागद किंवा संदेश नेमका कशाबद्दल आहे, हे पाहण्याकरता काही सेकंददेखील न काढण्याचा हा परिपाक असतो; त्यामुळेच पुढचा निर्णय खूप महत्त्वाचा ठरतो.

ते (काम) कृती करण्यायोग्य आहे का?

या प्रश्नाचं उत्तर होय किंवा नाही असंच असतं.

काहीही कृती करणं आवश्यक नाही - कोणतीही कृती करणं आवश्यक नसल्यास, वरील प्रश्नाचं उत्तर नाही असं असेल. मग त्यामध्ये तीन शक्यता असतात.

या तीन वर्गांतील माहितीचंही व्यवस्थापन करता येतं; पण आपण ते पुढच्या एका प्रकरणामध्ये पाहू. सध्या, तुम्हाला एका केराच्या टोपलीची, अनावश्यक ई-मेल्स किंवा माहिती पुसून टाकण्याकरता डिलीट बटनाची, जपून ठेवण्याच्या गोष्टींकरता संवेदनशील फाइल किंवा कॅलेंडरची आणि संदर्भ साहित्याकरता एका चांगल्या फायलिंग प्रणालीची गरज आहे, बस्स!

कृती करणं आवश्यक आहे - हा वर्ग आपल्या वरच्या प्रश्नाला होय असं उत्तर असेल तर निर्माण होतो. याची उदाहरणं म्हणजे तुम्ही एखाद्या लंच मीटिंगमध्ये जे भाषण करणार आहात, त्याचा सारांश मागवणारी ई-मेल, ज्यामध्ये एक बाह्य सल्लागार नेमणं आवश्यक ठरणार आहे अशा एखाद्या महत्त्वाच्या प्रकल्पाबद्दल गट उपाध्यक्षांबरोबरच्या तुमच्या भेटीदरम्यान तुम्ही केलेल्या काही नोंदी इत्यादी.

प्रत्येक कृती करण्यायोग्य गोष्टींच्या बाबतीत दोन गोष्टी ठरवणं आवश्यक असतं :

ती गोष्ट जर एखाद्या प्रकल्पाशी निगडित असेल तर तिचा परिणाम तुमच्या प्रकल्पांच्या यादीत नोंदवा. ही नोंद म्हणजे आपल्याकडे एक अपूर्ण काम आहे, याची आठवण करून देणारा जमिनीमध्ये गाडलेला खुंट असतो. तुमच्या यादीचा साप्ताहिक आढावा (पान क्र. — पाहा) घेताना ही गोष्ट अपूर्ण म्हणून पुन्हा तुमच्या नजरेसमोर येईल. ती गोष्ट पूर्ण होईपर्यंत तुमच्या (डोक्यापेक्षा) व्यवस्थापन

> *गोष्टी करण्याकरता फारशी शक्ती लागत नाही; पण काय करायचं हे ठरवण्याकरता मात्र खूप शक्ती लागते.*
>
> \- एल्बर्ट हबार्ड

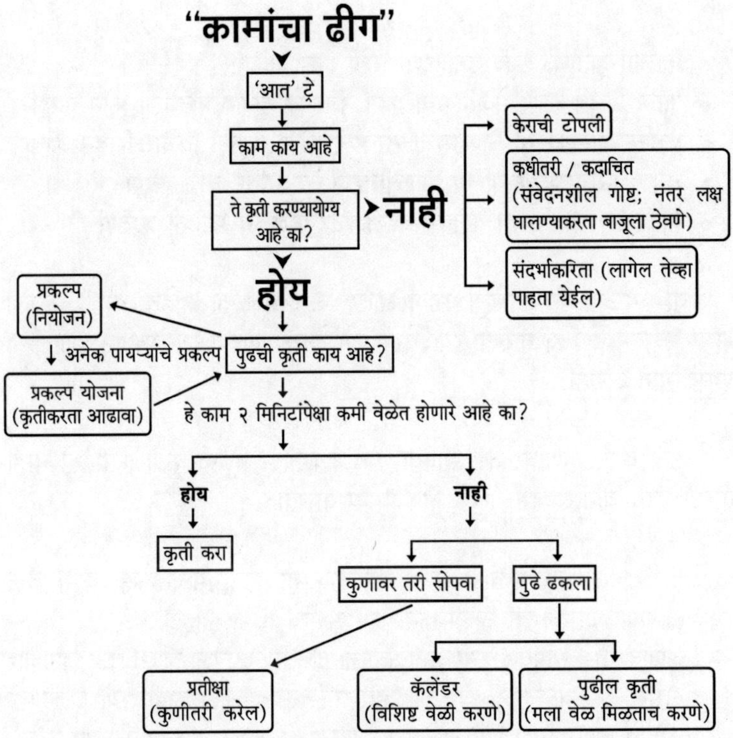

कार्यप्रवाह आकृती - प्रक्रिया करणे

प्रणालीमध्येच जास्त ताजी राहील.

पुढची कृती काय आहे? - तुम्ही संकलित केलेल्या कुठल्याही गोष्टीच्या संदर्भात हा प्रश्न अतिशय महत्त्वाचा असतो. जर तुम्ही या प्रश्नाचं उत्तर योग्य पद्धतीनं दिलं, तर नीटनेटकेपणा साध्य करण्यासाठी तुमच्याकडे एक मजबूत पाया असेल. पुढची कृती म्हणजे समोरची गोष्ट पूर्णत्वाकडे नेण्याकरता करणं आवश्यक असलेली पुढची शारीर, दृश्य क्रिया होय.

पुढच्या कृतीची काही उदाहरणं अशी असू शकतील :

- 'क्ष'ने सुचवलेल्या मेकॅनिकचा फोन नंबर घेण्याकरता त्याला फोन करणं
- बजेटच्या बैठकीची विषयसूची ठरवण्याकरता केलेले विचार लिहून काढणं
- तयार करायच्या फायलिंग प्रणालीबद्दल 'य'बरोबर चर्चा करणं
- वॉटरकलर पेंटिंगच्या क्लासेसबद्दल इंटरनेटवरून माहिती काढणं

या सगळ्या गोष्टी प्रत्यक्ष घडणं आवश्यक असलेल्या आहेत. त्यांचं तुम्हाला स्मरण करून देणं हा तुमच्या व्यक्तिगत नीटनेटकेपणाच्या व्यवस्थापन प्रणालीचा प्रमुख भाग असतो.

कृती करा, कुणावर तरी सोपवा, पुढे ढकला - पुढची कृती काय, हे तुम्ही एकदा ठरवल्यानंतर तुमच्यापुढे तीन पर्याय असतात.

१. कृती करा. जर एखादी कृती करण्याकरता दोन मिनिटांपेक्षा कमी वेळ लागणार असेल तर अशी कृती त्या क्षणीच केली पाहिजे
२. कुणावर तरी सोपवा. कृती करण्याकरता दोन मिनिटांपेक्षा जास्त वेळ लागणार असेल तर स्वतःला विचारा की, ही कृती करण्याकरता तुम्हीच योग्य व्यक्ती आहात का? उत्तर नाही असेल तर योग्य व्यक्तीवर ते काम सोपवून टाका.
३. पुढे ढकला. कृती करण्याकरता दोन मिनिटांपेक्षा जास्त वेळ लागणार असेल आणि कृती करण्याकरता तुम्हीच योग्य व्यक्ती असाल तर तुम्हाला कृती करणं पुढे ढकलावं लागेल आणि तिचा माग आणखी एका किंवा अधिक पुढची कृती यादीमध्ये ठेवावा लागेल.

संघटन

कार्यप्रवाहाच्या आकृतीच्या बाह्य परिघामध्ये स्मरणासाठीचे आणि सामग्री

म्हणून उपयोगात येणाऱ्या, तुमच्या कामाच्या ढिगावर प्रक्रिया केल्याचा परिणाम म्हणून निर्माण होणाऱ्या गोष्टींचे आठ प्रकार दर्शवलेले आहेत. एकत्रित विचार केल्यास ते आठ प्रकार मिळून तुमच्या पुढे वाढून ठेवलेल्या कुठल्याही गोष्टींची नीट व्यवस्था लावण्याची एक संपूर्ण प्रणाली बनते.

> सुसंघटित असणं म्हणजे एखादी गोष्ट कुठे आहे आणि तुमच्या दृष्टीनं तिला किती महत्त्व आहे या दोन्ही गोष्टींमध्ये सुसंगती असणं.

कृती करण्याची आवश्यकता नसलेल्या गोष्टींच्या बाबतीत हे प्रकार म्हणजे कदाचित केराची टोपली, जतन करण्याची साधनं आणि संदर्भ साहित्याची साठवण असू शकतील. म्हणजेच एखाद्या गोष्टीच्या संदर्भामध्ये कृती करण्याची गरज नसताना तुम्ही ती गोष्ट एक तर सरळ फेकून देऊ शकता, नंतर कधीतरी तिचं मूल्यमापन करून पाहण्याचं ठरवू शकता किंवा मग पुढे संदर्भ म्हणून वापरण्याकरता ती एखाद्या फाइलमध्ये ठेवू शकता. कृती करणं आवश्यक असणाऱ्या गोष्टींच्या बाबतीत तुम्हाला पुढील सर्व गोष्टी लागतील : प्रकल्पांची यादी, प्रकल्प योजना आणि इतर संबंधित साहित्याकरता फाइल्स किंवा साठवणीची व्यवस्था, एक कॅलेंडर, पुढच्या कृतींची आठवण देण्याकरता स्मरणकांची यादी आणि तुम्ही ज्या गोष्टींची वाट पाहत आहात त्यांच्या स्मरणकांची यादी.

संघटनाचे हे सर्व प्रकार प्रत्यक्ष कुठल्यातरी रूपात ठेवावे लागतात. मी जेव्हा यादी म्हणतो, तेव्हा माझा रोख ज्यांचा पुन्हा आढावा घेता येऊ शकेल अशा स्मरणकांचा एक संच असा आहे. हा संच कागदावर किंवा संगणकामध्ये लिहिलेली यादी किंवा प्रत्येक गोष्ट एका स्वतंत्र कागदावर लिहून ठेवलेली असलेल्या एखाद्या फायलीमधले सर्व कागद असू शकेल. उदाहरणार्थ, वर्तमान प्रकल्पांची यादी एखाद्या प्लॅनरच्या सुट्या कागदावर केलेली असू शकेल अथवा एखाद्या सॉफ्टवेअर प्रणालीमधील टास्क्समध्ये नोंदवलेली असू शकेल किंवा प्रकल्पांची यादी असं नाव दिलेल्या फाइलमध्ये असेल. जतन केलेल्या गोष्टींची स्मरणकं कागदावर, संगणकामध्ये किंवा डिजिटल कॅलेंडर ॲपमध्ये ठेवलेली असू शकतील. (उदाहरणार्थ, १ मार्चनंतर अकाउंटंटशी वेळ ठरवणं.)

प्रकल्प

कृतीच्या एकापेक्षा अधिक पायऱ्या असणारा आणि एका वर्षामध्ये साध्य केला जाऊ शकणारा कुठलाही अपेक्षित परिणाम अशी माझी प्रकल्पाची व्याख्या आहे. याचा अर्थ मोठ्या गोष्टींसोबतच एरवी किरकोळ वाटणाऱ्या गोष्टीदेखील तुमच्या प्रकल्प यादीमध्ये समाविष्ट होऊन जातील. माझ्या या व्याख्येमागचं तर्कशास्त्र असं

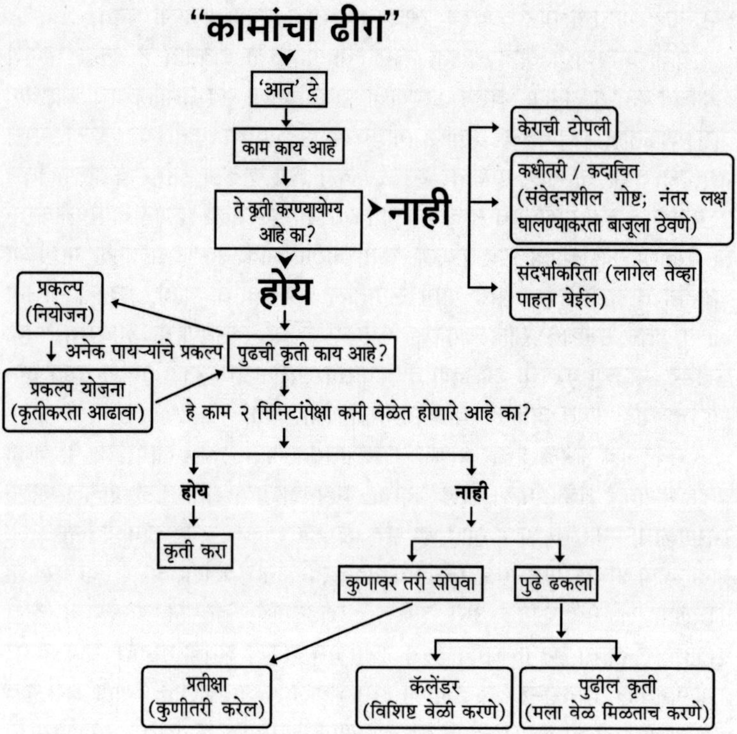

कार्यप्रवाह आकृती - संघटन करणे

आहे की, जर एखादी गोष्ट एका पायरीत पूर्ण होऊ शकत नसेल, तर ती अपूर्ण राहिली आहे याचं तुम्हाला स्मरण राहणं आवश्यक असतं. असं कुठलंही स्मरणक नसेल तर ती गोष्ट पुन्हा तुमच्या मेंदूमध्ये जाऊन बसेल. एक वर्षाच्या कालावधीचं कारण म्हणजे त्या काळात तुम्ही संपवण्यास बांधील असलेली कुठलीही गोष्ट तिच्या सद्य स्थितीबद्दल त्रास व्हायचा नसेल, तर दर आठवड्याला तिचा आढावा घेणं आवश्यक ठरतं. अशाच गोष्टींना आपण ओपन लूप्स अगर शिथिल बाबी किंवा अपूर्ण कामांची यादी असंही म्हणू शकू.

एक प्रकल्प यादी

- एक नवा कर्मचारी कामावर घेणं
- ऑगस्ट महिन्यात सुटीवर जाणं
- कर्मचारीवृंदाकरता सहलीचं ठिकाण ठरवणं
- पुस्तकाचं प्रकाशन
- संगणकाच्या अद्ययावतीकरणाला अंतिम स्वरूप देणं
- मृत्युपत्राचं नूतनीकरण करणं
- अंदाजपत्रकाला अंतिम स्वरूप देणं
- नव्या उत्पादन मालिकेला अंतिम स्वरूप देणं
- नव्या कस्टमर रिलेशनशिप मॅनेजमेंट सॉफ्टवेअरचा वापर करायला शिकणं
- अमुक लेखाच्या प्रती पुन्हा छापून घेणं
- नव्या प्रसिद्धीप्रमुखांची नियुक्ती
- बागेची लागवड करणं
- व्हिडिओ प्रकल्पाकरता माणसांचा शोध
- पुढच्या वर्षीकरता चर्चासत्रांचं वेळापत्रक तयार करणं
- सेवा करारांना अंतिम स्वरूप देणं
- अंगणामध्ये नवे दिवे बसवणं
- स्वयंपाकघरात नवं टेबल आणणं
- मुलीचा शाळाप्रवेश

प्रकल्पांची यादी सुरुवातीलाच आकार किंवा प्राधान्य अशा विशिष्ट क्रमानुसारच हवी असं नाही. त्यांची नावं फक्त मास्टर यादीमध्ये असायला हवीत, जेणेकरून तुम्ही वेळोवेळी त्यांचा आढावा घेऊ शकाल आणि त्या प्रत्येकाच्या बाबतीतील पुढची कृती योग्य प्रकारे निश्चित केलेली आहे की नाही याची खातरजमा करून घेऊ शकाल.

कुठलाही प्रकल्प तुम्ही प्रत्यक्ष करत नसता. तुम्ही फक्त त्यासंबंधीच्या कृतींची पावलं उचलत असता. योग्य कृतीची पावलं पुरेशा संख्येनं उचलली गेली की, मग परिस्थिती काही अंशानं तुमच्या अपेक्षित परिणामांच्या जवळ जाऊन पोहोचते आणि तुम्ही ते काम पूर्ण झालं असं म्हणू शकता. प्रकल्प यादी म्हणजे आपण आपल्या डोळ्यांसमोर ठेवत असलेली अंतिम धावरेषा असते. म्हणजे मग आपल्या पुढच्या

कृती त्या दिशेनं योग्यरीत्या चालू राहतात.

तुमचं लक्ष ज्या विविध क्षेत्रांवर केंद्रित असेल, त्यानुसार तुमच्या प्रकल्पांची विभागणी विविध वर्गांमध्ये केली जाऊ शकते; पण सुरुवातीला त्यांची एकच एक सर्वसमावेशक यादी तयार केल्यास नंतर जेव्हा तुम्ही या प्रणालीच्या वापरामध्ये रुळाल, तेव्हा ती हवी तशी विभागणं सोपं जाईल.

प्रकल्पांची आधार सामग्री

तुमच्या अनेक प्रकल्पांकरता तुम्ही संबंधित माहिती गोळा करता आणि ती माहिती तुम्हाला एखादी योजना, विषय किंवा प्रकल्पवार मांडून ठेवावी वाटते. अशा परिस्थितीत तुमची प्रकल्प यादी म्हणजे निव्वळ एक विषयसूची ठरेल आणि त्यांचे सूक्ष्म तपशील, योजना आणि पूरक माहिती वेगवेगळ्या कागदी फायली, संगणकातील फायली, वह्या इत्यादीमध्ये ठेवणं आवश्यक आहे.

पूरक माहिती आणि संदर्भ-माहिती - प्रकल्पाशी संबंधित माहितीची एकदा तुम्ही विषय अथवा योजनेनुसार मांडणी केली की, तुम्हाला कदाचित असं वाटेल की, ही माहिती तुमच्या संदर्भ साहित्याशी अगदी मिळतीजुळती आहे आणि त्या साहित्याबरोबरच ती ठेवणं योग्य ठरेल. (एखादी चांगल्या पुस्तकांची यादी तुमच्या वाचनीय फायलीत जाऊ शकते.) फरक फक्त एवढाच की, प्रकल्पाशी निगडित माहिती जास्त नियमितपणे पाहण्याची आवश्यकता भासू शकते.

पूरक माहिती तुमच्या दृष्टिक्षेत्राच्या बाहेर ठेवा, असा सल्ला मी लोकांना सहसा देतो. तुमच्याकडे जर एखादी चांगली फायलिंग प्रणाली असेल आणि ती अगदी हाताच्या अंतरावर असेल तर माहिती नीट ठेवण्याचा हाच सर्वोत्तम मार्ग आहे असं तुम्हाला जाणवेल. अर्थात एखादा तातडीचा प्रकल्प हातात असेल आणि त्यासाठी वारंवार संदर्भ पाहावे लागत असतील तर असं संदर्भ साहित्य डोळ्यांसमोरच असलेलं तुम्हाला सोयीचं वाटू शकेल. अशा प्रकारची सामग्री ठेवण्यास फायलींचे उभे, उघडे शेल्फ किंवा एकावर एक रचण्याजोगे ट्रे जास्त उपयुक्त ठरतील.

डिजिटल विश्वामुळे संदर्भ आणि आधारभूत माहितीची मांडणी करणं एकाच वेळी सोपंही झालं आहे आणि अवघडही! कुठेतरी काहीतरी सापडल्यावर ते ताबडतोब कॉपी करून इतरत्र ठेवणं आता सोपं झालं आहे; पण आपल्याकडे असलेल्या असंख्य प्रकारच्या जागा पाहिल्या आणि ती माहिती आपल्याबरोबरच इतर लोकांनाही ज्या नानाविध प्रकारे उपलब्ध असावी असं आपल्याला वाटतं त्याचा विचार केला तर ती गोष्ट नेमकी कुठे ठेवावी याचा निर्णय घेणं खूप अवघड जाऊ शकतं. याकरता तुमच्या डिजिटल संदर्भांचं विश्व शक्य तितकं साधं ठेवणं, हे संदर्भ सातत्यानं तपासत राहणं आणि अनावश्यक गोष्टी मिटवून टाकणं हाच

सर्वोत्तम मार्ग आहे.

पुढच्या कृतीचे प्रकार

कार्यप्रवाहाच्या आकृतीमध्ये स्पष्ट दिसतं की, पुढच्या कृतीचा निर्णय हा एकूण प्रक्रियेच्या केंद्रस्थानी असतो. प्रत्येक अपूर्ण कामाच्या बाबतीत हा निर्णय घेण्याची कृती हीच पुढची प्रत्यक्ष आणि दृश्य हालचाल असायला हवी. याला अपवाद असू शकत नाही.

तुम्ही करत असलेली दोन मिनिटांपेक्षा कमी वेळ लागणारी कुठलीही कृती, तसेच पूर्ण झालेली कुठलीही कृती यांचा माग ठेवत बसण्याचं अर्थातच काही कारण नाही. लक्ष कशावर हवं तर एखाद्या विशिष्ट वेळी किंवा विशिष्ट दिवशी (याची नोंद कॅलेंडरवर करा.) करणं आवश्यक असणारी प्रत्येक कृती, शक्य तेव्हा लगेचच करण्याजोग्या कृती (या तुमच्या पुढची कृती यादीमध्ये टाका) आणि ज्या इतर लोकांनी करण्याची वाट तुम्ही पाहत आहात अशा सगळ्या कृती (त्यांना प्रतीक्षा यादीवर टाका).

कॅलेंडर

तुम्ही करणं आवश्यक असलेल्या कृतींच्या स्मरणकांचे दोन वर्ग असतात : एखाद्या विशिष्ट वेळी किंवा विशिष्ट दिवशी घडणं आवश्यक असलेल्या कृतींची स्मरणकं आणि शक्य तेव्हा लगेचच केल्या जाणं आवश्यक असलेल्या कृतींची स्मरणकं. तुमचं कॅलेंडर यातल्या पहिल्या प्रकारच्या स्मरणकांची काळजी घेतं.

तुमच्या कॅलेंडरवर तीन गोष्टी जातात :

- वेळेशी संबंधित असणाऱ्या कृती,
- दिवसाशी संबंधित असणाऱ्या कृती आणि
- दिवसाशी संबंधित असणारी माहिती

वेळेशी संबंधित असणाऱ्या कृती : यालाच साध्या भाषेमध्ये अपॉइंटमेंट म्हणतात. कुठल्याही प्रकल्पाच्या बाबतीत सहसा पुढची कृती म्हणजे त्यावर चर्चा करण्यासाठी पूर्वनियोजित असलेल्या एखाद्या बैठकीला उपस्थित राहणं ही असते. अशा कृतींचा माग कॅलेंडरच्या साह्यानं ठेवणं पुरेसं असतं.

दिवसाशी संबंधित असणाऱ्या कृती : या गोष्टी तुम्ही एखाद्या विशिष्ट दिवशी; पण विशिष्ट वेळी नव्हे तर दिवसभरात केव्हातरी करायच्या असतात. तुम्ही कुणालातरी एखादा अहवाल पाठवलेला असतो आणि तो कसा वाटतो हे तुम्ही त्या व्यक्तीला शुक्रवारी विचारणार असता. त्या व्यक्तीच्या हातात तो अहवाल गुरुवारी

पोहोचणार असतो आणि शनिवारी ती व्यक्ती परदेशी जाणार असते; त्यामुळे हे काम शुक्रवारीच होणं आवश्यक असतं; मग ते दिवसभरात केव्हाही झालं तरी अडचण नसते. ही गोष्टदेखील कॅलेंडरच्या साह्यानं सांभाळली जाऊ शकते. तुमच्या कॅलेंडरवर दिवसाशी आणि वेळेशीही संबंधित कृतींची नोंद ठेवता येत असेल तर अधिक चांगलं.

दिवसाशी संबंधित असणारी माहिती : कॅलेंडर तुम्हाला एखाद्या विशिष्ट दिवशी विशिष्ट माहिती घेण्याची आठवणदेखील करून देऊ शकतं. त्यात कृतीचा समावेश असेलच असं नाही; पण त्या दिवशीच जी माहिती घेणं आवश्यक असेल, तिची नोंद असू शकते. उदाहरणार्थ, कुठल्यातरी अपॉइंटमेंटला जाण्याकरता रस्त्याची माहिती, इतर लोकांशी संबंधित (कुटुंब किंवा कर्मचारी) क्रिया किंवा आवडीचे कार्यक्रम असू शकतात. कुणाला ते सुट्टीवरून परत आल्यानंतरच्या दिवशी फोन करायचा असल्यास तीही नोंद तुम्ही इथे करू शकता. इथेच तुम्ही त्या दिवशी घडणारी घटना (बिल किंवा विम्याचा हप्ता भरणं) किंवा कुठल्यातरी कामाला सुरुवात होणं आवश्यक असल्यास त्याचीदेखील नोंद करू शकता.

> लवचीक असलेल्या गोष्टी नशीबवान असतात, कारण त्यांना वेडंवाकडं वाकवलं जाण्याची शक्यता अजिबात नसते.
>
> - मायकल मॅकग्रिफी, एम.डी.

कॅलेंडरवर आजच्या कामांची दैनंदिन यादी करण्याची गरज नाही. कॅलेंडरवर फक्त वर दिलेल्या तीनच गोष्टी जातात, बाकी काही नाही! आता दैनंदिन कामांच्या यादीची गरज नाही असं मी म्हटल्यावर हे गेल्या शतकातल्या वेळ व्यवस्थापन प्रशिक्षणाच्या दृष्टीनं अब्रह्मण्यम्! आहे याची मला कल्पना आहे, कारण अशी यादी खूप महत्त्वाची असते असं जगभर शिकवलं जातं; पण अशा याद्या उपयोगी ठरत नाहीत आणि याची दोन कारणं आहेत.

एक म्हणजे, सतत येत राहणारी नवी माहिती आणि धोरण किंवा डावपेचात्मकदृष्ट्या आपलं दैनंदिन काम इतक्या वेळा बदलत असतं की, प्रत्यक्ष वेळेपूर्वी नेमकं काय करायचं हे ठरवणं अशक्यच असतं. त्याऐवजी हवी तेव्हा बदलता येण्याजोगी एक सर्वसाधारण योजना समोर असणं सोयीचं ठरतं. कॅलेंडरवर कामांची यादी लिहून काढणं आणि मग त्यातील न झालेली कामं पुन्हा दुसऱ्या दिवशीच्या तारखेखाली लिहीत बसणं; यामुळे उत्साहभंगही होतो आणि वेळेचा अपव्ययदेखील. मी ज्याचा पुरस्कार करतो, त्या पुढच्या कृतींच्या यादीमध्ये वेळेशी अत्यंत निगडित असलेल्या कृतींसह सगळ्याच कृतींची स्मरणकं असतात आणि ती रोजच्या रोज लिहीत बसण्याची गरज नसते!

दुसरी गोष्ट म्हणजे आपल्या दैनंदिन कामाच्या यादीमध्ये जर तातडीनं करण्याची

गरज नसलेली कामंही असतील तर त्यामुळे जी करायलाच हवीत, अशा कामांवरचं लक्ष विचलित होऊ शकतं. समजा, क्ष ही व्यक्ती दुसऱ्या दिवशी परदेशी जाणार असल्यामुळे मी तिला शुक्रवारीच फोन करणं आवश्यक असेल; पण त्या गुरुवारच्या कामांच्या यादीत मी त्याच दिवशी करणं आवश्यक नसलेली ४-५ कामं टाकली तर गडबडीमध्ये नेमका हाच फोन करणं राहून जाऊ शकेल. मग हा फोन करण्याची संधी पुन्हा मिळणार नाही, हे माझ्या मेंदूमध्ये राहील. असं झालं तर तो माझ्या प्रणालीचा योग्य उपयोग नव्हे. माझ्या दृष्टीनं कॅलेंडर ही एक पवित्र जागा आहे. जर तुम्ही तिथे काही लिहिलं तर त्याच तारखेला ते झालंच पाहिजे, अन्यथा ते लिहून काहीही उपयोग नाही. फक्त भेटीची वेळ बदललेली असेल, तरच कॅलेंडरवर खाडाखोड होऊ शकते; एरवी नाही.

पण असं असलं तरी, पुढच्या कृतींच्या यादीपैकी वेळ मिळाला तर... या सदरात मोडणाऱ्या निवडक गोष्टींची एक छोटीशी, अनौपचारिक यादी तयार करणं मुळीच चूक ठरणार नाही. मात्र, ती यादी आणि तुमची करायलाच हवं ही यादी यांच्यामध्ये गोंधळ होता कामा नये. सहसा ज्या अनपेक्षित गोष्टी रोज घडतच असतात, त्या घडल्या तर ती अनौपचारिक यादी सहज बाजूला टाकता येईल इतपतच तिच्याकडे लक्ष द्यायला हवं.

पुढच्या कृतींची यादी

मग तुमचे कृतींचे सगळे स्मरणक कुठे जायला हवेत? पुढच्या कृतींच्या यादीमध्ये. ती तुमच्या कॅलेंडरबरोबरच, तुमच्या दैनंदिन कृती-व्यवस्थापनाच्या केंद्रस्थानी असते.

दोन मिनिटांच्या वर वेळ लागणारी आणि इतर कुणावरही सोपवता न येणारी तुम्ही ठरवलेली कोणतीही कृती कुठे ना कुठेतरी नोंदवलेली असणं आवश्यक असतं. बजेट मीटिंगकरता फोन करणं, कुटुंबातल्या ताज्या घडामोडींची माहिती मित्रांना ई-मेलवर कळवणं आणि वार्षिक विक्री परिषदेकरता कल्पना लिहून काढणं अशा प्रकारची सर्व कृती-स्मरणकं योग्य त्या यादी किंवा ट्रेमध्ये ठेवायला हवीत. जेणेकरून कुठल्याही क्षणी आपण त्यातला एक पर्याय निवडून ती कृती करू शकू.

तुमच्याजवळ जर अशा वीस किंवा तीस गोष्टी असतील, तर त्यांना पुढच्या कृती या नावाच्या एकाच यादीमध्ये ठेवण्यास हरकत नाही. म्हणजे मग जेव्हा केव्हा तुम्हाला थोडा मोकळा वेळ मिळेल, तेव्हा तुम्ही त्यांचा आढावा घेऊ शकता; पण आपल्यापैकी बहुतेकांकडे अशा गोष्टींची संख्या ५० ते १५० असण्याचीच जास्त शक्यता असते. तसं असेल तर तुमच्या पुढच्या कृतींच्या यादीचे वेगवेगळे भाग

प्रत्येक गोष्ट शक्य तितकी सोपी करायला हवी; पण अगदीच सोपीसुद्धा नाही.
- अल्बर्ट आइनस्टाईन

करा. उदाहरणार्थ, फोन हाताशी असताना करण्याचे फोन कॉल्स किंवा संगणकावर बसल्यावर करण्याची कामं इत्यादी.

कृती करण्याची गरज नसलेल्या गोष्टी

कृती करण्याची गरज असलेल्या आणि नसलेल्या अशा दोन्ही गोष्टींना हाताळण्याकरता तुम्हाला सुव्यवस्थित आणि स्वतंत्र प्रणालींची गरज असते. कृती करण्याची गरज नसलेल्या गोष्टी तीन प्रकारच्या असतात : केराच्या टोपलीत टाकण्यायोग्य, जतन करून ठेवण्यायोग्य आणि संदर्भ म्हणून उपयुक्त असलेल्या.

केराच्या टोपलीत टाकण्यायोग्य गोष्टी

अशा गोष्टी सहज ओळखता यायला हव्यात. भविष्यामध्ये ज्या गोष्टीला कृती किंवा संदर्भ म्हणून काहीही किंमत नसेल, ती उचलून सरळ केराच्या टोपलीमध्ये टाकून द्या, फाडून टाका किंवा रिसायकल करा. अशा गोष्टी तुमच्या इतर गोष्टींमध्येच पडू दिल्यात तर त्यामुळे तुमची एकूण प्रणाली धोक्यात येऊ शकते आणि तुमच्या सभोवतालची सुस्पष्टता, नीटनेटकेपणा मार खातात.

जतन करून ठेवण्यायोग्य गोष्टी

तुम्ही ज्यावर त्वरित काही कृती करण्याची आवश्यकता नाही, अशा गोष्टींचे टाकून देण्यायोग्य गोष्टींव्यतिरिक्त आणखी दोन वर्ग असतात. या वर्गामध्येदेखील तुम्ही कृती करण्याजोग्या आणि न करण्याजोग्या अशा गोष्टी काळजीपूर्वक वेगळ्या करणं अत्यंत महत्त्वाचं असतं; अन्यथा तुमच्याकडे कागदपत्रं, माहिती यांचा एवढा पसारा निर्माण होईल की, तुम्हाला कुठून आणि कशी सुरुवात करावी हेदेखील कळणार नाही.

समजा, एखाद्या न्यूजलेटरमध्ये तुम्हाला काहीतरी सापडलं असेल. त्यातून तुम्हाला एखाद्या प्रकल्पाची कल्पना सुचली असेल. हा प्रकल्प आत्ता नव्हे; पण कधीतरी तुम्ही कदाचित हातात घेऊ शकाल असा असेल. काही काळानं तुम्हाला या गोष्टीचं स्मरण करून दिलं जावं, जेणेकरून त्यासंबंधी काही करायचं की नाही आणि केव्हा करायचं, याबद्दल तुम्ही काही विचार करू शकाल असं तुम्हाला वाटत असतं. उदाहरणार्थ, पोस्टानं तुम्हाला तुमच्या आवडीच्या शास्त्रीय संगीताच्या महोत्सवाची कार्यक्रमपत्रिका मिळाली आहे. त्यावर एक दृष्टिक्षेप टाकल्यावर तुमच्या लक्षात येतं की, महोत्सवाला अजून चार महिने आहेत. त्या संदर्भात लगेच काही

हालचाल करण्यात काहीही अर्थ नसतो, कारण त्या वेळी तुम्ही गावात असाल की परगावी, परदेशी असाल हे तुम्हाला आत्ता माहीत असणं शक्य नाही; पण तुम्ही जर गावामध्ये असाल तर तुम्हाला या महोत्सवाला जायला नक्की आवडेल. मग काय करायचं?

या ठिकाणी जतन करून ठेवण्याजोग्या गोष्टींचे दोन प्रकार उपयुक्त ठरू शकतात : कधीतरी/कदाचित यादी आणि संवेदनशील फाइल.

कधीतरी/कदाचित - कधीतरी पण आत्ता नाही, या सदरामध्ये मोडणाऱ्या गोष्टींची एक कायमस्वरूपी यादी बाळगणं उपयुक्त आणि प्रेरणादायी ठरू शकतं. तुम्हाला ज्या गोष्टी किंवा प्रकल्प आत्ता करणं शक्य नाही; परंतु तुम्हाला त्यांना अगदी विसरूनही जायचं नाही, अशा गोष्टी अथवा प्रकल्प पार्क करून ठेवण्याची जागा म्हणजे कधीतरी/कदाचित यादी. नियमित कालावधीच्या अंतरानं या गोष्टींची आठवण केली जावी अशी तुमची इच्छा असते.

नमुना कधीतरी/कदाचित यादी

लाकडी झोपाळा घेणं	जाहिरातीसाठी कर्मचाऱ्यांची व्हिडिओफीत तयार करणं
स्पॅनिश भाषा शिकणं	अभयारण्यांची माहिती गोळा करणं
चित्रकला शिकणं	स्वतःचं वेबपेज तयार करणं
स्वयंपाकघराचं नूतनीकरण करणं	दक्षिण भारताच्या सहलीवर जाणं
अंगणामध्ये फरशी बसवून घेणं	सुताराकडून कामं शिकून घेणं
नृत्य शिकणं	आपल्या आठवणी प्रकाशित करणं
बलूनची सफर करणं	बाग आकर्षक करून घेणं
जंगलातून प्रवास करणं	शेजारच्या कुटुंबांना जेवायला बोलावणं

या सगळ्या गोष्टी तुम्ही आत्ता नव्हे; पण कधीतरी करू इच्छिता. मात्र, त्यांचं स्मरण तुम्हाला करून दिलं जायला हवं आहे. या यादीचा जर काही उपयोग व्हायचा असेल तर तुम्ही तिचा वेळोवेळी आढावा घेणं आवश्यक आहे. या प्रकरणामध्ये पुढे जो साप्ताहिक आढावा सुचवला आहे, त्यात या यादीचा समावेश करावा असं मी सुचवेन.

तुमच्या कधीतरी/कदाचित प्रमुख यादीत काही गोष्टी अशा असतील, ज्यांचा आढावा तुम्ही तशी उर्मी जागृत झाल्यावरच घेऊ इच्छित असाल. उदाहरणार्थ,

- डाउनलोड करून पाहण्याचे सिनेमे
- वाचून काढण्याची पुस्तकं
- करून पाहण्याचे खाद्यपदार्थ
- आठवड्याच्या सुटीमध्ये जाण्याची ठिकाणं
- मुलांबरोबर करायच्या गोष्टी
- ज्यांना हजर राहायचे आहे, अशा परिषदा
- नजरेखालून घालण्याची संकेतस्थळं

सृजनात्मक गोष्टी करण्याच्या तुमच्यासमोरच्या विकल्पांमध्ये अशा गोष्टींची स्मरणकं खूप मोठी भूमिका बजावू शकतात. अशा गोष्टींची यादी मनाला येईल तेव्हा करू शकण्याची सोय असलेलं संकलन साधन खूप उपयुक्त ठरू शकतं.

संवेदनशील फाइल - हिला कधीकधी प्रलंबित किंवा पाठपुरावा फाइल असंही म्हणतात. ही प्रणाली म्हणजे अक्षरशः भविष्यात एखाद्या विवक्षित दिवशी आपल्या हातात पडेल अशा हिशेबानं स्वतःलाच स्मरणपत्र पाठवण्याची सोय असते. तुमचं कॅलेंडर हेच काम करू शकतं. उदाहरणार्थ, तुम्ही कॅलेंडरवर १ मार्च या तारखेला तुमची कर भरण्याची अंतिम तारीख एक महिन्यावर आली असल्याची नोंद करून ठेवू शकता. या संदर्भात अधिक माहितीकरता प्रकरण ७ पाहा.

संदर्भ साहित्य

तुमच्यासमोर येणाऱ्या अनेक गोष्टींच्या बाबतीत तुम्हाला काही कृती करणं आवश्यक नसतं; पण माहिती म्हणून त्यांना काही एक मूल्य असतं. या गोष्टी जतन करणं आणि हव्या तेव्हा त्या परत शोधणं तुम्हाला आवश्यक वाटू शकतं. अशा गोष्टी कागदी किंवा डिजिटल स्वरूपामध्ये साठवून ठेवता येतील.

कागदी स्वरूपातील गोष्टी - जवळच्या हॉटेलातील मेनू कार्ड, योजना, रेखाचित्रं, विक्रेत्यांची माहिती इत्यादी. एखाद्या चांगल्या, प्रत्यक्ष हाताळण्याजोग्या किंवा डिजिटल प्रणालीमध्ये ठेवणं उचित ठरतं. ही प्रणाली म्हणजे नावं आणि फोन नंबर लिहून ठेवण्याच्या वह्या, सुटे कागद इत्यादीपासून ते कॉर्पोरेट विलीनीकरणाच्या कायदेशीर आणि काळजीपूर्वक तयार केलेल्या कागदपत्रांची भलीमोठी कपाटं किंवा फाइलिंग कॅबिनेट्सपर्यंत काहीही असू शकतं. आता जास्तीतजास्त माहिती डिजिटल रूपात येत असली, तरी काही वेळा अशी माहिती कागदस्वरूपात सांभाळणं आणि पुन्हा पाहणं जास्त सुलभ ठरतं.

इलेक्ट्रॉनिक स्टोअरेज किंवा साठवणीमध्ये, डेटाबेसच्या साखळीपासून ते

तुमच्या सॉफ्टवेअरमध्ये असलेल्या माहिती संग्रहालयापर्यंत (अर्काइव्ह) काहीही असू शकतं.

इथे लक्षात ठेवण्याजोगी सगळ्यात महत्त्वाची गोष्ट म्हणजे संदर्भ-साहित्य हे संदर्भ-साहित्यच असलं पाहिजे. गरज असेल तेव्हा ते सहज पाहता यायला हवं. संदर्भ प्रणाली सहसा दोन प्रकारच्या असतात : १. विषय आणि क्षेत्राशी संबंधित, आणि २. सर्वसाधारण संदर्भ फायली. यातील पहिल्या प्रकारच्या प्रणालींमध्ये तारखेनुसार, कंत्राटांशी संबंधित माहिती किंवा कागदपत्रांना वाहिलेले खण, कर्मचाऱ्यांच्या पगाराशी संबंधित गोपनीय माहितीला वाहिलेलं कपाट किंवा बंद झालेल्या न्यायालयीन खटल्यांशी संबंधित, भविष्यात एखाद्या अशाच प्रकरणामध्ये उपयोगी पडेल अशा कागदपत्रांची कपाटं किंवा ग्राहक अथवा संभाव्य ग्राहकांच्या इतिहासाचा कस्टमर रिलेशनशिप मॅनेजमेंट (सीआरएम) मधला डेटाबेस अशा गोष्टी असू शकतील. त्यातील माहितीचा कधी काळी पुन्हा उपयोग करता येऊ शकतो.

सर्वसाधारण संदर्भ - साहित्याची साठवण. संदर्भ-प्रणालींचा हा प्रकार असा असतो, जो सगळ्यांनाच आगापिछा नसलेली, नेमक्या कुठल्याही पूर्वनिश्चित वर्गामध्ये न मोडणारी माहिती ठेवण्याकरता सदैव हाताशी हवा असतो. तुमच्या मोबाइल फोनचं यूजर मॅन्युअल तुम्हाला कुठेतरी ठेवायचंच असतं; अमुक एका प्रकल्पाबद्दलच्या बैठकीमध्ये केलेल्या नोंदी ठेवायला एक जागा हवी असते आणि मागच्या वेळी जपानला गेला असताना काही येन शिल्लक असतात, ते तुम्ही पुढच्या वेळी तिकडे गेल्यावर वापरू शकता; पण तोपर्यंत ते कुठेतरी नीट ठेवणं आवश्यक असतं.

कार्यक्षम वैयक्तिक नीटनेटकेपणाची प्रणाली राबवण्याच्या मार्गामध्ये एक चांगली सर्वसाधारण संदर्भ फाइल नसणं, हा मोठा अडथळा ठरू शकतो. एखादी गोष्ट फाइल करणं, सोपं, जलद (आणि गमतीचंसुद्धा!) नसेल तर तुमची कागदपत्रं आणि माहिती फाइल करण्याऐवजी त्यांच्या थप्प्या जमा करत राहण्याकडे तुमचा कल असेल. तुमच्या संदर्भ-साहित्यामध्ये एक स्पष्ट विभागणी नसेल तर कृतीयोग्य आणि कृती करण्याची गरज नसलेल्या गोष्टींमधली सीमारेषा दृश्य स्वरूपातही आणि मानसिकदृष्ट्याही धूसर होत जाईल आणि मग तुमचा मेंदू एवढा सगळा पसारा पाहून बधिर होऊन जाईल. या वर्गातल्या गोष्टींकरता एक चांगली आणि काम करणारी प्रणाली बसवणं, हे ताणमुक्त उत्पादकतेच्या दृष्टीनं एक अत्यंत महत्त्वाचं काम असतं.

याबाबत आपण प्रकरण ७ मध्ये सविस्तर चर्चा करू.

आढावा

मला अमुक एक गोष्ट हवी आहे हे कुठेतरी लिहून ठेवणं वेगळं आणि प्रत्यक्ष त्या दुकानामध्ये असताना ते आठवणं वेगळं. त्याचप्रमाणे मित्राला वकिलाचं नाव विचारण्याकरता फोन करायचा आहे अशी नोंद करून ठेवणं आणि प्रत्यक्षात फोन हातात असताना आणि मोकळा वेळ असताना त्याची आठवण होणं, या दोन गोष्टी वेगळ्याच असतात.

वेळोवेळी योग्य त्या कालावधींनंतर आणि योग्य त्या पातळीवर तुम्हाला तुमच्या खासगी; तसेच व्यावसायिक जीवनाचं समग्र आणि मोठं चित्र बघता येणं आणि त्याचबरोबर गरजेनुसार खोलात शिरून करण्यायोग्य ठोस कृती पाहता येणं आवश्यक असतं. बहुतेक लोकांना कार्यप्रवाह व्यवस्थापनातील जादू त्यातील सातत्यपूर्ण आढाव्याच्या टप्प्यामध्येच लक्षात येते. हाच तो टप्पा, ज्यात तुम्ही तुमच्या सगळ्या अपूर्ण गोष्टी, सगळे प्रकल्प, यांच्यावर दर आठवड्याला एक नजर टाकत असता. या दृष्टिक्षेपाला मी क्षितिजाच्या पहिल्या पायरीवरचा दृष्टिक्षेप असं म्हणतो. तुमच्या सगळ्या सुनिश्चित कृती आणि तुमच्यापुढचे सगळे पर्याय डोळ्यांखालून घालण्याची एक संधी तुमच्यासमोर असते. यामुळे तुम्ही कुठल्याही क्षणी जे करण्याची निवड करत असता, त्याची योग्यता लक्षणीयरीत्या वाढते.

तुमचं आयुष्य कुठल्याही एका प्रणालीतून दाखवता किंवा सांभाळता येत नाही. ते त्यापेक्षा कितीतरी जास्त गुंतागुंतीचं आहे; पण जीटीडीची कार्यप्रणाली त्यातल्या महत्त्वाच्या बाबींच्या मांडणीचा एक सुसूत्र साचा पुरवते. तिच्यात गोष्टी सातत्यानं अद्ययावत होत असतात आणि सुसूत्र प्रकारे त्यांचा आढावाही घेतला जातो. यातले काही साधे घटक बहुतेक लोकांकडे विखुरलेल्या अवस्थेमध्ये अस्तित्वात असतात; पण त्यातली सामग्री आणि त्यांचा वापर या गोष्टी फारच प्राथमिक स्वरूपाच्या असतात.

केव्हा कशाचा आढावा घ्यावा?

मी शिफारस केल्याप्रमाणे जर तुम्ही वैयक्तिक नीटनेटकेपणाच्या प्रणालीची बांधणी केली आणि त्यात एक प्रकल्प यादी, एक कॅलेंडर, एक पुढच्या कृतीची यादी आणि एक प्रतीक्षा यादी असेल तर अशी प्रणाली सांभाळण्याला तुम्हाला फारसे कष्ट पडणार नाहीत.

बहुधा ज्या गोष्टीचा तुम्ही सर्वांत जास्त वेळा आढावा घेत राहाल, ती गोष्ट म्हणजे तुमचे कॅलेंडर असेल. कॅलेंडर तुम्हाला कुठल्याही दिवशी तुमच्यासमोर काय वाढून ठेवलेलं आहे, म्हणजेच तुम्ही कोणत्या गोष्टी त्याच दिवशी केल्या नाहीत तर त्या गोष्टी नंतर निरुपयोगी ठरतील, याचं स्मरण करून देत राहील. याचा

अर्थ असा अजिबात नाही की, कॅलेंडरवर तुम्ही लिहिलेल्या सगळ्या गोष्टी महत्त्वाच्याच असतील. त्या फक्त करणं आवश्यक असतं एवढंच. कुठल्याही क्षणी नेमकं काय करायचं आहे आणि केव्हा करायचं आहे, हे माहिती असण्यानं परिस्थिती सुकर होते. तुमच्या कॅलेंडरवर लिहून ठेवलेली एखादी कृती (बैठक, फोन, अहवाल) पूर्ण झाल्यानंतर अजून काय करायचं आहे, हे तपासून पाहणं ही एक चांगली सवय आहे.

> तुमच्या आवश्यक त्या सगळ्या याद्या, आराखडे आणि नकाशांचा, आवश्यक तितक्या वेळा आढावा घेत राहा, म्हणजे त्यात लिहिलेल्या गोष्टी तुमच्या मेंदूमधून निघून जातील.

कॅलेंडर तपासून पाहिल्यानंतर सहसा तुम्ही तुमच्या पुढच्या कृती यादीकडेच वळाल. या यादीमध्ये, तुमच्याकडे दिवसभरात मोकळा वेळ असल्यास करू शकायच्या कृतींची जंत्री असेल. तुम्ही जर त्या विषय किंवा संदर्भानुसार मांडलेल्या असतील (घरी, संगणकासमोर असताना, चर्चा करत असताना) तर या गोष्टी त्या-त्या परिस्थितीतच तुमच्यासमोर येतील.

प्रकल्प, प्रतीक्षेत आणि कधीतरी/कदाचित या याद्या तुम्हाला त्या विस्कळीत झालेल्या आहेत असं जेव्हा-जेव्हा वाटतं, तेव्हाच पुन्हा पाहायच्या असतात.

यशस्वी ठरण्यासाठी अत्यंत महत्त्वाचा घटक : साप्ताहिक आढावा

गोष्टी लक्षात ठेवण्याचं आणि त्यांची आठवण करून देत राहण्याचं तुमच्या मेंदूचं काम वाचवायचं असेल तर ज्यात कृतीची गरज असू शकेल अशा कुठल्याही गोष्टीचा पुरेशा वारंवारीतेनं आढावा घेत राहणं आवश्यक असतं. तुम्ही कृतीच्या संदर्भामध्ये क्षणोक्षणी घेत असलेल्या जलद आणि स्वयंस्फूर्त निर्णयांची विश्वासार्हता वाढविण्याकरता तुम्ही सतत जागरूक राहायला हवं आणि (हजारो लोकांच्या बाबतीतील) माझ्या अनुभवानुसार याचा अर्थ असा होतो की, यश मिळवण्याच्या दृष्टीनं अत्यंत महत्त्वाची कृती म्हणजे : साप्ताहिक आढावा घेणं.

> *आयुष्य अनेक गोष्टींना आपल्या कवेत घेत असतं आणि त्यातल्या कुठल्याही एका गोष्टीला, इतर गोष्टींना स्पर्श न करता जो हाताळू पाहतो, तो जीवनाच्या कारभारावर नियंत्रण मिळवण्याकरता अयोग्य असतो.*
>
> \- जेम्स फेनिमोर कूपर

तुमच्या सगळ्या अपूर्ण गोष्टी म्हणजे प्रकल्प, चालू प्रकल्पांच्या योजना, पुढच्या कृती, विषयपत्रिका, प्रतीक्षा याद्या आणि कधीतरी/कदाचित याद्या, या सर्वांचा आठवड्यातून एकदा आढावा घ्यायलाच हवा; त्यामुळे तुमचा मेंदू रिकामा

ठेवण्याची आणि गेल्या काही दिवसांत जमा झालेल्या सुट्या धाग्यांवर व्यवस्थित प्रक्रिया झालेली आहे, ते स्पष्ट झालेले आहेत आणि त्यांची नीट मांडणी करून ठेवली आहे याची खात्री करून घेण्याची संधी तुम्हाला मिळते.

जेव्हा कामाची गडबड चालू असते, तेव्हा लवकरच गोष्टी हाताबाहेर जाऊ लागतात आणि बहुतेक लोकांप्रमाणेच हे तुम्हालाही जाणवलं असेलच. खरं तर त्यात काहीही नवल नाही; पण सतत ऑन आणि कनेक्टेड असलेल्या जगामध्ये हे वाढतच जाणार आहे. नेहमी नीटनेटकं राहण्याच्या प्रयत्नात आपल्या हातात सदैव, असंख्य गोष्टी ठेवून त्यामुळे विचलित होणं तुम्हाला आवडणार नाही; पण आत्मविश्वासानं, सहजपणे वावरण्याची चैन हवी असेल तर तुम्हाला आठवड्याला एकदा तरी साफसफाई करणं, हातातली कामं अद्ययावत करणं आवश्यक ठरेल.

साप्ताहिक आढावा घेण्याची वेळ ही –

- तुमची सगळी कामं एकत्र करण्याची आणि त्यावर प्रक्रिया करण्याची असते.
- तुमच्या प्रणालीचं पुनर्विलोकन करण्याची असते.
- तुमच्या याद्या अद्ययावत करण्याची असते.
- स्वच्छ, स्पष्ट, ताज्या स्थितीत आणि परिपूर्ण असण्याची असते.

बहुतेक लोकांकडे खऱ्या अर्थानं एक संपूर्ण प्रणाली नसते आणि त्यामुळेच त्यांना त्यांच्या कामांचा आढावा घेण्याचा खरा फायदा होत नाही. त्यांचा आढावा परिपूर्ण नसतो. काहीतरी राहून गेलेलं असावं अशी एक अंधुक जाणीव त्यांच्या मनामध्ये कायम तरळत असते. म्हणूनच ही संपूर्ण प्रक्रिया पूर्ण करण्याचे फायदे भौमितिक प्रमाणामध्ये असतात. प्रणाली जेवढी परिपूर्ण तेवढा तुमचा तिच्यावर विश्वास जास्त आणि तुमचा विश्वास जेवढा जास्त, तेवढी ती प्रणाली परिपूर्ण ठेवण्याची तुमची प्रेरणा जास्त. हा दर्जा टिकवून ठेवण्याची साप्ताहिक आढावा ही एक गुरुकिल्ली आहे.

> गोष्टी तुमच्या डोक्यामधून बाहेर काढण्याकरता तुम्हाला तुमचं डोकं वापरावं लागतं.

अनेक लोकांना सुटीवर जाण्याच्या आधीच्या आठवड्यात आपल्या कामाबद्दल खूप छान वाटत असतं; पण समोर दिसणारी सुटी त्याचं कारण नसते. मोठ्या सुटीवर जाण्याच्या आधीच्या आठवड्यात तुम्ही काय करता? तुम्ही साफसफाई करता, छोटी-मोठी कामं संपवून टाकता, आपली कामं नीटनेटकी मांडता. निश्चित करून ठेवता. सुस्पष्ट करून घेता आणि त्या संदर्भात स्वतःशी, तसेच इतरांशी असलेले करारमदार नव्यानं करून ठेवता. मी फक्त एवढंच म्हणतो आहे की, हे

काम वर्षातून एकदा करण्याऐवजी दर आठवड्यात करा, म्हणजे हे वर्तमानामध्ये जगणं तुम्हाला दररोज अनुभवता येईल.

करा

या कार्यप्रवाह व्यवस्थापन प्रक्रियेचा मूळ उद्देश, कुठल्या क्षणी तुम्ही जे काही करता, त्याच्या बाबतीत तुम्हाला चांगले पर्याय निवडता यावेत हा आहे. सोमवारी सकाळी १० वाजून ३३ मिनिटांनी गायकवाडांना फोन करायचा, प्रस्ताव पूर्ण करायचा की ई-मेल्स वाचायच्या, हा निर्णय सहसा अंतःप्रेरणेतूनच होईल; पण योग्य पूर्वनियोजन केल्यास तुम्ही जो काही पर्याय निवडाल तो आत्मविश्वासानं निवडाल. तुमच्या कृतींच्या बाबतीत तुम्ही आशावादी असण्याऐवजी आश्वस्त व्हाल; त्यामुळे आपोआप तुमची काम करण्याची गती आणि परिणामकारकता हे दोन्हीही वाढतील.

> कृती करण्याचा प्रत्येक निर्णय अंतःप्रेरणेतून आलेला असतो. आपण कृती करण्याचा घेतलेला निर्णय योग्यच आहे, अशी आशा करण्याकडून तसा विश्वास असण्याकडे जाणं, हे खरं आव्हान आहे.

कृतीची निवड करण्याचे तीन साचे

क्षणभर कल्पना करा की, तुम्ही तुमच्या हातातली कामं असुरक्षिततेच्या भावनेतून किंवा चालढकल करायची म्हणून टाळत नाही. अशा परिस्थितीत, कुठल्याही एका क्षणी तुम्ही करत नसलेल्या कृतींची एक भलीमोठी जंत्रीच तुमच्याजवळ असेल. मग काय करायचं आणि काय नाही करायचं हे तुम्ही कसं ठरवाल आणि तेही दोन्ही बाबतींत वाईट वाटू नये अशा पद्धतीनं?

या प्रश्नाचं उत्तर आहे तुमच्या अंतःप्रेरणेवर विश्वास ठेवून. तुम्ही जर तुमच्या त्या वेळच्या बांधिलकी एकत्र केल्या असतील, त्यांवर प्रक्रिया केली असेल, त्यांची व्यवस्थित मांडणी केली असेल आणि त्यांचा आढावा घेतलेला असेल, तर तुमच्या या अंतःप्रेरणात्मक निवाड्याला तुमच्या कामं आणि मूल्यांच्या बाबतीत सुबुद्ध आणि व्यवहारी विचारांच्या आधारे चालना देणं तुम्हाला शक्य होईल.

काय करायचं, याबद्दलच्या तुमच्या निर्णयप्रक्रियेमध्ये तुम्ही ज्यांचा अंतर्भाव करू शकाल, असे तीन साचे मी विकसित केले आहेत. या क्षणी घाटपांडेंना फोन करायचा, मुलाला ई-मेल पाठवायची की सेक्रेटरीकडे जाऊन इकडच्यातिकडच्या गप्पा मारायच्या याचं उत्तर हे साचे तुम्हाला देणार नाहीत; पण तुमच्यासमोरचे पर्याय अधिक सुबुद्धपणे तयार करण्यामध्ये ते तुम्हाला निश्चितच मदत करतील आणि ही गोष्ट वेळ किंवा प्राधान्य-व्यवस्थापनाचे कुठलेही रामबाण उपाय करू शकत नाहीत.

१. कुठल्याही क्षणी करावयाच्या कृतीची निवड करण्याकरता चार निकषांचा साचा

बुधवारी दुपारी ३ वाजून २२ मिनिटांनी काय करायचं, हे तुम्ही कसं ठरवाल? त्याकरता खालीलप्रमाणे चार क्रमवार निकष तुम्ही लावू शकता.

संदर्भ : कुठल्याही क्षणी, आत्ता तुम्हाला काय करणं शक्य आहे यावर काही मर्यादा असतात. काही कृती कुठेही केल्या जाऊ शकतात; (उदाहरणार्थ, प्रकल्पाबद्दल नव्या कल्पना कागद, पेन हातात असल्यास कुठेही असताना लिहून काढता येतात.) पण इतर बहुतेक कृतींकरता एखादं विशिष्ट स्थान (घर, कार्यालय) किंवा एखादं विशिष्ट उत्पादकता साधन (फोन, संगणक) आवश्यक असतं. कुठल्याही एका क्षणी तुम्ही काय करू शकता, यासंबंधीचे तुमचे पर्याय मर्यादित करणारे हे पहिले काही घटक असतात.

उपलब्ध वेळ : अशी कुठली वेळ आहे जेव्हा तुम्हाला इतर काहीतरी करणं भाग आहे? उदाहरणार्थ, पुढच्या पाच मिनिटांमध्ये तुमची एखादी बैठक सुरू होणार असेल तर त्यापेक्षा जास्त वेळ लागणाऱ्या अनेक कृती तुम्हाला लगेच करणं शक्य होणार नाही.

तुम्हाला जेवढी कामं करणं शक्य असतं, त्यापेक्षा नेहमीच जास्त कामं करायची असतात आणि तुम्ही एका वेळी एकच काम करू शकता. अशा वेळी तुम्ही जे करत नाही आहात आणि जे करत आहात या दोन्हींबद्दल तितकीच चांगली भावना असणं महत्त्वाचं आहे.

उपलब्ध ऊर्जा : तुम्हाला या क्षणी किती उत्साह आहे? काही कृतींना मोठ्या प्रमाणात सर्जनशील मानसिक ऊर्जेची गरज असते. काहींना अधिक शारीरिक शक्तीची गरज असते; तर काहींना या दोन्ही गोष्टींची फारशी गरज नसते.

प्राधान्य : तुमची एकंदर परिस्थिती आणि तुमच्याजवळ उपलब्ध असलेला वेळ आणि ऊर्जा यांचा विचार करता समोरच्या पर्यायांपैकी कुठली कृती करणं सर्वांत जास्त लाभदायक ठरेल? समजा, तुमच्याकडे एक तास वेळ आहे. तुम्ही तुमच्या कार्यालयामध्ये बसलेले आहात आणि तुमच्यासमोर फोन व संगणकही आहेत. १ ते १० च्या पट्टीत तुमची ऊर्जा समजा ७.३ आहे. अशा वेळी तुम्ही तुमच्या ग्राहकाला परत फोन करावा; तुमच्या प्रस्तावावर काम करावं; तुमच्या व्हॉइस आणि ई-मेल्सवर काम करावं की तुमच्या पती/पत्नीला फोन करून त्याचा/तिचा दिवस कसा चालला आहे याची चौकशी करावी?

इथे तुम्हाला तुमच्या अंतःप्रेरणेला साद घालायला हवी आणि या क्षणी तुमच्या मनाचा जो काही निर्णय असेल, त्यावर विश्वास ठेवायला हवा. या संकल्पनेमध्ये अधिक खोलात शिरण्याकरता तुम्ही करण्याजोगी सर्वांत महत्त्वाची गोष्ट कोणती हे ठरविण्याचे आणखी दोन साचे पाहू.

२. दैनंदिन कामाचं मूल्यमापन करण्याकरता तीनपदरी साचा

तुम्ही जेव्हा गोष्टी घडवून आणत असता किंवा सामान्य परिभाषेमध्ये काम करत असता तेव्हा तुम्ही पुढील तीनपैकी एका प्रकारची कृती करत असता.

- पूर्वनियोजित काम करणं
- पुढ्यात येईल ते काम करणं
- काय करायचं ते ठरवणं

पूर्वनियोजित काम करणं : ही कृती म्हणजे तुमच्या पुढच्या कृतींच्या यादीनुसार आणि कॅलेंडरनुसार कामं करणं होय. तुमच्या कार्यप्रवाहाचं व्यवस्थापन करताना तुम्ही जी कामं ठरवून ठेवलेली असतात, ती पूर्ण करणं आवश्यक असतं. यामध्ये तुम्ही ठरवलेले फोन कॉल्स असतील, विचार करून नव्या कल्पनांना जन्म देणं असेल आणि त्या लिहून काढताना किंवा मग वकिलाशी बोलताना काय बोलायचं याचे मुद्दे लिहून काढणं असेल.

पुढ्यात येईल ते काम करणं : अनेकदा कामं अचानक उद्‌भवतात. अनपेक्षितपणे, अवचित समोर येतात. एकतर ती तुम्हाला लगेच करावीच लागतात किंवा मग त्या-त्या वेळचा तुमचा प्रतिसाद ठरवत जायचं असतं. उदाहरणार्थ, तुमचा भागीदार तुमच्या कार्यालयामध्ये येतो आणि त्याला एखाद्या नव्या उत्पादनाविषयी तुमच्याशी चर्चा करायची असते. मग तुम्ही इतर सगळी कामं बाजूला ठेवून आधी त्याच्याशी चर्चा करता. दररोज काहीतरी नवीनच उद्‌भवतं. अकल्पित गोष्टी अचानक उभ्या राहतात आणि त्यातल्या बहुतांश गोष्टींवर तुम्हाला किमान काही वेळ आणि ऊर्जा खर्च करावीच लागते. तुम्ही जेव्हा या कामांच्या मागे जाता, तेव्हा आपोआपच इतर कुठल्याही गोष्टीपेक्षा ती महत्त्वाची असल्याचा निर्णय घेत असता.

काय करायचं ते ठरवणं : तुमची काम ठरवणं म्हणजे तुमचा इन-ट्रे रिकामा करणं, ई-मेल्स, व्हॉइस मेल्स, बैठकीतल्या नोंदी पाहणं आणि नव्या प्रकल्पाचे कृतीयोग्य भाग करणं. तुमच्याकडे गोळा होणाऱ्या कच्च्या सामग्रीवर प्रक्रिया करत असताना तुम्ही नक्कीच काही दोन मिनिटांपेक्षाही कमी वेळ लागणाऱ्या गोष्टी कराल आणि अनेक गोष्टी फाइल कराल किंवा टाकून द्याल (पुढ्यात आलेली कामं करण्याचा आणखी एक प्रकार) यात शंकाच नाही. या क्रियेचा एक मोठा भाग म्हणजे तातडीनं नाही; पण कधीतरी करण्याच्या गोष्टी निवडणं हा असतो. या दरम्यान तुमच्या सगळ्याच प्रकारच्या यादीमध्ये तुम्ही भर टाकत असता.

एकदा तुमची सगळी कामं ठरवून झाली की, मग तुमच्या कामांच्या याद्या पूर्ण असल्याबद्दल तुमची खात्री असायला हरकत नाही. तरीही तुमची परिस्थिती,

उपलब्ध वेळ आणि ऊर्जा तुम्हाला एकापेक्षा जास्त गोष्टी करण्याची मुभा देतात. इथे विचारात घेण्याजोगी शेवटची गोष्ट म्हणजे तुमच्या कामाचं स्वरूप, त्याची उद्दिष्टं आणि त्याचा दर्जा.

३. तुमच्या कामांचा आढावा घेण्याचा सहा स्तरीय साचा

खरं तर तुमच्या प्राधान्यक्रमाच्या अनुषंगाने तुमची पर्यायांची निवड ठरायला हवी; पण प्राधान्यक्रम ठरवण्यासाठीचे बहुतेक साचे आपल्या प्रत्येक कामाच्या बाबतीत तितकेसे विश्वासार्ह नसतात. तुमचा प्राधान्यक्रम ओळखण्याकरता तुम्हाला आधी तुमचं काम नेमकं काय आहे, हे ठाऊक हवं आणि किमान सहा विविध दृष्टिकोनांतून प्राधान्यक्रम निश्चित करता येतात. याकरता क्षितिज किंवा जाणिवेतलं अंतर हा दृष्टांत वापरता येतो. एखाद्या इमारतीमधून बाहेर पाहिल्यास तुम्हाला वेगवेगळ्या मजल्यावरून वेगवेगळ्या गोष्टी दिसतात.

- क्षितिज ५ : उद्देश आणि तत्त्वं
- क्षितिज ४ : दीर्घदृष्टी
- क्षितिज ३ : ध्येयं
- क्षितिज २ : उत्तरदायित्वाचं आणि लक्ष केंद्रित करण्याचं क्षेत्र
- क्षितिज १: सद्य प्रकल्प
- जमीन : सद्य कृती

आपण सर्वांत खालच्या पातळीपासून सुरुवात करून वर चढत जाऊ या.

जमीन : सद्य कृती. तुम्हाला करायच्या असलेल्या सर्व गोष्टींची ही एक संकलित यादी असते. सगळे फोन कॉल्स, उत्तर देण्याच्या सगळ्या ई-मेल्स, बारीकसारीक कामं आणि तुमचे वरिष्ठ तसेच तुमच्या वैवाहिक जोडीदारापर्यंत तुम्ही पोहोचवू इच्छित असलेल्या विषयांची यादी. त्या क्षणी पृथ्वी फिरायची थांबली आणि तुमच्याकडे एकही नवीन माहिती जमा झाली नाही, तरी किमान १०० कामं तुमच्याकडे असतील.

क्षितिज १: सद्य प्रकल्प. सध्या तुमच्यासमोर असलेल्या सगळ्या कृतींपैकी बहुतांश कृती म्हणजे तुमच्याकडे असलेले ३० ते १०० प्रकल्प असतात. हे तुम्ही मिळवू इच्छित असलेले, तुलनेनं लघु-पल्ल्याचे परिणाम असतात. उदाहरणार्थ, घरी संगणक बसवून घेणं, विक्री-परिषद आयोजित करणं, नव्या मुख्य कार्यालयामध्ये स्थलांतर करणं, दातांच्या डॉक्टरचा शोध घेणं इ.

तुम्ही सुरू कराल ते प्रकल्प पूर्ण करा, तुम्ही स्वीकारलेली बांधिलकी पूर्ण करा, तुमच्या शब्दांना जागा - मग तुमची सुप्त आणि जागृत व्यक्तित्वं यश अनुभवतील आणि त्यामुळे परिपूर्ती, योग्यता आणि अखंडपणाची भावना तुम्हाला मिळेल.

\- जॉन-रॉजर

क्षितिज २ : उत्तरदायित्वाचं आणि लक्ष केंद्रित करण्याचं क्षेत्र. तुमचे बहुतेक प्रकल्प हे तुमच्यावर असलेली जबाबदारी, तुमची भूमिका आणि तुमची आवड यांमुळे तुम्ही निर्माण करत असता किंवा स्वीकारत असता. ही क्षेत्रं तुमच्या खासगी आणि कामाच्या आयुष्यातली कळीची क्षेत्रं असतात, ज्यात तुम्हाला काही एक साध्य करायचं असतं आणि एक उच्च दर्जा सांभाळायचा असतो. तुमच्या कामामध्ये किमानपक्षी धोरणात्मक नियोजन, प्रशासकीय साह्य, कर्मचारीवृंद-विकास, बाजारपेठेचं संशोधन, ग्राहक सेवा किंवा मिळकतीचं व्यवस्थापन या गोष्टींबद्दलची बांधिलकी अध्याहृत असते. तुमच्या खासगी जीवनामध्येदेखील लक्ष पुरवण्याजोग्या गोष्टी इतक्याच संख्येनं असतात : आरोग्य, कुटुंब, आर्थिक बाबी, घरातलं वातावरण, आध्यात्मिकता, मौजमजा इ. या सगळ्या गोष्टी करून संपवण्याजोगी कामं नव्हे, तर कामाच्या ठिकाणी किंवा खासगी जीवनामध्ये आपला अनुभव, आपली कामं जोखणं तसेच त्यामधलं संतुलन आणि सातत्य टिकवणं याकरता निकष असतात. जबाबदाऱ्यांची यादी तयार करणं आणि त्यांचा आढावा घेणं; यामुळे तुमच्या हातात असलेल्या प्रकल्पांचं मूल्यमापन करण्याकरता एक अधिक व्यापक संरचना प्राप्त होते.

क्षितिज ३ : ध्येयं. तुमच्या खासगी तसेच व्यावसायिक जीवनातील विविध क्षेत्रांत, आजपासून एक ते दोन वर्षांमध्ये काय घडावं अशी तुमची इच्छा आहे, यानं तुमच्या कामं ठरवण्याला एक अतिरिक्त परिमाण मिळतं. तुमच्या कामामधील ध्येयं आणि उद्दिष्टं गाठण्याकरता सहसा तुमचा ज्यावर भर असतो ते कामामधील केंद्रस्थान बदलत जातं, कारण जबाबदाऱ्यांची नवनवीन क्षेत्रं तुमच्यासमोर उघडत असतात. या क्षितिजावर तुमच्या खासगी जीवनामध्येदेखील तुम्हाला काही गोष्टी साध्य किंवा प्रस्थापित कराव्याशा वाटू शकतात आणि त्यांच्यामुळे तुमच्या जीवनातील काही बाजूंचं महत्त्व वाढून इतर बाजूंचं महत्त्व कमी होऊ शकतं.

क्षितिज ४ : दीर्घदृष्टी. भविष्यामध्ये तीन ते पाच वर्षांपर्यंत दृष्टिक्षेप टाकण्यानं कामाच्या अधिक मोठ्या प्रकारांच्या बाबतीत विचारांना चालना मिळते : संस्थात्मक नीती, वातावरणातले कल, कारकीर्द आणि जीवनशैली बदलून टाकणारी परिस्थिती. यांमधल्या अंतर्गत घटकांमध्ये दीर्घकालीन कारकीर्द, कुटुंब आणि आर्थिक उद्दिष्टं तसेच जीवनाच्या दर्जाविषयीच्या महत्त्वाकांक्षा आणि विचार यांचा समावेश होतो; तर बाह्य

जगातील गोष्टींमध्ये कदाचित आजूबाजूला होणाऱ्या गोष्टींचा म्हणजे तंत्रज्ञान, जागतिकीकरण, बाजारपेठेतील कल आणि स्पर्धा यांसारख्या बदलांचा तुमच्या कामावर आणि संस्थेवर होणाऱ्या परिणामांचा समावेश असतो. या उंचीवरून घेतले जाणारे निर्णय तुमच्या कामाच्या स्वरूपामध्ये विविध स्तरांवर बदल घडवून आणू शकतात.

क्षितिज ५ : उद्देश आणि तत्त्वं. हे दृश्य मोठं चित्र प्रकारचं असतं. तुमच्या कंपनीच्या अस्तित्वाचा उद्देश काय? तुमच्या स्वतःच्या अस्तित्वाचा उद्देश काय? काहीही झालं तरी तुमच्या दृष्टीनं सर्वांत महत्त्वाचं आहे असं काय आहे? कुठल्याही गोष्टीचा प्राथमिक उद्देश तिचं खरं कार्य काय, याची मूळ परिभाषा पुरवत असतो. हे सर्वोच्च असं कामाचं वर्णन असतं. सगळी ध्येयं, सगळ्या दूरदृष्टी, उद्दिष्टं, प्रकल्प आणि कृती यांपासूनच उत्पन्न होतात आणि याकडेच नेणाऱ्या असतात.

वर दिलेल्या क्षितिजांच्या उपमा काहीशा ढोबळ स्वरूपाच्या आहेत; प्रत्यक्ष जीवनामध्ये तुमचं लक्ष्य आणि तुमचे प्राधान्यक्रम यापैकी एकाही पातळीवर अचूक न बसणं शक्य आहे; पण या उपमांमुळे तुम्हाला एक उपयुक्त संरचना नक्की मिळते; त्यामुळे तुमच्या बहुस्तरीय कामाची आणि त्यातून उत्पन्न होणाऱ्या बांधिलकीची आणि कामांची तुम्हाला जाणीव होऊ शकते.

अर्थात, आपण काय करायचं आणि केव्हा करायचं याचा जो निर्णय तुम्ही घेतलेला आहे तो सर्वोत्तमच आहे, याबद्दल तुम्हाला खात्री वाटण्याकरता अनेक घटकांचा विचार होणं आवश्यक असतं. दीर्घकालीन ध्येयं आणि मूल्यांवर लक्ष केंद्रित करण्याच्या तुमच्या रूढ पद्धतीनं प्राधान्यक्रम ठरवणं, हा एक आवश्यक मूळ दृष्टिकोन असला, ती दैनंदिन जीवनामध्ये जे अनेकविध निर्णय तुम्हाला घ्यावे लागतात आणि ज्या अनेकविध क्रिया कराव्याच लागतात, त्यांकरता एक व्यवहार्य साचा व संरचना मात्र तो देऊ शकत नाही. तुमच्या कार्यप्रवाहावर सर्व स्तरांवर नियंत्रण मिळवताना तुमच्या असं लक्षात येईल की, गोष्टी घडवून आणण्याचा एक अधिक परिपूर्ण मार्ग तुमचं काम तुम्हाला पुरवतं आणि तुमच्या मनामध्ये त्याबद्दल एक चांगली भावना उत्पन्न होते.

क्षणोक्षणी आणि दर दिवशी तुम्हाला विचार करत बसण्याची सवड मिळत नसते. तुम्ही आधीच विचार करून ठेवणं आवश्यक असतं.

या पुस्तकाच्या दुसऱ्या भागात कृतींसंबंधी निर्णय घेण्यामध्ये वर वर्णन केलेल्या तीन साच्यांचा उपयोग कसा करून घ्यायचा आणि संकलन, प्रक्रिया, नियोजन, मांडणी आणि आढावा या सर्व गोष्टी तुम्हाला त्यामध्ये यशस्वी होण्याकरता कशा साह्यभूत ठरतात, याविषयी नेमकं प्रशिक्षण मिळेल.

३

प्रकल्प सर्जनशील रितीनं मार्गी लावणं : प्रकल्प नियोजनाचे पाच टप्पे

ताणमुक्त नियंत्रणामधले कळीचे घटक म्हणजे १. सुस्पष्ट मांडलेले परिणाम (प्रकल्प) आणि ते पूर्ण करण्याकरता आवश्यक असलेल्या पुढील कृता आणि २. नियमितपणे आढावा घेतल्या जाणाऱ्या विश्वसनीय व्यवस्थेमध्ये टाकून ठेवलेले स्मरणक. यालाच मी आडवी दृष्टी असं म्हणतो. हे दिसायला सोपं वाटत असलं तरी या प्रक्रियेची अंमलबजावणी केल्यानंतर मिळणारे परिणाम खूपच सखोल असतात.

उभी दृष्टी अधिक विशाल करणं

बहुतेक प्रसंगांमध्ये, बहुतेक वेळा तुम्हाला फक्त आडवी दृष्टी पुरेशी ठरते; पण काही वेळा मात्र एखादा प्रकल्प नियंत्रणाखाली आणण्याकरता, एखाद्या समस्येवरचा उपाय शोधण्याकरता किंवा योग्य तीच पावलं उचलण्याचं आपण ठरवलं आहे याची खातरजमा करून घेण्याकरता तुम्हाला अधिक निर्धार आणि अधिक लक्ष केंद्रित करण्याची गरज भासू शकते. इथेच उभी दृष्टी कामाला येते. या अधिक उभ्या मार्गानं उत्पादक प्रकारे कसा विचार करावा आणि त्याच्या परिणामांना तुमच्या वैयक्तिक व्यवस्थेमध्ये कसं अंतर्भूत करावं हे माहीत असणं हा ज्ञानाधिष्ठित कामाकरता आवश्यक असलेला दुसरा, सामर्थ्यशाली वर्तन-संच आहे.

लहान-सहान गोष्टी करत असतानासुद्धा तुम्हाला मोठ्या गोष्टींचा विचार करणं आवश्यक असतं. म्हणजे मग त्या सगळ्या लहान-लहान गोष्टी योग्य दिशेनंच जात राहतील.

- अल्विन टॉफ्लर

अशा प्रकारे विचार करणं अगदी सविस्तर असणं गरजेचं नाही. तुमचं बरंचसं

विचार करणं हे अनौपचारिक असेल. त्याला मी पाकिटाच्या मागच्या बाजूला केलेलं नियोजन म्हणतो. असे विचार अक्षरशः तुम्ही एखाद्या कॉफी-शॉपमध्ये एखाद्या सहकाऱ्याबरोबर विक्री-सादरीकरणाची विषयपत्रिका आणि आराखडा तयार करताना बसल्या-बसल्या हातातल्या पाकिटाच्या मागच्या बाजूला किंवा पेपर नॅपकिनवर कधीकधी एखादी कल्पना अथवा विचार लिहून ठेवता, तसे अचानक सुचलेले असतात. तुम्ही गुंतवत असलेल्या ऊर्जेच्या मोबदल्यात तुम्हाला मिळणाऱ्या परिणामांचा विचार करता असं नियोजन हे सर्वांत उत्पादक नियोजन असतं, असं माझा अनुभव सांगतो. अर्थात, अधूनमधून घटक, अनुक्रम किंवा प्राधान्यक्रम स्पष्ट करून घेण्याकरता एखादी अधिक औपचारिक संरचना किंवा योजना तुम्हाला आवश्यक वाटू शकते. प्रकल्पाच्या विविध भागांवर एकापेक्षा अधिक गटांना सहकार्यानं काम करण्याची गरज असेल तेव्हा समन्वय साधणं किंवा तुम्ही नेमकं काय करू पाहत आहात हे तुम्हाला कळतं आहे याबद्दल एखाद्या गुंतवणूकदाराचं समाधान करण्याच्या दृष्टीनं व्यवसायविषयक योजना (बिझनेस प्लॅन) तयार करणं; अशा अधिक गुंतागुंतीच्या परिस्थितीमध्ये तुम्हाला अधिक तपशीलवार रूपरेषासुद्धा आवश्यक ठरते; पण एक सर्वसाधारण नियम म्हणून केवळ एखादं पाकीट आणि एक पेन्सिल यांच्या साह्यानंदेखील तुम्ही अत्यंत सर्जनशील बनू शकता.

व्यावसायिक विश्वामध्ये प्रकल्पांशी संबंधित विचार करताना अधिक संख्येनं औपचारिक साच्यांची फारशी गरज नसते. ज्यांना ते लागतात, त्यांच्याकडे ते आधीपासूनच असतात आणि नसल्यास त्यांना ते त्यांच्या शैक्षणिक किंवा व्यावसायिक अभ्यासक्रमांमध्ये सहज मिळून जातात असं माझं निरीक्षण आहे. उलट मला तर असं आढळलं आहे की, खरी वानवा आहे ती आपल्यासारख्या इतर लोकांकरता एखाद्या प्रकल्पकेंद्रित साच्याची. आपल्याला गरज असते आपल्या विचारांना आधार देण्याच्या, त्यांना पुष्टी देण्याच्या विविध मार्गांची; मग असे मार्ग कितीही अनौपचारिक का असेनात! औपचारिक नियोजन सत्रं आणि अत्यंत शक्तिशाली नियोजन-साधनं (उदाहरणार्थ, प्रकल्प व्यवस्थापन सॉफ्टवेअर) नक्कीच उपयुक्त ठरू शकतात; पण अनेकदा, कामाचा नेमका भाग ठरवून घेण्याकरता बैठकीला हजर असणाऱ्या लोकांना आणखी एका बैठकीची, पाकिटाच्या मागच्या बाजूचं नियोजन किंवा व्हाइटबोर्डवर मुद्दे लिहून काढणं याची गरज भासते. अगदी औपचारिक आणि नीट आखलेल्या बैठकांमध्येही किमान एकतरी महत्त्वाचा

> प्रकल्प आणि परिस्थिती तुमच्या डोक्यातून बाहेर जावेत याकरता ते पुरेसे स्पष्ट करून घेणं आणि नियंत्रणाखाली आणणं आणि एकही संभाव्य उपयुक्त कल्पना किंवा विचार डोक्यामधून निसटून जाऊ न देणं, हे उद्दिष्ट असायला हवं.

मुद्दा राहून जातोच. उदाहरणार्थ, मुळात हा प्रकल्प का केला जातो आहे? किंवा मग ज्यामुळे प्रकल्प अधिक रोचक, अधिक किफायतशीर किंवा अगदी गमतीशीरदेखील होऊ शकेल, अशा नवनव्या कल्पना शोधून काढण्याकरता अशा बैठकांमध्ये पुरेसा वेळच दिला जात नाही. शेवटचं म्हणजे, प्रकल्प-योजनेच्या विविध अंगांच्या कृती आणि उत्तरदायित्व ठरवण्याकरता पुरेसा निर्धार या बैठकींमधून पुढे येतोच असं नाही.

एक चांगली बातमी म्हणजे ज्यामध्ये कमीतकमी वेळ आणि श्रम खर्च होऊन जास्तीतजास्त उपयुक्त काम होऊ शकेल अशा पद्धतीनं प्रकल्प, परिस्थिती आणि विषय यांबद्दल विचार करण्याचा एक उत्पादक मार्ग उपलब्ध आहे. हा मार्ग म्हणजे प्रकल्प नियंत्रणाखाली आणण्याकरता किंवा अपेक्षित परिणाम मिळवण्याकरता एखादी गोष्ट करून टाकण्याकरता आपण स्वाभाविकपणे किंवा नैसर्गिकरीत्या जो विचार आणि जे नियोजन करतो तेच करणं. माझं असं निरीक्षण आहे की, लोक जेव्हा अधिक अनौपचारिकपणे आणि अधिक स्वाभाविकपणे नियोजन करतात, तेव्हा त्यांचा बराचसा ताण नाहीसा होतो, शिवाय त्यांना परिणामही जास्त चांगले मिळतात.

नियोजनाचा स्वाभाविक साचा

जगातला सर्वांत तल्लख आणि सर्जनशील नियोजक तुमच्या परिचयाचा आहे, तो म्हणजे तुमचा मेंदू. तुम्ही स्वतःच खरं तर एक नियोजनाचं यंत्र आहात. तुम्ही कपडे घालत असताना, जेवताना, दुकानामध्ये शिरताना किंवा नुसतं बोलतानादेखील सतत नियोजन करत असता; योजना तयार करत असता. ही प्रक्रिया जरी अचानक आणि केव्हाही आपोआप घडणारी वाटत असली, तरी तुमच्या मेंदूनं काहीतरी प्रत्यक्ष घडवून आणण्यापूर्वी अनेक व्यामिश्र पायऱ्यांची मालिका पार पडणं आवश्यक असतं. जवळजवळ कुठलंही काम करण्याकरता तुमचा मेंदू पाच पायऱ्या पूर्ण करत असतो :

> जगातला सर्वांत अनुभवी नियोजनकार म्हणजे तुमचा मेंदू होय.

१. उद्देश आणि तत्त्वं निश्चित करणं
२. परिणामांचं मानसिक चित्र पाहणं
३. विचारमंथन (ब्रेनस्टॉर्मिंग)
४. सुसंघटन (ऑर्गनायझिंग)
५. पुढच्या कृती ओळखणं

एक साधं उदाहरण : रात्री बाहेर जेवायला जाण्याचं नियोजन

मागच्या वेळी तुम्ही जेव्हा बाहेर जेवायला गेला होतात, तेव्हा तुम्हाला तसं करावं वाटण्याची अनेक कारणं असू शकतात - भूक लागली म्हणून, मित्रांबरोबर गप्पा मारायची संधी म्हणून, काहीतरी विशेष प्रसंग साजरा करायचा म्हणून, एखाद्या व्यावसायिक करारावर सह्या करण्याकरता किंवा एखाद्या मित्र/मैत्रिणीबरोबर खास संबंध प्रस्थापित करण्यासाठी म्हणून. यांपैकी कुठलीही गोष्ट करण्याची तुमची मनोमन इच्छा होताच तुम्ही नियोजन करण्यास सुरुवात केली होतीत. ही तुमची इच्छा किंवा हा जो काही मानस होता, तो तुमचा उद्देश झाला आणि त्यामुळे आपोआप तुमच्या मनामध्ये नियोजन प्रक्रियेला चालना मिळाली. तुमच्या तत्त्वांनी तुमच्या योजनेच्या सीमारेषा ठरवून दिल्या. जेवायला बाहेर जाण्याची तत्त्वं, असा तुम्ही मुद्दाम काही विचार कदाचित केलाही नसेल; पण तुमचे विचार तुमच्या तत्त्वांच्या मर्यादेमध्येच झाले. जेवणाचा आणि सेवेचा दर्जा, खिशाला परवडणारे दर, सोयीचं ठिकाण आणि निवांतपणा अशा सगळ्याच गोष्टींनी त्यामध्ये आपापली भूमिका पार पाडली होती. एकूण तुमचा उद्देश आणि तुमची तत्त्वं यांनी तुम्हाला प्रेरणा आणि मर्यादा पुरवल्या, एवढं मात्र खरं!

एकदा तुमचा उद्देश मनात पक्का झाल्यावर तुमचे पहिले भरीव विचार कोणते होते? योजनेतील मुद्दा क्र.२. अ., ३.ब असा तो विचार नक्कीच नसावा! तुमचा पहिला विचार बहुतेक अमुक ठिकाणची थाळी किंवा निवांतपणे बसण्यासाठी तमुक ढाबा असा काहीतरी असावा. त्या ठिकाणी प्रत्यक्ष गेल्यावर कसं मस्त वाटेल किंवा एकूण आजची संध्याकाळ कशी छान जाईल; येणारे लोक, वातावरण आणि अंतिम परिणाम अशी काही सकारात्मक मानसिक चित्रंदेखील तुम्ही मनात पाहिली असतील. हे झालं तुमचं परिणामांचं मानसिक चित्र पाहणं. तुमच्या रात्रीच्या जेवणाचा हेतू जरी का या प्रश्नाचं उत्तर असला, तरीही तुमचं मानसिक चित्र कायशी निगडित असतं. बाह्य जगाचं दृश्य, त्यातले आवाज आणि विचार यातून तुमचा उद्देश सर्वोत्तम रीतीनं पूर्ण होणं याचा तुमच्या मानसिक चित्रामध्ये समावेश असतो.

भावी घटनेचं तुमच्या मनातलं दृश्य तुम्ही स्वीकारल्यानंतर तुमच्या मनामध्ये आपोआप काय सुरू झालं? कुठले विचार सुरू झाले? किती वाजता जायचं? ते हॉटेल आज उघडं असेल का? तिथे आज गर्दी असेल का? आज पाऊस वगैरे तर पडणार नाही ना? गाडीमध्ये पुरेसं पेट्रोल आहे का? आपल्याला कितपत भूक आहे? हे सगळे विचार म्हणजे कल्पनाविलास किंवा विचारमंथन करणं (ब्रेनस्टॉर्मिंग) होय. हे सगळे विचार अद्याप न घडलेल्या परिणामांच्या दिशेनं तुम्ही वाटचाल करत असताना जी नैसर्गिक सर्जनप्रक्रिया मनामध्ये सुरू होते, तिचाच एक भाग असतात. तुम्ही पाहिलेलं अंतिम मानसिक चित्र आणि त्या क्षणी तुम्ही जिथे होतात, या

दोन्हींमध्ये असलेलं अंतर तुमच्या मेंदूनं जाणून घेतलं आणि हा आकलनात्मक फरक दूर करण्याकरता मधल्या रिकाम्या जागा भरण्याचा प्रयत्न सुरू केला. स्वाभाविक नियोजनाच्या कसं? या टप्प्याची ही सुरुवात असते. मात्र, मेंदूनं काहीशा अनियमित व सुचेल तशा पद्धतीनं विचार केला. बाहेर जेवायला जाण्याशी संबंधित अनेक वेगवेगळ्या बाबी नुकत्याच तुमच्या मनामध्ये आल्या. हे सगळं एखाद्या कागदावर लिहून वगैरे काढण्याच्या फंदात तुम्ही पडला नाहीत; पण तीच प्रक्रिया एक प्रकारे तुमच्या मनामध्ये तुम्ही पूर्ण केली.*

तुमच्या मनामध्ये पुरेशा कल्पना आणि तपशील तयार झाल्यानंतर त्यांची नीट सुसंगतवार मांडणी करणं, हेच तुम्ही करू शकत होतात. तुम्ही कदाचित म्हणाला असाल किंवा असा विचार केला असेल, आधी ते रेस्तराँ आज चालू आहे की नाही ते पाहू किंवा देसाईंना फोन करून बघू या, ते आपल्याबरोबर आज जेवायला येऊ शकतील का? तुमच्या इच्छित परिणामांशी संबंधित अनेक प्रकारचे विचार करून झाल्यानंतर तुमचा मेंदू आपसूकच त्यांची अंतर्गत घटक (उप-प्रकल्प), प्राधान्यक्रम आणि घटनाक्रम यानुसार वर्गवारी करायला सुरुवात करतो. या उदाहरणातील घटक म्हणजे : आपल्याला जाण्या-येण्याची व्यवस्था, लोक आणि ठिकाण, या सगळ्या गोष्टी हाताळायच्या आहेत. प्राधान्यक्रम म्हणजे : ग्राहक खरोखर डिनरला यायला तयार होईल की नाही, याची खात्री करून घेणं अत्यंत महत्त्वाचं आहे. घटनाक्रम म्हणजे : आधी रेस्तराँ चालू आहे की नाही ते पाहू या आणि मगच देसाईंना फोन करू या आणि त्यानंतर कपडे करू या. स्वाभाविक नियोजनाच्या या भागामध्ये त्याचं स्वरूप पाहता साहजिकच आव्हानं, तुलना आणि मूल्यमापन या गोष्टींचा समावेश असतो. कुठली तरी एक गोष्ट दुसरीपेक्षा अधिक चांगली, अधिक मोठी किंवा आधी असतेच.

> चमकदार कल्पना मनामध्ये येण्याची गुरुकिल्ली म्हणजे अधिक चाणाक्षपणे विचार करणं.

शेवटी (समजा, हा प्रकल्प पूर्ण करण्याकरता तुम्ही बांधील आहात, म्हणजेच या उदाहरणामध्ये, जेवायला बाहेर जायला तयार आहात), तर तुम्ही तुमचं लक्ष पुढच्या कृतीवर केंद्रित करता. या कृतीमुळे पहिला घटक प्रत्यक्षात उतरणार असतो. फोन करून ते रेस्तराँ चालू आहे की नाही ते तपासून पाहणं आणि टेबल आरक्षित करणं.

---

* मात्र, तुम्ही जर तुमच्या मित्रानं नुकतंच मिळवलेलं एखादं यश साजरं करणार असाल, तर त्यातले नाना तपशील लक्षात घेता तुम्हाला किमान 'पाकिटाच्या मागे' सगळ्या गोष्टी लिहून काढणं भाग पडेल.

दिवसभरामध्ये तुम्ही करत असलेल्या प्रत्येक कामाच्या बाबतीत प्रकल्प नियोजनाचे हे पाच टप्पे नैसर्गिकपणेच पार पडत असतात. तुम्ही एखादी नवी गोष्ट अशीच घडवून आणता. उदाहरणार्थ, रात्रीचं जेवण, एक निवांत संध्याकाळ, एखादं नवं उत्पादन किंवा एखादी नवी कंपनी सुरू करणं. तुम्हाला काहीतरी घडवून आणण्याची ऊर्मी असते; तुम्ही त्या गोष्टीचं मानसिक चित्र तयार करता. त्या गोष्टीशी ज्यांचा संबंध असू शकेल, अशा सगळ्या कल्पना तुम्ही जन्माला घालता. त्या कल्पना तुम्ही एखाद्या विशिष्ट संरचनेमध्ये संगतवार मांडता आणि मग ती गोष्ट प्रत्यक्षात येण्याची सुरुवात करणारी प्रत्यक्ष कृती निश्चित करता. हे सगळं तुम्ही फारसा विचार न करता स्वाभाविकपणेच करत असता.

स्वाभाविक नियोजन हे सर्वसाधारणच असतं, असं नाही

पण खरंच तुमच्या कंपनी किंवा सोसायटीतल्या एखाद्या सार्वजनिक कार्याचं नियोजन तुमची समिती वर दिलेल्या पद्धतीनंच करते का? तुमचे आयटीचे लोक नवी संगणक प्रणाली बसवताना हीच पद्धत अवलंबतात का? एखादा विवाह समारंभ तुम्ही असाच आयोजित करता का? कंपनी विलीनीकरणाचा संभाव्य विचार तुम्ही हीच पद्धत वापरून करता का?

प्रकल्पाचा मूळ उद्देश तुम्ही सुस्पष्ट करून घेतला का आणि योग्य त्या सर्व लोकांपर्यंत तो पोहोचवला आहे का? आणि प्रकल्प यशस्वी करण्याकरता ज्या मापदंड आणि वर्तनांची गरज आहे, त्यांच्या बाबतीत तुम्हा सर्वांची एकवाक्यता आहे का?

अशात कुठल्याही बाबतीत प्रचंड मोठं यश मिळण्याची कल्पना तुम्ही केलेली आहे का?

तुम्ही यशाचं मानसिक चित्र पाहिलं आहे का? आणि तुम्ही ते यश मिळवल्यानंतर ज्या काही नव्या गोष्टी घडू शकतील त्यांचा विचार केला आहे का?

तुम्ही शक्य त्या सर्व कल्पना, तुमच्या इच्छित परिणामावर ज्यांचा प्रभाव पडू शकेल अशा सर्व गोष्टी, समोर मांडून ठेवल्या आहेत का?

मुख्य कामाच्या दृष्टीनं अत्यावश्यक असलेले घटक, महत्त्वाचे मैलांचे दगड आणि फलितं तुम्ही निश्चित केले आहेत का?

आता, या क्षणी प्रकल्पाच्या कुठल्या बाजूंना चालना दिली जाऊ शकते, त्यातल्या प्रत्येक बाबतीत पुढची कृती काय असायला हवी आणि कुणावर कशाची जबाबदारी असेल हे सगळं तुम्ही ठरवलेलं आहे का?

माझ्या मार्गदर्शक आणि सल्लागाराच्या भूमिकेत मी ज्या लोकांच्या संपर्कात येतो, त्यांच्यापैकी बहुतेकांसारखेच तुम्ही असाल तर या सगळ्या प्रश्नांचं सामायिक

उत्तर म्हणजे बहुतेक नाही हेच असावं. स्वाभाविक नियोजनाच्या साच्याचे किमान काही घटक तरी तुम्ही सोडून दिलेले असतात.

माझ्या परिषदांमध्ये मी काही वेळा लोकांना या साच्याचा उपयोग करून एखाद्या चालू प्रकल्पाचं नियोजन करण्यास सांगतो. काही मिनिटांमध्येच ते सर्व पाचही टप्पे पार करतात आणि मग या संदर्भात आतापर्यंत त्यांनी जे काही केलं होतं त्या तुलनेत या सरावानंतर त्यांनी किती प्रगती केली आहे हे पाहून त्यांनाच आश्चर्य वाटतं. एकदा या सरावानंतर एक सद्गृहस्थ माझ्याकडे आले आणि म्हणाले, 'तुमचे आभार मानावेत की तुमच्यावर रागवावं, हेच मला कळत नाही. मला कधीचा एक बिझनेस प्लॅन तयार करायचा होता आणि त्याला कित्येक महिने लागतील असं मी स्वतःला सारखं सांगत असे; पण आता मी तो पूर्ण केला आणि आता माझी मलाच लाज वाटते आहे!'

तुम्हाला हवं असल्यास तुम्हीही लगेच एखादी गोष्ट या पद्धतीनं करून बघा. एखादा नवा, रेंगाळलेला किंवा निव्वळ काहीतरी सुधारणा करण्याची गरज असलेला प्रकल्प निवडा. तुमचा उद्देश निश्चित करा. त्या प्रकल्पाच्या यशस्वी पूर्ततेची कल्पना करा आणि तसं झाल्यास तुम्ही शारीरिक रूपानं, आर्थिकदृष्ट्या, लौकिकदृष्ट्या किंवा जे काही त्या दृष्टीनं ज्या स्थानावर पोहोचाल, त्या स्थानाचं चित्र मनामध्ये पाहा. उचलावी लागणारी संभाव्य पावलं, कराव्या लागणाऱ्या संभाव्य कृती शोधून काढा. तुमच्या कल्पना संगतवार मांडा. पुढच्या कृती ठरवा.

तुम्हाला कुठे जायचं आहे आणि तिथे कसं पोहोचायचं याचं अधिक स्पष्ट चित्र तुम्हाला दिसतं आहे का?

अस्वाभाविक नियोजन साचा

आपल्यासमोर असलेल्या अधिक गुंतागुंतीच्या गोष्टींकरता स्वाभाविक नियोजन साचा वापरण्याला असलेलं महत्त्व अधोरेखित करण्याकरता, अधिकांश परिस्थितीमध्ये वापरला जाणारा सर्वसाधारण साचा, ज्याला मी अस्वाभाविक नियोजन साचा असं म्हणतो, तो आता पाहू या.

चांगली कल्पना जेव्हा एक वाईट कल्पना ठरते तेव्हा

चांगल्याच हेतूनं, पण हं! या बाबतीत एक चांगली कल्पना कुणाकडे आहे? अशा वाक्यानं एखादी बैठक सुरू करणारा व्यवस्थापक तुम्ही कधी पाहिला आहे का?

इथे गृहीतक काय असेल? कुठलीही कल्पना चांगली आहे किंवा नाही हे ठरवण्याकरता आधी उद्देश स्पष्ट असायला हवा, परिप्रेक्ष्य सुनिश्चित हवं आणि सर्व

मनामध्ये कुठलीही कल्पना येण्याआधीच एखादी छान कल्पना सुचण्याची जर तुम्ही वाट पाहात बसलात तर तुम्हाला फारशा कल्पना सुचणारच नाहीत.

संबंधित माहिती गोळा केलेली (विचारमंथनानं) असावी आणि तिचं विश्लेषण (सुसंगत मांडणी) झालेलं असावं. चांगली कल्पना म्हणजे काय? हा प्रश्न चांगला आहे; पण केव्हा? तुमची विचारप्रक्रिया ८० टक्के पूर्ण झालेली असेल तेव्हा! सुरुवातच या प्रश्नानं केल्यास कदाचित लोकांची सर्जनशक्ती खुंटेल.

तुमचा मेंदू नैसर्गिकरीत्या ज्या पद्धतीनं काम करतो, त्याच्या विपरीत दृष्टिकोनातून एखाद्या परिस्थितीला सामोरं जाणं अवघड असतं. लोक वारंवार तसंच करतात; पण त्यामुळे सुस्पष्टतेचा अभाव आणि वाढीव ताण निर्माण होतात. जिथे इतर लोकांशी व्यवहार करण्याचा संबंध येतो, तिथे मग अहंकार, राजकारण आणि चर्चा आपल्या ताब्यात घेण्याचे प्रयत्न इत्यादी गोष्टींना सुरुवात होते. (सामान्यतः तुलनेनं आक्रमक लोकच चर्चेची सूत्रं हातात घेतात.) जिथे तुम्ही एकटेच तुमचा उद्देश स्पष्ट करून घेण्याआधी, मानसिक चित्रं निर्माण करण्याआधी आणि अनेक वाईट कल्पनांना जन्म देण्याआधी एखादी चांगली कल्पना शोधण्याचा प्रयत्न करत असता, तिथे सर्जनविषयक बद्धकोष्ठता निर्माण होण्याची शक्यता असते.

प्रतिक्रियात्मक नियोजन साचा

नियोजन हा शब्द उच्चारताच बहुतेक लोकांना अस्वाभाविक नियोजन साचाच आठवतो आणि बहुतेक वेळा तो कृत्रिम आणि प्रत्यक्ष कामाशी फारकत असलेला असल्यामुळे लोक नियोजनच करत नाहीत. निदान दृश्य स्वरूपात तरी नाहीच, कारण नियोजनाशी संबंधित बैठका, सादरीकरणं आणि नीतीविषयक क्रिया ते अखेरच्या क्षणापर्यंत टाळतच राहतात.

आपण खड्ड्यात पडलो आहोत हे लक्षात आलं, तर खोदणं थांबवा.
- विल रॉजर्स

पण वेळेआधी नियोजन न केल्यास काय होतं? बहुतेक बाबतींत, आणीबाणीची परिस्थिती! (काय? तू तिकिटं आणली नाहीस? मला वाटलं, तू आणणार आहेस!) मग जेव्हा ऐन क्षण येतो, तेव्हा प्रतिक्रियात्मक नियोजन साचा अवतरतो.

साचलेल्या कामाचा ढीग जेव्हा छताला जाऊन भिडतो, तेव्हा आधी कशाकडे लक्ष द्यायला हवं? कृतीवर! अधिक कष्ट करा! ओव्हरटाइम करा! जास्त लोक लावा! मान खाली घालून कामाला लागा! आणि मग अधिक संख्येनं ताणग्रस्त लोकांना परिस्थितीच्या तोंडी दिलं जातं.

जेव्हा अनेक लोकांनी एकमेकांशी डोकी आपटूनही परिस्थितीमध्ये काहीही बदल होताना दिसत नाही, तेव्हा मग कुणाला तरी शहाणपण सुचतं आणि तो म्हणतो, आपल्याला सुसंघटित व्हायला हवं! (हे ओळखीचं वाटतं आहे ना?) त्यानंतर मग समस्यांभोवती चौकटी आखल्या जातात आणि त्या चौकटींना नावं दिली जातात किंवा पूर्वीच्या चौकटी मोडून पुन्हा एकदा नव्या चौकटी आखल्या जातात आणि त्या चौकटींना नवी नावं दिली जातात.

कुठल्या तरी एका क्षणी मग लोकांच्या लक्षात येतं की, निव्वळ चौकटी आखण्यानं समस्या सुटत नाहीत. आता कुणी एक थोडा जास्त सूज्ञ पुढे येतो आणि म्हणतो, चला, जरा विचारमंथन करू या, कल्पना लढवू या. बैठकीच्या खोलीमध्ये सगळे जमल्यावर साहेब विचारतात, तुमच्यापैकी कोण सर्वोत्तम कल्पना सांगू शकेल?

> *उगीच काहीतरी करत राहू नका. शांत उभे राहा.*
>
> - रोशेल मायर

एवढं करूनही फारशी काहीच प्रगती दिसत नाही म्हटल्यावर साहेबांना वाटतं की, त्यांच्या कर्मचारीवृंदापैकी कुणातही आता आणखी काही सर्जनशील काम करण्याची क्षमता उरलेली नाही. चला, बाहेरचा एखादा सल्लागार नेमू या! हा बाहेरचा सल्लागार जर खरोखर योग्य असेल तर एका क्षणी तो कदाचित असा प्रश्न विचारेल की, इथे तुम्ही नेमकं काय करू पाहत आहात, हे मला सांगाल का? (व्हिजन, उद्देश).

स्वाभाविक नियोजन तंत्रं : पाच टप्पे

हे खरं तर अध्याहृतच आहे; पण तरीही पुन्हा सांगणं आवश्यक आहे. प्रकल्प आणि परिस्थितीबद्दल अधिक परिणामकारक पद्धतींनी विचार करण्यामुळे गोष्टी अधिक लवकर, अधिक चांगल्या प्रकारे आणि अधिक यशस्वीरीत्या घडून येऊ शकतात; त्यामुळे जर आपला मेंदू जात्याच स्वाभाविक नियोजन करत असेल, तर आपण त्यापासून कोणता धडा घ्यायला हवा? आपल्या विचारांमध्ये अधिक प्रमाणात आणि अधिक चांगले परिणाम मिळवण्याच्या सोयीकरता आपण त्या साच्याचा उपयोग कशा प्रकारे करू शकू?

स्वाभाविक नियोजनाच्या पाचही टप्प्यांकडे बारकाईनं पाहू या आणि त्यांचा आपण कसा उपयोग करून घेऊ शकतो, हे पाहू या.

उद्देश

कशासाठी? हा प्रश्न विचारल्यानं कधीही नुकसान होत नाही. या गरुडदृष्टीच्या पातळीवरून अधिक बारकाईने तपासणी केल्यास तुम्ही सध्या करत असलेलं

फाजील उत्साह म्हणजे उद्देश विसरलेला असताना दुप्पट जोमानं प्रयत्न करणं.
- जॉर्ज सन्तायाना

जवळपास कुठलंही काम सुधारता येऊ शकतं आणि त्याला गतीही देता येऊ शकते. पुढच्या बैठकीला तुम्ही कशासाठी जात आहात? तुमच्या कामाचा उद्देश काय आहे? घरी मित्रांना तुम्ही कशासाठी जेवायला बोलावलं आहे? विपणनासाठी (मार्केटिंग) एखादी संस्था नेमण्याऐवजी तुम्ही विपणन संचालक कशासाठी नेमत आहात? तुमच्या सेवा विभागातला गोंधळ तुम्ही का चालवून घेत आहात? तुम्ही अंदाजपत्रक कशासाठी तयार करत आहात? इ.

सुस्पष्टता, सर्जनात्मक विकास आणि सहकार्य यांच्याकरता, कुठल्याही क्रियेचं उद्दिष्ट माहीत असणं आणि ते स्पष्ट असणं हे दोन मुख्य दिशादर्शक असतात, हे थोडंसं प्रगत सामान्यज्ञान आहे ही गोष्ट मी मान्य करतो; पण सामान्यज्ञान सामान्यपणे वापरलं जातच नाही. याचं कारण म्हणजे काहीतरी निर्माण करणं, आपण जे निर्माण केलं आहे, त्याच्या बाह्य रूपामध्ये गुंतून पडणं आणि त्या नादात आपल्या खऱ्या आणि मुख्य उद्दिष्टाशी आपला संपर्क तुटणं हे सर्व खूपच सहजपणे घडत असतं.

अनेक उच्चपदस्थ लोकांबरोबर अनेक ऑफिसमध्ये अनेक तास घालवल्यानंतर मला हे माहीत आहे की, कशाकरता? या प्रश्नाकडे दुर्लक्ष करता येत नाही. लोक जेव्हा माझ्याकडे बैठकांच्या संख्येबाबत तक्रार करतात, तेव्हा मला त्यांना विचारणं भाग पडतं, या बैठकांचं उद्दिष्ट काय आहे? ते जेव्हा मला विचारतात, नियोजनासंबंधी सत्राला मी कुणाला आमंत्रित करायला हवं? तेव्हा मी विचारतो, नियोजन सत्राचं उद्दिष्ट काय आहे? सुटी घेऊन बाहेर गेल्यानंतर काम आणि ई-मेल यांचा संपर्क ठेवावा की नाही असा जेव्हा प्रश्न असतो, तेव्हा मी विचारतो, सुटी घेऊन बाहेर जाण्याचा मुख्य उद्देश काय आहे? जोपर्यंत त्यांना माझ्या प्रश्नाचं उत्तर सापडत नाही, तोपर्यंत त्यांच्या प्रश्नांना समर्पक उत्तरं सापडणं शक्य नसतं.

का? या प्रश्नाबद्दल विचार करण्याचं मूल्य

का? हा प्रश्न विचारण्याचे काही फायदे असे आहेत :

- त्यामुळे यश म्हणजे काय हे कळतं.
- त्यामुळे निर्णय घेण्याचे निकष निर्माण होतात.
- त्यामुळे संसाधनांची जुळणी साधते.
- त्यामुळे प्रेरणा मिळते.
- त्यामुळे दृष्टी स्वच्छ होते.
- त्यामुळे पर्यायांचा विस्तार होतो.

आता हे सगळे फायदे एकेक करून सविस्तर पाहू.

> लोकांना जिंकायला आवडतं. तुम्ही जे करत आहात त्याचा उद्देश तुम्हाला पूर्ण स्पष्ट नसेल तर तुम्ही जिंकू शकत नाही.

त्यामुळे यश म्हणजे काय हे कळतं. आजकाल लोक यशाचे भुकेले असतात. आपल्याला खेळ खेळायला आवडतात आणि आपल्याला जिंकायला किंवा किमान जिंकू शकण्याच्या स्थितीत पोहोचायला आवडतं. तुम्ही जे काही करत आहात त्याचं उद्दिष्ट जर तुम्हाला संपूर्णपणे स्पष्ट झालेलं नसेल, तर तुमच्या यशस्वितेची अजिबात शक्यता नसते. उद्दिष्ट यशाची व्याख्या देतं. वेळ आणि श्रमाच्या कुठल्याही गुंतवणुकीकरता, मग एखाद्या पदासाठी निवडणूक लढवण्याचा निर्णय असो की एखादा फॉर्म डिझाइन करायचा असो, तो एक मूळ संदर्भबिंदू असतो.

कर्मचाऱ्यांबरोबरच्या बैठकीचं उद्दिष्ट काय होतं हे जर कळलं नाही, तर कुठलीही अशी बैठक अंतिमतः तुम्हाला समाधान देऊ शकणार नाही आणि जर तुम्हाला शांत झोप हवी असेल, तर तुम्ही विपणन उपाध्यक्षाला नोकरीवरून का काढलं किंवा नवीन वित्त-संचालक म्हणून त्या हुशार, एमबीए झालेल्या तरुणाला का नेमलं, असं जेव्हा संचालक मंडळ तुम्हाला विचारेल, तेव्हा तुमच्याकडे त्याची चांगली उत्तरं असायला हवीत. आपल्याला बिझनेस प्लॅन कशासाठी हवा आहे? या प्रश्नाचं उत्तर देण्याद्वारे तुम्ही निश्चित करत असलेल्या यशाच्या निकषावर जोपर्यंत तुम्ही तुमचा बिझनेस प्लॅन घासून पाहत नाही, तोपर्यंत तो चांगला आहे किंवा नाही, हे तुम्हाला खऱ्या अर्थानं कधीच कळणार नाही.

त्यामुळे निर्णय घेण्याचे निकष निर्माण होतात. आपलं ब्रोशर पाच रंगांमध्ये छापून घ्यावं की दोन, याचा निर्णय तुम्ही कसा घेणार? तुमची नवी वेबसाइट तयार करण्याकरता एखादी मोठी वेब-डिझाइन संस्था निवडणं उपयुक्त ठरेल अथवा नाही हे तुम्हाला कसं कळेल?

> सहसा एखादा अवघड निर्णय घेण्याचा एकमेव मार्ग तुम्ही जे करत आहात त्याच्या उद्देशाकडे परत येणं हाच असतो.

शेवटी सगळं काही उद्दिष्टापर्यंत येऊनच थांबतं. तुम्ही जे काही साध्य करू पाहत आहात त्याचा विचार करता ही सगळी गुंतवणूक आवश्यक आहे का? तुमचं उद्दिष्ट सुस्पष्ट झाल्याशिवाय हे कळण्याचा कुठलाही मार्ग नाही.

त्यामुळे संसाधनांची जुळणी साधते. कॉर्पोरेट बजेटमधील कर्मचारी नेमणूक निधीचा विनियोग आपण कसा करायला हवा? किरकोळ विक्रेते म्हणून पुढच्या वर्षी

आपला नफा वाढवण्याच्या दृष्टीनं आपल्याला सध्या मिळणाऱ्या पैशांचा सर्वोत्तम उपयोग कसा करायला हवा? संघटनेच्या मासिक बैठकीमध्ये वक्त्यांवर जास्त पैसे खर्च करावेत की जेवणाकरता?

या प्रत्येक प्रश्नाचं उत्तर आपण नक्की काय साध्य करण्याचा प्रयत्न करतो आहोत त्यावर - का? या प्रश्नाच्या उत्तरावर - अवलंबून आहे.

त्यामुळे प्रेरणा मिळते. आपल्याला हे तर मान्य करायलाच हवं की, एखादी गोष्ट करण्याचं काही चांगलं कारण नसेल, तर ती गोष्ट करण्याच्या लायकीची नसते. आपण जे काही करतो आहोत ते कशासाठी, याचाच विसर पडलेले असंख्य लोक पाहून आणि तुम्ही हे का करता आहात? या साध्या प्रश्नामुळे ते किती लवकर भानावर येतात हे पाहून, मला खूपदा आश्चर्याचा धक्का बसतो.

एखादी गोष्ट का करत आहात याबद्दल जर तुम्हाला खात्री नसेल तर ती कितीही केली तरी तुम्हाला पुरेशी वाटणार नाही.

त्यामुळे दृष्टी स्वच्छ होते. तुम्ही करत असलेल्या कुठल्याही गोष्टीचं उद्दिष्ट जेव्हा तुम्हाला सापडतं, तेव्हा सगळं काही अधिक स्पष्ट होऊन जातं. फक्त दोन मिनिटं घालवून एखादी गोष्ट करण्यामागचं तुमचं मूळ कारण लिहून काढण्यामुळे अगदी न चुकता दृष्टी अधिक धारदार होते. टेलिस्कोपचा फोकस साधावा तसं हे असतं. विस्कळीत आणि अस्पष्ट झाल्यासारखे वाटणारे प्रकल्प आणि परिस्थिती आपण नेमकं काय साध्य करण्याचा प्रयत्न करत आहोत? असं जेव्हा कुणीतरी विचारतं, तेव्हा सहसा लगेच सुस्पष्ट होऊन जातात.

त्यामुळे पर्यायांचा विस्तार होतो. विरोधाभासाची गोष्ट अशी की, उद्दिष्टामुळे गोष्टी स्वच्छ दिसू लागतात; पण त्याचबरोबर अधिक विस्तारित शक्यतांबद्दल सर्जनशील कल्पनाही त्यामुळे सुचू लागतात. परिषद, कर्मचारीवर्गाची पार्टी, सुटी, व्यवस्थापकीय पदाची बरखास्ती किंवा कंपन्यांचं एकीकरण अशा कुठल्याही गोष्टीच्या मुळाशी असलेलं, का? हे जेव्हा तुम्हाला नक्की माहीत असतं, तेव्हा अपेक्षित परिणाम कसे घडवून आणायचे याबद्दलचे तुमचे विचार अधिक व्यापक होतात. माझ्या परिषदांमध्ये लोक जेव्हा एखाद्या प्रकल्पामागचं त्यांचं उद्दिष्ट लिहून काढतात, तेव्हा बहुतेक वेळा ही गोष्ट त्यांना एखादी आल्हाददायक वाऱ्याची झुळूक डोक्यातून वाहत जावी आणि तिच्यामुळे सगळं काही अचानक स्वच्छ दिसू लागावं, अशी वाटते असं ते सांगतात.

तुमचं उद्दिष्ट पुरेसं स्पष्ट आणि नेमकं आहे का? दृष्टी उद्दिष्टावर केंद्रित असण्याचे खरे फायदे म्हणजे प्रेरणा, सुस्पष्टता, निर्णय निकष, जुळणी आणि सर्जनशीलता - तुम्हाला जर अनुभवाला येत असतील तर तुमचं उद्दिष्ट पुरेसं नेमकं आहे, असं समजा; पण अनेक उद्देश याद्या (पर्पज स्टेटमेंट्स) परिणाम मिळवण्याच्या दृष्टीनं खूपच संदिग्ध आणि अस्पष्ट असतात. उदाहरणार्थ, आपली टीम चांगली असावी हे ध्येय खूपच ढोबळ ठरेल. अखेर चांगली टीम म्हणजे काय? प्रेरित, निरोगी सहकार्य भावना आणि पुढाकार घेण्याची वृत्ती बाळगून असलेल्या लोकांचा संच म्हणजे चांगली टीम का? की दिलेल्या अंदाजपत्रकाच्या मर्यादेत कार्य करणारी टीम म्हणजे चांगली टीम? निराळ्या शब्दांत सांगायचं तर, तुम्ही तुमचं उद्दिष्ट केव्हा गाठलं किंवा केव्हा तुम्ही त्यापासून ढळलात हे जर तुम्हाला माहिती नसेल, तर तुमच्याकडे उपयुक्त दिशादर्शक नाही, असा त्याचा अर्थ आहे.

मी माझ्या उद्दिष्टापासून भरकटतो आहे, हे मला कसं कळेल? या प्रश्नाचं स्पष्ट उत्तर असायला हवं.

तत्त्वं

एखाद्या प्रकल्पाला चालना देणं आणि दिशा दाखवणं यांचे मुख्य निकष म्हणून तुम्ही पालन करत असलेले मापदंड आणि मूल्यंदेखील तितकीच महत्त्वाची असतात. लोक यासंबंधी क्वचितच जाणीवपूर्वक विचार करत असले, तरी या गोष्टी असतातच. त्यांचा भंग झाला तर त्याची परिणती अपरिहार्यपणे अनुत्पादक विचलन आणि ताण यांच्यात होते.

साधी, सुस्पष्ट उद्दिष्टं आणि तत्त्वं व्यामिश्र आणि बुद्धिमान वर्तनाला जन्म देतात. किचकट नियम सरळधोपट आणि निर्बुद्ध वर्तनाला जन्म देतात.
- डी हॉक

तुमची तत्त्वं काय आहेत याबद्दल विचार करण्याचा एक उत्तम मार्ग म्हणजे पुढील वाक्य पूर्ण करणं - मी इतरांना त्यांच्या मनाप्रमाणे काम करण्याची पूर्ण मोकळीक देईन, जर ते... - जर ते काय? कोणती व्यक्त, अव्यक्त धोरणं तुमच्या सांघिक कामाला लागू होतात? जर ते आपल्या अंदाजपत्रकाची मर्यादा ओलांडणार नाहीत? की ग्राहकाचं समाधान करतील? की संघ निरोगी ठेवतील? की एक सकारात्मक प्रतिमा उभी करतील?

इतर लोक जेव्हा तुमच्या मापदंडांच्या कक्षेबाहेरचं वर्तन करतात किंवा चालवून घेतात, तेव्हा तो ताणाचा एक मोठा स्रोत ठरू शकतो. तुम्हाला जर या समस्येला कधीच तोंड द्यावं लागत नसेल तर तुम्ही खरोखरच भाग्यवान आहात; पण जर तुम्ही अशा समस्येला तोंड देत असाल तर तत्त्वांसंबंधी थोडं विधायक संभाषण

आणि स्पष्टीकरण केल्यास सर्वांची ऊर्जा एकमार्गी होईल आणि अनावश्यक संघर्ष टळेल. कोणत्या प्रकारचं वर्तन माझ्या कामाला हानिकारक ठरेल आणि मी ते कसं टाळू शकेन? असा प्रश्न स्वतःला विचारण्यापासून तुम्ही सुरुवात करू शकता. तुमचे मापदंड निश्चित करण्याकरता ही चांगली सुरुवात ठरेल.

तत्त्वांवर लक्ष केंद्रित करण्याचं आणखी एक कारण म्हणजे सकारात्मक वर्तनाकरता त्यामुळे मिळणारी सुस्पष्टता आणि संदर्भबिंदू. एखादा प्रकल्प यशस्वी होण्याची खात्री करून घेण्याकरता तुम्हाला इतरांशी कसं वागण्याची इच्छा किंवा गरज आहे? कोणत्या प्रकारची वर्तणूक तुम्हाला स्वतःला आणि इतरांना उत्तम जमते? लोकांनी काय करायला हवं आणि काय नको?

उद्दिष्ट आपल्याला गाभा आणि दिशा देतं; तर तत्त्वं कृतीची परिमाणं आणि वर्तणुकीतील सर्वोत्कृष्टतेचे निकष पुरवतात.

परिप्रेक्ष्य (व्हिजन)/अंतिम परिणाम

तुम्हाला उपलब्ध असलेल्या सुप्त किंवा ज्ञात संसाधनांचा सर्वाधिक उत्पादक उपयोग करून घेण्याकरता यश पाहायला कसं दिसेल, ऐकायला कसं वाटेल आणि ते मिळाल्यावर आपल्याला कसं वाटेल, याचं एक अगदी स्पष्ट चित्र तुमच्या मनामध्ये असणं आवश्यक आहे. उद्दिष्ट आणि तत्त्वं चालना देतात आणि देखरेख पुरवतात; तर परिप्रेक्ष्य अंतिम परिणामांचा पक्का आराखडा तुमच्यासमोर ठेवतं. इथे का? ऐवजी काय? येतं. हा प्रकल्प किंवा ही परिस्थिती यशस्वीरीत्या जगापुढे आली, तर ते कसे असतील? हा प्रश्न येतो.

उदाहरणार्थ, तुमच्या परिषदेला हजर असणारे पदवीधर तरुण सातत्यानं प्रस्तुत विषयाबद्दलचं त्यांचं उपयोजित ज्ञान दाखवून देत आहेत. ईशान्य भागामध्ये बाजारपेठेचा हिस्सा २ टक्क्यांनी वाढला आहे. कॉलेजच्या पहिल्या सत्राकरता तुम्ही जे मार्गदर्शन केलंत आणि जो पाठिंबा दिलात, त्याबद्दल तुमच्या मुलीच्या मनामध्ये कुठलीही शंका नाही.

केंद्रित (फोकस) असण्यातली शक्ती

सुयोग्य सकारात्मक कल्पनाचित्रं आणि केंद्रितता यांची महती सांगणारी हजारो पुस्तकं १९६०च्या दशकापासून निघत आलेली आहेत. ऑलिम्पिक दर्जाच्या खेळाच्या प्रशिक्षणामध्ये भविष्यलक्ष्यी केंद्रितता हा कळीचा घटक असतो. त्यात खेळाडू त्यांच्या कामगिरीला सुप्त मनाचा सर्वोच्च पातळीवरचा आधार मिळवण्याकरता शारीरिक श्रम, सकारात्मक ऊर्जा आणि यशस्वी परिणाम यांचं चित्र मनामध्ये कल्पत असतात.

> कल्पनाशक्ती ही ज्ञानापेक्षा जास्त महत्त्वाची असते.
> - अल्बर्ट आइनस्टाईन

आपण आपल्या मनात धरलेलं केंद्र आपलं आकलन आणि आपली कामगिरी यांच्यावर परिणाम करतं हे आपण जाणतो. ही गोष्ट एखाद्या गोल्फ कोर्सवर जेवढी सत्य आहे, तेवढीच ती कर्मचाऱ्यांच्या बैठकीमध्ये किंवा आपल्या वैवाहिक जोडीदाराबरोबरच्या गंभीर चर्चेमध्येदेखील असते. इथे मला फक्त एका व्यावहारिक पद्धतीनं लवचीक असणारा, विशेषतः प्रकल्पासंबंधीच्या विचारप्रक्रियेबाबतचा, केंद्रिततेचा साचा पुरवण्यात जास्त रस आहे.

तुम्ही जेव्हा एखाद्या गोष्टीवर लक्ष केंद्रित करता (उदाहरणार्थ, तुम्ही घेण्याच्या तयारीत असलेली सुटी, तुम्ही थोड्याच वेळात ज्यात भाग घेणार आहात ती बैठक, तुम्ही सुरू करण्यास उत्सुक असलेला प्रकल्प इ.), तेव्हा एरवी तुम्हाला सुचल्या नसतील अशा कल्पना आणि अशी विचारवळणं तुमच्या मनामध्ये उमटायला लागतात. तुमच्या मनातली प्रतिमा खरीच असावी अशा रीतीनं तुमचं शरीरदेखील वागू लागेल.

रेटिक्युलर ॲक्टिव्हेटिंग सिस्टिम : सायंटिफिक अमेरिकन मासिकाच्या मे १९५७ च्या अंकामध्ये, मेंदूच्या तळाशी असलेल्या जाळीदार रचनेच्या (रेटिक्युलर फॉर्मेशन) शोधाबाबत लेख होता. ही जाळीदार रचना मूलतः तुमच्या सचेत जाणिवेचं प्रवेशद्वार असतं. तुमच्या कल्पना आणि माहितीच्या आकलनाला चालना देणारा तो एक स्विच असतो. संगीत चालू असतानाही जी तुम्हाला झोपेत राहू देते; पण शेजारच्या खोलीतील तान्ह्या बाळाचं रडणं ऐकू येताच तुम्हाला जाग आणते, ती ही गोष्ट असते.

एखाद्या संगणकाप्रमाणेच तुमच्या मेंदूमध्येदेखील एक सर्च क्रिया असते. मात्र, ती संगणकाच्या सर्चपेक्षा जास्त विलक्षण असते. आपण कशावर लक्ष केंद्रित करतो, त्यानुसार त्याची प्रणाली बनत असावी आणि त्याहीपेक्षा, आपण कशाशी एकरूप होतो त्यानुसार ती बनत असावी. अनेक लोकांनी ज्यांना आपले विचारसाचे (पॅराडाइम) असं म्हटलं आहे, ते इथे असतात. आपल्या आंतरिक श्रद्धा आणि आपण ठरवलेले संदर्भ, यांच्याशी

तुमची स्वयंस्फूर्त सृजनात्मक यंत्रणा ही हेतुदर्शक असते. म्हणजेच ती ध्येयं आणि अंतिम परिणामांच्या परिभाषेत काम करत असते. तुम्ही एकदा तिला साध्य करण्याचं एक निश्चित ध्येय दिलं की, मग तुम्ही तुमचं ध्येय गाठण्याकरता तिच्या स्वयंचलित मार्गदर्शन प्रणालीवर निर्धास्तपणे विसंबून राहू शकता. तुम्ही जाणीवपूर्वक विचार करून ते ध्येय ज्या प्रकारे साध्य कराल, त्यापेक्षा अधिक चांगल्या प्रकारे ही प्रणाली तुम्हाला ते गाठून देईल. तुम्ही अंतिम परिणामांच्या परिभाषेत विचार करून ध्येय पुरवा. तुमची स्वयंस्फूर्त यंत्रणा मग ते साध्य करण्याचा मार्ग पुरवेल.

- मॅक्सवेल माल्ट्झ

जुळणाऱ्याच गोष्टी आपल्या लक्षात येतात. उदाहरणार्थ, तुम्ही जर दृष्टितज्ज्ञ असाल, तर गर्दीने भरलेल्या खोलीतही तुम्हाला चश्मा लावलेले लोकच लवकर दिसतील. तुम्ही जर बांधकाम कंत्राटदार असाल तर खोलीच्या बांधकामाचे तपशील तुमचं लक्ष वेधून घेतील. आत्ता जर तुम्ही लाल रंगावर लक्ष केंद्रित केलं आणि नंतर आजूबाजूला पाहिलं, तर तुमच्या आसपास असलेला अगदी लहानातला लहान लाल ठिपकादेखील तुमच्या चटकन नजरेत भरेल.

ही निवडक निवड कशी केली जाते, आपल्याला अजाणताच उपलब्ध माहितीबद्दल जाणीव कशी मिळते, या विषयावर आपण आयुष्यभर चर्चा करू शकू. निदान एक संपूर्ण आठवडाभराची परिषद तरी नक्कीच घेता येऊ शकेल! तूर्तास आपण फक्त एवढंच म्हणू या की, तुम्हाला जे हवं आहे त्याच्या एका सुस्पष्ट प्रतिमेवर जर तुम्ही आपलं लक्ष केंद्रित केलंत, तर तुमच्या मनामध्ये आपोआप काहीतरी विलक्षण घडामोड घडून येते.

परिणाम सुस्पष्ट करून घेणं

तुमच्या आकलनाच्या चाळण्या कशा पद्धतीनं काम करतात हे समजून घेण्यातून एक साधं; पण अर्थगर्भ तत्त्व समोर येतं, ते म्हणजे तुम्ही जोवर एखादी गोष्ट प्रत्यक्ष करत असल्याच्या प्रतिमेवर लक्ष केंद्रित करत नाही, तोवर ती कशी करावी हे तुम्हाला कळणार नाही.

एखादी गोष्ट आधी घडून गेली असेल किंवा अशा प्रकारचे अनुभव तुम्ही यापूर्वी यशस्वीपणे घेतलेले असतील तर ती गोष्ट घडत असल्याचं मनात पाहणं सोपं असतं; पण यशाच्या प्रतिमा जर नव्या आणि अनोळखी प्रदेशातल्या वाटत असतील, म्हणजे एखादी घटना प्रत्यक्षात घडताना कशी दिसेल याबद्दल तुम्हाला फारशी माहिती नसेल किंवा ती घडवून आणण्याचा तुम्हाला फारसा अनुभव नसेल, तर या प्रतिमांबरोबर स्वतःचा संबंध जोडणं अवघड जाऊ शकतं.

एखादी गोष्ट प्रत्यक्ष घडवून आणण्यापूर्वी सहसा तुम्हाला ती तुमच्या मनामध्ये घडवून आणावी लागते.

कुणीतरी एखाद्या परिणामापर्यंत कसं पोहोचायचं याचा मार्ग दाखवेपर्यंत त्या परिणामाची प्रतिमा मनामध्ये पाहण्यास आपल्यापैकी अनेकजण कचरतात. दुर्दैवानं, समस्येवरचा उपाय आणि पद्धती निर्माण करण्याकरता आणि ओळखण्याकरता आपलं मन ज्या प्रकारे काम करत असतं, त्या दृष्टीनं पाहू जाता ही गोष्ट एक पाऊल मागे घेण्यासारखी आहे.

जीवनविषयक कौशल्यांमधल्या सर्वांत शक्तिशाली आणि व्यक्तिगत, तसंच

व्यावसायिक यशस्वितेकरता विकसित आणि पक्कं करणं आवश्यक असलेल्या कौशल्यांपैकी एक महत्त्वाचं कौशल्य म्हणजे सुस्पष्ट परिणाम निर्माण करणं. हे वाटतं तेवढं स्वाभाविक नसतं. विविध पातळ्यांवर आपण जे साध्य करू पाहत असतो, ते आपल्याला सतत, निश्चित (आणि पुनर्निश्चित) करावं लागतं आणि ही कामं शक्य तितक्या परिणामकारकपणे आणि कार्यक्षमतेनं पूर्ण करण्याकरता सातत्यानं संसाधनांची पुनर्जुळणी करावी लागते.

> *आपण कुणीतरी व्हावं असं मला नेहमी वाटत होतं. मी जरा अधिक नेमका विचार करायला हवा होता.*
>
> - लिली टॉमलिन

हा प्रकल्प पूर्ण झाल्यावर कसा दिसेल? तुमचं सादरीकरण झाल्यानंतर तुमच्या ग्राहकाला काय वाटायला हवं, त्याला काय माहीत असायला हवं, तसंच त्यानं काय करायला हवं असं तुम्हाला वाटतं? आजपासून तीन वर्षांनी तुम्ही तुमच्या कारकिर्दीमध्ये कुठे असाल? वित्त विभागाचा आदर्श उपाध्यक्ष त्याचं काम कसं करेल? तुमच्या मनात आहे त्याप्रमाणे जर तुमची वेबसाइट असेल तर ती कशी दिसेल आणि तिच्यामध्ये काय-काय क्रिया करण्याची क्षमता असेल? तुम्ही तुमच्या मुलाशी जे संभाषण करू इच्छिता ते जर यशस्वी ठरलं तर त्यानंतर तुमच्या मुलाशी असलेल्या तुमच्या नात्याबद्दल तुम्हाला कसं वाटायला लागेल?

परिणाम/परिप्रेक्ष्य हे संगणक प्रणालीच्या कार्यान्वयनाला अंतिम रूप देणं, अशा प्रकल्पासंबंधीच्या साध्या विधानापासून ते भविष्यातलं चित्र अगदी बारीकसारीक तपशिलांसहित दाखवणाऱ्या, संपूर्ण पटकथा तयार असणाऱ्या चित्रपटापर्यंत काहीही असू शकतं.

जेव्हा मी लोकांना प्रकल्प यशस्वी ठरल्याच्या त्यांच्या चित्रावर त्यांचं लक्ष केंद्रित करायला लावतो, तेव्हा सहसा त्यांना उत्साह वाटतो आणि त्या वेळी, त्यासंबंधात तोपर्यंत त्यांना न सुचलेलं, वेगळं आणि सकारात्मक असं काहीतरी सुचतं. कुठल्याही परिस्थितीबाबत विचार करताना समजा, आपण असं केलं तर... अशी सुरुवात करणं उपयुक्त ठरू शकतं, निदान या प्रश्नाचं काहीतरी उत्तर सुचेपर्यंत तरी नक्कीच!

विचारमंथन

काय घडायला हवं आहे आणि कशासाठी हे एकदा तुम्हाला कळलं की, मग 'कशा प्रकारे'ची यंत्रणा कार्यान्वित होते. तुमच्या मनातलं, तुमच्या सद्य सत्य परिस्थितीपेक्षा वेगळं असलेलं

> *चांगली कल्पना सापडण्याचा सर्वोत्तम मार्ग म्हणजे खूप कल्पना शोधणं.*
>
> - लायनस पॉलिंग

> तुमचं मन एका बिंदूपासून दुसऱ्यापर्यंत कसं जायचं हे शोधत असतं; पण सुरुवातीला त्यात सुसूत्रता नसते.

कुठलं तरी एक चित्र जेव्हा तुम्ही स्वतःचं मानता तेव्हा तुम्ही आपोआपच त्यातल्या रिकाम्या जागा भरायला सुरुवात करता किंवा तुमच्या मेंदूमध्ये विचारमंथन व्हायला सुरुवात होते. अनेक लहान-मोठ्या, चांगल्या-वाईट, नव्या कल्पना तुमच्या डोक्यामध्ये कुठल्याही संगतीशिवाय तयार होत राहतात. बहुतेक लोकांच्या बाबतीत, बहुतेक गोष्टींच्या संदर्भात ही प्रक्रिया सहसा अंतर्गत असते आणि तेवढं सहसा पुरेसं असतं. उदाहरणार्थ, तुमच्या बॉसच्या केबिनकडे चालत जात असताना त्याला किंवा तिला आपल्याला काय सांगायचं आहे, याचा तुम्ही मनातल्या मनातच विचार करता; पण इतर अशा अनेक गोष्टी असतात, ज्यांच्या संदर्भात असे विचार किंवा कल्पना लिहून काढणं किंवा एखाद्या बाह्य माध्यमामध्ये त्या साठवून ठेवण्यामुळे उत्पादक परिणाम आणि विचारांच्या दृष्टीनं ते खूपच उपयुक्त ठरतं.

तुमच्या कल्पनांची नोंद ठेवणं

गेल्या काही दशकांमध्ये, प्रकल्प आणि विषयांच्या बाबतीत सर्जनशील विचार करण्याचं कौशल्य विकसित करण्याच्या हेतूनं चित्ररूप ब्रेनस्टॉर्मिंग तंत्रं आणली गेली आहेत. त्यांना माइंड-मॅपिंग, क्लस्टरिंग, पॅटर्निंग, वेबिंग आणि फिश-बोनिंग अशी नावं दिली गेली आहेत. या विविध प्रक्रियांचे जनक जरी त्या एकमेकींपासून भिन्न असल्याचे दर्शवत असले, तरी त्या प्रत्यक्ष वापरणाऱ्या आपल्यासारख्या लोकांकरता त्यांचा मूळ उपयोग एकच असतो. तो म्हणजे स्वतःची कुठलीही कल्पना आधी नोंदवण्याची किंवा मांडण्याची आणि नंतर मग, ती कुठे वापरता येईल आणि तिचं काय करायचं, हे ठरवण्याची मोकळीक आपल्याला देणं. इतर काही नाही, तरी ही सवय तुमची कार्यक्षमता वाढवते. तुम्हाला कल्पना सुचताच तुम्ही ती पकडून, नोंदवून ठेवा म्हणजे मग पुन्हा तुम्हाला कल्पना सुचण्याची वाट पाहायला नको.

यातलं सर्वांत लोकप्रिय तंत्र म्हणजे माइंड-मॅपिंग. मेंदूच्या कार्याविषयी संशोधन करणारे ब्रिटिश संशोधक टोनी बझन यांनी चित्ररूपात कल्पना लढवण्याच्या या प्रक्रियेला हे नाव दिलं आहे. माइंड-मॅपिंगमध्ये मुख्य कल्पना मध्यवर्ती, तर इतर संलग्न कल्पना मुक्तपणे त्याच्या आजूबाजूला मांडल्या जातात. उदाहरणार्थ, मला जर माझं ऑफिस हलवायचं असेल तर मला माझे संगणक, व्हिजिटिंग कार्डस, टेलिफोन इत्यादी तसंच संपर्कसाधनं, नवं फर्निचर, माझ्या सामानाची बांधाबांध इत्यादी गोष्टींचा विचार करावा लागेल. हे विचार जर मी चित्र किंवा आकृतीच्या रूपात मांडले तर ते असे दिसतील : (पुस्तक पान क्र. ८३ वरील चित्र)

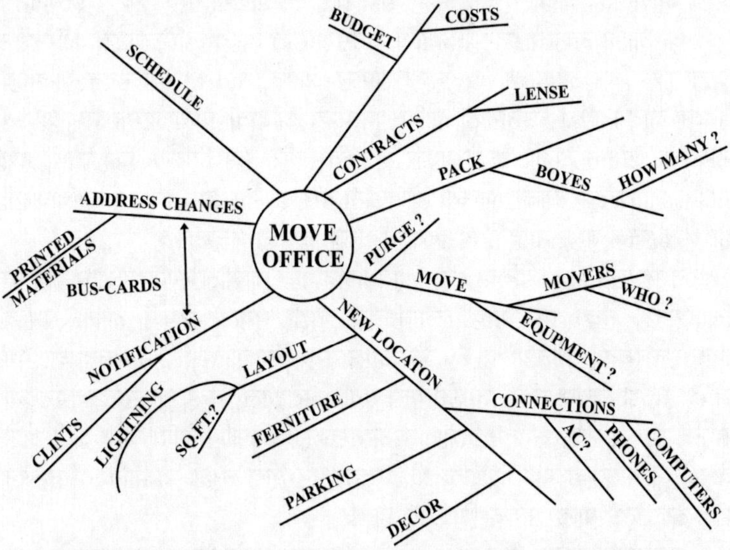

या प्रकारचं माइंड-मॅपिंग तुम्ही पोस्ट-इट चिठ्ठ्यांवर करू शकता किंवा वर्डप्रोसेसर प्रणालीमध्ये किंवा बाजारामध्ये उपलब्ध असलेल्या विविध माइंड-मॅपिंग सॉफ्टवेअर प्रणालीमध्येसुद्धा करू शकता.

विभाजित आकलन (डिस्ट्रिब्युटेड कॉग्निशन)

बाह्य ब्रेनस्टॉर्मिंगबद्दलची एक चांगली गोष्ट म्हणजे, तुमच्या मूळ नव्या कल्पना पकडण्याव्यतिरिक्त, अशाही कल्पना निर्माण करण्यामध्ये ते तुम्हाला मदत करतं, ज्या तुमच्या विचारांची दिशा धरून ठेवून ते सतत तुमच्या समोर धरणारी अशी काही यंत्रणा नसती तर तुम्हाला कदाचित कधी सुचल्याच नसत्या. हे म्हणजे जणू तुमचं मन तुम्हाला म्हणत असतं की, हे बघ, तू जितक्या कल्पना परिणामकारकरीत्या उपयोगात आणू शकशील असं तुला वाटतं, तितक्या कल्पना मी तुला देईन; पण तू जर त्या एखाद्या विश्‍वसनीय मार्गानं साठवणार नसशील तर मी तेवढ्या देणार नाही. मात्र, तू जर त्या कल्पनांचा प्रत्यक्षात काहीतरी उपयोग करणार असशील आणि नंतर कधीतरी त्या तपासून पाहण्याच्या उद्देशानं आत्ता फक्त त्या नोंदवून ठेवणार असशील, तरी हरकत नाही. तर मग या सगळ्या कल्पना घे! आणि हो, त्यावरून

> *तुमच्याकडे फक्त एकच एक कल्पना असेल तर यासारखी धोकादायक गोष्ट इतर कुठलीही नाही.*
>
> \- एमिली चार्टियर

मला आणखीही काही सुचलं आहे, तेही घे... हे आणखी एक बघ... इत्यादी.

या आणि अशाच इतर प्रक्रियांना मानसशास्त्रज्ञ आता डिस्ट्रिब्युटेड कॉग्निशन किंवा विभाजित आकलन असं म्हणू लागले आहेत. यात तुमच्या मेंदूतल्या गोष्टी तिथून काढून एका वस्तुनिष्ठ आणि पुनःपुन्हा आढावा घेण्याजोग्या नमुन्यामध्ये टाकल्या जातात आणि अशा प्रकारे एक विस्तारित मन निर्माण केलं जातं; पण माझ्या शाळेतल्या इंग्रजी भाषेच्या शिक्षकांना मला ही गोष्ट समजावून सांगण्याकरता ही सैद्धान्तिक बाजू माहिती असण्याची गरज भासली नव्हती.

ते म्हणाले होते, डेव्हिड, तू महाविद्यालयामध्ये जाशील आणि संशोधन निबंध लिहिशील, तेव्हा एक गोष्ट लक्षात ठेव, तुझी सगळी टिपणं आणि सगळी अवतरणं स्वतंत्र वेगळ्या, ३×५ इंच आकाराच्या चिठ्ठ्यांवर लिहून ठेवत जा. मग जेव्हा तू तुझे विचार संकलित करण्यास तयार असशील, तेव्हा या सगळ्या चिठ्ठ्या समोर पसरून ठेव, त्यातून दिसणारा आराखडा बघ आणि त्यात काय कमी आहे ते शोधून काढ. हे माझे शिक्षक श्री. एडमंडसन मला तेव्हा स्वाभाविक नियोजन मॉडेलचा एक मोठा भागच शिकवत होते!

एखाद्या विषयावर, कुठल्याही वस्तुनिष्ठ संरचना आणि साधनांच्या मदतीशिवाय, दोन मिनिटांच्यावर आपलं लक्ष केंद्रित करणं फार थोड्या लोकांना जमतं. सध्या तुमच्या हातातला एखादा मोठा प्रकल्प निवडा आणि पुढचे तीस सेकंद तो सोडून दुसऱ्या कशाचाही विचार न करण्याचा प्रयत्न करून पाहा. हातात पेन आणि कागद असल्याशिवाय आणि या आकलनार्थी वस्तूंची मदत घेऊन तुमच्या कल्पनांचं एक टोक धरून ठेवल्याशिवाय ही गोष्ट अवघड असते. हे केलं की, मग तुम्ही तासभरदेखील एकाग्रतेनं विचार करू शकता. म्हणूनच तुम्ही जेव्हा एखाद्या प्रकल्पाबद्दल काहीतरी लिहीत असता, एखाद्या पॅडवर किंवा रेस्तराँमधल्या पेपर-नॅपकिनवर माइंड-मॅपिंग करत असता किंवा मग इतर लोकांबरोबर, तुमचा संदर्भ निसटू न देणाऱ्या एखाद्या बैठकीत बसलेले असता, तेव्हा उत्तम प्रकारे विचार केला जातो. अर्थात, अशा बैठकीमध्येही व्हाइटबोर्ड आणि मार्कर हाताशी असणं उपयुक्त असतंच.

> *जो आपल्या कल्पना कुठल्याही दडपणाविना हाताळू शकतो, तोच त्याच्या कल्पनांवर स्वामित्व गाजवतो आणि जो आपल्या कल्पनांवर स्वामित्व गाजवतो तो त्यांचा कधीही गुलाम होत नाही.*
>
> \- लिन युतांग

ब्रेनस्टॉर्मिंगची तत्त्वं

ब्रेनस्टॉर्मिंग आणि चाकोरी मोडणारे विचार करण्याला मदत करणारी अनेक तंत्रं उपयोगात आणली जाऊ शकतात. मात्र, त्यामागची मूलभूत तत्त्वं पुढील प्रकारे

मांडता येतील.

- चांगलं-वाईट ठरवणं, आव्हान देणं, मूल्यमापन किंवा टीका करू नका.
- गुणवत्तेपेक्षा संख्येकडे लक्ष द्या.
- विश्लेषण, सुसंघटन या गोष्टी जरा मागे ठेवा.

चांगलं-वाईट ठरवणं, आव्हान देणं, मूल्यमापन किंवा टीका करू नका. अस्वाभाविक नियोजन साचा ब्रेनस्टॉर्मिंग करताना आपलं डोकं वर काढण्याची शक्यता खूप मोठी असते आणि तो लोकांना घाईघाईनं मूल्यमापन, तसंच टीका करण्यास उद्युक्त करतो. तुम्हाला जर टीका करणाऱ्या लोकांची पर्वा वाटत असेल तर तुम्ही तुमच्या मुक्त अभिव्यक्तीवर अंकुश ठेवाल आणि काय बोलणं योग्य ठरेल याचाच विचार करत राहाल. ब्रेनस्टॉर्मिंग हव्या त्या विषयावर केंद्रित ठेवणं आणि सर्जनप्रक्रियेची गळचेपी करणं या दोन गोष्टींमध्ये एका केसाचं अंतर असतं. ब्रेनस्टॉर्मिंगकडे नियोजन प्रक्रियेच्या एकूण संदर्भात बघणंदेखील महत्त्वाचं असतं, कारण ब्रेनस्टॉर्मिंग हा निव्वळ एक उपचार आहे असं तुम्हाला वाटत असेल तर तुम्हाला तो नीरस आणि दिशाहीन वाटेल; पण त्याऐवजी तुम्ही जर त्याच्याकडे अंतिमतः तुमच्या समस्येवरचा उपाय सापडण्यापूर्वी काही काळ करण्याची गोष्ट असं पाहिलं तर या प्रक्रियेला आवश्यक असलेलं महत्त्व तुम्ही देऊ शकाल.

> एखाद्या प्रसंगी सर्वांत वाईट काय होऊ शकतं हे ठरवणं काही वेळा ती गोष्ट यशस्वी करण्यासंबंधीच्या सर्वोत्कृष्ट कल्पना शोधण्याचा सर्वोत्तम मार्ग ठरतो.

अर्थात, याचा अर्थ तुम्ही टीकात्मक विचार करायलाच नको, असा नाही. या टप्प्यावर सगळं काही घडायलाच हवं असतं. या मार्गानं गेल्यास अमुक गोष्ट फसू शकते हा विचार असल्यास तो टेबलवर यायलाच हवा. सहसा सर्वांत आव्हानात्मक आणि टीकात्मक कल्पनांमध्येच उत्कृष्ट कल्पनांचं बीज असतं. तुमच्या मनामध्ये कुठल्या प्रकारचे विचार येत आहेत हे समजून घेणं आणि योग्य वेळी, योग्य पद्धतीनं त्यांचा उपयोग करून घेण्याच्या दृष्टीनं ते व्यवस्थित ठेवून देणं शहाणपणाचं ठरतं. या टप्प्यावर प्राथमिक निकष हा विस्तार असावा; संकोच नव्हे.

गुणवत्तेपेक्षा संख्येकडे लक्ष द्या. संख्येवर भर दिल्यामुळे तुमचे विचार सर्वसमावेशक बनतात. एखादी कल्पना चांगली असते म्हणजे काय, हे तुम्हाला ती सुचल्यानंतरच सहसा कळत असतं; तर काही वेळा एखादी कल्पना चांगली आहे किंवा त्यात चांगल्या कल्पनेचं बीज आहे, हे तुम्हाला काही काळानंच कळतं. एखाद्या मोठ्या

दुकानात खरेदीला गेल्यावर तिथे उपलब्ध असलेले अनेक पर्याय पाहून मनाप्रमाणे खरेदी करायला आपल्याला कसं छान वाटतं? तसंच काहीसं प्रकल्पासंबंधी विचार करण्याच्या बाबतीतही असतं. तुमच्याजवळ काम करण्यासाठी जेवढे अधिक विचार आणि कल्पना असतील, तेवढे तुम्ही तुमचे पर्याय अधिक चांगल्या प्रकारे तयार करू शकता आणि तुमच्या निवडीबद्दल आश्वस्त राहू शकता.

विश्लेषण, सुसंघटन या गोष्टी जरा मागे ठेवा. तुमच्या विचारांचं विश्लेषण, मूल्यमापन आणि संगतवार मांडणी यांना तुम्ही सर्जनशील आणि साचे मोडून (आउट ऑफ बॉक्स) विचार करताना जेवढी मोकळीक घेता, तेवढीच मोकळीक द्यायला हवी हे खरं आहे; पण ब्रेनस्टॉर्मिंगच्या टप्प्यावर मात्र टीकात्मक कृतीला महत्त्वपूर्ण स्थान असू नये.

कुठलीही यादी बनवणं, ही एक सर्जनशील क्रिया असू शकते. तुमच्या संघामध्ये कोण-कोण लोक हवेत, तुम्ही तयार करत असलेल्या सॉफ्टवेअरकडून ग्राहकाच्या काय-काय अपेक्षा आहेत किंवा तुमच्या बिझनेस प्लॅनमध्ये कोणकोणते घटक असणं आवश्यक आहे, हे नीट ध्यानात घेण्याचा तो एक मार्ग आहे. या सगळ्या गोष्टी तुम्ही लक्षात घेतल्या आहेत, याची खात्री करा आणि मग तुमच्या फोकसची संगतवार मांडणी करणं, त्यातल्या अनावश्यक गोष्टी वगळणं हा पुढचा टप्पा येईपर्यंत विचार करतच राहा.

संगतवार मांडणी करणं - सुसंघटन

ब्रेनस्टॉर्मिंगच्या टप्प्यावर तुमच्या डोक्यामध्ये आलेले एकूण एक विचार बाहेर काढून एकदा डोकं संपूर्ण रिकामं केलं की, मग तुमच्यासमोर त्यांची एक स्वाभाविक मांडणी आकार घेते आहे हे तुमच्या लक्षात येईल. माझ्या इंग्रजी शिक्षकांनी सुचवल्याप्रमाणे, तुमच्या डोक्यातल्या सगळ्या कल्पना बाहेर काढून तुमच्या डोळ्यांसमोर ठेवल्या की, मग आपोआपच त्यातले परस्परसंबंध आणि रचना तुमच्या लक्षात येतील. प्रकल्प संघटन असं जेव्हा लोक म्हणतात, तेव्हा बहुतेक लोक या गोष्टीकडेच निर्देश करत असतात.

> प्रकल्पाचा आराखडा लहान-लहान परिणाम ओळखण्यास मदत करतो. त्यांचं मग स्वाभाविक नियोजन करता येऊ शकतं.

तुम्ही जेव्हा घटक आणि उपघटक, क्रम किंवा घटना/किंवा प्राधान्यक्रम वेगळे काढता, तेव्हा आपोआपच सहसा संगतवार मांडणी घडून येते. अंतिम परिणाम निर्माण होण्याकरता कुठल्या गोष्टी घडून यायला हव्यात? त्यांचा क्रम काय असावा? प्रकल्प निश्चितपणे यशस्वी होण्याकरता आवश्यक सर्वांत महत्त्वाचा

घटक कोणता?

या टप्प्यावर, अगदी एखाद्या आलेल्या पाकिटाच्या मागच्या बाजूला भराभरा लिहून काढलेले अनौपचारिक मुद्दे, इथपासून ते मायक्रोसॉफ्ट प्रोजेक्टससारख्या सुसज्ज प्रकल्प नियोजन साधनापर्यंत सर्व प्रकारच्या संरचनात्मक साधनांचा तुम्ही चांगला उपयोग करून घेऊ शकता. भरीव वस्तुनिष्ठ नियंत्रणाची जेव्हा एखाद्या प्रकल्पाची मागणी किंवा गरज असते, तेव्हा तुम्हाला कुठल्यातरी प्रकारच्या श्रेणीबद्ध संरचनेची आवश्यकता असते. या संरचनेमध्ये घटक आणि उपघटक आणि/किंवा गॅन्ट चार्टसारखा आलेख असावा. त्यात प्रकल्पाचे विविध टप्पे, त्यातल्या स्वतंत्र आणि अवलंबित भागांसहित दर्शवलेले असावेत. तसेच संपूर्ण प्रकल्पाच्या संदर्भात स्वतंत्र आणि परावलंबी असलेले भाग, तसेच निश्चित केलेले लहान मैलांचे दगड दाखवलेले असावेत.

सर्जनशील विचार करणं इथेच थांबत नाही; फक्त इथून पुढे ते एक वेगळं स्वरूप धारण करतं. एकदा मूलभूत संरचना तुमच्या लक्षात आली की, मग तुमचा मेंदू रिकाम्या जागा भरायला सुरुवात करेल. उदाहरणार्थ, प्रकल्पाबाबतच्या जाणीवपूर्वक लक्ष देण्याजोग्या तीन कळीच्या गोष्टी जर तुम्ही निश्चित केल्या असतील तर त्या गोष्टी समोर नीट मांडलेल्या पाहिल्यावर तुम्हाला कदाचित चौथी, पाचवी तशीच गोष्टदेखील सुचेल.

संगतवार मांडणीची मूलभूत तत्त्वं

इथे तीन मुख्य पायऱ्या पुढीलप्रमाणे असतात.

- विशेष भाग ओळखणं
- वर्गीकरण (एक किंवा जास्त प्रकारे) :
  - घटक
  - क्रम
  - प्राधान्यं
- आवश्यक त्या प्रमाणात तपशील

कुठल्याही दोन प्रकल्पांच्या बाबतीत, लोकांच्या डोक्यातले विचार बाहेर काढून यशस्वीरीत्या चालवण्याकरता अगदी एकाच प्रकारची संरचना आणि तपशील विकसित करावे लागल्याचं मी आजवर पाहिलेलं नाही; पण मेंदूच्या डाव्या भागाचा उपयोग करून, काय योजना आहे? या धर्तीवर कुठल्या तरी प्रकारे सर्जनात्मक विचार करण्याचा जवळपास प्रत्येक प्रकल्पाला फायदाच होतो.

पुढच्या कृती

नियोजनाच्या अंतिम टप्प्यामध्ये प्रकल्पाला प्रत्यक्षात चालना देण्याकरता प्रत्यक्ष संसाधनांची वाटणी आणि पुनर्वाटणी करण्याबाबतचे निर्णय असतात. इथे विचारण्याचा प्रश्न म्हणजे पुढची कृती काय आहे?

मागील प्रकरणामध्ये आपण पाहिलं की, या प्रकारे पाय जमिनीवर ठेवून सत्य परिस्थितीवर आधारित विचार करणं आणि त्याच्या जोडीला इच्छित परिणाम स्पष्ट करून घेणं हा, आपलं खरं काम काय आहे हे निश्चित करण्याचा आणि सुस्पष्ट करून घेण्यातला एक अत्यंत महत्त्वाचा घटक असतो. माझ्या अनुभवावरून मी सांगू शकतो की, तुमच्या हातातल्या खऱ्या प्रकल्पांची यादी तयार करणं आणि प्रत्येकातल्या पुढच्या कृतीचं सातत्यानं व्यवस्थापन करत राहणं, हाच ज्याला प्रकल्प नियोजन असं म्हटले जाते त्याचा ९० टक्के भाग असतो. हा जमिनीवरचा मार्ग तुम्हाला सर्वच बाबतींत प्रामाणिक बनवतो. हा प्रकल्प तुम्हाला खरोखरच करण्याची इच्छा आहे का? याची जबाबदारी कुणाची आहे? तुम्ही सर्व गोष्टींचा साधकबाधक विचार केला आहे का? अशा प्रश्नांचा त्यात समावेश असतो.

प्रकल्प जर कृतीयोग्य असेल, तर कुठल्यातरी एका क्षणी तुम्हाला हा पुढच्या कृतीबाबतचा निर्णय घेणं आवश्यक ठरतं.* तुमच्याकडे करण्यासारखं इतर काही नसताना एखाद्या बाबतीत तुम्ही नेमकं आणि प्रत्यक्ष काय करणार, या प्रश्नाचं उत्तर त्या प्रकल्पाबाबतच्या तुमच्या विचारांची प्रगल्भता दर्शवतं; पण या प्रश्नाचं उत्तर अद्याप तुमच्याजवळ नसेल, तर त्याचा अर्थ स्वाभाविक नियोजन प्रक्रियेच्या, कुठल्यातरी आधीच्या पातळीवर तुम्हाला अजून काम करायचं शिल्लक आहे, असा होतो.

मूलभूत गोष्टी

- प्रकल्पाच्या, सध्या ज्यात काहीतरी हालचाल सुरू आहे अशा प्रत्येक भागाकरता पुढची कृती ठरवणं.
- आवश्यकता असल्यास, नियोजन प्रक्रियेतील पुढील कृती ठरवणं.

---

* कृतीयोग्य नसलेल्या प्रकल्पांचं नियोजनही तुम्ही करू शकता आणि पुढच्या कृतीची तुम्हाला गरज नसू शकते. उदाहरणार्थ, तुमच्या स्वप्नातल्या घराची परिकल्पना तयार करणं. पुढची कृती नसणं, याचाच अर्थ ती गोष्ट किंवा तो प्रकल्प कधीतरी/कदाचित प्रकारचा असतो... आणि अशा प्रकारच्या कुठल्याही कामाकरता ही व्यवस्था योग्यच असते.

हलत्या भागांना चालना देणं : प्रकल्पाच्या इतर कुठल्याही घटकाचं कामकाज आधी पूर्ण होण्यावर अवलंबून न राहता पुढे सरकू शकेल अशा प्रत्येक आघाडीवरची प्रत्येक पुढची कृती ज्या वेळी निश्चित झालेली असते, त्या वेळी अंमलबजावणीच्या दृष्टीनं प्रकल्पाचं पुरेसं नियोजन झालं आहे, असं म्हणता येतं. प्रकल्पाचे अनेक भाग असतील तर त्यातल्या प्रत्येक भागाचं सुयोग्य मूल्यमापन करणं आवश्यक असतं आणि त्याकरता या बाबतीत, या क्षणी कुणीतरी काही ना काही करू शकेल, असं काही आहे का? हा प्रश्न विचारायला हवा. उदाहरणार्थ, एकीकडे परिषदेकरता योग्य ठिकाण शोधत असतानाच तुम्ही परिषदेमध्ये बोलण्याकरता वक्त्यांशी संपर्कदेखील साधू शकाल.

काही वेळा असं असतं की, एका वेळी एकच गोष्ट मार्गी लावता येते आणि त्याच्या निष्पत्तीवर इतर सगळ्या गोष्टी अवलंबून असतात. अशा वेळी मग एकच पुढची कृती शक्य असते, ती इतर सगळ्याच गोष्टींकरता कळीची ठरते.

आणखी नियोजन? : पुढे काय, या बाबतीत तुम्ही अधिक आश्वस्त होण्याकरता जर आणखी नियोजन करण्याची आवश्यकता असेल तर? तरीही कृतीची एक पायरी असतेच. मात्र, ती प्रक्रियेमधलीच एक कृती असेल. नियोजन पुढे नेण्याची पुढची पायरी कोणती? अजून काही कल्पनांना जन्म देणं. श्री. अ आणि कु. ब यांना त्यांच्याकडची माहिती देण्याकरता ई-मेल पाठवणं. तुमच्या सहायकाला, उत्पादनविषयक टीमबरोबर नियोजन बैठक आयोजित करण्यास सांगणं.

कुठल्याही परिस्थितीत प्रकल्पाच्या संदर्भातली पुढची कृती स्पष्ट करून घेण्याची सवय, ताणमुक्त राहून गोष्टी तुमच्या नियंत्रणाखाली ठेवण्याकरता मूलभूत गरजेची असते.

पुढची कृती इतर कुणी करण्याची असते तेव्हा... : पुढची कृती तुम्ही करण्याची नसेल, तरीही ती नेमकी कोण करणार हे तुम्हाला स्पष्ट होणं आवश्यक असतं. (कृतीच्या प्रतीक्षेत यादीचा हाच प्रमुख उपयोग आहे.) सांघिक नियोजनाच्या बाबतीत, प्रकल्पाच्या प्रत्येक भागातली पुढची कृती काय आहे, हे सगळ्यांनाच माहिती असणं आवश्यक नसतं. प्रकल्पाच्या प्रत्येक भागाच्या संदर्भात, योग्य व्यक्तीवर योग्य ती जबाबदारी सोपवणं आणि आपापल्या भागातल्या पुढच्या कृती त्यांना ठरवू देणं, एवढंच सहसा आवश्यक असतं.

पुढच्या कृतीबद्दलची ही चर्चा संस्थेच्या पातळीवर सुस्पष्टता आणते. संसाधन वाटपाच्या संदर्भात कुणीतरी सर्वांना धारेवर धरल्याशिवाय ज्या समस्या आणि

तपशील समोर आले नसते, ते अशा वेळी आधीच समोर येतात. ही एक साधी आणि व्यवहार्य चर्चा असते आणि ती सर्व काही ढवळून काढणारी आणि कच्चे दुवे समोर आणणारीही असते.

तुम्हाला खरोखर किती नियोजन करणं आवश्यक असतं?

गोष्टी स्पष्ट होण्याकरता या नियोजन साच्यापैकी खरोखर काय-काय आणि किती बारकाईनं करणं आवश्यक असतं? या प्रश्नाचं सोपं उत्तर म्हणजे संबंधित प्रकल्प तुमच्या डोक्यातून बाहेर पडण्याकरता जेवढं आवश्यक आहे, तेवढं नियोजन तुम्ही करणं आवश्यक असतं.

सर्वसाधारणपणे, गोष्टी आपल्या मनात किंवा डोक्यामध्ये रेंगाळत राहण्याचं कारण म्हणजे, परिणाम आणि कृती सुयोग्यपणे निश्चित केलेल्या नसतात आणि/किंवा जिथे आपण निश्चितपणे आणि विश्वासानं, योग्य वेळी त्यांच्याकडे पाहू, अशा ठिकाणी त्यांची स्मरणकं ठेवलेली नसतात. त्याशिवाय तुमच्या आराखड्याच्या योग्यतेबाबत आश्वस्त होण्याकरता आवश्यक तितके तपशील, दृष्टिकोन आणि उत्तरं तुम्ही शोधलेली नसतात.

ज्याकरता एकापेक्षा जास्त कृती करण्याची आवश्यकता असते, असं कुठलंही फलित म्हणजे प्रकल्प; ही माझी प्रकल्पाची व्याख्या ध्यानात घेतली तर बहुतेक प्रकल्पांच्या बाबतीत त्यांना तुमच्या डोक्यामध्ये रेंगाळत ठेवायचं नसेल तर त्यांच्या फलितांची यादी आणि तुम्ही करण्याची पुढची कृती एवढ्या दोन गोष्टी लिहून काढणं पुरेसं असतं. तुम्हाला तुमचा शेअरब्रोकर बदलायचा आहे? दुसरा सुचवण्याकरता तुम्हाला फक्त तुमच्या मित्राला फोन करायला हवा. घरी नवा प्रिंटर घ्यायचा आहे? इंटरनेटवर जाऊन वेगवेगळी मॉडेल्स आणि किमती पाहायला हव्यात. माझ्या अंदाजानं सुमारे ८० टक्के प्रकल्प अशाच स्वरूपाचे असतात. तरीही त्या सर्वांकरता संपूर्ण नियोजनाचा साचा तुम्हाला वापरावा लागेलच; फक्त तो तुमच्या डोक्यातच राहील आणि तोही असे प्रकल्प ते पूर्ण होईपर्यंत पुढे सरकवत ठेवण्याच्या दृष्टीनं तुमची पुढची कृती काय हवी, हे ठरवण्याइतपतच!

> एखादा प्रकल्प अजूनही तुमच्या डोक्यामध्ये रेंगाळत असेल, तर याचा अर्थ त्याबद्दल आणखी विचार करण्याची गरज आहे.

आणखी साधारण १५ टक्के प्रकल्प असे असतात, ज्यांच्याकरता निदान काही प्रमाणात तरी बाह्यस्वरूपी ब्रेनस्टॉर्मिंग आवश्यक असतं. मनोनकाशा किंवा वर्ड किंवा पॉवरपॉइंट फाइलवर काही नोंदींच्या स्वरूपात ते नोंदवावे लागतात. बैठकींच्या विषयपत्रिका, सुटीचे दिवस किंवा स्थानिक चेंबर ऑफ कॉमर्ससमोरचं भाषण अशा गोष्टींचं नियोजन करण्याकरता एवढं पुरेसं असतं.

उरलेल्या ५ टक्के प्रकल्पांकरता स्वाभाविक नियोजन साच्याच्या पाचपैकी एक अथवा अधिक टप्प्यांचं जाणीवपूर्वक उपयोजन आवश्यक ठरू शकेल. गोष्टी साचून देणं, त्यावर काहीतरी उपाय शोधणं आणि त्यांना उत्पादक पद्धतीनं पुढे सरकवणं या गोष्टींकरता एक व्यवहार्य कृती हा साचा पुरवते. तुमच्याकडच्या एखाद्या प्रकल्पाच्या बाबतीत अधिक स्पष्टता किंवा अधिक कृतीची गरज असल्याचं तुम्हाला जाणवतं का? तसं असेल, तर त्या बाबतीत परिणामकारक प्रगती करण्यामध्ये या साच्याचा उपयोग करणं सहसा कळीचं ठरू शकतं.

अधिक सुस्पष्टता हवी आहे?

असं असेल, तर तुमचे विचार स्वाभाविक नियोजनाच्या मोजपट्टीवर वर सरकवा. लोक सहसा खूप व्यग्र (कृती करत) असतात; पण तरीही त्यांच्या डोक्यामध्ये गोंधळ आणि एका सुस्पष्ट दिशेचा अभाव जाणवत असतो. त्यांनी पूर्वी करून ठेवलेली योजना बासनातून बाहेर काढणं किंवा आता ती तयार करणं आवश्यक असतं (संघटन). नियोजनाच्या पातळीवर सुस्पष्टतेचा अभाव असेल तर आपल्या योजनेबाबत विश्वास वाटण्याकरता कल्पनांचा पुरेसा साठा जमवण्यासाठी कदाचित आणखी ब्रेनस्टॉर्मिंग करावं लागेल. हे ब्रेनस्टॉर्मिंगचं सत्र जर विचारातल्या गोंधळामुळे निरुपयोगी ठरत असेल तर ते पुन्हा एकदा परिणामांच्या मानसिक चित्राकडे (व्हिजन) लक्ष वळवावं लागेल, जेणेकरून मेंदू त्या दृश्यातला अनावश्यक भाग गाळून टाकून प्रभावी विचारांना चालना देऊ शकेल. परिणाम/मानसचित्र धूसर असतील तर मात्र मुळात तुम्ही हे सगळं का करता आहात (उद्दिष्ट), याचंच पुन्हा एकदा नीट विश्लेषण करणं आवश्यक ठरतं.

अधिक काहीतरी घडायला हवं आहे?

जर तुम्हाला अधिक कृतीचीच आवश्यकता असेल, तर तुम्हाला या नमुन्याच्या खालच्या पायऱ्यांकडे जावं लागेल. काही वेळा एखाद्या प्रकल्पाच्या उद्दिष्टाबाबत उत्साह असू शकतो; पण तो प्रत्यक्ष पूर्ण करण्याबाबतचे तपशील ठरवण्याला काहीसा विरोध असतो. आजकाल कामाच्या ठिकाणच्या जीवनाचा दर्जा वाढवणं या गोष्टीवर व्यवस्थापकाची नजर असली, तरी अपेक्षित परिणामांचं सुस्पष्ट चित्र त्यानं अद्याप निर्माण केलं नसण्याचीच शक्यता जास्त असते. इथे विचार मानसिक चित्राच्या (व्हिजन) नेमक्या तपशिलाकडे वळणं आवश्यक आहे. दृश्य रूपांत परिणाम कसे असतील? हा प्रश्न स्वतःला पुन्हा एकदा विचारा.

तुम्ही या प्रश्नाचं उत्तर तयार केलं आहे; पण तरीही काही गोष्टी अडकून पडल्या आहेत असं असेल, तर बहुधा कसंची समस्या, कृतिविषयक तपशील

आणि विविध दृष्टिकोन यांना तोंड देण्याची वेळ आली आहे असं समजा (ब्रेनस्टॉर्मिंग). बऱ्याचदा, माझ्याकडे येणाऱ्या ग्राहकांना कामगिरीचं मूल्यमापन करण्याची नवी प्रणाली कार्यान्वित करणं अशा तुलनेनं स्पष्ट शब्दांमध्ये मांडलेले प्रकल्प मिळालेले असतात; पण तरीही हे लोक अडकून बसलेले असतात, कारण त्या प्रकल्पामध्ये काय-काय गोष्टी असतील यासंबंधी काही विचार मांडण्याकरता आवश्यक असलेली काही मिनिटं त्यांनी अद्याप खर्च केलेली नसतात.

ब्रेनस्टॉर्मिंग सत्र जर मध्येच अडकून पडलं (आणि अगदी स्पष्ट कल्पनांकरता ते सहसा अडकून पडतंच) तर हाताळणं आवश्यक असणाऱ्या, अत्यंत महत्त्वाच्या देय (डिलिव्हरेबल) गोष्टींच्या संदर्भातल्या काही गोष्टींचं मूल्यमापन करणं आणि काही निर्णय घेण्याचं काम काटेकोरपणे करणं आवश्यक ठरू शकेल (संघटन). प्रकल्पामध्ये आता पुढे नेमकं काय घडायला हवं आहे, या बाबतीत कुठलाही निर्णय न होता एखाद्या अनौपचारिक बैठकीमध्ये अनेक कल्पना नुसत्याच पुढे येत जातात, तेव्हा काही वेळा असंच घडतं.

समजा, योजना तयार आहे; पण तरीही गोष्टी प्रत्यक्षात हलत नसतील तर पुढची कृती कोणती आणि ती कोण करणार? यावर लक्ष केंद्रित करून प्रत्येक घटकाची पडताळणी करण्याचं काम कुणीतरी करणं आवश्यक आहे. एका व्यवस्थापिकेनं एका मोठ्या वार्षिक परिषदेचं आयोजन करण्याची जबाबदारी अनेक महिने आधीपासूनच स्वीकारली होती. गेल्या वर्षी, अंतिम मुदतीच्या शेवटी-शेवटी तिच्या गटातील लोकांना रात्र-रात्र जागून कामं करावी लागली होती. या वेळी तशी परिस्थिती कशी टाळता येईल, असं तिनं मला विचारलं. तिनं जेव्हा प्रकल्पाच्या, तिच्या हातात आलेल्या विविध तुकड्यांची रूपरेषा माझ्या पुढ्यात ठेवली, तेव्हा मी तिला विचारलं, यातला कुठला तुकडा आता या क्षणी पुढे सरकू शकतो? सुमारे अर्धा डझन असे तुकडे निवडल्यानंतर आम्ही त्यातल्या प्रत्येकाच्या बाबतीतली पुढची कृती स्पष्ट करून घेतली आणि मग गेल्या वर्षीप्रमाणे ऐन वेळी रात्र-रात्र काम करण्याची वेळ येण्यापूर्वीच प्रकल्प मार्गी लागला.

मागच्या दोन प्रकरणांमध्ये मी, आपल्या जीवन, तसेच कामाच्या अशा दोन सर्वांत मूलभूत पातळ्यांवर, आपण करत असलेल्या कृती आणि त्या कृतींना जन्म देणारे, आपण स्वीकारत असलेले प्रकल्प कमीतकमी श्रमांमध्ये जास्तीतजास्त उत्पादक आणि नियंत्रणपूर्ण कसे राहावेत, याचे मूलभूत साचे सांगितले.

> तुमची उत्पादकता वाढवण्याकरता आणि तुमच्या मनावरचा ताण कमी करण्याकरता कुठलंही नवं कौशल्य शिकण्याची गरज नाही. फक्त पद्धतशीर वर्तणुकींचा एक प्रगल्भ संच तुम्हाला मिळवायचा आहे, ज्यांचं उपयोजन तुम्हाला करायचं आहे.

यातल्या पायाभूत गोष्टी बदलत नाहीत - तुमच्या सगळ्या उघड्या गाठी गोळा करणं, त्यातल्या प्रत्येकीवर प्रथमदर्शनी विचार करणं आणि मांडणी, आढावा व कृती यांच्या साह्यानं परिणामांचं व्यवस्थापन करणं याची जबाबदारी तुम्ही स्वीकारणं अत्यावश्यक असतं.

ज्या गोष्टी पूर्ण करण्याकरता कुठल्या ना कुठल्या पातळीवर तुम्ही बांधील असता, त्यामध्ये एका बिंदूपासून दुसऱ्या बिंदूकडे जाण्यासाठी एक स्वाभाविक नियोजन प्रक्रिया अस्तित्वात असते. त्या पाच टप्प्यांच्या नमुन्याचा उपयोग करण्यानं उत्क्रांती सहसा सुलभ, जलद आणि अधिक उत्पादक पद्धतीनं होते.

एखाद्या गोष्टीमध्ये शिरकाव करायला नियोजन तुम्हाला मदत करेल; पण त्यातून बाहेर पडण्याचा मार्ग मात्र तुम्हाला स्वतःच शोधावा लागतो.
- विल रॉजर्स

हे नमुने किंवा साचे समजायला सोपे आणि वापरायला सुलभ आहेत. त्यांचा प्रयोग करण्यानं लक्षणीय परिणाम मिळतात. त्यासाठी मूलतः तुम्हाला कुठलीही नवी कौशल्यं लागत नाहीत. गोष्टी लिहून काढणं, परिणाम सुस्पष्ट करून घेणं, पुढच्या कृती ठरवणं, गोष्टींचं वर्गीकरण करणं, या सगळ्याचा आढावा घेणं आणि अंतःप्रेरणेतून पर्याय निवडणं ही सगळी कौशल्यं तुमच्याकडे आहेतच. यशस्वी परिणामांवर लक्ष केंद्रित करण्याची, ब्रेनस्टॉर्मिंग करण्याची, तुमच्या विचारांची संगतवार मांडणी करण्याची आणि पुढची पावलं उचलण्याची क्षमता आता, या क्षणीदेखील तुमच्यामध्ये आहे.

पण फक्त या सगळ्या गोष्टी कशा करायच्या हे माहीत असण्यानं परिणाम मिळत नाहीत. खूप उत्पादनक्षम, ताणरहित आणि नियंत्रणपूर्ण असण्याची क्षमता तुमच्यामध्ये आहे म्हणजे तुम्ही तसे आहातच असं नव्हे. इतर लोकांप्रमाणे तुम्हीदेखील एखाद्या मार्गदर्शकाची मदत घेऊ शकता. तुमची नवी कार्यशैली तुमच्यामध्ये व्यवस्थितरीत्या मुरेपर्यंत तो तुम्हाला पायरी-पायरीनं हा सगळा अनुभव प्राप्त करून देऊ शकतो, काही पथदर्शक पुरवू शकतो आणि चालता-चालता काही उपयुक्त क्लृप्त्या-युक्त्याही शिकवू शकतो.

हे सगळं तुम्हाला भाग २ मध्ये सापडेल.

भाग

२

ताणरहित उत्पादकतेचा अभ्यास

४

सुरुवात : वेळ, अवकाश आणि साधनं यांची तयारी करणं

दुसऱ्या भागामध्ये आपण संकल्पनात्मक आराखडा आणि कार्यप्रवाह यावरच्या नियंत्रणाचा मर्यादित प्रयोग, यांच्याकडून संपूर्ण कार्यान्वयन आणि सर्वोत्तम पद्धतींकडे वळणार आहोत. हा कार्यक्रम पूर्ण करण्यानं सहसा लोकांना, त्यांनी यापूर्वी कधीही न अनुभवलेली ताणरहित नियंत्रणाची स्थिती प्राप्त होते. मात्र, ती साध्य करण्याकरता पायरी-पायरीच्या पद्धतीच्या साह्याची गरज असते. त्याकरता करण्याजोग्या गोष्टींचा एक तर्कसुसंगत क्रम मी पुरवणार आहे; त्यामुळे या तंत्रांचा अधिकाधिक लाभ मिळवणं तुम्हाला शक्य तितकं सुलभ होऊ शकेल.

या विभागातील बहुतांश गोष्टी पहिल्यांदा वाचल्यावर पचायला किंवा अमलात आणायला अंमळ अवघड वाटू शकतील; पण तुम्ही जर संपूर्ण मॉडेल अमलात आणण्याचं ठरवलं असेल - या गोष्टीला किमान दोन संपूर्ण दिवस विनाव्यत्यय लागतील - तर तुम्हाला पायरी-पायरीनं कार्यप्रक्रिया समजावून सांगणं हा त्याचा हेतू आहे. तुम्ही 'गेटिंग थिंग्ज डन'च्या मार्गावर वाटचाल करायला सुरुवात केल्यानंतर कुठल्यातरी टप्प्यावर ही माहिती आणि या सूचना तुम्हाला पुन्हा वाचाव्या वाटण्याची शक्यता जास्त आहे, कारण त्यातून तुम्हाला तिच्या अंमलबजावणीची एक नवी पातळी लक्षात येऊ शकेल.

कार्यान्वयन - संपूर्ण असो की जुजबी; त्याकरता अनेक युक्त्या आहेत

या पद्धती संपूर्णपणे राबवण्याला तुम्ही बांधील आहात की नाही, याबद्दल तुम्ही जर साशंक असाल तर या पुस्तकातल्या माहितीतून मिळणारी सगळ्यात जास्त मौल्यवान गोष्ट म्हणजे चांगल्या युक्त्या, याची मी तुम्हाला खात्री देतो. काही वेळा एक चांगली युक्तीसुद्धा ही एवढी सगळी माहिती वाचणे सार्थकी लावू शकते.

आपल्याला छान वाटत असल्याप्रमाणे वागणं हे आपण छान वागतो आहोत असं वाटून घेण्यापेक्षा सोपं असतं.

- ओ. एच. मोवरर

उदाहरणार्थ, काही लोकांनी मला सांगितलं की, माझ्या परिषदेत त्यांना सर्वांत चांगलं काय मिळालं असेल तर दोन मिनिटांचा नियम. युक्त्या, या आपल्यातल्या जरा निर्बुद्ध आणि अजाण असलेल्या भागाकरता असतात. माझ्या माहितीतल्या सर्वोत्तम कामगिरी करणाऱ्या लोकांमधल्या बहुतांश लोकांनी उत्तमोत्तम युक्त्यांना आपल्या जीवनाचा एक भाग केलं आहे. हे माझ्या स्वतःच्याही बाबतीत खरं आहे, हे मला ठाऊक आहे. आपल्यातला हुशार भाग आपल्याला करण्याकरता काही गोष्टी तयार करून देतो आणि आपल्यातला निर्बुद्ध भाग अभावितपणेच जणू त्याला प्रतिसाद देतो आणि उच्च परिणाम देणारी वर्तणूक आपल्यात निर्माण करतो. आपण जे करायला हवं असतं, ते करण्याकरता आपण स्वतःलाच फसवतो.

उदाहरणार्थ, तुम्ही जर माझ्यासारखे कधीकधीच नियमितपणे व्यायाम करणारे असाल, तर स्वतःला व्यायाम करायला भाग पाडण्याकरता तुमच्याकडेदेखील काही छोट्या युक्त्या असतीलच. माझी सर्वोत्तम युक्ती आहे पोशाख - मी घालत किंवा काढत असलेले कपडे. मी जर व्यायामाचे कपडे घातले, तर मला व्यायाम करावासा वाटतो; अन्यथा मला दुसरंच काहीतरी करावंसं वाटण्याची जास्त शक्यता असते.

आता एका खऱ्याखुऱ्या उत्पादकताविषयक युक्तीचं उदाहरण पाहू या. कधीतरी, एखादं काम दुसऱ्या दिवशी पूर्ण करून ऑफिसला नेण्याच्या उद्देशानं तुम्ही घरी घेऊन आला असालच. दुसऱ्या दिवशी सकाळी तुम्ही ते न विसरणं अतिशय महत्त्वाचं होतं. मग आदल्या रात्री तुम्ही ते कुठे ठेवलं होतं? तुमच्या बाहेर जाण्याच्या दारापाशी किंवा तुमच्या किल्ल्यांच्या जुडग्यावर ठेवलं होतं का, जेणेकरून ते घरी विसरून राहणार नाही? तुम्ही याकरता एवढं उच्च शिक्षण घेता का? स्व-व्यवस्थापनाकरता किती अद्ययावत तंत्रज्ञान तुम्ही वापरता, नाही का! पण प्रत्यक्षात ते तसंच असतं. आदल्या रात्री, तुमच्यातल्या हुशार भागाला, उद्या सकाळी-सकाळी तुमच्यातला निर्बुद्ध भाग फारसा शुद्धीवर नसणार हे माहीत असतं. हे काय पडलं आहे दारासमोर? हां, हां! अरे, हे मला बरोबर न्यायचं आहे, नाही का!

किती छान! पण हे खरंच छान आहे. या युक्तीला मी समोरच्या दाराजवळ ठेवा युक्ती म्हणतो. आपल्याकरता दार म्हणजे तुमच्या मनाचा दरवाजा असणार आहे, घराचा नव्हे; पण संकल्पना तीच आहे.

आता, या क्षणी तुम्ही तुमचं कॅलेंडर काढलं आणि पुढच्या चौदा दिवसांमधली प्रत्येक नोंद नीट पाहिली तर त्यातली किमान एक तरी नोंद अशी असेल, जी पाहून

तुम्हाला अरेच्चा! बरी आठवण झाली मला... हे करायचं आहे, असं वाटेल. हा जो अतिरिक्त विचार तुमच्या मनात आला, तो जर तुम्ही तुमच्या कृतीला चालना मिळेल अशा एखाद्या ठिकाणी ठेवलात तर तुम्हाला आतापासूनच छान वाटू लागेल. तुमचं डोकं शांत होऊन जाईल आणि आणखी जास्त सकारात्मक गोष्टी तुम्ही पार पाडाल. हे काही रॉकेट सायन्स नव्हे, ही एक साधी युक्ती आहे.

तुम्ही जर या क्षणी एक कोरा कागद आणि तुमचे आवडते पेन घेऊन, फक्त तीन मिनिटं तुमच्या मनातल्या सर्वांत जास्त छाती दडपून टाकणाऱ्या प्रकल्पावर ध्यान केंद्रित केलंत, तर मी तुम्हाला हमी देतो, तुम्हाला किमान एक तरी अशी कल्पना सुचेल जी तुम्हाला असं वाटायला लावेल की, अरे, याचा विचार करायला हरकत नाही... मग तुमच्या डोक्यात जे येईल ते हातातल्या कागदावर लिहून काढा आणि ती कल्पना किंवा माहिती तुम्ही प्रत्यक्ष वापराल अशा ठिकाणी ठेवून द्या. असं करण्यानं दहा मिनिटांपूर्वी तुम्ही जेवढे हुशार होतात, त्यापेक्षा जास्त हुशार होणार नाही; पण तुमचं काम आणि तुमच्या आयुष्यामध्ये तुम्ही काहीतरी मूल्यवृद्धी केलेली असेल, हे नक्की!

> कार्यक्षम अशा सृजनशील आणि उत्पादक विचार व कृतींमागचं मोठं गुपित म्हणजे योग्य वेळी तुमचं लक्ष योग्य गोष्टींवर केंद्रित करणं.

कार्यप्रवाहाचं उत्तम प्रकारे व्यवस्थापन करायला शिकण्यामध्ये बहुतांशानं एखाद्या खेळाप्रमाणे पोशाख चढवणं आणि हालचालींचा सराव करण्याचा समावेश असतो, जेणेकरून आपोआप आवश्यक तेच विचार केले जातात आणि त्यानंतर प्रत्यक्ष लढतीमध्ये भाग घेणं खूपच सोपं जातं. वेळ, जागा आणि साधनं जमवण्याच्या संदर्भात पुढे दिलेल्या सूचना, एका उत्कृष्ट, नव्या पातळीवर गोष्टी घडवून आणण्याच्या विश्वसनीय पद्धती आहेत.

तुमच्या व्यक्तिगत व्यवस्थापन प्रणालींमध्ये एक मोठी उडी मारण्याचा तुम्ही गंभीरपणे विचार करत असाल, तर मी तुम्हाला असं सुचवेन की, पुढे दिलेल्या गोष्टींकडे बारकाईनं लक्ष द्या आणि दिलेल्या सूचना तंतोतंत पाळा. घटकांच्या बेरजेपेक्षा पूर्णत्व मोठं असेल. हा कार्यक्रम अमलात आणण्यामुळे, तुमच्या आयुष्यामध्ये या क्षणी घडत असलेल्या खऱ्याखुऱ्या गोष्टींमध्ये खरीखुरी प्रगती होईल, असंही तुमच्या लक्षात येईल. तुम्हाला जे घडवून आणायचं आहे ते खूप काही आपण तुम्हाला आश्चर्य वाटेल अशा नव्या आणि कार्यक्षम पद्धतीनं घडवून आणू.

वेळ बाजूला काढणं

या प्रक्रियेची पूर्वतयारी करण्याकरता आणि योग्य ती जागा, फर्निचर आणि

साधनं यांसह तुमचं कार्यस्थळ तयार करण्याकरता एक ठरावीक वेळ बाजूला काढा. तुम्ही जिथे बसून काम करणार आहात त्या कार्यस्थळाची मांडणी सोयीची, व्यवस्थित असेल तर काम पूर्ण करण्याच्या बाबतीत तुमच्यामध्ये नकळत असलेला विरोध कमी होऊ शकेल. उलट तुम्हाला तिथे बसून माहिती आणि कामाचा फडशा पाडावासा वाटेल. बहुतेक लोकांना ही पूर्वतयारी करण्याकरता दोन संपूर्ण दिवसांचा सलग कालावधी पुरेसा ठरतो. (मात्र, तुम्हाला जर एवढा वेळ देणं शक्य नसेल, तरी निराश होऊ नका. तुमच्याकडे त्याकरता देण्यासारखा वेळ कितीही कमी किंवा जास्त असो, मी सुचवलेली कुठलीही गोष्ट करणं उपयुक्तच ठरणार आहे. या तंत्रांचा आणि तत्त्वांचा लाभ मिळण्याकरता तुम्हाला दोन दिवसांची गरज नाही, तो तुम्हाला ताबडतोब मिळायला सुरुवात होईल.) संपूर्ण संकलन प्रक्रिया अमलात आणायची तर त्याकरता सहा किंवा त्यापेक्षाही जास्त तास लागू शकतात आणि त्यानंतर तुम्हाला जी माहिती डोक्याबाहेर काढून तुमच्या व्यवस्थेमध्ये साठवून ठेवावी वाटेल, ती सुस्पष्ट करून घेणं आणि तिच्याबाबत निर्णय घेणं याकरता आणखी आठ तास सहज लागतील. अर्थात, तुम्ही तुमची माहिती तुकड्या-तुकड्यांमध्ये गोळा करून तीवर प्रक्रिया करू शकता; पण या डोळ्यांसमोरच्या गोष्टी एकाच फटक्यात पूर्ण करणं जास्त सोपं ठरू शकेल.

> *एखादं मोठं पाऊल उचलण्याची वेळ आल्यास ते उचलण्यास कचरू नका. एखादा खड्डा ओलांडण्याकरता दोन लहान-लहान उड्या मारून चालत नाही.*
>
> \- डेव्हिड एल. जॉर्ज

ही कार्यपद्धत कार्यान्वित करण्यासाठी माझ्या दृष्टीनं आठवड्याची किंवा अन्य सुटी असलेला दिवसच सर्वोत्तम असतो, कारण अशा वेळी बाह्य व्यत्ययाची शक्यता कमीतकमी असते. कामाच्या दिवशीच काम करायचं ठरलं, तर आधी त्या काळात दुसरी कुठलीही बैठक न ठरवण्याची आम्ही खबरदारी घेतो. फक्त आणीबाणीची परिस्थिती हाताळण्याचीच मुभा ठेवतो. सगळे फोन कॉल्स व्हॉइस मेलकडे वळवले जातात किंवा मग मधल्या विश्रांतीच्या काळात त्याकडे लक्ष पुरवण्याच्या दृष्टीनं सहायक लोक त्यांची नोंद करून ठेवतात. हे काम संध्याकाळी, ऑफिसच्या वेळेनंतर करण्याच्या मी विरुद्ध आहे. त्या वेळी सहसा तुमची शक्ती वाया जाते आणि धावत्या सशाच्या मागे लागण्यासारखी गत होण्याची शक्यता वाढते.*

---

* कार्यालयीन वेळेनंतरचा वेळ खरं तर साधारणतः तुम्ही रोजच्या कामामध्ये जी सहसा करत नाही ती, साठलेली कागदपत्रं फाइल करणं, ड्रॉवर आवरणं, येणाऱ्या सुटीच्या संदर्भात इंटरनेटवर माहिती घेणं किंवा केलेल्या खर्चाच्या पावत्यांवर प्रक्रिया करणं अशी एकाच प्रकारची कामं करण्याकरता उत्तम असतो.

मी ज्यांच्याबरोबर काम करतो, त्यातल्या बहुतेक अधिकाऱ्यांकरता दोन सलग, संपूर्ण दिवस बाजूला काढणं, ही या एकूण प्रक्रियेतली सर्वांत अवघड गोष्ट असते. कामावर असताना बैठका आणि संपर्काकरता सदैव उपलब्ध असण्याची मानसिक गरज टाळणं त्यांना खूपच कठीण जातं. म्हणून मग आम्ही सहसा आठवड्याच्या सुटीचा आधार घेतो. तुम्ही जर बिनदरवाजाच्या, उघड्या केबिनमध्ये किंवा ऑफिसमध्ये काम करत असाल तर कामाच्या दिवशी आणि कामाच्या वेळेमध्ये पुरेसा वेळ बाजूला काढणं आणखी अवघड जातं.

> या प्रक्रियेला दोन दिवस द्या, उत्पादकता आणि मानसिक आरोग्याच्या रूपात तुम्हाला त्याची अनेक पटींनी भरपाई मिळेल.

तशी ही प्रक्रिया अगदीच पवित्र किंवा अजिबात धक्का न लावण्याजोगी नाही; फक्त एवढंच आहे की, एवढ्या मोठ्या प्रमाणावर उघड्या गाठींचा साठा संकलित करणं आणि त्यावर प्रक्रिया करणं यासाठी खूप जास्त मानसिक ऊर्जा खर्च होते. विशेषतः या बाबी खूप काळापासून अनिर्णीत किंवा अडकून पडलेल्या असतील तर जास्तच! या कामामध्ये वारंवार व्यत्यय येत राहिला, तर त्याला लागणारा वेळ दुप्पट होतो. एखाद्या ठरावीक कालावधीमध्ये जर तुम्ही कामाला प्रत्यक्ष सुरुवात करू शकलात तर गोष्टी आपल्या नियंत्रणाखाली असल्याची, काहीतरी साध्य केल्याची भावना निर्माण होते आणि मग तुमची ऊर्जा आणि सर्जनशीलता मुक्तपणे वाहू लागते. नंतर मग तुम्ही तुमच्या व्यवस्थेचं काम थोड्या-थोड्या वेळामध्ये आणि तुमच्या कामाच्या दिवसामध्ये उसंत मिळेल तेव्हा करू शकता.

जागेची मांडणी

मध्यवर्ती नियंत्रण कक्ष या प्रकारची एक जागा तुम्हाला लागेल. तुमच्याकडे जर काम करण्याकरता एक टेबल आणि कार्यालयाची जागा असेल तर तिथूनच सुरुवात करा. तुम्ही जर घरी बसून काम करणारे असाल तर तुमचं मुख्य ठाणं अर्थातच तेच असेल. तुमच्याकडे जर या दोन्ही गोष्टी असतील तर दोन्ही ठिकाणी तुम्हाला सारखीच आणि आलटूनपालटून वापरता येण्याजोगी व्यवस्था असलेली आवडेल. तुमच्याकडे दोन्ही नसतील, तुमची कामं करण्याकरता एक मध्यवर्ती ठिकाणच नसेल तर तुम्ही ते निर्माण करणं अनिवार्य आहे. तुम्ही एखादं फिरतं, उच्च तंत्रज्ञानात्मक आणि म्हणूनच मुख्यतः आभासी जीवन जगत असाल, तरी काम करण्याकरता तुम्हाला तुमचा तळ म्हणून वापरायला एक निवांत जागा आवश्यक ठरेल. तुम्ही जिथे कुठे काम करत असाल तिथे हा कार्यक्रम कार्यान्वित करण्याची तुमची इच्छा असली, तरी किमान सुरुवातीला एखादं मुख्य स्थान तुम्हाला हवंच.

कामाच्या जागेतल्या मूलभूत गोष्टी म्हणजे लिहिण्याकरता एक पृष्ठभाग आणि इन-ट्रेकरता जागा. कदाचित तुमचं मुख्य डिजिटल साधन ठेवण्याची जागादेखील यात मोडेल. काही लोकांना यापेक्षा जास्त कशाची गरजच भासणार नाही; जसं मशीन शॉपमधला फोरमन, इस्पितळामध्ये रुग्ण दाखल करून घेणारी नर्स किंवा तुमच्या मुलाची आया. गृहिणींना त्यांच्या कार्यप्रवाहाचं व्यवस्थापन करण्याकरता फार मोठी जागा लागेल असं नाही; पण चिठ्ठ्या, पत्रं, घरातले आणि कौटुंबिक प्रकल्प व कामं, आर्थिक बाबी इत्यादी गोष्टी हाताळण्याकरता एखादी स्वतंत्र जागा असणं महत्त्वाचं असतं. दैनंदिन जीवनाच्या उद्योगातल्या या गोष्टी सहसा स्वयंपाकघर, हॉल, लॉबी, डायनिंग टेबल, पुस्तकांचं शेल्फ अशा ठिकाणी इतस्ततः विखुरलेल्या असतात आणि त्यामुळे छाती दडपून जाते.

बहुतेक व्यावसायिकांकरता लिहिण्याचा पृष्ठभाग अर्थातच जरा मोठा लागेल. जेणेकरून त्यावर ते एक फोन, चार्जर, एक संगणक, एकावर एक रचण्याचे ट्रे, फायलींचे ड्रॉवर्स, संदर्भ साहित्याकरता शेल्फ इ. बसवू शकतील. काहींना प्रिंटर, पांढरा फळा आणि/किंवा मल्टिमीडिया कॉन्फरन्सिंग उपकरणांचीही गरज भासू शकेल. अगदीच स्वयंपूर्ण असलेल्यांना व्यायाम, मनोरंजन आणि छंदपूर्तीची साधनंदेखील लागू शकतील.

कामाची उपयुक्त जागा असणं अत्यंत महत्त्वाचं आहे. तशी खास जागा आणि इन-ट्रे तुमच्याकडे नसेल, तर ते ताबडतोब मिळवा. अर्थात हे विद्यार्थी, गृहिणी आणि सेवानिवृत्त व्यक्तींनाही लागू आहे. सर्व गोष्टींना तोंड देण्याकरता एक प्रत्यक्ष स्वरूपातला नियंत्रण कक्ष प्रत्येकाकडे असायलाच हवा.

> तुमच्याकडे घरी, ऑफिसमध्ये आणि प्रवासातसुद्धा एक स्वतंत्र, स्वयंपूर्ण आणि विशिष्ट कामाची जागा असणं आवश्यक आहे.

मला जर फक्त काही मिनिटांमध्ये एक तातडीचं कार्यस्थळ उभं करायला सांगितलं, तर मी एक फळी घेईन, दोन ड्रॉवर्स असलेल्या दोन फायलिंग कॅबिनेट्सवर ती आडवी टाकेन, त्यावर एक तीन खणी स्टॅक ट्रे (एकावर एक रचण्याचे ट्रे) एक लेखनाचं पॅड आणि पेन ठेवेन. हे माझं मुख्य स्थान असेल. (काम करताना माझ्याकडे जर बसण्याएवढा वेळ असेल तर मी एक स्टूलदेखील विकत घेईन!) विश्वास ठेवा अगर नका ठेवू; पण मी अशा अनेक वरिष्ठ अधिकाऱ्यांच्या कार्यालयांमध्ये गेलो आहे, जी एवढीसुद्धा उपयुक्त नव्हती.

तुम्ही ऑफिसमध्ये जाऊन बसत असलात, तरी तुम्हाला घरीदेखील एक जागा हवी

घरी कामाच्या जागेचा संकोच करू नका. या प्रक्रियेमध्ये तुम्हाला आता कळेलच की, तुम्हाला तुमच्या घरीदेखील ऑफिसमध्ये असलेल्या व्यवस्थेसारखीच एक उपव्यवस्था आवश्यक आहे. मी ज्यांच्याबरोबर काम केलं आहे, त्यांच्यापैकी अनेकजणांना त्यांच्या ऑफिसच्या तुलनेत त्यांच्या घरातल्या अव्यवस्थेमुळे लाज वाटत होती; पण दोन्हीकडे सारखीच व्यवस्था करण्याचा त्यांना खूप फायदा झाला. तुम्हीदेखील त्यांच्याप्रमाणेच विचार करून एका साप्ताहिक सुटीची किंमत मोजली आणि घरीदेखील ऑफिससारखीच एक कामाची जागा थाटलीत, तर तुमचं जीवन अधिक सुसंघटित करण्याच्या बाबतीत तुम्हाला नक्की क्रांतिकारक बदल अनुभवाला येतील.

प्रवासामधली कामाची जागा

तुम्ही जर कामानिमित्त किंवा एरवीदेखील फिरत्या जीवनशैलीमुळे सारखे प्रवास करत असाल, तर प्रवासातलं म्हणून एक छोटंसं, आटोपशीर मायक्रो-ऑफिस तुम्हाला थाटावंसं वाटेल. यात बहुतेककरून एक ब्रीफकेस, बॅग किंवा थैली असेल, त्यामध्ये काही फोल्डर्स आणि फिरत्या कार्यस्थळाला लागणाऱ्या काही वस्तू असतील.

एका ठिकाणाहून दुसरीकडे जात असताना किंवा कार्यालय नसलेल्या जागी असताना जे काही क्षण आणि थोडा-थोडा मोकळा वेळ मिळतो, त्यांचा फायदा घेण्याकरता काहीच तयारी नसल्यामुळे अनेक लोक उत्पादकतेच्या संधी घालवून बसतात. प्रक्रिया करण्याची चांगली शैली, योग्य साधनं आणि ऑफिस, तसंच घरी परस्परांना जोडलेल्या उत्तम प्रणाली, या गोष्टींमुळे काही कामं पूर्ण करण्यासाठी प्रवासातला वेळ खूप उपयोगी ठरू शकतो. आपल्यापैकी बहुतेकांना आधुनिक तंत्रज्ञान अधिकाधिक शक्तिमान फिरतं हार्डवेअर आणि जलदगतीचा जागतिक संपर्क पुरवत असल्यानं आपलं जीवन आभासी पद्धतीनं सांभाळणं जास्त शक्य होऊ लागलं आहे; पण त्यात समस्या आहे ती, तुमच्या मोबाइल साधनांमध्ये उपलब्ध असलेल्या सर्व पर्यायांसोबत येणारा माहितीचा भडिमार सांभाळणं. गोष्टी संकलित करणं, सुस्पष्ट करून घेणं आणि त्या संघटित करणं याकरता, गोष्टी घडताक्षणीच त्या हाताळण्यासाठी योग्य त्या प्रणाली आणि साधनं असलेली एक उत्तम कार्यपद्धत नसेल तर जागतिक, फिरत्या संपर्काच्या या नव्या जगाचा म्हणावा तेवढा उपयोग होऊ शकणार नाही. कदाचित हे जग उलट एक अनुत्पादक, विचलित करणारी आणि ताण निर्माण करणारी गोष्ट ठरू शकेल.

कामाच्या जागेचे वाटे करू नका!

तुमची स्वतःची अशी एक कामाची जागा असणं अत्यंत आवश्यक आहे - किमान एक इन-ट्रे आणि कागद ठेवण्यापुरती जागा तरी हवीच. मी ज्यांच्याबरोबर काम केलं आहे, अशी बरीच विवाहित जोडपी घरामध्ये दोघांत मिळून एकच टेबल वापरून काम चालवत होती. त्यांनी एकाऐवजी दोन टेबलं वापरायला सुरुवात केल्यावर अक्षरशः प्रचंड फरक पडला; त्यामुळे दोघांमध्ये एक अंतर पडेल असं जे त्यांना वाटत होतं, त्याच्या उलट झालं. एकच टेबल वापरण्यामुळे त्यांच्यामध्ये जो सुप्त तणाव निर्माण झाला होता, तो नाहीसा झाला. एका जोडप्यानं तर घरी असलेली आई बाळाकडे लक्ष ठेवता-ठेवता स्वयंपाकघरातूनच आपलं कामकाज पाहू शकेल, याकरता तिथेदेखील एक लघु-कार्यस्थळ उभं केलं!

काही संस्था हॉटेलिंगची संकल्पना वापरण्यासदेखील उत्सुक आहेत. यात लोकांची संपूर्णपणे स्वयंपूर्ण, फिरती कार्यस्थळं असतील. ती ते कंपनीमध्ये जिथे कुठे असतील तिथे प्लग-इन करू शकतील आणि तिथून आपलं काम करू शकतील. यामुळे ऑफिस स्पेसमध्ये बचत होऊ शकते, कारण मुख्य 'ठाण्या'मध्ये न येता स्वतंत्रपणे काम करू शकणाऱ्या कर्मचाऱ्यांच्या साह्यानं संस्था अधिक आभासी पद्धतीनं काम करू लागल्या आहेत. मात्र, यामध्ये प्रत्येक संबंधित कर्मचाऱ्याकडे स्वतःचं एक नियंत्रण केंद्र असणं गृहीत आहे. या दिशेचे प्रयोग अपयशी ठरले आहेत, कारण त्यामुळे एक स्थिर कार्यस्थळच नाहीसं झालं. आपल्याकडे असलेल्या व्यवस्थेचा वापर करण्याच्या बाबतीत, सुप्त पातळीवर आपल्या मनामध्ये कुठलाही अवरोध असता कामा नये. आपला इन-ट्रे, फायलिंग व्यवस्था आणि आपल्या कामांवर कुठे आणि कशी प्रक्रिया करायची, या बाबतीत सतत विचार करावा लागत असेल तर त्यामुळे आपण सतत विचलित होत राहतो.

> तुम्हाला तुमची व्यवस्था वापरायची असते - ती सतत नव्यानं निर्माण करायची नसते.

तुमच्याकडे जर एक नीटनेटकी आणि आटोपशीर प्रणाली असेल आणि तुमच्या कामावर जलद गतीनं, तसेच सहजपणे जाता-जाता प्रक्रिया कशी करायची हे तुम्हाला माहीत असेल, तर तुम्ही अगदी कुठूनही काम करू शकता; पण तरीही तुम्हाला एका मुख्य ठाण्याची गरज भासेल. तिथे सगळी साधनं असतील आणि तिथे पोहोचल्यानंतर तुम्हाला हाताशी लागणाऱ्या सर्वच संदर्भ आणि पूरक साहित्याकरता पुरेशी जागा असेल. माझ्याबरोबर काम करत असलेल्या बहुतेक लोकांना सर्वसाधारण संदर्भ साहित्य आणि प्रकल्पपूरक कागदपत्रांच्या स्वरूपातली माहिती ठेवण्याकरता किमान दोन फाइल ड्रॉवर्स लागतात. डिजिटल स्कॅनर्स आणि या क्षेत्रातली सतत होणारी तंत्रज्ञानात्मक प्रगती पाहता हे शक्य वाटतं की, एक दिवस सर्व पूरक

साहित्य 'क्लाउड'मध्ये असेल आणि हवं तेव्हा, हवं तिथे ते मिळवता येईल; पण तुमचा पासपोर्ट, तुम्ही युरोपातून परत येताना तुमच्याकडे असलेले युरो आणि काही प्रकारची माहिती हाताळण्याकरता लागणारी किमान काही कागदपत्रं यातल्या कशाचीच तुम्हाला गरज राहणार नाही अशी अवस्था यायला अजून काही काळ जावा लागेल. संदर्भाच्या आणि आनुषंगिक गोष्टींचा साठा लहान असो किंवा मोठा, त्याला एक ठिकाण हवं आणि ते चटकन वापरता येण्याजोगं हवं.

तुम्हाला आवश्यक असलेल्या साधनांची जुळवाजुळव

या कार्यप्रवाह प्रक्रियेची पूर्ण अंमलबजावणी करायचं तुम्ही पक्कं ठरवलं असल्यास सुरुवातीला तुम्हाला काही मूलभूत साधनसामग्री लागेल. तुम्ही जसजसे पुढे जाल, तसतशी तुमच्या सवयीची साधनं आणि नव्या वेगळ्या साधनांचा उपयोग करून पाहण्याच्या शक्यता, यांच्यामध्ये तुम्ही मागेपुढे करत राहाल.

इथे हे लक्षात घ्या की, चांगली साधनं खूप खर्चिक असावीत, असं नाही. सहसा, कमी प्रतीच्या तंत्रज्ञानावर आधारलेल्या गोष्टी जितक्या जास्त कार्योपयोगी भासतील, तेवढ्याच त्या प्रत्यक्षात निरुपयोगी ठरतात.

प्रक्रिया करण्याकरता लागणारी मूलभूत साधनं

समजा, तुम्ही अगदीच मुळापासून सुरुवात करत असाल, तर अशा वेळी तुम्हाला टेबलाएवढ्या कामाच्या जागेव्यतिरिक्त खालील गोष्टी लागतील :

- कागद ठेवण्याचे ट्रे (किमान ३)
- कोऱ्या कागदांचा गठ्ठा
- पेन/पेन्सिल
- पोस्ट-इट (३×३)
- पेपर क्लिप्स
- स्टेपलर आणि त्याच्या पिना
- चिकटपट्टी
- रबरबॅन्ड्स
- स्वयंचलित लेबलर
- फाइल फोल्डर्स
- कॅलेंडर
- केराची टोपली
- माहितीचं संकलन, संघटन आणि कामांची यादी तयार करण्याकरता सध्या

वापरात असलेली साधनं, जसं मोबाइल साधनं, पीसी आणि कागदी प्लॅनर, वही इ.

कागद ठेवण्याचे ट्रे

यामध्ये तुमचे इन आणि आउट-ट्रे, आणि चालू कामाशी संबंधित कागदपत्रं किंवा वाचून बघणे प्रकारची पूरक कागदपत्रं ठेवण्याकरता एक किंवा दोन ट्रे असतील. सर्वांत उपयुक्त ट्रे हे पत्रं किंवा कायदेशीर पत्रांच्या आकाराचे, एकावर एक ठेवण्याजोगे आणि उघड्या तोंडाचे असतात.

कोरे कागद

सुरुवातीच्या संकलन प्रक्रियेकरता तुम्हाला या कागदांची गरज लागेल. विश्वास ठेवा अगर ठेवू नका; पण एका आखीव तावावर एकच विचार लिहून ठेवण्याचा खूप फायदा होतो. बहुतेक लोक आपल्या टिपा एखाद्या यादीयुक्त ऑर्गनायझरमध्ये टाकण्याद्वारे त्यांवर प्रक्रिया करण्याचं काम आटोपतं घेणारे असले, तरी प्राथमिक विचार एकाच सर्वसमावेशक यादीपेक्षा स्वतंत्ररीत्या नोंदवून ठेवल्यास नंतरच्या प्रक्रिया करणं आणि संघटन या पायऱ्यांवर त्या विचारांचा सोक्षमोक्ष लावणं सोपं जातं. काहीही झालं तरी, पत्रांच्या आकाराचे भरपूर कोरे कागद किंवा पॅड हाताशी असलेले बरे, कारण त्यामुळे अचानक आणि वेगवेगळ्या प्रकारची माहिती हाती लागली तर ती नोंदवून ठेवण्याकरता ते उपयोगी पडतात.

पोस्ट-इट, क्लिप्स, स्टेपलर इ.

पोस्ट-इट, क्लिप्स, स्टेपलर, सेलो टेप, रबर बँड्स इ. गोष्टी कागदपत्रांची साठवण आणि हलवाहलव करण्याकरता उपयोगी पडतात. हल्ली त्यांचा वापर कमी झालेला असला, तरी अजून आपण कागदाचा आणि अन्य अशा वस्तुरूप गोष्टींचा वापर थांबवलेला नसल्यामुळे त्यांचं व्यवस्थापन करण्याकरता या साध्या-साध्या गोष्टींची गरज आहे.

क्षणोक्षणी माहितीचं संकलन करणं, विचार करणं, प्रक्रिया करणं आणि संघटन करणं आव्हानात्मकच असतं. या गोष्टी सुलभ करण्याकरता लागणारी साधनं तुमच्याकडे असण्याची नेहमीच काळजी घ्या.

लेबलर

आश्चर्य वाटेल; परंतु आपल्या कामामध्ये लेबलर हे साधन खूप महत्त्वाचं आहे. हजारो उच्चाधिकारी, व्यावसायिक आणि गृहिणी यांच्याबरोबर मी काम केलेलं आहे. त्यांच्याकडे आज स्वतःचे स्वयंचलित लेबलर्स आहेत. अरेच्चा! ही गोष्ट

एवढी उपयुक्त आहे, हे सांगूनही खरं वाटलं नसतं! अशा थाटाचे त्यांचे अनेक आश्चर्योद्‌गार माझ्या संग्रही आहेत. लेबलर, हे फाइल फोल्डर आणि इतर असंख्य गोष्टींना लेबलं लावण्याकरता उपयोगी पडतं.

कुठलंही, जरा स्वस्तातलं, स्वतंत्र किंवा संगणकाशी लगेच जोडता येणारं (प्लग अँड प्ले) आणि क्षणार्धात लेबल तयार करणारं लेबलर वापरणं मी पसंत करतो. एखादी गोष्ट समोर येताच ती फाइल करण्यात अडचण येता कामा नये.

फाइल फोल्डर्स

हे तुम्हाला खूप संख्येनं लागतील. तुमची फायलिंग प्रणाली कशी आहे यानुसार ही फोल्डर्स ठेवायला आणखी काही गोष्टींची आवश्यकता भासू शकेल; पण फायली ठेवण्याकरता साधी, मोठी पाकिटं चालतात. त्यांना कलर कोडिंग वगैरे करणं ही अनावश्यक गुंतागुंत आहे. सर्वसाधारण संदर्भ साहित्याची फायलिंग व्यवस्था ही साधी, लायब्ररीसारखी हवी.*

कॅलेंडर

केवळ तुमच्या अपूर्ण गोष्टींचं संकलन करण्याकरता तुम्हाला कॅलेंडरची गरज नसू शकेल; पण तरीही, करण्याजोग्या काही गोष्टी तुम्हाला सुचू शकतील आणि त्या नोंदवण्याकरता नक्कीच तुम्हाला कॅलेंडरची गरज भासेल. मी यापूर्वी म्हटल्याप्रमाणे, कॅलेंडरचा उपयोग नुसतीच कामांची यादी लिहिण्याकरता नव्हे; तर विशिष्ट दिवशी आणि विशिष्ट वेळी पूर्ण करणं आवश्यक असलेल्या गोष्टींचा माग ठेवण्याकरता करायला हवा.

आजकाल बहुतेक व्यावसायिकांकडे कुठल्यातरी प्रकारची कॅलेंडर प्रणाली असतेच. त्यात सुट्या कागदांचे ऑर्गनायझर्स इथपासून ते मोबाइल साधनं आणि एन्टरप्राइज सॉफ्टवेअर प्रणालींपर्यंत काहीही असू शकतं.

सुसंघटित होण्याकरता मुख्य साधन म्हणून लोक सहसा कॅलेंडरच वापरत असतात. विशिष्ट प्रकारची माहिती आणि विशिष्ट वेळ आणि दिवसांशी निगडित वचनबद्धतांची स्मरणकं यांच्या व्यवस्थापनामध्ये कॅलेंडर अत्यंत महत्त्वाचं ठरतंही. कॅलेंडरची गरज असलेली माहिती आणि वचनबद्धतांची स्मरणकं अनेक असतात; पण तुम्ही फक्त कॅलेंडरपुरते मर्यादित राहणार नाही. तुम्ही जसजशी आपली पद्धत वापरू लागाल, तसतशी अशी एक सर्वंकष प्रणाली समोर येईल. तिच्याशी तुमच्या

---

* अनेक देशांमध्ये प्राथमिक पण महत्त्वाच्या सर्वसाधारण संदर्भ साहित्य प्रणालीकरता उपयोगी पडणारे, मी सुचवलेले साधे, स्वस्तातले फोल्डर मिळणं अवघड जातं. तुमच्या बाबतीत परिस्थितीनुसार योग्य तो उपयुक्त पर्याय शोधा.

कॅलेंडरची सांगड घालावीशी तुम्हाला वाटू शकेल.

आपण कुठल्या प्रकारचं कॅलेंडर वापरावं, असा प्रश्न तुम्हाला पडला असेल. पुढच्या प्रकरणामध्ये मी त्यासंबंधीची सविस्तर चर्चा करणार आहे. सध्या तुमच्याकडे जे आहे, तेच वापरा. या संपूर्ण प्रणालीबद्ध मार्गाचं तुम्हाला आकलन झाल्यानंतर वेगळं साधन वापरण्याचा निर्णय घेण्याकरता तुम्हाला अधिक चांगला संदर्भबिंदू मिळू शकेल.

केराची टोपली/पुनर्वापर टोपली

एकदा इथे सांगितलेली प्रक्रिया तुम्ही अमलात आणायला लागलात की, इतर अनेक लोकांप्रमाणेच तुम्हीदेखील वाटतं त्यापेक्षा खूप जास्त गोष्टी टाकून द्याल; त्यामुळे भरपूर प्रमाणात कचरा निर्माण करण्याकरता सज्ज व्हा. मी ज्यांना शिकवलं, अशा अनेक अधिकाऱ्यांना आम्ही ज्या दिवशी काम करत होतो, त्या दिवशी एक कचऱ्याची गाडी बोलावून बाहेर उभी करून ठेवणं सोयीचं वाटलं!

तुम्हाला ऑर्गनायझरची गरज आहे का?

ऑर्गनायझर नावाचं साधन तुम्हाला आवश्यक आहे किंवा नाही आणि असल्यास कुठल्या प्रकारचं, ही गोष्ट अनेक घटकांवर अवलंबून आहे. तुमच्या कामांच्या याद्या आणि हाताशी असलेली संदर्भाची माहिती नीट ठेवण्याकरता तुम्ही सध्या काही साधन वापरता का? तुमच्या कृती, विषयपत्रिका आणि प्रकल्पांची स्मरणकं कशा स्वरूपात पाहायला तुम्हाला आवडेल? तुम्हाला ते कुठे आणि किती वेळा पुन्हा बघण्याची गरज भासू शकेल? तुमचा मेंदू ही काही गोष्टी साठवून ठेवण्याची जागा नसल्यामुळे तुम्हाला चालना देणाऱ्या गोष्टींचं व्यवस्थापन करण्याकरता तुम्हाला कुठल्यातरी बाह्य साधनाची गरज भासेल, हे नक्की. कागदाच्या चिठ्ठ्या फोल्डरमध्ये ठेवण्यासारख्या अत्यंत साध्या तंत्रज्ञानाचा वापर तुम्ही निश्चितच करू शकता किंवा मग वही, प्लॅनर किंवा त्यांचे डिजिटल अवतारही तुम्ही वापरू शकता किंवा यांचं मिश्रण वापरू शकता.

> तुमच्याकडे साठलेल्या गोष्टींवर प्रक्रिया कशी करावी आणि कुठल्या गोष्टींचं संघटन करावं हे एकदा तुम्हाला कळलं की, मग तुम्हाला फक्त कामांच्या यादी करणं आणि त्यांचं व्यवस्थापन करण्याचं काम उरेल.

संकलन, प्रक्रिया आणि सुसंघटनाच्या विविध अंगांकरता मागच्या भागामध्ये वर्णन केलेल्या हलक्या तंत्रज्ञानाधिष्ठित सगळ्या गोष्टी उपयोगी पडतात. माहिती संकलनाकरता तुम्ही कोरा कागद आणि ट्रे वापराल. तुमच्या इन-ट्रेमधल्या गोष्टींवर प्रक्रिया करत असताना पोस्ट-इट, स्टेपलर आणि पेपर क्लिप्सची गरज असणाऱ्या,

दोन मिनिटांपेक्षा कमी वेळ लागणाऱ्या अनेक कृती तुम्ही पूर्ण कराल. मासिकं, लेख आणि छापील अहवाल, तसेच अन्य कागदपत्रं वाचणं यांसारख्या दोन मिनिटांपेक्षा जास्त वेळ खाणाऱ्या गोष्टी दुसऱ्या ट्रेमध्ये जातील. याशिवाय निव्वळ फाइल करण्याकरताही तुमच्याकडे बरंच काही असेल. प्रकल्प इन्व्हेंटरी सांभाळणं, कॅलेंडरमध्ये नोंदी करणं, त्यामध्ये कृती आणि विषयपत्रिकाविषयक स्मरणकं नोंदवणं आणि तुम्ही ज्या गोष्टींची वाट पाहत आहात, त्यांचा माग ठेवणं यांसारख्या ज्या गोष्टी शिल्लक राहतात, त्यांच्याकरता यादी किंवा पुनःआढावा घेण्यायोग्य वर्गीकरण करणं आवश्यक ठरेल.

याद्यांचं व्यवस्थापन, चिठ्ठ्यांच्या रूपात त्या फ़ाइल फोल्डरमध्ये ठेवून करता येतं (उदाहरणार्थ, कॉल्स फाइलमध्ये तुम्हाला ज्यांना फोन करायचा आहे, त्या प्रत्येक व्यक्तीकरता वेगवेगळे कागद/चिठ्ठ्या अथवा टू पे फोल्डर किंवा ट्रेमध्ये भरायची सगळी बिलं) किंवा त्या सुट्या कागदांच्या वह्या किंवा प्लॅनरमध्ये साठवता येतील. (कॉल्स असा मथळा असलेलं पान आणि त्याखाली सगळ्या कॉल्सची यादी.) अगदी उच्च तंत्रज्ञान वापरायचं झालं, तर डिजिटल स्वरूपात यादी ठेवता येईल. (टास्क्स किंवा टू डू विभागात कॉल्स या नावाचा वर्ग निर्माण करता येईल.)

सहज इकडून तिकडे नेता येण्याजोगं - पोर्टेबल - संदर्भ साहित्य (उदाहरणार्थ, टेलिफोन/पत्ता) सांभाळण्याव्यतिरिक्त बहुतेक ऑर्गनायझर्स हे याद्यांचं व्यवस्थापन करण्याकरता तयार केलेले असतात. (तुमचं कॅलेंडर हे प्रत्यक्षात एक यादीच असतं, ज्यात वेळ आणि दिवसाशी निगडित कृतींची स्मरणकं, क्रमवार लिहिलेली असतात.)

> तुमची उत्पादकता वाढवण्याची सर्वोत्तम युक्ती म्हणजे तुम्हाला मनापासून आवडणारी संघटन साधनं बाळगणं.

गेल्या शतकाच्या शेवटच्या काही वर्षांमध्ये हजारो प्रकारचे ऑर्गनायझर्स बाजारात उपलब्ध होत आले आहेत.*

गेटिंग थिंग्ज डन प्रक्रिया तुमच्या सद्य व्यवस्थेमध्ये राबवावी की, नवी व्यवस्था बसवावी? या प्रश्नाचं उत्तर आहे, ज्या कशामुळे साधनं योग्यरीत्या वापरण्याच्या दृष्टीनं तुमच्या वर्तनामध्ये बदल होईल, तो मार्ग निवडा. इथेसुद्धा कार्यक्षमता हा घटक महत्त्वाचा आहेच. तुम्हाला डिजिटल मार्गानं खूप माहिती मिळते; त्यामुळे

---

* *गेटिंग थिंग्ज डन* पहिल्यांदा प्रकाशित झाल्यापासून जीटीडी कार्यपद्धतीचा गाभा हा पाया मानून तयार झालेल्या अनेक सॉफ्टवेअर प्रणाली उदयाला आल्या आहेत. त्यातल्या बहुतांश निव्वळ डिजिटल आणि मोबाइल टू-डू आणि टास्क याद्यांचे व्यवस्थापन करणाऱ्या आहेत आणि त्यामध्ये विविध अतिरिक्त गोष्टी, ग्राफिक सादरीकरण इ. टाकण्यात आले आहेत.

तिचा माग डिजिटल साधनानंच ठेवणं जास्त सोयीचं होईल, असं आहे का? तुम्हाला ज्या अनेक अपॉइंटमेंट्स पाळायच्या आणि चालता-चालता बदलायच्या आहेत, त्याकरता कागदी कॅलेंडर योग्य ठरेल का? तुम्ही प्रवासात असताना तुम्हाला करायला हवे असलेले फोन कॉल्स इ. बाबत स्मरण करून देण्याचा सोपा मार्ग कुठला आहे? वगैरे वगैरे. शिवाय सौंदर्यदृष्टी आणि आनंद हेही घटक आहेत. एखाद्या रेस्तराँमध्ये जेवण येण्याची वाट बघत असपर्यंत माझा स्मार्टफोन वापरण्याचा (म्हणजेच त्याच्याशी खेळण्याचा) काहीतरी बहाणा पाहिजे असताना माझं सर्वोत्तम नियोजन आणि माहिती मिळवण्याचं काम घडलेलं आहे.

> तुमची संदर्भप्रणाली तुमच्या नियंत्रणाखाली नसेल, तर ती तुमच्या कार्यप्रवाहामध्ये अडथळा निर्माण करते, ज्यामुळे संदिग्ध गोष्टी पुन्हा तुमच्या समोर येऊ लागतात.

हे लक्षात घ्या की, तुम्ही वापरत असलेलं साधन तुम्हाला ताणमुक्त उत्पादकता देणार नाही. जीटीडी कार्यपद्धत अमलात आणून ते काम तुम्हालाच करायचं आहे. तुम्ही ही प्रक्रिया कशी मांडता आणि अमलात आणता यामध्ये तुम्ही वापरत असलेली संरचना नक्कीच महत्त्वाची असेल; पण ती संरचना तुमच्या अंमलबजावणीचा पर्याय असू शकत नाही. सुंदर हातोडी असली म्हणजे उत्तम सुतार होता येत नाही; पण उत्तम सुताराला आपल्याकडे सुंदर हातोडी असणं केव्हाही हवंसंच वाटणार.

एखादं ऑर्गनायझर वापरायचं की नाही, असल्यास कुठलं याचा विचार करताना हे ध्यानात घ्या की, तुम्हाला फक्त तुमच्या याद्यांचं व्यवस्थापन करायचं आहे. तुम्हाला चालता-चालता सहजपणे एखादी यादी तयार करायची आहे आणि ती गरजेनुसार नियमितपणे पुन्हा पाहायची आहे. एकदा यादीमध्ये काय घालायचं आणि ती यादी कशी वापरायची हे कळलं की, त्याचं माध्यम महत्त्वाचं उरत नाही. सुलभता, गती आणि वापरण्यातला आनंद याकडे लक्ष द्या, बस्स!

फायलिंग प्रणालीबाबतचा महत्त्वाचा घटक

या प्रक्रियेकरता एक साधी आणि अत्यंत उपयुक्त व्यक्तिगत संदर्भ व्यवस्था किंवा प्रणाली खूप महत्त्वाची आहे. कुणाच्याही ऑफिसमध्ये कार्यप्रवाह प्रक्रियेचं काम सुरू करण्यापूर्वी सर्वांत आधी मी त्यांची फायलिंग यंत्रणा तपासतो.

मी प्रकरण २ मध्ये सांगितल्याप्रमाणे, चांगली सर्वसाधारण संदर्भ प्रणाली नसणं, हा व्यक्तिगत व्यवस्थापन प्रणाली राबवण्यातला एक सर्वांत मोठा अडथळा ठरू शकतो. मी वैयक्तिक मार्गदर्शन केलेल्या बहुतेक अधिकाऱ्यांच्या बाबतीत सुधारणेची ही एक सर्वांत मोठी संधी ठरली आहे. संदर्भप्रणालीमध्ये असलेल्या गोष्टी खूप महत्त्वाच्या किंवा धोरणात्मक असतात असं मुळीच नाही; पण जे काही

आहे, त्याचं जर योग्य व्यवस्थापन केलं नाही तर मात्र त्या गोष्टी प्रचंड प्रमाणात प्रत्यक्ष आणि मानसिक जागा अडवणाऱ्या असतात. नानाविध अ-कृतीयोग्य; पण संभाव्यतः उपयुक्त गोष्टी जर प्रक्रिया आणि संघटनाविना राहिल्या तर त्या मानसिक गोंधळाला जन्म देतात. त्याहीपेक्षा महत्त्वाचं म्हणजे त्या कार्यप्रवाहाच्या प्रवाह या भागामध्ये अडथळे निर्माण करत राहतात आणि ड्रेनेज तुंबल्यावर जसं आपल्याला सारखी घाणच वर येताना दिसते, तशा फालतू गोष्टीच दिसत राहतात. मी माझ्या क्लाएंटबरोबर अनेक वेळा जवळच्या स्टेशनरी दुकानात जाऊन फायलिंग कॅबिनेट, फाइल फोल्डर्सचा गठ्ठा आणि लेबलर घेऊन आलो आहे, जेणेकरून त्याच्या किंवा तिच्या टेबलावर, बाजूच्या कपाटामध्ये आणि जमिनीवरसुद्धा पडलेल्या पसाऱ्यापैकी जवळपास २/३ भाग ठेवण्याकरता एखादी व्यवस्थित जागा आम्ही तयार करू शकू. त्यानंतर कामातल्या सुस्पष्टता आणि केंद्रिततेच्या बाबतीत जो प्रचंड बदल घडून आला, तो अर्थातच नाट्यमय असा होता.

तुमची संदर्भप्रणाली जलद, काम करणारी आणि मजा वाटेल अशी नसेल, तर माहिती संकलनाची एकूण प्रक्रियाच तुम्ही टाळू पाहाल.

इथे आपला संबंध बहुतांशी सर्वसाधारण संदर्भ साहित्य फायलिंगशी आहे. कंत्राटं, आर्थिक माहिती किंवा वेगळी जागा आणि संगतवार मांडणीची गरज असलेले माहितीचे इतर प्रकार, यांना वाहिलेल्या स्वतंत्र फायलिंग यंत्रणेपेक्षा ही प्रणाली सर्वस्वी वेगळी आहे. सर्वसाधारण संदर्भ साहित्याच्या फायलींमध्ये लेख, माहितीपत्रकं, चिठ्ठ्या, नोंदी, प्रिंटआउट्स, कागदपत्रं आणि अगदी तिकिटं, किल्ल्या, मेंबरशिप कार्डं आणि पेन ड्राइव्हसारख्या वस्तूदेखील असू शकतात. म्हणजेच, मूलतः त्यातल्या स्वारस्यपूर्ण किंवा उपयुक्त माहितीकरता जे काही तुम्हाला सांभाळून ठेवावंसं वाटेल ते आणि जे सॉफ्टवेअरची मोठी मॅन्युअल्स किंवा परिषदांमध्ये देण्यात येणारी फोल्डर्स यांच्याप्रमाणे ना तुमच्या खास फायलिंग यंत्रणेमध्ये मावतं ना शेल्फच्या फळीवर उभं राहू शकतं, ते सर्व तुम्हाला त्यात ठेवता आलं पाहिजे.

तुम्ही जर डिजिटल वृत्तीचे असाल तर शारीर रूपातले फाइल फोल्डर्स अनावश्यक आहेत असं तुम्हाला वाटू शकेल. भविष्यात कधीतरी मला वस्तुरूप पासपोर्ट, जन्मदाखला, वैद्यकीय अभिलेख, क्वचित कधीतरी लागणाऱ्या किल्ल्या किंवा विविध देशांच्या कागदी नोटा कदाचित लागणार नाहीत; पण तोवर मला या सगळ्या गोष्टी ठेवण्याकरता काहीशी सोयीची जागा लागणारच आहे.

तुमच्याकडे हे सगळं सांभाळण्याकरता जर एखादी सहायक असेल, जिला तुम्ही अमुक फाइलमध्ये टाकणे असं पोस्ट-इटवर लिहून देऊ शकाल, तर छानच!

तुम्हाला अनुभवाला आलेली गोष्ट संकलित करण्याकरता आणि ती नीट मांडण्याकरता... तुम्हाला एखादी फाइल तयार करणं आवश्यक आहे... जेव्हा केव्हा काही घटना किंवा विचारांबद्दल तुम्हाला तीव्र भावना उत्पन्न होतील, तेव्हा तुम्ही त्यांना डोक्यातून निघून जाऊ न देता, उलट त्यांना व्यवस्थित फाइल करण्याचा प्रयत्न करायला हवा, जेणेकरून नंतर कधीतरी, त्या भावना किंवा कल्पना किती मूर्खपणाच्या अथवा उपयुक्त होत्या हे तुम्हाला कळेल.

\- सी. राइट मिल्स

पण तुमची सहायक उपलब्ध नसेल तेव्हाही तुम्हाला चटकन हाताशी हवीशी वाटेल, अशी काही स्वारस्यपूर्ण किंवा गोपनीय पूरक माहिती तुमच्याकडे आहे का, असा प्रश्न स्वतःला विचारून पाहा. तशी ती असेल तर तुम्हाला तुमच्या टेबलावर किंवा त्याच्या बाजूलाच कुठेतरी स्वतःची अशी वेगळी व्यवस्था लागेलच.

संदर्भ कागद स्वरूपात असोत किंवा डिजिटल, दोन्हीला ही गोष्ट लागू पडते. आज आपल्याकडे अधिकाधिक माहिती दृश्य स्वरूपात येत असताना, तुमच्या संगणकावर अथवा मोबाइलवर अशी केव्हाही अचानक आलेली माहिती साठवण्याकरता एक सर्वसाधारण संदर्भ साठवण्याची जागा असणं आवश्यक आहे. अनेक लोक अजूनही संदिग्ध असे सर्वसाधारण संदर्भ साठवण्याची जागा म्हणून त्यांच्या ई-मेलचा इन-ट्रेच वापरत आहेत. (या ई-मेलमध्ये अमुक माहिती आहे, ती मी नंतर वाचेन.) हे लोक सरळसरळ त्यांच्या ई-मेल प्रणालीमध्ये संबंधित व्यक्ती किंवा घटनेच्या नावानं एक फोल्डर करून त्यात ती ई-मेल टाकण्याचा किंवा वेगळ्या संदर्भ माहितीसाठ्यामध्ये त्यातली माहिती कॉपी-पेस्ट करण्याचा कंटाळा करतात. अशा प्रकारची माहिती संकलित करून तिचं वर्गीकरण करणं (आणि विविध साधनांमध्ये ती एकसारखी - सिंक्रोनाइझ करणं) याकरता आता सॉफ्टवेअर उपलब्ध आहेत. मात्र, या माहितीची मांडणी कशी करायची याचा थोडा विचार आणि वेगवेगळी माहिती वेगवेगळ्या प्रकारे जोडून डिजिटल गोंधळ माजवण्याऐवजी योग्य माहिती योग्य ठिकाणी टाकण्याकरता विचारपूर्वक कृती करणं आवश्यक असतं. मी जेव्हा माझ्या संगणकामध्ये एक नवी सर्वसाधारण संदर्भ प्रणाली बसवली, तेव्हा त्यात माहितीची शक्य तितकी चांगली मांडणी करण्याचा मार्ग ठरवण्याकरता वेगवेगळे प्रयोग करण्यात माझे तीन महिने गेले आणि त्यानंतर तितकेच महिने ती विनाबदल सुरळीतपणे चालू लागण्याकरता गेले; पण त्यामुळे आता मी त्या प्रणालीबद्दल फारसा विचार न करता तिचा वापर करू शकतो आहे.

फायलिंगच्या बाबतीतले यशाचे घटक

तुमच्याकडे तुमची वैयक्तिक आणि हाताशी असणारी, वस्तुरूप आणि डिजिटल

अशी दोन्ही प्रकारची फायलिंग प्रणाली असावी असं माझं आग्रहाचं सांगणं आहे. तुमच्या इन-ट्रेमधली एखादी गोष्ट निवडणं किंवा ई-मेलमधून तिची प्रिंट काढणं, त्या संदर्भामध्ये आता कुठलीही कृती करण्याची गरज नाही; परंतु भविष्यात ती उपयोगी ठरू शकेल याचा निर्णय घेणं आणि एका विश्‍वसनीय व्यवस्थेमध्ये ती ठेवून देणं, या गोष्टींकरता एक मिनिटापेक्षा कमी वेळ लागायला हवा. कागदपत्रं स्कॅन करून साठवणं किंवा हवी ती माहिती संगणकावर कॉपी - पेस्ट करणं, यालाही यापेक्षा जास्त वेळ लागता कामा नये. कागदांपेक्षा डिजिटल स्वरूपात माहिती साठवण्याकडे किंवा याउलट तुमचा कल असू शकेल; पण दोन्हींकरता एक सुव्यवस्थित प्रणाली नसल्यास संभाव्य मौल्यवान माहिती नीट साठवण्याचा एकतर तुम्ही कंटाळा कराल किंवा जर साठवली, तर ती चुकीच्या जागी असेल. एखादी गोष्ट सहज परत मिळवता येईल अशा पद्धतीनं फाइल करण्याकरता एका मिनिटापेक्षा जास्त वेळ लागणार असेल तर त्याऐवजी तुम्ही ती एखाद्या ढिगामध्ये टाकाल किंवा कुठेतरी कोंबून ठेवाल. तुमची प्रणाली जलद तर हवीच; पण त्याचबरोबर ती सोपी, अद्ययावत, आनंददायी आणि परिपूर्ण असणंही आवश्यक आहे. अन्यथा, तुमचा इन-ट्रे रिकामा करण्यास तुम्ही कां-कूं कराल, कारण त्यात फाइल करून ठेवण्याजोगं काहीतरी आहे हे तुम्हाला ठाऊक असेल आणि त्या कागदांच्या ढिगाकडे किंवा ढीगभर ई-मेल्सकडे तुम्हाला पाहावंसंदेखील वाटत नसेल; पण घाबरू नका. वैयक्तिक फायलिंग प्रणाली कार्यरत होताच, कागदांच्या ढिगाकडे पाहण्याचीसुद्धा टाळाटाळ करणाऱ्या लोकांना त्या ढिगाची व्यवस्था लावण्यामध्ये आनंद वाटत असलेला मी पाहिला आहे.

एखाद्या नव्या विषयावरचा एकच कागद - मग ती हातानं खरडलेली चिठ्ठी का असेना - योग्य त्या फाइलमध्ये ठेवणंसुद्धा तुम्हाला एखादा औपचारिक आणि मोठा दस्तऐवज फाइल करण्याइतकंच सोपं वाटायला हवं. फायली तयार करणं आणि त्यांची व्यवस्थित मांडणी करणं हे एक कष्टप्रद काम असल्यामुळे लोक एकतर फायलीच ठेवत नाहीत किंवा मग त्यांची कपाटं आणि ड्रॉवर्स मागचा-पुढचा संदर्भ नसलेल्या गोष्टींनी वाहात असतात. जसं कोपऱ्यावरच्या पार्सलनं खाद्यपदार्थ देणाऱ्या हॉटेलचं मेनू कार्ड किंवा रेल्वे वेळापत्रक इत्यादी. ही सगळी माहिती वेबवर क्षणात आणि आभासी स्वरूपात उपलब्ध आहे, तुम्हाला हार्ड कॉपीची गरजच पडणार नाही असा जर तुम्हाला विश्‍वास वाटला तर एखादी गोष्ट तुम्ही उगाचच कॉपी करून ठेवत नाही ना, याची खात्री करा. तसंच तुम्ही काय ठेवता आणि कसं ठेवता हे सहजसाध्य असल्याचीही खात्री करा.

तुम्हाला चटकन आणि सहज माहिती मिळू शकण्याच्या दृष्टीनं तुमच्या संदर्भव्यवस्थेमध्ये जे काही करणं आवश्यक असेल, ते करून टाका. माझी

स्वतःची ही व्यवस्था उत्तम कार्य करते आणि इतर ज्या कुणी ती वापरून पाहिली आहे, त्यांनाही तिचा फायदा झालेला आहे. तुमची संदर्भ फाइल करण्याची पद्धत स्वयंचलित करण्याकरता खालील सूचनांचा अवलंब करण्याचा विचार करा, असं मी आवर्जून सांगेन.

तुमच्या सर्वसाधारण-संदर्भ फायली हाताशी ठेवा. फायलिंगची क्रिया ताबडतोब आणि सुलभ हवी. कुठलाही एखादा कागद फाइल करण्याकरता तुम्हाला जर जागेवरून उठावं लागत असेल किंवा एखादी माहिती योग्य जागी टाकायची झाल्यास तुम्हाला तुमच्या संगणकावरच्या अनेक जागा धुंडाळाव्या लागणार असतील, तर सहसा असे कागद आणि अशी माहिती टेबलावरच्या गठ्ठ्यामध्ये किंवा संगणकाच्या कुठल्यातरी सर्वसाधारण फोल्डरमध्ये सरकवण्याकडे किंवा आहे तिथेच पडू देण्याकडे तुमचा कल राहील. त्याचबरोबर, इन-ट्रेची एकूणच प्रक्रिया करण्यास तुम्ही टाळाटाळ करत राहण्याची जास्त शक्यता असते. (कारण तुमच्या सुप्त मनामध्ये सदैव ही जाणीव असेल की, आता हे सगळे कागद फाइल करत बसावं लागणार आहे!) मी ज्यांना प्रशिक्षण दिलं आहे, अशा बहुतेक लोकांनी त्यांच्या कामाच्या जागेची पुनर्रचना करून पुरेसे सर्वसाधारण-संदर्भ फाइल ड्रॉवर्स हाताशी ठेवले आहेत, जेणेकरून त्यांना त्याकरता उठून खोलीच्या दुसऱ्या टोकाला जावं लागणार नाही.

एकच आद्याक्षर (अल्फा) प्रणाली. सर्वसाधारण संदर्भांकरता मी फक्त एकाच (A-Z) आद्याक्षरानुसार फायलिंग प्रणाली वापरतो. माझ्या ई-मेलचे फोल्डर्सदेखील अशाच प्रकारे संघटित केलेले आहेत. फायलींचा उपयोग सहसा व्यक्तिगत व्यवस्थापन प्रणाली म्हणून करण्याकडे लोकांचा कल असतो; त्यामुळे आपल्या फायली ते प्रकल्प किंवा लक्ष केंद्रित करण्याच्या क्षेत्रानुसार साठवण्याचा प्रयत्न करत असतात. परिणामी, जेव्हा एखादा कागद तुम्ही कुठे फाइल केला आहे, हे तुम्ही विसरून जाता, तेव्हा तो कुठे नाही अशा जागांची संख्या भूमितीय पद्धतीनं वाढते. एकदा तुमच्या कृतीविषयक स्मरणकांची यादी गाळून त्यांच्या पुढील कृती याद्या तुम्ही तयार केल्यात की, मग ही सगळी माहिती तुमच्या व्यक्तिगत संग्रहालयामध्ये मोडते. त्यानंतर तुम्ही त्यात कितीही कागदं जमा करू शकता. आपल्याकडे साठवणासाठी किती जागा उपलब्ध आहे आणि पाहिजे तेव्हा ती माहिती कशी मिळवावी, एवढाच काय तो विचार तुम्हाला करावा लागावा. एक साधी अल्फा प्रणाली, विषय, प्रकल्प, व्यक्ती किंवा कंपनी अशा कुठल्याही पद्धतीनं कागद साठवत असते; त्यामुळे एखादा कागद तुम्ही नेमका कुठे ठेवला

आहे याचं विस्मरण झाल्यास तो मोजून दोन किंवा तीन ठिकाणीच असू शकतो. प्रत्येक फाइलच्या लेबलवर तुम्ही किमान एका तरी उपगटाचं नाव लिहू शकता. जसं, बागकाम-कुंड्या आणि बागकाम-कल्पना आणि मग अशा फायली ब (इंग्रजीमध्ये नावं लिहिल्यास गार्डनिंग आणि म्हणून जी) आद्याक्षराखाली फाइल केल्या जाऊ शकतात.

साधी आणि वापरायला सोपी सर्वसाधारण संदर्भ फायलिंग प्रणाली वापरल्यानं तुम्हाला हवी तेवढी माहिती गोळा करण्याचं स्वातंत्र्य मिळतं.

डिजिटल विश्वामध्ये तुमच्या माहितीच्या प्रचंड साठ्यामध्ये सर्च करण्याची क्रिया सोपी असते आणि नावामध्ये की वर्डस घातल्यास ते आणखी सोपं जातं. मात्र, माहिती साठवण्याकरता एवढ्या जागा आणि एवढे पर्याय उपलब्ध असल्यामुळे अधिक गुंतागुंत किंवा गोंधळही निर्माण होऊ शकतात. अगदी मध्यम प्रकारेदेखील व्यग्र असलेले माझ्या माहितीतले बहुतेक लोक त्यांच्याकडच्या सर्व गोष्टींमधली सर्व माहिती संगतवार मांडून ठेवण्यासाठी या साधनांचा वापर करण्याकरता वेळ किंवा श्रम खर्च करत नाहीत; त्यामुळे संगणक आपल्याला एक महान सर्वसाधारण संदर्भ संग्रहालय तयार करण्याकरता खूप शक्ती, लवचीकता आणि संधी देत असला, तरी संदर्भाची माहिती मिळवण्याच्या दृष्टीनं सोपे आणि परिणामकारक साचे तयार करणं तो अधिक आव्हानात्मक करतो. डिजिटल पद्धतीतसुद्धा पटकन समजेल अशा प्रकारे दृश्य नकाशा तयार करणं खूप उपयुक्त ठरतं - जसं अनुक्रमणिका किंवा संगतवार मांडलेले माहितीचे गट. लंडनमध्ये असताना मला एखादं रेस्तराँ शोधायचं असेल तर मी माझी सध्याची सर्वसाधारण संदर्भ प्रणाली सुरू करतो, त्यात लोकेशन शोधतो, मग लंडन, मग रेस्तराँ. या सर्व गोष्टी आद्याक्षरानुसार मला सापडत जातात.

डिजिटल विश्वातल्या लोकांची सर्वांत मोठी समस्या म्हणजे कुठलीही गोष्ट सहज संकलित करता आणि साठवून ठेवता येत असल्यामुळे त्यांना सगळं काही नुसतंच साठवत राहण्याची सवय लागून गेली आहे. त्याचा ते चतुरपणे वापर करतच नाहीत. आपल्या प्रचंड डिजिटल लायब्ररीची उपयुक्तता टिकून राहण्यासाठी थोडा विचार करणं आवश्यक आहे, अन्यथा ती म्हणजे एक-दोन बटणं दाबून माहिती ज्यात टाकून दिली जाते असं कृष्णविवर होऊ शकतं. मला माझ्याजवळची माहिती संघटित करण्याची गरज नाही. सर्च क्रिया मला हवी ती माहिती लगेच देऊ शकते, हा मार्ग माझ्या अनुभवानुसार पुरेसा उपयुक्त नाही. आपण गोळा केलेली माहिती कुठल्यातरी उपयुक्त वर्गीकरणाच्या रूपात पाहू शकण्याचा काही एक मार्ग आपल्याकडे असायला हवा.

बऱ्याचदा एखाद्या व्यक्तीकडे एखादा विषय किंवा प्रकल्पाच्या बाबतीत एवढ्या मोठ्या प्रमाणामध्ये माहिती येते की, ती साठवण्याकरता एक स्वतंत्र ड्रॉवर किंवा

कॅबिनेट आवश्यक असतं; पण अशा माहितीकरता जर प्रत्यक्षात अर्ध्या ड्रॉवरपेक्षा कमी जागा लागणार असेल तर ती एकाच आद्याक्षरानुसार असलेल्या फायलिंग प्रणालीमध्ये ठेवण्याचा सल्ला मी देतो. ही माहिती डिजिटल स्वरूपात असेल, तर ती एखाद्या स्वतंत्र सबफोल्डरमध्ये असायला हवी.

नवं फोल्डर तयार करणं सोपं करा. भरपूर संख्येनं नवे फोल्डर्स हाताशी असू द्या. मी जिथे बसून माझ्या इन-ट्रेवर प्रक्रिया करतो, तिथे नव्या फोल्डर्सचा एक मोठा गठ्ठा माझ्या हाताशी ठेवलेला असतो. काहीतरी फाइल करायचं असताना हाताशी नवा फोल्डर नसण्यासारखी वाईट गोष्ट दुसरी नाही! डिजिटल विश्वामध्ये, तुमच्या सॉफ्टवेअरमध्ये एक नवी डिरेक्टरी चटकन कशी निर्माण करायची हे शिकून घेण्यानं काम सोपं होतं.

सहज साठवणीसाठी पुरेशी जागा तुमच्याकडे असल्याची खात्री करा. तुमचे ड्रॉवर्स नेहमी तीन-चतुर्थांशपेक्षा कमी भरलेले असावेत. तुमचे ड्रॉवर्स जर काठोकाठ भरलेले असतील तर तुम्ही त्यामध्ये आणखी काही ठेवण्याची टाळाटाळ करत राहाल आणि मग तुमचं संदर्भ साहित्य गठ्ठ्यांनी इकडे-तिकडे पडून राहील. माझा एखादा ड्रॉवर भरत येतो, तेव्हा हातात फोन असतानादेखील मी तो थोडा रिकामा करतो. तुमच्या डिजिटल साधनांमध्ये किती रिकामी जागा शिल्लक आहे याकडे लक्ष द्याल तेव्हा ते किती आणि केव्हा रिकामं करायचं हे तुमच्या लक्षात येईल.

जिचे ड्रॉवर्स भरून वाहत नाहीत, अशी व्यक्ती मला अजून भेटलेली नाही. तुम्हाला तुमच्या बोटांची काळजी असेल आणि फायलिंगच्या कामाविषयी मनामध्ये असलेला सुप्त विरोध मोडून काढायचा असेल, तर बोटं डॉवर्समध्ये सरकवून पटकन कागद काढता येण्याइतपत जागा तुम्हाला त्यात ठेवावीच लागेल. मी एकीकडे फोनवर असताना माझ्या संगणकावरच्या ई-मेल आणि जुन्या डिरेक्टरीज रिकाम्या करून टाकतो.

अशा परिस्थितीमध्ये काही लोक घाबरून जाऊन म्हणतात की, याचा अर्थ त्यांना आता आणखी फायलिंग कॅबिनेट्स घ्यावी लागणार! किंवा मला आता आणखी मोठी हार्ड डिस्क घ्यावी लागणार. आता मला सांगा, कागदपत्रं किंवा माहिती सांभाळून ठेवण्यायोग्य असेल तर ती चटकन उपलब्ध होईल अशा पद्धतीनंच ठेवायला हवी, नाही का? आणि तशी ती नसेल तर मग ती ठेवताच कशाला? आपण सर्वजण म्हणतो आपण माहितीयुगामध्ये आहोत; हे जर खरं असेल आणि माहितीचा उपयोग करून घेणंच अवघड ठरण्याजोगं तुम्ही काहीतरी करत असाल, तर ते काही फारसं शहाणपणाचं म्हणता येणार नाही.

हातातल्या सर्वसाधारण-संदर्भ फायलींवर काम करण्याकरता पुरेशी जागा मिळण्याकरता कदाचित तुम्हाला संदर्भ साठवणुकीचा आणखी एक स्तर निर्माण करण्याची गरज भासू शकेल. पूर्ण झालेल्या प्रकल्पासंबंधीच्या टिपा आणि निरुपयोगी ग्राहक फायली काही काळ सांभाळणं आवश्यक असलं, तरी त्या दुसरीकडे कुठेतरी किंवा किमान तुमच्या कामाच्या जागेपेक्षा वेगळ्या ठिकाणी ठेवता येऊ शकतात. डिजिटल विश्वामध्ये अशा फायली ऑफ-साइट, स्टोअरेज ड्राइव्हज किंवा क्लाउडमध्ये ठेवता येतील.

तुमच्या फाइल-फोल्डर्सच्या लेबलिंगचं काम स्वयंचलित लेबलरच्या साह्यानंच करा. वस्तुरूप संदर्भ साहित्याचा तुमचा साठा कितीही का छोटा असेना, तुम्ही त्याच्याशी सकारात्मकरीत्या जोडलं जाणं आवश्यक असतं. छान टाइप केलेल्या लेबलमुळे तुमच्या फायलींचं स्वरूप आणि तुमचं त्यांच्याशी नातंच बदलून जातं. बोर्डरूममध्ये व्यवस्थित लेबल लावलेल्या फायली चांगल्या दिसतात; त्या कुणालाही ओळखू येतात. काही अंतरावरून किंवा तुमच्या ब्रीफकेसमध्येदेखील त्या तुम्हाला सहज दिसू शकतात आणि तुम्ही जेव्हा तुमचा फाइल-ड्रॉवर उघडाल, तेव्हा ती सुवाच्च लेबलं ओळीनं पाहून आपण आद्याक्षरांनुसार फायलींची सूची पाहतो आहोत की काय असं तुम्हाला वाटेल. असं असेल तर काहीतरी शोधण्यासाठी किंवा ठेवण्यासाठी ड्रॉवर उघडण्याची क्रिया आनंददायी ठरेल.

> तुम्ही ज्या वस्तूंना नाव देता, त्या तुमच्या मालकीच्या होतात. गोळा केलेल्या पण नाव न दिलेल्या गोष्टी तुमचा ताबा घेतात.

व्यवस्थित लेबल्स लावलेल्या फायली उपयुक्त का ठरतात, याचं काहीतरी अनाकलनीय आणि व्यामिश्र असं शास्त्रीय कारण यापुढील काळात मेंदू शास्त्रज्ञ कदाचित आपल्याला सांगू शकतील. तोवर माझ्यावर विश्वास ठेवा. एक लेबलर विकत घ्या आणि तेही तुमचं स्वतःचं, स्वतंत्र! ही सगळी प्रणाली कुठल्याही अडचणीविना चालण्याकरता हे यंत्र सतत तुमच्या हाताशी हवं, म्हणजे मग तुम्हाला हवं तेव्हा तुम्ही गोष्टी फाइल करू शकाल. ते कुणाहीबरोबर वाटून घेऊ नका! तुम्हाला लागेल तेव्हा ते हाताशी नसेल तर तुम्ही ती गोष्ट फाइल करण्याऐवजी कुठेतरी रचून ठेवून ठेवाल. स्टेपलरसारखंच, लेबलरदेखील तुमच्या मूलभूत साधनांपैकी एक असायला हवं.

> प्रत्यक्ष कामाच्या गडबडीच्या वेळी, एखादी गोष्ट योग्य ठिकाणी फाइल करायला एक मिनिटापेक्षा जास्त वेळ लागला तर तुम्ही ती गोष्ट फाइल करणार नाही, रचून ठेवाल.

उच्च दर्जाची साधनं वापरा. फाइल कॅबिनेट्स ही काही पैसे वाचवण्याची गोष्ट नव्हे. एखादं भलंमोठं ड्रॉवर बाहेर ओढताना, स्वस्तातल्या कॅबिनेट्स करतात तसा कर्र आवाज ऐकू येणं फारसं सुखावह नसतं. एखाद्या जर्मन बनावटीच्या कारसारखी तुमची कॅबिनेट्स मजबूत आणि आवाज न करता उघड-बंद होणारी असावीत. हे मी खरंच सांगतो आहे.

वर्षातून किमान एकदा सगळ्या अनावश्यक फायली काढून टाका. तुमच्या फायलींची नियमित झाडाझडती घेत राहिल्यास त्या शिळ्या होणं आणि ज्यात नेमकं काय आहे याबद्दल माहीत नसतं अशी त्यांची कृष्णविवरं होणं थांबेल. शिवाय काही गोष्टी कधीतरी कामाला येऊ शकेल या नावाखाली त्यांत ठेवून देण्याचं स्वातंत्र्य तुम्हाला मिळेल. काही महिन्यांनी या सगळ्या फायलींचा आढावा घेतला जाणारच आहे, हे तुम्हाला ठाऊक असेल आणि त्या वेळी मग काय ठेवायचं आणि काय फेकायचं याचा निर्णय तुम्ही घेऊ शकाल. ही गोष्ट कागद रूपातल्या आणि डिजिटल अशा दोन्ही प्रकारच्या संदर्भ साहित्याला लागू आहे. मी यापूर्वीच सांगितलं आहे की, माझ्या फायली मी फोनवर वाट पाहत असताना (किंवा एखाद्या लांबलेल्या कॉन्फरन्स कॉलवर बोलता-बोलता) कमी-जास्त करत असतो.

सर्वच संस्थांनी एक झाडाझडती दिवस पाळावा असं मी म्हणेन. त्या दिवशी सर्व कर्मचारी जीन्स आणि स्पोर्टस् शूज घालून कामावर येतील. फोन डू नॉट डिस्टर्ब वर टाकून देतील आणि साठवलेली सगळी कागदपत्रं व माहिती अद्ययावत करतील.* या दिवशी मोठ्या कचरापेट्या आतमध्ये आणून प्रत्येकाला त्यांच्या कार्यालयामध्ये आणि संगणकावर साफसफाई करण्यामध्ये संपूर्ण दिवस घालवण्याची मुभा राहील. व्यक्तिगत पातळीवरही असा एखादा दिवस पाळणं उपयुक्त ठरेल.

फायलिंग हा एक यशाचा घटकच

संदर्भ आणि आधारभूत साहित्याची सांगड तातडीचं या शब्दाशी क्वचितच घातली जाते. एकूणात ही गोष्ट खूप धोरणात्मकही नसते; त्यामुळे या गोष्टींचं व्यवस्थापन केलंच, तर ते सर्वांत कमी प्राधान्यानं केलं जातं. मात्र, अडचण अशी आहे की, अ-कृतीयोग्य; पण संभाव्यतः उपयुक्त आणि संबंधित गोष्टींनी तुमची शारीरिक आणि मानसिक जागा मात्र व्यापली जातेच. तुमच्या जीवनातला हा भाग

---

* यासाठी मोठ्या सुटीच्या आधीचा दिवस उत्तम ठरेल. लोक या दिवशी तसेही पार्टी मूडमध्ये असतात; त्यामुळे जरा मस्ती करत साफसफाई करण्याकरता ही एक सुंदर संधी असते.

नीट ठेवला आणि सांभाळला नाही तर हे काय आहे? हे इथे का पडलं आहे? मी याचं काय करू? मला आत्ता जे हवं आहे ते कुठे आहे? असे प्रश्न तुमच्या जाणिवेमध्ये सतत ऐकू येत राहतात.

वेगवेगळं स्वरूप किंवा अर्थ असलेल्या गोष्टी जेव्हा एकाच ठिकाणी जमा होतात, तेव्हा तिथे असलेल्या गोष्टींच्या स्वरूपाबद्दल सतत विचार करावा लागणं हे खूप मोठं काम होऊन बसतं आणि तुमचा मेंदू त्या ढिगाबद्दल असंवेदनशील बनतो.

पूर्वतयारीची एक अखेरची गोष्ट...

तुम्ही काही वेळ बाजूला काढला आहे. तुमची कामाची जागा तुम्ही सज्ज केली आहे आणि आपली पद्धत कामात आणण्याकरता आवश्यक असणारी सर्व मूलभूत साधनं गोळा करून तुम्ही तयार आहात. आता पुढे काय?

तुमची कार्यप्रवाह प्रणाली बसवण्याकरता तुम्ही काही वेळ बाजूला काढायचं पक्कं ठरवलं असेल तर त्या वेळेचा जास्तीतजास्त परिणामकारक उपयोग करून घेण्याकरता तुम्हाला आणखी एक गोष्ट करावी लागेल. त्या वेळेमध्ये इतर कुठलंही काम नसण्याची खात्री तुम्ही करून घ्यायला हवी.

कुणालातरी तुम्हाला फोन करायलाच हवा आहे किंवा तुमच्या सेक्रेटरीकडे असं काही आहे, जे तुम्हालाच हाताळणं आवश्यक आहे किंवा तुम्हाला तुमच्या पती/पत्नीबरोबर काही बोलणं गरजेचं आहे, असं काही असेल तर ते लगेच करून घ्या किंवा मग त्या गोष्टी तुम्ही केव्हा करणार हे स्वतःशी ठरवून टाका आणि तसं स्मरणक कुठेतरी टाकून ठेवा; त्यामुळे तुम्हाला त्याचा विसर पडणार नाही. तुमच्या हातातल्या कामामध्ये तुमचं संपूर्ण लक्ष असणं खूप आवश्यक आहे.

मी जेव्हा लोकांना प्रशिक्षण द्यायला सुरुवात करतो, तेव्हा त्या लोकांनी त्याकरता मुद्दाम वेळ काढलेला असला आणि त्या वेळेमध्ये माझा उपयोग करून घेण्याकरता बऱ्यापैकी पैसे मोजलेले असले, तरीही दिवसाचं काम पूर्ण होण्यापूर्वी त्यांना असं काहीतरी हमखास आठवतं, जे त्यांना ताबडतोब करायचं असतं. अरे हो, त्या ग्राहकाला आज दिवसभरामध्ये केव्हातरी मला फोन करायचा आहे किंवा आज रात्रीची तिकिटं मिळाली आहेत किंवा कसं हे मला माझ्या पती/पत्नीला विचारायचं आहे असं ते मला सांगतात. माझ्या मते, हा प्रकार आपल्या संस्कृतीतल्या अज्ञान आणि अपरिपक्वतेचं द्योतक आहे की, एवढ्या संख्येनं प्रतिष्ठित लोक आपल्या दैनंदिन पातळीवर इतके बेजबाबदार वागत असतात.

तर मग तुम्ही अशा सगळ्या गोष्टी हातावेगळ्या केल्या आहेत? उत्तम! आता तुमच्या सगळ्या उघड्या गाठी एकत्र करण्याची वेळ झाली आहे.

५

संकलन : तुमची कामं एका ठिकाणी एकत्र करणं

दुसऱ्या प्रकरणामध्ये मी तुमची संभाव्य कामं आणि उपयुक्त माहिती संकलित करण्याच्या मूलभूत पद्धती सांगितल्या होत्या. हे प्रकरण तुम्हाला तुमच्या सगळ्या अपूर्ण गोष्टी, तुमची सगळी कामं एका जागी - आतमध्ये, कशी आणायची हे शिकवेल. पाण्यासारखं मन ही अवस्था गाठण्याचं हे पहिलं महत्त्वपूर्ण पाऊल आहे. सध्या तुमच्याकडे असलेल्या गोष्टींपेक्षा थोड्या जास्त गोष्टी गोळा करण्यामुळे तुमच्यामध्ये एक सकारात्मक भावना निर्माण होऊ शकेल; पण थोडा धीर धरून जर तुम्ही संपूर्ण संकलन प्रक्रिया शंभर टक्के पूर्ण केलीत, तर तुमचा अनुभव नाट्यमयरीत्या बदलून जाईल आणि तुमच्या कामावर प्रभुत्व मिळवण्याच्या दृष्टीनं तुम्हाला एक महत्त्वपूर्ण संदर्भबिंदू प्राप्त होईल.

जेव्हा माझ्या एखाद्या ग्राहकाला मी ही प्रक्रिया शिकवतो, तेव्हा संकलनाचा टप्पा सहसा एक ते सहा तासांमध्ये संपतो. एका ग्राहकाच्या बाबतीत मात्र यासाठी संपूर्ण वीस तास लागले. (शेवटी मी त्याला म्हणालो की, आता तुला ते समजलं आहे.) कामाच्या ठिकाणी आणि इतरत्रही असलेल्या सर्वच गोष्टी जर संकलित करायच्या असतील तर या प्रक्रियेला, तुम्हाला वाटतं त्यापेक्षा जास्त काळ लागू शकतो. त्याचा अर्थ साठवणीच्या सर्व जागा, जसा तुमचे संगणक आणि तुमची कार, तुमची सगळी घरं (एकापेक्षा जास्त असतील तर) यांचा कानाकोपरा धुंडाळावा लागतो.

> तुमचं लक्ष खेचून घेणारी प्रत्येक गोष्ट तुम्ही संकलित करेपर्यंत तुमच्यातला एक भाग तुम्ही तुमच्या विश्वाचं संपूर्ण चित्र पाहात आहात यावर विश्वास ठेवणार नाही.

तुम्ही हे काम करण्याकरता किमान दोन तास जरी दिलेत, तरी करायच्या राहिलेल्या गोष्टींचा बराचसा भाग तुम्ही संकलित करू शकाल, याची खात्री बाळगा. मग उर्वरित गोष्टी तुम्ही हॉलमधले कपाट आवरणे यासारख्या सर्वसाधारण नोंदींच्या साह्याने संकलित करू शकाल.

प्रत्यक्ष व्यवहारामध्ये कदाचित तुम्ही तुमच्या १०० टक्के गोष्टी सदैव संकलित करू शकणार नाही. इतर बहुतेक लोकांप्रमाणेच तुम्हीदेखील आठवडाभर घाईमध्ये राहाल आणि अनेक गोष्टींमध्ये बुडालेले असाल; त्यामुळे अर्थातच तुमच्या डोक्यातल्या कल्पना आणि बांधिलकींना डोक्याबाहेर साठवून ठेवण्याचं काम करण्याकरता तुम्हाला वेळ मिळणार नाही; पण तुमच्या डोक्याचा प्रत्येक भाग व्यापून ठेवणाऱ्या सर्व गोष्टींचा निचरा करण्याकरता त्यामुळे तुम्हाला प्रेरणा मिळत राहील, असा तो एक आदर्श मात्र बनून राहायला हवा.

तयार, सज्ज...

तुमच्या कामांवर प्रक्रिया करायला सुरुवात करण्यापूर्वी सर्व संबंधित गोष्टी का गोळा कराव्यात, याची काही अत्यंत व्यवहार्य कारणं आहेत.

आपली जागा सोडून इतरत्र विखुरलेल्या सर्व गोष्टी एकाच वेळी, एकाच जागी आणणं हे काम खूप कठीण असतं. मुळात त्या तितक्या महत्त्वाच्या नव्हत्या आणि नाहीत; त्यामुळेच या गोष्टी बहुतांशी अशा इतस्ततः पडलेल्या असल्यामुळे, हे काम उलट मूर्खपणाचं वाटण्याचीही शक्यता आहे. एखादी गोष्ट ती पहिल्यांदा समोर आली, तेव्हा निकडीची नव्हती आणि तिला हातही न लावल्यामुळे अजूनपर्यंत तरी कुठलाही स्फोट वगैरे झालेला नसतो. उदाहरणार्थ, कधीतरी गरज पडू शकेल म्हणून तुम्ही कुणाचंतरी व्हिजिटिंग कार्ड तुमच्या पाकिटामध्ये घालून ठेवलेलं असतं. एखाद्या छोट्याशा वस्तूचा एक सुटा भाग हरवला असल्यामुळे ती तुमच्या ड्रॉवरच्या तळाशी पडून राहिलेली असते. तुमच्या ऑफिसमध्ये एखाद्या चांगल्या जागी हलवू या असं स्वतःला सतत सांगत ठेवलेला प्रिंटर असतो. या गोष्टी सतत तुमच्या मनामध्ये येत राहतात; पण तुम्ही त्याबाबत एकदाच काय तो निर्णय घेऊन टाकलेला नसल्यामुळे त्या केलेल्याही नसतात आणि तुमच्या उघड्या गाठींच्या यादीतून काढूनही टाकल्या गेलेल्या नसतात; पण त्यामध्ये अजून काहीतरी महत्त्वाचं असेल असं तुम्हाला वाटत असल्यामुळे ते काम तुमच्या मनाचा ताबा घेऊन बसलेलं असतं आणि त्याच्या लायकीपेक्षा जास्त मानसिक शक्ती त्यावर खर्च होत असते.

> तुम्ही ज्या काही करत नाही अशा सगळ्या गोष्टी तुम्हाला माहिती असतील तेव्हाच एखादी गोष्ट तुम्ही करत नसल्याबद्दल तुम्हाला छान वाटू शकेल.

तर आता सुरुवात करू या. तुमचा इन-ट्रे समोर ओढा, नोंदी करण्याकरता कोऱ्या कागदांचा एक गठ्ठा घ्या आणि...

...पळा!

वस्तुरूप संकलन

तुमची पहिली कृती म्हणजे तुमच्या अवतीभोवतीच्या भौतिक परिसराचा धांडोळा घेणं. त्यातली कुठली वस्तू तिच्या सद्य रूपात, आपली जागा सोडून दुसरीकडे कायमसाठी पडलेली आहे याचा शोध घेणं आणि तिची रवानगी तुमच्या इन-ट्रेमध्ये करणं. यात तुम्हाला अपूर्ण आणि ज्यांच्याशी तुमच्या संभाव्य कृतींचे निर्णय निगडित आहेत, अशा वस्तू सापडतील. नंतर त्यावर प्रक्रिया करण्याकरता त्या उपलब्ध राहण्याच्या दृष्टीनं त्या सगळ्या वस्तू इन-ट्रेमध्ये जातील.

कोणत्या गोष्टी आहेत त्याच ठिकाणी राहू द्याव्यात

कुठलीही गोष्ट इन-ट्रेमध्ये जायला हवी आहे का, हे स्पष्ट होण्याकरता कुठली गोष्ट त्यात जायला नको, हे समजून घेणं आवश्यक आहे. खालील चार प्रकारच्या गोष्टी आहेत तिथे आणि आहेत तशा राहू द्याव्यात :

- नित्योपयोगी वस्तू
- संदर्भ साहित्य
- सजावटीचं सामान
- उपकरणं

नित्योपयोगी वस्तू... यामध्ये तुम्हाला नेहमी लागणारी कुठलीही वस्तू येते. स्टेशनरी, बिझनेस कार्डस, स्टँप्स, स्टेपलरच्या पिना, पोस्ट-इट पॅड्स, पेपर क्लिप्स, बॉलपेनच्या रिफील्स, बॅटरी सेल्स, वेळोवेळी भरावे लागणारे फॉर्म्स, रबर बॅण्ड्स इ. अनेक लोक कामाच्या ठिकाणी आपल्या खासगी नित्योपयोगी वस्तूंचादेखील साठा करून ठेवतात. टिश्यू पेपर्स, मिन्टच्या गोळ्या इ.

संदर्भ साहित्य... यामध्ये तुम्ही माहितीकरता म्हणून सांभाळलेली कुठलीही कागदपत्रं येतात. जसं सॉफ्टवेअरचं यूजर मॅन्युअल, जवळच्या रेस्तराँचं मेनू कार्ड, तुमच्या मुलानं दिलेलं त्याच्या खेळाच्या सामन्यांचं वेळापत्रक किंवा तुमची इंटरकॉम क्रमांकांची यादी. फोन/पत्ते, प्रकल्प, संकल्पना आणि विषयांशी निगडित कागदपत्रं, शब्दकोश, ज्ञानकोश, कॅलेंडर आणि कॉर्पोरेट अभिलेख अशा गोष्टीदेखील याच वर्गामध्ये मोडतात. वाचण्याकरता तुम्ही साठवलेली पुस्तकं आणि मासिकंदेखील यामध्ये येतात.

सजावटीचं सामान... यात कौटुंबिक फोटो, कलावस्तू, प्रेरणादायी पोस्टर्स किंवा चित्रं इ. गोष्टी येतात. तुम्हाला मिळालेली मानपत्रं, स्मरणचिन्हं आणि/किंवा झाडाची रोपंदेखील तुम्ही या सदरामध्ये टाकू शकता.

उपकरणं... यात अर्थातच टेलिफोन, संगणक, प्रिंटर, केराची टोपली, फर्निचर, घड्याळ, चार्जर, पेन आणि वह्या इ. उपकरणं येतात.

या चार वर्गांमध्ये मोडणाऱ्या, ज्यांच्या बाबतीत काहीही करण्याची गरज नसते अशा असंख्य गोष्टी तुमच्याजवळ असतात, यात शंकाच नाही. त्या गोष्टी सोडून उर्वरित सगळ्या इन-ट्रेमध्ये टाकून द्या; पण सुरुवातीला या चार वर्गांत वाटलेल्या अनेक गोष्टींशी काही ना काही कृती निगडित असल्याचं तुम्हाला आढळू शकेल, कारण त्या नेमक्या जशा हव्या तशाच नसण्याचीही शक्यता असते.

उदाहरणार्थ, बहुतेक लोकांच्या टेबलाच्या ड्रॉवरमध्ये, साइड-टेबलवर, बुलेटिन बोर्डावर आणि संगणकामध्ये आता कालबाह्य झालेलं किंवा नीट लावून अन्य ठिकाणी ठेवण्याजोगं बरंच संदर्भ साहित्य असतं. असं सगळं साहित्य इन-ट्रेमध्ये जायला हवं. तसेच तुमच्या नित्योपयोगी वस्तूंचं ड्रॉवर जर आवरण्यापलीकडे गेलं असेल, अनेक निरुपयोगी आणि अस्ताव्यस्त पडलेल्या वस्तूंनी भरून वाहत असेल तर तेसुद्धा तुमचं एक अपूर्ण कामच असतं. ते संकलनामध्ये यायलाच हवं. तुमच्या मुलांचे फोटो सध्याचे आहेत का? तुमच्या मागच्या भिंतीवर लावलेलं चित्र तुम्हाला खरोखरच तिथे हवं आहे का? तुम्ही ठेवलेली स्मरणचिन्हं अजूनही खरोखरच सांभाळण्याजोगी आहेत का? तुमचं सगळं फर्निचर जागच्या जागी आहे का? तुमचा संगणक तुम्हाला हवा तसा सज्ज आहे का? तुमच्या कार्यालयातली रोपं जिवंत आहेत का? वेगळ्या शब्दांमध्ये सांगायचं, तर तुमच्या नित्योपयोगी वस्तू, संदर्भ साहित्य, सजावटीचं सामान आणि उपकरणं जर जागच्या जागी आणि व्यवस्थित ठेवलेली नसतील तर त्यांना इन-ट्रेमध्ये टाकणं आवश्यक आहे.

संकलनाच्या बाबतीतल्या अडचणी

संकलनाच्या टप्प्यावर तुम्हाला खालीलपैकी एक किंवा जास्त अडचणी येऊ शकतील -

- एका इन-ट्रेमध्ये मावणार नाहीत, एवढ्या जास्त गोष्टी तुमच्याकडे असणं.
- अनावश्यक गोष्टी बाजूला काढून उरलेल्यांची नीट व्यवस्था लावण्यामध्ये तुम्ही वाहवत जाणं.

- काही गोष्टींची आधीच काहीतरी व्यवस्था लावून ठेवलेली असणं.
- तुम्हाला सतत समोर हव्या असणाऱ्या काही अत्यंत महत्त्वाच्या गोष्टींचा अचानक शोध लागणं.

एखादी संकलनयोग्य गोष्ट इन-ट्रेमध्ये मावत नसल्यास - तुम्ही जर एखादी गोष्ट प्रत्यक्ष रूपात इन-ट्रेमध्ये ठेवू शकत नसल्यास, एका पत्राच्या आकाराच्या कागदावर त्याची नोंद करा. उदाहरणार्थ, तुमच्या केबिनच्या दाराच्या आतल्या बाजूला तुम्ही एखादं पोस्टर किंवा चित्र लावून ठेवलेलं असेल तर दारामागचं चित्र अशी टीप कागदावर लिहा आणि तो कागद इन-ट्रेमध्ये ठेवा.

त्या कागदावर तारीख टाकायला विसरू नका. याचे काही फायदे आहेत. तुमच्या संघटन प्रणालीमध्ये जर अशा नोंदी असलेले कागद आढळले, तर त्या नोंदी कोणत्या दिवशी केल्या होत्या, ही माहिती उपयुक्त ठरू शकेल. शिवाय तुमच्या सहायकासाठी पोस्ट-इटवर लिहिलेला मजकूर असो, पॅडवर लिहून ठेवलेल्या व्हॉइस-मेल्स असोत अथवा कुणा ग्राहकाशी बोलताना तुम्ही एकीकडे काहीतरी लिहून ठेवलेली गोष्ट असो, तुम्ही जे काही लिहिता, त्यावर त्या दिवसाची तारीख टाकण्याची सवय खूप चांगली असते. डिजिटल साधनांच्या बाबतीत, तारीख-वेळ (डेट-टाइम स्टँप) टाकण्याची सोय असल्यास ती जरूर वापरा. ही छोटीशी माहिती ज्या ३ टक्के बाबतींमध्ये अत्यंत उपयुक्त ठरते, त्या दृष्टीनं ही सवय लावून घेणं खूप उपयुक्त ठरेल.

कागद किंवा वस्तूंची चळत इन-ट्रेमध्ये मावत नसल्यास - माझ्या ९८ टक्के ग्राहकांना, इन-ट्रेमध्ये सहज मावतील यापेक्षा जास्त गोष्टी त्यांच्या पहिल्या संकलन क्रियेमध्ये सापडतात. तुमचंदेखील तसंच असेल, तर अशा गोष्टी तुमच्या इन-ट्रेच्या भोवतीनं रचून ठेवा किंवा त्याच्या खाली जमिनीवर त्या रचून ठेवल्या तरी चालेल. इन-ट्रेमधल्या सगळ्या गोष्टींवर तुम्ही प्रक्रिया करून त्यांची व्यवस्था लावाल, तेव्हा अखेर तुम्ही तो रिकामा करणारच आहात. तोपर्यंत मात्र, इनच्या चळती किंवा ढीग इतर गोष्टींपेक्षा वेगळ्या ओळखू येतील याची काळजी घ्या.

ताबडतोब फेकून देण्यासारख्या गोष्टी - एखादी गोष्ट कामाची नाही असं जर तुमच्या लक्षात आलं तर ती ताबडतोब फेकून द्या. माझ्या काही ग्राहकांच्या बाबतीत त्यांचा मधला ड्रॉवर या वेळी पहिल्यांदाच स्वच्छ होत असतो.

एखादी गोष्ट नेमकी काय आहे आणि ती सांभाळण्यायोग्य आहे की नाही, हे जर तुम्हाला ठरवता येत नसेल, तरी ती इन-ट्रेमध्ये ठेवून द्या. नंतर इन-ट्रेवर प्रक्रिया करताना तुम्ही त्याबाबत काहीतरी निर्णय घेऊ शकाल. एकेक गोष्ट हातात घेऊन तिच्या बाबतीत निर्णय करत बसण्यामध्ये तुम्हाला अडकून पडायचं नाही. ती

वस्तू इन-ट्रेमध्ये असेल तर हे काम तुम्ही नंतर करणारच आहात आणि तुम्ही जेव्हा प्रक्रिया करण्याच्या मनःस्थितीत असता, तेव्हा असे निर्णय घेणं बरंच सोपं जातं. संकलन प्रक्रियेचा उद्देश सगळ्या गोष्टी लवकरात लवकर आत घेणं हा आहे; जेणेकरून सगळ्या गोष्टी समोर नीट ठेवलेल्या दिसतात आणि आता तुम्ही मुख्य युद्धाला तयार असता.

गोष्टी निवडणं आणि व्यवस्था लावण्यामध्ये वाहवत जाऊ नका! - घर किंवा कार्यालय आवरताना अनेकांना वेळेचं भान राहत नाही. संपूर्ण प्रक्रिया पूर्ण करण्याकरता तुमच्याकडे भरपूर वेळ (किमान एक पूर्ण आठवडा) असेल तर त्यात काही अडचण नाही. अन्यथा तुम्हाला तुमच्या कामाचे छोट्या-छोट्या प्रकल्प किंवा कृतींच्या रूपात तुकडे करून संकलन प्रक्रिया करावी लागेल आणि चार ड्रॉवर्सचं कॅबिनेट रिकामं करणं किंवा ऑफिसमधील कपाट स्वच्छ करणं अशासारखी स्मरणकं तुमच्या व्यवस्थेमध्ये टाकून ठेवावी लागतील.

> वाचता येणारा कुणीही मनुष्य कधीही माळा यशस्वीपणे स्वच्छ करू शकत नाही.
>
> - ॲन लँडर्स

मात्र, तुम्ही कोणत्या तरी एकाच गोष्टीच्या मागे लागून सगळा वेळ घालवणार नाही आणि त्यामुळे कृती-व्यवस्थापनाच्या अंमलबजावणीची प्रक्रिया अर्धवट राहणार नाही, याची तुम्हाला काळजी घ्यावी लागेल. तुमच्या सगळ्या कामांवर प्रक्रिया करून तुमची प्रणाली लवकरात लवकर बसवून टाकण्याची तुम्हाला घाई असली, तरी या गोष्टीला तुमच्या अपेक्षेपेक्षा जास्त वेळ लागू शकतो.

कामांच्या याद्या आणि ऑर्गनायझरमध्ये ज्या गोष्टी अगोदरच टाकून ठेवलेल्या आहेत, त्यांचं काय? - कामांच्या याद्या आणि कुठल्या तरी स्वरूपाची संघटनप्रणाली तुमच्याकडे असणं शक्य आहे; पण या कार्यप्रवाह प्रक्रियेचा साचा तुम्हाला चांगल्या प्रकारे माहिती नसेल आणि तुम्ही पूर्वी कधी त्याची अंमलबजावणी केलेली नसेल तर त्या याद्या प्रक्रिया न झालेल्या मानून त्यांना इन-ट्रेमध्ये टाकाव्यात असं मी सुचवेन. तुमची प्रणाली सुसंगत असणं आवश्यक आहे आणि त्याकरता सर्व गोष्टींचं मूल्यमापन एकाच दृष्टिकोनातून करणं आवश्यक आहे.*

---

* जीटीडी कार्यपद्धतीचा कुठला तरी प्रकार तुम्ही पूर्वी अमलात आणलेला असेल आणि कृती व प्रकल्पांच्या याद्या तयार केलेल्या असतील; पण त्यातला मजकूर आता शिळा झालेला असेल किंवा पुरेसा कृतीयोग्य राहिला नसेल तर त्या याद्या प्रिंट करून इन-ट्रेमध्ये कच्ची माहिती असं म्हणणं आणि पुन्हा नव्यानं सुरुवात करणं श्रेयस्कर ठरेल. तुमच्या नव्या कार्यपद्धतीमध्ये कालबाह्य गोष्टी टाकण्यात काहीही हशील नाही.

पण मी ती गोष्ट अशीच सोडून देऊ शकत नाही...! - संकलन प्रक्रियेमध्ये सहसा अरे देवा! मी हे विसरलोच होतो! मला हे हातात घ्यावंच लागेल! असं म्हणायला लावणारा एखादा तरी कागद किंवा दस्तऐवज हाती लागतोच. तो कागद म्हणजे दोन दिवसांपूर्वी कुणालातरी परत फोन करण्याबद्दल सांगितल्याची नोंद असेल किंवा कित्येक आठवड्यांपूर्वी झालेल्या कुठल्याशा बैठकीनंतर काहीतरी कृती करण्याबद्दलची नोंद असेल. अशी चिठ्ठी आता पुन्हा समोरच्या इन-ट्रेमध्ये घालण्याच्या गठ्ठ्यामध्ये ठेवण्याची त्या व्यक्तीची हिंमत होत नाही, कारण ते काम पुन्हा विस्मरणात जाण्याची तिला किंवा त्याला भीती वाटते.

तुमच्या बाबतीत असं घडलं तर आधी स्वतःला विचारा हे काम तुमच्या संकलन प्रक्रिया अंमलबजावणीचं काम पूर्ण होण्याच्या आधीच होणं खरोखर आवश्यक आहे का? तसं असेल तर मात्र ते काम लगेच करून टाका, जेणेकरून तुमचं मन शांत होईल. तसं नसेल तर ते सरळ इन-ट्रे मध्ये टाकून द्या. लवकरच त्या ट्रेमधल्या सगळ्या गोष्टींवर तुम्ही प्रक्रिया करणार आहातच; त्यामुळे ती चिठ्ठी हरवणार नाही.

ती कृती तुम्ही आत्ता करू शकत नसाल आणि तरीही तिचं स्मरणक तुम्हाला डोळ्यांसमोर राहायला हवं असेल, तर तातडीच्या कामांचा एक वेगळा गठ्ठा तुमच्या जवळपासच कुठेतरी निर्माण करा. या समस्येवरचा हा काही अगदी आदर्श उपाय नव्हे; पण ठीक आहे. आतापर्यंत जी कामं तुमच्या संपूर्ण जाणिवेमध्ये नव्हती, ती तशी आल्यानंतर थोडाफार ताण येणार, हे गृहीतच धरा. गरज असेल तेव्हा काहीही नव्यानं निर्माण करायला मागेपुढे पाहू नका.

तुमच्या टेबलापासून सुरुवात करा

आता तयार? ठीक आहे. तुमच्या टेबलावर पडलेल्या सगळ्या गोष्टी इन-ट्रेमध्ये टाकायला सुरुवात करा. बहुतेक वेळा इन-ट्रेमध्ये टाकण्याजोग्या असंख्य गोष्टी लोकांना समोरच सापडतात. अनेक लोक आपलं संपूर्ण टेबलच इन-ट्रे म्हणून वापरत असतात; तुम्हीही तसेच असाल तर तुमच्या अवतीभोवती इन-ट्रेमध्ये टाकण्याजोग्या गोष्टींच्या अनेक चळती असतील. त्यात सर्वसाधारणपणे ज्या गोष्टी सापडतात, त्या खालील प्रकारच्या असतात :

- पत्रव्यवहार आणि मेमो, अहवाल, वाचण्याचे मजकूर इत्यादींचे गठ्ठे
- पोस्ट-इट चिठ्ठ्या
- लोकांकडून घेतलेली बिझनेस कार्डस
- पावत्या
- बैठकांमध्ये लिहून घेतलेल्या गोष्टींचे कागद

त्या गठ्ठ्यामध्ये काय आहे ते मला माहीत आहे आणि मला ते तिथेच राहू द्यायचं आहे, असं जवळपास इतर सगळेच लोक म्हणतात तसं म्हणण्याची ऊर्मी दाबून टाका. असं म्हणण्यामुळेच आता ही आवराआवर करण्याची वेळ आलेली आहे. तेव्हा समोर दिसणाऱ्या सगळ्या गोष्टी इन-ट्रे मध्ये जाऊ द्या. ज्यांनी असं केलं, त्यांना नंतर एकदम हलकं वाटलं नाही, असं मला तरी आजवर आढळलेलं नाही.

> ज्या गोष्टीवर विचार करणं आवश्यक आहे हे तुम्हाला ठाऊक आहे, त्या हातात घेण्याचं टाळणं किंवा पुढे ढकलणं अतिशय सहज घडत असतं.

तुमच्या टेबलाभोवती फिरत असताना स्वतःला हेही विचारा की, तुमच्या विविध साधनं/उपकरणांपैकी एखादं तुम्हाला बदलायचं आहे का? तुमचा फोन चांगला चालू आहे का? तुमचा संगणक व्यवस्थित चालतो का? तुमचं टेबल चांगल्या स्थितीत आहे का? यापैकी काही बदलणं आवश्यक असल्यास तशी नोंद करून तो कागदही इन-ट्रेमध्ये टाकून द्या.

टेबलाचे ड्रॉवर्स

आता एकेक करून तुमच्या ड्रॉवर्सचा समाचार घ्या. त्यात लक्ष घालण्याजोगं काही आहे का? त्यातलं कृतीयोग्य काय आहे? तिथे असायला नको असलेलं काहीतरी तिथे दिसतं आहे का? यापैकी कुठल्याही प्रश्नाचं उत्तर जर होय असेल तर ती गोष्ट एकतर उचलून इन-ट्रेमध्ये टाका किंवा मग त्याची नोंद केलेला कागद त्यात टाका. पुन्हा एकदा, तुमच्या हातात असलेल्या वेळेचा उपयोग तुम्ही तुमचे ड्रॉवर्स स्वच्छ करून ते नीट लावून ठेवण्याकरता करणार की हे काम नंतर करायचं ठरवण्याकरता हे तुमच्या हातात नेमका किती वेळ आहे आणि ड्रॉवर्समध्ये किती गोष्टी भरलेल्या आहेत यावर अवलंबून असेल.

काउंटर

संकलनाचं काम करताना सगळ्या ऑफिसमध्ये फिरा आणि आपली नित्याची जागा सोडून छोटी कपाटं, काउंटर्स, कॅबिनेट्स अशा सर्वच ठिकाणी पडलेले कागद आणि वस्तू गोळा करा. यामध्ये तुम्हाला वाचनयोग्य साहित्य, पत्रं, कशाकशाच्या फायली आणि कृती किंवा प्रकल्पांचं आधारसाहित्य सापडेल; ते गोळा करा.

कदाचित त्यात तुम्ही वापरून बाहेर टाकलेलं संदर्भ साहित्य असेल. तसं असेल आणि सहज जाता-जाता तुम्ही ते एखाद्या कॅबिनेट किंवा पुस्तकांच्या शेल्फमध्ये टाकू शकत असाल, तर टाकून द्या; पण असं साहित्य जागेवर ठेवण्यापूर्वी त्याच्याशी संबंधित काही संभाव्य कृती आहे का, हे स्वतःशीच तपासून

पाहा. तशी ती असेल, तर ते साहित्य तुमच्या इन-ट्रेमध्ये टाका, म्हणजे मग नंतर तुम्ही त्याचा वापर कराल.

कॅबिनेट्सच्या आत

आता कॅबिनेट्सच्या आत बघा. मोठ्या संख्येनं नित्योपयोगी वस्तू आणि संदर्भ साहित्य कोंबण्याच्या आणि प्रचंड प्रमाणात त्या साठवून ठेवण्याच्या या अगदी आदर्श जागा असतात. तिथे तुम्हाला एखादी मोडकी किंवा कालबाह्य गोष्ट दिसते का? संग्रह म्हणून किंवा सुखद आठवण म्हणून जमा केलेल्या; पण आता अर्थहीन असलेल्या गोष्टी सहसा इथे सापडतात. उदाहरणार्थ, एका विमा कंपनीच्या सरव्यवस्थापकांनी हे काम करताना त्यांना मिळालेली तीन डझन बक्षिसं बाहेर काढली. गेल्या कितीतरी वर्षांपासून ती जमा होत आली होती.

तुमच्या संग्रहातल्या, सुखद आठवण म्हणून ठेवलेल्या गोष्टी आता तुम्हाला तेवढ्या महत्त्वाच्या वाटतात का, याचा विचार करा.

पुन्हा एकदा कॅबिनेट्स हाताबाहेर गेलेल्या असतील आणि त्या रिकाम्या करणं आणि नीट लावणं आवश्यक असेल, तर तशी नोंद एका कागदावर करून तो कागद इन-ट्रे मध्ये टाकून द्या.

जमीन, भिंती आणि फडताळं

तुमच्या वृत्तफलकावर कृतीयोग्य काही आहे का? भिंतीवर असं काही लावून ठेवलं आहे का, जे तिथे नको आहे? तुम्ही लावलेली चित्रं, पोस्टर्स, सजावट, मानपत्रं ध्यानात घेतलीत का? उघड्या फडताळांचं काय? वाचायची राहिलेली किंवा देऊन टाकण्याजोगी पुस्तकं त्यात आहेत का? काहीतरी कृतीशी निगडित असलेले किंवा कालबाह्य झालेले विक्री कॅटलॉग्ज, मॅन्युअल्स, फोल्डर्स दिसतात का? खाली जमिनीवर काही कागदांचे गठ्ठे वगैरे पडलेले आहेत का? ते तुमच्या इन-ट्रेच्या जवळ सरकवून ठेवा.

उपकरणं, फर्निचर आणि भिंतीमध्ये किंवा जमिनीवर कायमच्या ठोकलेल्या वस्तू

तुमच्या ऑफिसमधील उपकरणं, फर्निचर किंवा एकूणच जागेच्या बाबतीत काहीतरी करणं अथवा बदलणं आवश्यक आहे का? सगळ्या गोष्टी व्यवस्थित काम करत आहेत का? प्रकाशव्यवस्था तुम्हाला हवी तशी आहे का? जर करण्याजोगं काही असेल तर त्याची नोंद करून ती इन-ट्रेमध्ये टाकून द्या.

इतर जागा

या प्रक्रियेत तुम्ही जिथे कुठे तुमच्या वस्तू किंवा कागदपत्रं ठेवत असाल तिथे प्रत्येक ठिकाणी हेच काम तुम्हाला करावं लागेल. तुम्हाला तुमचं डोकं खरोखरच रिकामं करायचं असेल तर अशी कुठलीही जागा न सोडणं अत्यावश्यक आहे.

> तुम्ही ज्या करण्याजोग्या गोष्टी फारसं महत्त्वाचं नाही अशा ठरवल्या आहेत, त्या गोष्टींना तुमची ऊर्जा आणि तुमच्या केंद्रिततेला कुरतडू देऊ नका.

मी ज्यांच्याबरोबर काम करतो अशा काही अधिकाऱ्यांना, मला त्यांच्या घरी किंवा त्यांच्याच दुसऱ्या कार्यालयामध्ये घेऊन जाण्याचा आणि तिथेसुद्धा हीच संकलनप्रक्रिया त्यांच्याकडून करवून घेण्याचा खूपच फायदा होतो. त्यांच्या घरगुती आणि दुय्यम कार्यालयातील जीवनामध्ये, फारशा महत्त्वाच्या नसलेल्या गोष्टींच्या जाळ्यात ते बऱ्याचदा फसलेले असतात आणि त्यात त्यांची बरीच ऊर्जा खर्च होत राहते.

ही प्रक्रिया म्हणजे तुम्हाला कधीतरी हव्या असू शकणाऱ्या गोष्टी फेकून देणं नव्हे

मी देत असलेला संकलनाचा सल्ला म्हणजे लोकांना बरेचदा कमीतकमी सामान ठेवण्याचा प्रकार वाटतो. माझं म्हणणं उलट आहे. एखादी गोष्ट फेकून देणं तुम्हाला अस्वस्थ करत असेल तर ती राहू द्या.* अन्यथा तुम्हाला हवी असणारी, गरजेची असू शकणारी गोष्ट आपल्याकडे नाही या विचाराकडेच तुमचं लक्ष राहील. तुम्ही तुमच्या आसपास जे काही ठेवता; त्यामुळे निष्कारण तुमचं लक्ष विचलित होऊ नये म्हणून त्याचं मूल्यमापन करणं आणि नीट व्यवस्था लावणं याबद्दलचा सल्ला मी देतो. अनेक बाबतींत मी स्वतःच साठवणप्रिय आहे (उदाहरणार्थ, डिजिटल फोटो). तुमच्याकडे किती जागा आहे आणि तुम्ही साठवलेल्या गोष्टींमध्ये तुमचे प्रकल्प आणि कृती गडप न होण्याच्या दृष्टीनं तुम्ही योग्य प्रकारे खुणा करून ठेवलेल्या आहेत एवढंच इथे महत्त्वाचं आहे. तुमच्या कॉलेजच्या दिवसांपासूनची मासिकं आणि नोट्सनी भरलेली बारा खोकी तुम्हाला ठेवायची आहेत? सृजनात्मक विचार सुचण्याकरता तुम्हाला काही खेळणी, चित्रं, वस्तू तुमच्या कार्यालयामध्ये राहू द्यायच्या आहेत? नो प्रॉब्लेम! फक्त या गोष्टी तुम्हाला हव्या तिथे, हव्या त्या स्वरूपात आहेत आणि तुम्हाला त्याबाबत काय करायची गरज किंवा इच्छा आहे त्याची नोंद तुमच्या प्रणालीमध्ये आहे याची खात्री करून घ्या.

---

* अनावर इच्छा आणि सवयीमुळे गोष्टी जमा करत राहण्याचा प्रकार (ऑब्सेसिव्ह-कम्पल्सिव्ह होर्डिंग) प्रस्तुत कार्यपद्धत आणि माझं काम यांच्या कार्यकक्षेच्या बाहेरचा आहे.

मानसिक संकलन : मनाची साफसफाई

तुमच्या वातावरणातल्या, प्रक्रिया करणं आवश्यक असलेल्या, सगळ्या भौतिक वस्तू गोळा करून झाल्या आहेत असं जेव्हा तुम्हाला वाटेल, तेव्हा तुमच्या मनामध्ये साठून राहिलेल्या गोष्टीदेखील तुम्हाला संकलित कराव्याशा वाटतील. तुमच्या मेंदूचा एक कोपरा व्यापून ठेवणारी; पण इन-ट्रेमध्ये गोळा करून झालेल्या गोष्टींपेक्षा वेगळी अशी आणखी एखादी गोष्ट आहे का?

इथेच आपण हाताशी घेतलेला कोऱ्या कागदांचा गठ्ठा सगळ्यात जास्त कामाला येईल. मी तुम्हाला असं सुचवेन की, तुमच्या मनामध्ये असलेला प्रत्येक विचार, कल्पना, प्रकल्प किंवा गोष्ट एका स्वतंत्र कागदावर लिहून काढा. तुम्ही एकच लांबलचक यादीही तयार करू शकता; पण नंतर तुम्ही त्यांचा एकेक करूनच समाचार घेणार असल्यामुळे प्रत्येक विचार, कल्पना इ. एका स्वतंत्र कागदावर लिहिलेले असणं जास्त उपयुक्त ठरेल. सुरुवातीला, या गोष्टींवर प्रक्रिया करताना एका वेळी एकाच गोष्टीवर लक्ष केंद्रित करण्याकरता काहीएक शिस्त अत्यावश्यक ठरेल; त्यामुळे प्रत्येक लहान-मोठ्या विचारावर एखादी 'खूण' करून ठेवणं कदाचित फालतू वाटलं, तरी त्यामुळे काम सोपं होतं. तसंही, तुम्ही संकलित केलेला पहिला विचार हा जिचा तुम्हाला मागोवा ठेवावा वाटेल अशी त्या विषयाच्या बाबतीतली अंतिम गोष्ट क्वचितच असणार आहे. (त्या विचाराचा अंतिम परिणाम आणि त्याच्या बाबतीतली पुढची कृती, हेच मुख्य असणार आहेत.) असे कागद तुम्ही कदाचित सांभाळून ठेवणार नाही; पण कामांवर प्रक्रिया करताना या गोष्टी स्वतंत्रपणे हाताळणं जास्त सोपं जाईल.*

इतर सगळ्या भौतिक गोष्टी संकलित करून झाल्यानंतर डोक्यातल्या सगळ्या गोष्टी कागदावर उपडया करण्याकरता तुम्हाला साधारणपणे वीस मिनिटं ते एक तास एवढा वेळ लागेल. त्यात लहान, मोठ्या, व्यक्तिगत, व्यावसायिक अशा विविध प्रकारच्या गोष्टी कुठलाही निश्चित क्रम किंवा सूत्राविना आठवत आहेत असं तुम्हाला आढळेल.

या बाबतीत संख्येवर भर द्या. एखादी गोष्ट विसरण्यापेक्षा संकलन प्रक्रियेचा ओव्हरडोस झालेला परवडेल. अनावश्यक गोष्टी तुम्ही नंतर कधीही फेकून देऊ शकता. जे, जेव्हा आठवेल, ते सगळं नोंदवून ठेवा. तुम्हाला आठवणाऱ्या गोष्टींनी

---

* एकदा एक विचार एका स्वतंत्र कागदावर लिहून काढण्याचं महत्त्व अनुभवाला आल्यावर अनेक लोकांनी (अगदी उच्च तंत्रज्ञानाभिमुख असलेल्या लोकांनीसुद्धा), पुढे जाऊन या गोष्टीला आपल्या स्वयंव्यवस्थापनाच्या प्रक्रियेचा एक भाग करून टाकलं आहे. तुमच्या मनातल्या संभाव्य अर्थपूर्ण विचारांना त्यांच्या योग्यतेनुसार महत्त्व देणं श्रेयस्करच ठरतं.

कागदांची एक चळतच्या चळत तयार झाली तरी आश्चर्य वाटू देऊ नका.

ट्रिगर यादी

तुमचा मेंदू रिकामा करण्यामध्ये मदत होण्याकरता खाली दिलेली अपूर्णतेच्या ट्रिगर्सची यादी तुम्ही पाहू शकता. मनाच्या कुठल्या तरी कोपऱ्यामध्ये दडलेली एखादी गोष्ट बऱ्याचदा चालता-फिरता आठवते. ती ताबडतोब एका कागदावर नोंदवून तो कागद इन-ट्रेमध्ये टाकायला विसरू नका.

अपूर्णतेच्या ट्रिगर्सची यादी

व्यावसायिक

सुरू केलेले; पण पूर्ण न झालेले प्रकल्प
सुरू करणं आवश्यक असलेले प्रकल्प
बरं, बघू... प्रकल्प
इतरांना दिलेली वचनं-
- बॉस/भागीदार
- सहकारी
- कनिष्ठ कर्मचारी
- संस्थेतील इतर लोक
- बाहेरचे लोक
- ग्राहक
- इतर संस्था
- व्यावसायिक व्यक्ती
- पुरवठादार

संपर्क करणं/स्वीकारणं
अंतर्गत/बाह्य
करणं किंवा उत्तर देणं -
- फोन कॉल्स
- व्हॉइस मेल
- ई-मेल
- टेक्स्ट मेसेज
- पत्रं
- सोशल मीडिया पोस्ट

ठरवण्याच्या/मागण्याच्या बैठका
कुणाला कुठल्या निर्णयांची माहिती द्यायला हवी?
महत्त्वाचे वाचन/आढावे

संपवण्याचं/सादर करण्याचं इतर लिखाण	वित्तविषयक
अहवाल	कॅश फ्लो
मूल्यमापन/आढावे	अंदाजपत्रक
प्रस्ताव	आगाऊ अंदाज/भाकितं
लेख	नफा/तोटा विवरण पत्रं
प्रचारसाहित्य	ताळेबंद
मॅन्युअल्स/आज्ञावली	फोरकास्टिंग
सारांश	क्रेडिट लाइन
पुनर्लिखित आणि संपादित मसुदे	बँका
सद्यस्थितीची माहिती (स्टेटस रिपोर्ट)	येणी
चर्चा आणि माहितीचा मागोवा घेणं	देणी
	पेटी कॅश
	गुंतवणूकदार
	मालमत्ता व्यवस्थापन

नियोजन/संघटन	संस्थात्मक विकास
औपचारिक नियोजन (ध्येयं, उद्दिष्टं, लक्ष्यं)	संस्थेतील पदांची उतरंड
	संस्थांतर्गत पुनर्रचना
सद्य प्रकल्प (पुढचे टप्पे)	भूमिका
बिझनेस प्लॅन/मार्केटिंग प्लॅन	कामाचे विवरण
संस्थात्मक उपक्रम	इमारती
आगामी कार्यक्रम	नव्या प्रणाली
बैठका	नेतत्व
सादरीकरणं	बदलाचे प्रयत्न
संस्थात्मक संरचना	उत्तराधिकारीविषयक नियोजन
इमारतीमधील बदल	संस्थात्मक संस्कृती
नव्या प्रणाली/उपकरणे बसवणं	
दौरे	**पणन/प्रचार (मार्केटिंग अँड प्रमोशन)**
सुट्या	प्रचारमोहिमा
व्यावसायिक दौरे	साहित्य
	जनसंपर्क

प्रशासन

- कायदेविषयक बाबी
- विमाविषयक बाबी
- कर्मचारीविषयक बाबी
- कर्मचारी भरती
- धोरणे/कार्यपद्धती
- प्रशिक्षण

कर्मचारीवर्ग

- नियुक्ती/कामावरून कमी करणं/ पदोन्नती
- कामगिरी आढावा
- संवाद
- कर्मचारी विकास
- मोबदला
- फीडबॅक, मनोधैर्य

विक्री

- ग्राहक
- संभाव्य ग्राहक
- संभाव्य खरेदीदार
- विक्री प्रक्रिया
- प्रशिक्षण
- संबंध वृद्धी
- रिपोर्टिंग
- संबंधांचा मागोवा
- ग्राहक सेवा

व्यवस्था

- मोबाइल साधनं
- फोन
- संगणक
- सॉफ्टवेअर
- डेटाबेसेस
- दूरसंचार सेवा
- इंटरनेट
- फायलिंग आणि संदर्भ साहित्य
- इन्व्हेन्टरीज
- साठवणीच्या जागा

कार्यालय/कामाची जागा

- जागा/मांडणी
- फर्निचर
- साधनं आणि उपकरणं
- सजावट
- वीज/पाणी
- नित्योपयोगी वस्तू
- देखभाल/स्वच्छता
- सुरक्षाव्यवस्था

बैठका

- आगामी
- वेळा ठरवणं/मागणं
- बैठकांच्या विषयाची माहिती

व्यावसायिक विकास

- प्रशिक्षण/चर्चासत्रं
- शिकण्याच्या गोष्टी/ शोधण्याच्या गोष्टी
- शिकण्याची/सराव करण्याची कौशल्यं
- वाचण्याची/अभ्यासण्याची पुस्तकं
- संशोधन

औपचारिक शिक्षण (परवाने, पदव्या)
करिअरसंबंधी संशोधन
रेझ्युमे
कामगिरीची उद्दिष्टं

व्यावसायिक पोषाख
वाट पाहणं -
  माहिती
  सोपवलेली कामं/प्रकल्प
  प्रकल्पांच्या दृष्टीनं महत्त्वाच्या पूर्तता
  प्रश्नांची उत्तरं
  उत्तर देणं -
    ई-मेल्स
    पत्रं
    प्रस्ताव
    फोन कॉल्स
    आमंत्रणं

मागण्या (रिक्विझिशन)
प्रतिपूर्ती (रिइम्बर्समेन्ट)
विम्याचे दावे
मागणी नोंदवलेल्या गोष्टी
दुरुस्त्या
तिकिटं
इतर लोकांचे निर्णय
  व्यक्तिगत

सुरू केलेले, पण पूर्ण न
  झालेले प्रकल्प
सुरू करणं आवश्यक
  असलेले प्रकल्प
प्रकल्प - अन्य संस्था
  सेवाभावी
  सामाजिक
  स्वयंसेवी
  आध्यात्मिक संस्था

इतरांना दिलेली वचनं
  वैवाहिक जोडीदार
  मुलं
  आई-वडील
  कुटुंब
  मित्र-मैत्रिणी
  व्यावसायिक लोक
  परत करण्याच्या वस्तू
  देणी

संपर्क करणं/स्वीकारणं
  फोन कॉल्स
  ई-मेल्स
  कार्डं, पत्रं
  धन्यवाद संदेश

आगामी कार्यक्रम
  वाढदिवस
  लग्न इ.चे वाढदिवस
  लग्न समारंभ
  दीक्षान्त समारंभ

- टेक्स्ट मेसेजेस
- सोशल मीडिया पोस्ट

प्रशासन

- घरातल्या कार्यालयीन वस्तू
- साधनं
- फोन
- मोबाइल साधनं
- दृक-श्राव्य माध्यमं
- व्हॉइस मेल
- संगणक
- सॉफ्टवेअर
- इंटरनेट
- फायलिंग आणि रेकॉर्ड्स
- डेटा स्टोरेज आणि बॅक अप

- स्वागत समारंभ
- बाहेर जाणं
- सुट्या
- रजा
- प्रवास
- जेवायला जाणं
- पार्ट्या
- सांस्कृतिक कार्यक्रम
- खेळांचे सामने

फावल्या वेळातल्या गोष्टी

- पुस्तकं
- संगीत
- व्हिडिओ
- प्रवास
- भेट देण्याची ठिकाणं
- भेट देण्याचे लोक
- वेब ब्राउझिंग
- फोटोग्राफी
- खेळाची उपकरणं
- छंद
- करण्याचे पदार्थ
- मनोरंजन

आर्थिक

- बिलं
- बँका
- गुंतवणुकी
- कर्ज
- करभरणा
- अंदाजपत्रक
- विमा
- गहाणवट
- हिशेब
- अकाउंटंट

पाळीव प्राणी

- आरोग्य
- प्रशिक्षण
- लागणाऱ्या वस्तू

कायदेशीर

- मृत्युपत्र
- विश्वस्त संस्था
- मालमत्ता
- कायदेशीर प्रकरणं

कौटुंबिक प्रकल्प/कृती
- वैवाहिक जोडीदार
- मुलं
- आई-वडील
- नातेवाईक

आरोग्य
- डॉक्टर
- डेन्टिस्ट
- नेत्रतज्ज्ञ
- आरोग्यसेवा तज्ज्ञ
- आरोग्य तपासणी
- आहारनियोजन
- अन्न
- व्यायाम

व्यक्तिगत विकास
- क्लासेस
- चर्चासत्रं
- शिक्षण
- प्रशिक्षण/समुपदेशन
- करिअर
- कलात्मक अभिव्यक्ती

वाहतूक
- वाहनं
- सायकली
- देखभाल
- दुरुस्ती
- प्रवास

घरगुती कामं
- जमीन व्यवहार
- दुरुस्ती
- बांधकाम
- पुनर्रचना
- घरमालक
- हीटर/एसी
- नळदुरुस्ती
- वीज/पाणी/फोन
- छप्पर
- बाग सुशोभीकरण
- गॅरेज
- भिंती
- फरशी
- छत
- गृहसजावटीच्या वस्तू
- फर्निचर
- घरगुती उपकरणं
- दिवे आणि वायरिंग
- किराणा सामान/स्वयंपाकघरातील उपकरणं
- धुण्याचे कपडे
- अडगळ फेकणं, स्वच्छता, सुसंघटन
- साठवण
- सेवा पुरवठादार

कपडे
- व्यावसायिक
- कॅज्युअल
- फॉर्मल
- खेळाचे
- अन्य किरकोळ वस्तू

बॅगा
दुरुस्ती, शिलाई

किरकोळ कामं	सामाजिक
बाजारहाट	सोसायटी/गल्ली
नित्योपयोगी वस्तू	शेजारी
हार्डवेअर	सेवाभावी कामं
किराणा सामान	शाळा
भेटवस्तू	नागरी कामं
औषधं	मतदान
बँक	
धोबी	
दुरुस्त्या	

वाट पाहणं -
मागवलेल्या वस्तू
दुरुस्ती करणारे
प्रतिपूर्ती
उधार दिलेल्या वस्तू
माहिती
निमंत्रण स्वीकारल्याची पोचपावती
कुटुंबीय/मित्र-मैत्रिणींनी पूर्ण केलेले प्रकल्प

इन-ट्रेची इन्व्हेन्टरी

आता व्यक्तिगत आणि व्यावसायिक, अशा दोन्ही बाबतींत तुमचा मेंदू पूर्ण रिकामा झालेला असेल तर तुमचा इन-ट्रे बहुधा गच्च भरून गेला असेल किंवा कदाचित उतू जात असेल. कागदस्वरूपातल्या आणि जडस्वरूपातल्या गोष्टींव्यतिरिक्त, तुमच्या इन-ट्रेमध्ये सध्या तुमच्या संगणकाच्या इन बॉक्समध्ये असलेल्या व्हॉइस आणि ई-मेल्सदेखील जमा झालेल्या असतील. तुमच्या ऑर्गनायझरमधल्या यादीमध्ये असलेल्या; पण अद्याप ज्यांच्यासंदर्भातली पुढची कृती तुम्ही ठरवलेली नाही अशा सर्व गोष्टीदेखील

तुमचं ध्यान काही प्रमाणात तरी खेचत असलेल्या एकूणएक गोष्टींच्या साठ्याच्या कडा तुम्हाला सहज दिसत असतील तर तुमचं संकलनाचं काम पूर्ण झालं आहे.

तुमच्या इन-ट्रेमध्ये असतील.

माझ्या ग्राहकांना मी नेहमी त्यांच्या व्हॉइस मेल्स कागदावर उतरवून घेऊन त्या इन-ट्रेमध्ये टाकण्यास सांगतो. त्यांच्या ऑर्गनायझर्सचंदेखील पुनर्मूल्यांकन करणं आवश्यक असल्यानं तेसुद्धा अख्खं इन-ट्रेमध्ये टाकायला मी त्यांना सांगतो. कॅलेंडर किंवा टेलिफोन/पत्त्यांची डायरी हे दोन उपयोग सोडून अन्य कामांकरता तुम्ही जर एखादं डिजिटल साधन वापरत असाल तर त्यातल्या टास्क किंवा टू डू याद्यांची प्रिंट घेऊन तीसुद्धा तुमच्या इन-ट्रेमध्ये टाका, असं मी सुचवेन. ई-मेल्सची संख्या प्रचंड असल्यामुळे आणि त्यांच्या प्रणालीद्वारेच त्या जास्त चांगल्या प्रकारे हाताळता येत असल्यामुळे त्या आहेत तिथेच राहू द्या.

पण इन फार काळ आत राहत नाही

हे सगळं करून झाल्यानंतर तुम्ही आता पुढचं पाऊल उचलण्याकरता सज्ज आहात. कुठलीही गोष्ट तुम्हाला अनिश्चित काळ इन-ट्रेमध्ये पडून राहू द्यायची नाही, कारण तुम्ही त्या संदर्भात काहीही करत नाही आहात, हे तुमच्या मनाला ठाऊक असल्यामुळे ती गोष्ट तुमच्या मनामध्ये पुन्हा घर करून बसेल हे निश्चित. अर्थात संकलनाच्या कामाला लोकांचा जो अंतर्विरोध असतो, त्याचं मुख्य कारण आहे संकलित गोष्टींचा निचरा करण्याकरता प्रक्रिया आणि संघटन करण्याच्या चांगल्या पद्धतीचा अभाव.

त्याकरता आता आपण पुढचं प्रकरण पाहू या - इन-ट्रे रिकामा करणं.

६

सुस्पष्टीकरण : इन-ट्रे रिकामा करणं

तुमच्या मेंदूतील जागा अडवणारी प्रत्येक गोष्ट तुम्ही आता संकलित करून ठेवलेली आहे असं गृहीत धरता, आता तुमचं काम आहे इन-ट्रेचा तळ गाठणं. इन-ट्रे रिकामा करणं याचा अर्थ तुम्ही संकलित केलेल्या सगळ्या कृती आणि प्रकल्प प्रत्यक्ष पूर्ण करणं नव्हे. त्याचा अर्थ आहे, प्रत्येक गोष्ट वेगळी करून ती काय आहे, तिचा अर्थ काय आहे आणि तिच्याबाबत आता तुम्हाला काय करायचं आहे याबाबत निर्णय घेणं.

या प्रक्रियेचा आढावा घेण्याकरता पुढच्या पानावरची कार्यप्रवाहाची आकृती तुम्हाला उपयोगी पडू शकेल. त्यातला मधला स्तंभ प्रक्रिया करणं आणि पुढची कृती ठरवण्याच्या पायऱ्या दर्शवतो. (आकृती - पुस्तक पान क्र. १३८)

हे प्रकरण आकृतीतल्या मधल्या स्तंभाच्या भागांवर, इन-ट्रेपासून ते पुढच्या कृतीपर्यंतच्या पायऱ्यांवर केंद्रित आहे. या प्रक्रियेचा अवलंब करण्यातून जी स्वाभाविक मांडणी समोर येते, ती तुमच्या प्रत्येक उघड्या गाठीच्या संदर्भात तुम्हाला लगेचच दिसून येईल. उदाहरणार्थ, तुम्ही इन-ट्रेमध्ये एखादी गोष्ट निवडली आणि मग तुमच्या लक्षात आलं की, मला अमुक-अमुक व्यक्तीला या संदर्भात फोन करणं आवश्यक आहे; पण सोमवारी ती व्यक्ती जेव्हा ऑफिसात येईल, तेव्हाच मी तिला फोन करू शकतो तर मग तुम्ही ती कृती ताबडतोब पुढे ढकलाल किंवा मग तुमच्या कॅलेंडरवर सोमवारकरता तिची नोंद करून ठेवाल.

तुम्ही इन-ट्रेमध्ये जे काही जमा केलं आहे, त्यावर प्रत्यक्ष प्रक्रिया करायला सुरुवात करण्यापूर्वी मी असं सुचवेन की, तुम्ही हे प्रकरण आणि तुमच्या कृतींचं संघटन करण्याविषयीचं यापुढचं प्रकरण आधी संपूर्ण वाचून घ्या; त्यामुळे तुमच्या काही पायऱ्या वाचतील. उघड्या गाठींवर प्रक्रिया करण्यातलं, निर्णय घेण्याचं काम सोपं असतं तर ग्राहकाच्या विवक्षित संघटनप्रणालीमध्ये ते निर्णय नोंदवण्याचा सर्वोत्तम मार्ग शोधून काढण्याचं काम अवघड असतं. मी माझ्या ग्राहकांना ही प्रक्रिया

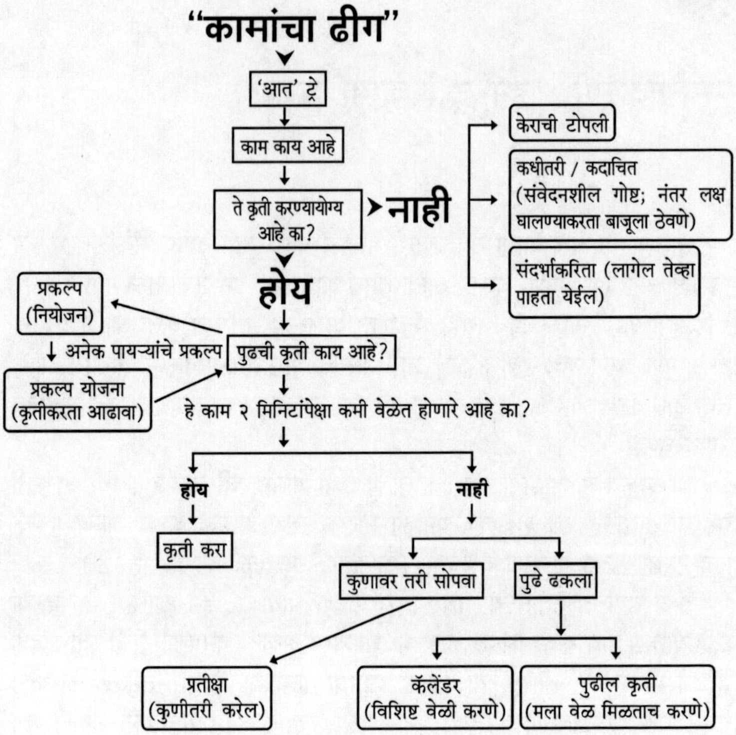

कार्यप्रवाह आकृती - प्रक्रिया करणे

शिकवतो, तेव्हा सहसा एकदा सोपं तर एकदा अवघड काम करणं अशा त्यांच्या मागे-पुढे उड्या चालू राहतात.

उदाहरणार्थ, माझ्या अनेक ग्राहकांना, ई-मेल आणि वेळापत्रक तयार करण्याकरता त्यांच्या कंपनीमध्ये वापरल्या जाणाऱ्या एन्टरप्राइज सॉफ्टवेअरशी जुळवून घेणारा आपला मोबाइल वापरायला सुरुवात करण्याची घाई झालेली असते. (इन-ट्रे भरून गेल्यानंतर) आम्हाला जे पहिलं काम करायचं असतं, ते म्हणजे त्यांचं सगळं हार्डवेअर आणि सॉफ्टवेअर चालू आहे की नाही हे पाहणं. त्यानंतर, त्यांनी पूर्वी ज्या कामाच्या याद्या बनवण्याचा प्रयत्न केलेला असतो, त्या सगळ्या प्रिंट करून आम्ही इन-ट्रेमध्ये टाकतो आणि नंतर संगणकामधून त्या पुसून टाकून तो स्वच्छ करतो. त्यानंतर कॉल्स, किरकोळ कामं, विषयपत्रिका, संगणकापाशी असे काही तात्पुरते वर्ग निर्माण करतो. इन-ट्रेवर प्रक्रिया करायला सुरुवात करताना ग्राहक पटकन त्याच्या संगणकापाशी जाऊन, तो नंतर वापरणार असलेल्या प्रणालीमध्ये त्याच्या कृतीची थेट नोंद करतो.

व्यक्तिगत स्मरणकांसाठी तुम्ही नेमकं काय वापरणार आहात, हे जर तुम्हाला नक्की ठाऊक नसेल तर चिंता करू नका. तुम्ही अगदी साधी कागद-पेन्सिल किंवा याद्या करण्याकरता तुम्ही आत्ता जे काही वापरत असाल ते उपयोगात आणू शकता. एकदा तुमच्या प्रणालीची घडी बसल्यानंतर साधनं तुम्ही केव्हाही बदलू शकता.

प्रक्रिया करण्याकरता मार्गदर्शन

हा साचा शिकण्याचा सर्वोत्तम मार्ग म्हणजे प्रत्यक्ष कृती; पण त्याचे काही मूलभूत नियमही सांगता येतील. ते पुढीलप्रमाणे आहेत.

- सर्वांत पहिल्या गोष्टीवर प्रथम प्रक्रिया करा.
- एका वेळी एकाच गोष्टीवर प्रक्रिया करा.
- कुठलीही गोष्ट पुन्हा कधीही इन-ट्रेमध्ये टाकू नका.

पहिली गोष्ट प्रथम

तुमच्या इन-ट्रेमधली क्र. २ ची गोष्ट अगदी तुमच्या कंपनीच्या अध्यक्षांनी तुम्हाला पाठवलेली व्यक्तिगत चिठ्ठी असेल आणि क्र. १ ची गोष्ट एखादी फालतू (जंक) मेल असेल, तरीही तुम्ही त्या फालतू मेलवर प्रथम प्रक्रिया करायला हवी! मुद्दा स्पष्ट करण्याकरता ही जरा अतिशयोक्ती झाली; पण त्यामागचं तत्त्व महत्त्वाचं आहे : प्रक्रिया करताना प्रत्येक गोष्ट समान असेल. प्रक्रिया करणं या क्रियापदाचा अर्थ एखाद्या गोष्टीला काही वेळ देणं असा नव्हे. त्याचा अर्थ ती गोष्ट काय आहे आणि त्या संदर्भात काय कृती आवश्यक आहे, हे ठरवणं आणि मग त्यानुसार ती

प्रक्रिया करणं म्हणजे निव्वळ एखाद्या गोष्टीला वेळ देणं नव्हे.

त्याकरता पुढे पाठवणं असा आहे. शक्य तितक्या लवकर तुम्ही इन-ट्रेच्या तळापर्यंत पोहोचणार आहातच आणि त्यातली कुठलीही गोष्ट तुम्हाला टाळायची नाही.

घाईघाईनं नजरेखालून घालणं म्हणजे प्रक्रिया करणं नव्हे

बहुतेक लोक त्यांचा इन-ट्रे किंवा ई-मेल बघताना, सर्वांत तातडीचं, सर्वांत मजेदार, सर्वांत सोपं किंवा सर्वांत रोचक त्यात काय आहे, याचा प्रथम शोध घेतात. घाईघाईनं नजरेखालून घालणं काही वेळा चालतं आणि आवश्यकही असतं. (मी स्वतःही ते नेहमी करतो.) कदाचित तुम्ही नुकतेच दूरवरून एखादी बैठक आटोपून आला आहात आणि आणखी पंधरा मिनिटांनी तुमचा एक दीर्घकाळ चालणारा कॉन्फरन्स कॉल सुरू होणार असतो. अशा वेळी ई-मेल किंवा इन-ट्रेमध्ये एखादा बॉम्ब (स्फोट होण्याच्या बेतात असलेली कुठलीही गोष्ट) नाही ना, याची तुम्हाला खात्री करून घ्यायची असते किंवा तुमचा एखादा मोठा प्रस्ताव संमत झाल्याबद्दल त्या ग्राहकानं तुम्हाला ई-मेल वगैरे केली आहे का, हे तुम्हाला पाहायचं असतं.

पण ही तुमच्या इन-ट्रेवरची प्रक्रिया नव्हे, हे फक्त पटकन नजरेखालून घालणं होय. तुम्ही प्रक्रिया करण्याच्या तयारीमध्ये असताना क्रमाक्रमानं एकेक गोष्ट तपासून ती हातावेगळी करणं अत्यंत महत्त्वाचं असतं. एकदा का तुम्ही हा नियम मोडलात आणि तुम्हाला वाटेल त्याच गोष्टीवर आणि वाटेल त्या क्रमानं प्रक्रिया करायला सुरुवात केलीत की, मग तुम्ही काही-काही गोष्टी त्यावर प्रक्रिया न करता सोडून द्यायला लागाल, हे नक्की! असं झाल्यास तुमचं टेबल, तुमचं कार्यालय आणि तुमच्या ई-मेलचा इन बॉक्स पुन्हा भरून वाहायला लागेल. अनेक लोक या घाईघाईनं नजरेखालून घालण्याच्या परिस्थितीत जगत असतात आणि त्यांच्या संगणक किंवा मोबाइलवर सतत अशा गोष्टी नजरेखालून घालत नसतील, तर ते अस्वस्थ होतात. एक-दोन दिवसांमध्ये त्यांच्या इन-ट्रेचा पूर्णपणे निचरा होणार आहे असा विश्वास त्यांना निर्माण झाला, तर असं सतत तो चाळत राहण्याची त्यांची गरज आपोआप कमी होईल.

लिफो की फिफो?

तत्त्वतः तुम्ही तुमचा इन-ट्रे संपूर्ण उपडा करून, त्यामध्ये टाकलेल्या अगदी पहिल्या गोष्टीपासून प्रक्रियेला सुरुवात करायला हवी. (पहिली गोष्ट प्रथम किंवा फिफो.) मात्र, तुम्ही एकूणएक गोष्टींचा निचरा वाजवी वेळेमध्ये करत असलात, तर यामुळे काही फरक पडणार नाही. तुम्ही सगळ्याच गोष्टी थोड्या वेळात पाहणार

आहातच आणि अनेक दिवसांच्या ई-मेल्स पाहायच्या राहिल्या असल्या, तर उलट शेवटची मेल आधी पाहणं (शेवटची गोष्ट प्रथम किंवा लिफो) उपयुक्त ठरेल, कारण त्यामुळे संपूर्ण चर्चा समजून घेतल्याशिवाय उगाच मधल्याच कुठल्या तरी मुद्द्यावर उत्तर देणे तुम्ही टाळू शकाल आणि ताज्या माहितीपासून सुरुवात करून मागच्या चर्चेचा आढावा घेऊ शकाल.

इन-ट्रे हे प्रक्रियेचं स्थान आहे; साठवण्याची जागा नव्हे.

एकावेळी एकच गोष्ट

तुमच्या इन-ट्रेवर प्रक्रिया करत असताना तुम्हाला असं आढळेल की, बऱ्याचदा तुम्ही एखादी गोष्ट उचलता; पण तुम्हाला तिचं काय करावं हे उमगत नाही आणि मग तुमची नजर इकडेतिकडे फिरत गठ्ठ्यात खाली असलेल्या दुसऱ्याच कुठल्या तरी गोष्टीवर पडते आणि तुम्ही त्या दुसऱ्या गोष्टीमध्ये हरवून जाता. कदाचित त्या दुसऱ्या गोष्टीबाबत काय करायचं हे तुम्हाला ताबडतोब कळत असल्यामुळे तुम्ही तिच्याकडे आकर्षित होता आणि त्यामुळे हातातल्या गोष्टीवर तुम्हाला विचार करावासा वाटत नाही; पण इथे जरा धोका आहे. अशा वेळी तुमच्या हातातली गोष्ट टेबलाशेजारच्या हंऽऽ गठ्ठ्यामध्ये जाऊन पडण्याची शक्यता जास्त असते, कारण तुम्हाला तिच्या नंतरच्या अधिक सोप्या, अधिक महत्त्वाच्या किंवा अधिक रोचक गोष्टींची भुरळ पडतच राहते.

तुम्ही जमा केलेल्या गोष्टींबद्दल विचार करणं सहसा आपोआप, स्वाभाविकपणे घडत नाही. व्यायाम करणं किंवा घराची साफसफाई करण्यासारख्या कामांप्रमाणेच याकरता तुम्हाला जाणीवपूर्वक विचार करण्याचे कष्ट घ्यावे लागतात.

बहुतेक लोकांना इन-ट्रेमधला संपूर्ण गठ्ठा आपल्यासमोर ठेवून त्याची विल्हेवाट लावावीशी वाटते. एका दमात खूप काम करण्याची इच्छा मी समजू शकतो; पण इतर सर्व गोष्टी परत ट्रेमध्ये टाकून फक्त सर्वांत वरचीच गोष्ट हातात ठेवण्याची आठवण मी माझ्या ग्राहकांना सतत करत राहतो. एका वेळी एकाच गोष्टीवर ध्यान केंद्रित करण्यामुळे निर्णय घेणं आणि कामं पूर्ण करण्यावर सर्व लक्ष राहतं आणि जर का तुमच्या कामामध्ये व्यत्यय आला (आणि तसा तो सहसा येतोच,) तर निदान तुमच्या इन-ट्रेमधल्या कागदांचे गठ्ठे ट्रेबाहेर इतस्ततः पडलेले तरी तुम्हाला नक्कीच पाहावे लागणार नाहीत.

मल्टिटास्किंगचा (एकाच वेळी अनेक कामं करणं) अपवाद

एकावेळी एकच काम करण्याच्या नियमाला मल्टिटास्किंगच्या रूपात एक छोटासा अपवाद आहे. काही लोकांना त्यांचं लक्ष एका कामातून मिनिटभरासाठी का होईना; पण दुसरीकडे वळवून पटकन एखादा निर्णय घेणं खरोखरच आवश्यक

असतं. अशा लोकांना मग मी एका वेळी दोन किंवा काही वेळा तीन गोष्टींवरदेखील प्रक्रिया करण्याची मुभा देऊन टाकतो; त्यामुळे मग कृतीसंबंधी निर्णय घेणं त्या लोकांना अधिक सोपं जातं आणि काम जलद होतं.

लक्षात ठेवा, मल्टिटास्किंग हा एक अपवाद आहे आणि प्रत्येक गोष्टीवर थोडाच वेळ घालवण्याची शिस्त तुम्ही पाळली आणि एक किंवा दोन मिनिटांपेक्षा जास्त काळाकरता कुठलाही निर्णय लांबणीवर टाकला नाही, तरच हा अपवाद चालू शकेल.

कुठलीही गोष्ट इन-ट्रेमध्ये परत जाणार नाही

इन-ट्रेमधून बाहेर येणारा रस्ता एकेरी वाहतुकीचा असतो. एक काम एकदाच करा असं जुने लोक जे म्हणत असत, त्याचा खरा अर्थ असा आहे. अर्थात असं करणं ही फारशी चांगली गोष्ट नाही. तुम्ही तसं केलं तर तुमच्याकडे कामांची यादी अशी राहणारच नाही, कारण एखादं काम दिसताक्षणीच तुम्ही ते पूर्ण करून टाकाल. त्याचबरोबर तुम्ही अपरिणामकारक आणि अकार्यक्षमदेखील ठराल, कारण तुमच्या समोर येणाऱ्या बहुतेक गोष्टींवर त्या तुमच्या नजरेस पडताच काहीतरी कृती करणं आवश्यक नसतं. तुम्ही इन-ट्रेमधून सतत काहीतरी उचलत असाल आणि त्यांच्याबद्दल कुठलाही निर्णय न घेता त्या परत ट्रेमध्ये टाकून देत असाल, तर वर दिलेला जुना सल्ला उपयोगी आहे. त्यापेक्षा, तुमच्या इन-ट्रेमधून एखादी गोष्ट जेव्हा तुम्ही पहिल्यांदा उचलता, तेव्हाच त्याबद्दल काय कृती करायची आणि मग ती गोष्ट कुठे टाकायची, याचा निर्णय घ्या. कुठल्याही कारणास्तव ती गोष्ट परत इन-ट्रेमध्ये टाकू नका, हा सल्ला जास्त चांगला ठरेल.

आकलनविषयक शास्त्रज्ञांनी आता हे सिद्ध केलं आहे की, निर्णयाचा थकवा हे सत्य आहे. म्हणजे, तुम्ही घेत असलेल्या प्रत्येक लहान-मोठ्या निर्णयामुळे तुमच्या मेंदूची काहीएक शक्ती कमी होते. एखादी ई-मेल किंवा अन्य गोष्टीबाबत काहीच निर्णय न घेण्याचा निर्णय हादेखील तुमच्या मानसिक इंधनाचा नाश करणाराच असतो.

प्रक्रिया करण्याच्या बाबतीतला कळीचा प्रश्न : पुढची कृती कोणती?

आता तुम्हाला कळलं आहे. तुम्ही एका वेळी एकच गोष्ट करणार आहात आणि प्रत्येक गोष्टीच्या बाबतीतल्या पुढच्या कृतीबद्दल तुम्ही एक पक्का निर्णय घेणार आहात. हे ऐकायला सोपं वाटेल आणि ते तसंच आहे; पण त्याकरता तुम्ही जलद आणि सखोल विचार करणं आवश्यक असतं. बहुतेक वेळा अशी कृती सहज डोळ्यांसमोर येणारी नसते, ती ठरवावी लागते.

उदाहरणार्थ, त्या पहिल्या गोष्टीच्या बाबतीत तुम्हाला कुणाला फोन करणं आवश्यक आहे का? एखादा फॉर्म भरायचा आहे का? इंटरनेटवरून काही माहिती मिळवायची आहे का? दुकानामधून काही आणणं आवश्यक आहे का? तुमच्या सेक्रेटरीशी काही बोलणं आवश्यक आहे का? तुमच्या बॉसला ई-मेल पाठवणं आवश्यक आहे का? काय करणं आवश्यक आहे? जर एखादी कृती करायची असेल तर तिचं नेमकं स्वरूप त्यापुढचे पर्याय ठरवेल; पण या बाबतीत करण्याजोगं खरंतर काहीच नाही, असं जर तुमचं उत्तर असेल तर?

> *मी एखाद्या न्युडिस्ट कँपमधल्या डासाच्या परिस्थितीत असणं पसंत करेन; मला काय करायचं आहे हे मला ठाऊक असेल पण कुठून सुरुवात करावी हे मला माहीत नसेल.*
>
> \- स्टीफन बेन

काहीच कृती करायची नसेल तर?

तुमच्या इन-ट्रेमधल्या गोष्टींपैकी काहींच्या बाबतीत कुठलीही कृती आवश्यक नसणं शक्य आहे. या वर्गामध्ये तीन प्रकारच्या गोष्टी मोडतात :

- निरुपयोगी गोष्टी
- वाट पाहण्याच्या गोष्टी
- संदर्भ साहित्य

निरुपयोगी गोष्टी

तुम्ही जर माझ्या सूचनांचं पालन करत असाल तर एव्हाना तुम्ही बऱ्याच गोष्टी फेकून दिल्या असतील. तुमच्या इन-ट्रेमध्ये तुमच्या दृष्टीनं आता निरुपयोगी असलेल्या गोष्टींसह अनेक गोष्टींचा भलामोठा ढीग रचून ठेवलेला असणंही शक्य आहे; त्यामुळे समोरच्या ढिगावर प्रक्रिया करत असताना अजूनही खूप काही फेकण्याजोगं आढळलं, तर आश्चर्य वाटू देऊ नका.

तुमच्या विश्वातल्या सगळ्या गोष्टींवर प्रक्रिया करण्यामुळे, तुम्ही पुढे काय करणार आहात आणि तुम्ही काय करायला नको आहे हे तुम्हाला समजेल. एका फाउंडेशनच्या संचालकांना माझ्याबरोबर काम करताना असा शोध लागला की, त्यांनी जरा जास्तच (हजारो!) ई-मेल्स साठू दिल्या होत्या आणि त्याही अशा होत्या की, ज्यांना त्यांनी तसंही कधी उत्तर दिलंच नसतं. माझी पद्धत अनुसरल्यामुळे त्यांच्या विश्वामध्ये कुठल्या गोष्टी अपूर्ण म्हणून रेंगाळू द्यायच्या हे त्यांना आता समजलं आहे, असं ते मला म्हणाले.

एखादी गोष्ट भविष्याकरता संदर्भ म्हणून जपून ठेवायची की नाही, हा प्रश्न तुमच्यापुढे उभा राहण्याची वेळ येणारच आहे. त्याला तोंड देण्याचे माझ्याकडे दोन मार्ग आहेत :

- खात्री नसेल तर फेकून द्या.
- खात्री नसेल, तर ठेवा.

तुम्ही तुमचा पर्याय निवडा. माझ्या मते दोन्ही मार्ग योग्यच आहेत. तुम्हाला स्वतःच्या अंतःप्रेरणेवर विश्वास ठेवायला हवा आणि तुमच्याकडे उपलब्ध असलेल्या जागेबद्दल वास्तविक कल्पना हवी. या बाबतीत बऱ्याच लोकांना अस्वस्थता वाटत असते, कारण त्यांच्या प्रणाली खरोखर सुस्पष्ट आणि काम देणाऱ्या कधीच नसतात. संदर्भ साहित्य, नित्योपयोगी वस्तू आणि कोणत्या गोष्टींबाबतीत कृती आवश्यक आहे, यामध्ये जर तुम्ही स्पष्टपणे फरक करू शकलात आणि तुमची संदर्भप्रणाली सोपी आणि काम करणारी असेल तर तुम्हाला साठवणं शक्य असेल तितकं संदर्भ साहित्य तुम्ही साठवून ठेवू शकता. त्यावर कुठलीही कृती करणं आवश्यक नसल्यामुळे प्रश्न फक्त जागेचा आणि इतर पूरक व्यवस्थांचा असतो. तुमचे संदर्भ साहित्य संग्रहालय आणि तुमच्या साधनांची पेटी किती मोठे असलेले तुम्हाला चालेल?

याबाबत फायलिंगमधले तज्ज्ञ तुम्हाला अधिक सविस्तर मार्गदर्शन करू शकतील आणि कुठली अर्थविषयक कागदपत्रं किती दिवस सांभाळायची, हे तुम्हाला तुमचे चार्टर्ड अकाउंटंट सांगतील. एखादी गोष्ट कृतीयोग्य आहे किंवा नाही हा निर्णय तुम्ही घ्या असं मी सुचवेन. कृती आवश्यक नाही, हे एकदा स्पष्ट झालं की, मग तुमची आवड-निवड, तुमच्याकडे उपलब्ध असलेली साठवणीची जागा आणि तुमची या गोष्टींचा वापर करण्याची क्षमता यांनुसार अनेक पर्याय खुले होतात.

> अति माहिती तोकड्या माहिती-एवढीच वाईट असते. तुम्हाला जी, जेव्हा आणि जशी हवी, तशी ती कधीच मिळत नाही.

डिजिटल विश्वामध्ये काय ठेवायचं आणि काय फेकायचं याचा निर्णय घेण्याच्या बाबतीत अतिरिक्त संधी आणि आव्हानं आहेत. संगणकावरची आणि क्लाउडमधली साठवणीची जागा गुणोत्तर प्रमाणात वाढत जात असल्याचं भासत असताना आपल्याला अधिकाधिक गोष्टी साठवण्यासाठी अधिकाधिक जागा उपलब्ध होत चालली आहे. आणखी एक चांगली गोष्ट म्हणजे त्याबरोबरच 'सर्च' क्षमतादेखील अधिक शक्तिमान होत आहेत; पण वाईट बाजू अशी की, यामुळे गोष्टी वाटेल तशा फाइल करण्याची वृत्ती वाढू शकते आणि सर्च क्षमता कितीही सशक्त असली, तरी कुठे काय ठेवलं आहे याचा शोध घेण्याकरता उपसावा लागणारा ढीग आणि त्यातली गुंतागुंत मती गुंग करू शकते. डिजिटल साठवण फारसा पूर्वविचार न करण्यामुळे जवळजवळ स्वयंचलित झालेली असल्यामुळे त्यात सतत काहीतरी

टाकत राहणं आणि जे टाकतो त्याचा उपयोग मात्र शून्य राहणं, अशी परिस्थिती निर्माण होणं शक्य आहे. तुम्ही एवढं मोठं, दडपून टाकणारं संग्रहालय निर्माण करता आहात की, तुमच्यासाठी महत्त्वाच्या असलेल्या कामाकरता त्याचा उपयोग करून घेण्याच्या तुमच्या क्षमतेलाच मर्यादा पडल्या आहेत. मी मागच्या प्रकरणात सांगितल्याप्रमाणे तुमच्याकडच्या माहितीचा नियमित आढावा घेणं आणि कालबाह्य माहिती नष्ट करणं हे इथे महत्त्वाचं आहे. तसेच तुम्ही तुमच्याकडे येणाऱ्या माहितीवर प्रक्रिया करत असताना तिला तिथल्या तिथे जाणीवपूर्वक चाळणी लावणंही महत्त्वाचं आहे. ही गोष्ट खरोखर मी सांभाळून ठेवण्याएवढी आवश्यक किंवा उपयुक्त आहे का की, मला लागेल तेव्हा मी ती इंटरनेटवर किंवा अन्यत्र खात्रीशीरपणे प्राप्त करू शकेन?

वाट पाहण्याच्या गोष्टी

तुमच्या इन-ट्रेमध्ये काही गोष्टी अशा असतील, ज्यांच्याबद्दल तुम्ही स्वतःलाच म्हणाल, यावर आत्ताच काही करण्याची गरज नाही; पण नंतर कधीतरी काही कृती करावी लागू शकेल. उदाहरणार्थ :

- ही आहे त्याच्याबरोबर न्याहरीचा कार्यक्रम ठेवलेला असल्याची ई-मेल; पण हा कार्यक्रम अजून दोन आठवड्यांनंतर आहे. त्या वेळी तुम्ही उपलब्ध असाल की, कामानिमित्त बाहेरगावच्या दौऱ्यावर असाल, हे तुम्हाला या क्षणी तरी नक्की माहीत नाही.
- अजून तीन आठवड्यांनी होणार असलेल्या ज्या बोर्ड मीटिंगसाठी तुम्हाला आमंत्रित केलं आहे, तिची विषयपत्रिका. त्यावर लगेच काही कृती करणं आवश्यक नाही; पण बैठकीच्या आदल्या दिवशी ती विषयपत्रिका वाचून तुम्हाला थोडी तयारी करावी लागेल.
- तुमच्या व्यक्तिगत आवडत्या सॉफ्टवेअरची पुढची आवृत्ती उपलब्ध झाल्याची जाहिरात. तुम्हाला ही नवी आवृत्ती खरोखर आवश्यक आहे का? माहीत नाही... आठवडाभर थांबू या आणि मग बघू, असं तुम्ही म्हणता.
- पुढच्या वर्षीच्या वार्षिक विक्री सभेकरता तुम्हाला सुचलेली कल्पना. आत्ता त्याबद्दल काहीही करण्याजोगं नाही; पण पुढच्या वर्षी जेव्हा सभेचं नियोजन सुरू होईल, तेव्हा तुम्हाला त्या कल्पनेचं स्मरण व्हायला हवं आहे.
- जलरंग चित्रकलेचा वर्ग लावण्यासंबंधी तुम्ही स्वतःकरता लिहून ठेवलेली एक चिठ्ठी; पण सध्या तुम्हाला अजिबात वेळ नाही.

अशा सगळ्या गोष्टींबाबत काय करायचं? त्याकरता दोन पर्याय असू शकतात :

- अशा गोष्टी कधीतरी/कदाचित यादीमध्ये लिहून ठेवणं.
- त्या कॅलेंडर किंवा नाजूक प्रश्न (टिकलर लिस्ट) यादीमध्ये टाकणं.

वाट पाहण्याच्या या सगळ्या पद्धतींमागचा मुद्दा असा की, त्या तुम्हाला अशा गोष्टी आत्ता डोक्याबाहेर काढून ठेवण्याचा मार्ग दाखवतात आणि योग्य वेळी संभाव्य कृतीचं तुम्हाला नक्की स्मरण होईल, असा विश्वास तुम्हाला देतात. संघटन किंवा ऑर्गनायझिंगवरच्या या पुढच्या प्रकरणात मी या पद्धतींबद्दल अधिक सविस्तर चर्चा करणार आहे. तूर्तास, अशा गोष्टींवर एक पोस्ट-इट चिठ्ठी लावून टाका आणि त्यावर कदाचित किंवा १७ ऑक्टोबरला मला स्मरण द्या असं काहीतरी लिहून ठेवा. त्यानंतर अशा गोष्टींना प्रलंबित या वर्गामध्ये टाका. नंतर शहानिशा करण्याजोग्या गोष्टी तुम्ही या वर्गामध्ये जमवत जाणार आहात.*

> एखाद्या गोष्टीबाबत काहीच निर्णय न घेण्याचा निर्णय घेणं चूक नाही. अशी गोष्ट तुमच्या मनामधून काढून टाकण्याकरता तुम्हाला फक्त एका निर्णय-न-घेण्याचा निर्णय-घेण्याच्या प्रणालीची आवश्यकता आहे.

संदर्भ साहित्य

तुमच्या इन-ट्रेमध्ये तुम्हाला अशा अनेक गोष्टी सापडतील, ज्यांच्या संदर्भात तुम्हाला कुठलीही कृती करणं आवश्यक नसेल; पण विविध प्रकल्प आणि विषयांबद्दल संभाव्य उपयुक्त माहिती म्हणून त्यांना काहीतरी किंमत असू शकेल. एव्हाना (प्रकरण ४ मध्ये वर्णन केल्याप्रमाणे) तुम्ही तुमच्या संदर्भ आणि आधारसाहित्याकरता एक कामचलाऊ फायलिंग प्रणाली विकसित केलेली असेल. तेव्हा इन-ट्रे किंवा ई-मेल्सवर प्रक्रिया करत असताना त्या दोन्ही वर्गांमध्ये मोडणाऱ्या गोष्टी जसजशा तुमच्या हाताला लागतील, तसतशा त्या फाइल करत राहा.

कदाचित तुम्हाला असंही आढळेल की, तुमची संदर्भ साहित्य साठवण्याची प्रणाली खूपच औपचारिक प्रकारची असल्यामुळे किंवा ती अस्तित्वातच नसल्यामुळे, किरकोळ आणि विविध विषयांशी संबंधित इतक्या मोठ्या प्रमाणात साठवण्याजोगी

---

* या कामाकरता तुमचा एखादा जादा ट्रे उपयुक्त ठरेल. प्रक्रिया करण्याच्या या सुरुवातीच्या टप्प्यावर, नंतर संघटित करण्याच्या गोष्टी जमा करण्याकरता त्याचा तात्पुरता वापर करा. नंतर तुम्ही त्यात प्रलंबित, वर्क-इन-प्रोग्रेस, कागदपत्रं आणि पुढच्या कृतीची कागदरूपी स्मरणकं साठवू शकता.

माहिती तुमच्याकडे जमा झाली आहे की, ती कागदांच्या थप्प्यांमध्ये किंवा ड्रॉवर्स भरून पडून आहे. इथे मी तुम्हाला पुन्हा एकदा सांगू इच्छितो की, एक-मिनिटापेक्षा-कमी-वेळाची आणि वापरायला गमतीशीर अशी सर्वसाधारण संदर्भ फायलिंग व्यवस्था तुमच्या बसण्याच्या जागेजवळ हाताशी असणं हे या पद्धतीच्या संपूर्ण अंमलबजावणीच्या दृष्टीनं अत्यंत महत्त्वाचं आहे. प्रत्यक्ष जीवनाच्या युद्धभूमीवर जर गोष्टी सहज, जलद आणि गमतीशीरपणे फाइल करता येत नसतील तर त्या व्यवस्थित ठेवण्याऐवजी तुम्ही इन-ट्रेमध्ये त्यांच्या थप्प्या रचत राहाल आणि मग त्यांना प्रक्रिया झालेल्या अवस्थेमध्ये ठेवणं खूपच कठीण जाईल.

जेव्हा तुमच्यासमोर जतन करण्यायोग्य काहीतरी येईल, तेव्हा त्याला एक लेबल लावा. एका फाइल फोल्डरमध्ये ठेवा आणि तुमच्या फायलिंग ड्रॉवरमध्ये ते फोल्डर ठेवून द्या किंवा मग तुमच्या सेक्रेटरी किंवा सहायकाला हे काम करण्याची सूचना पोस्ट-इटवर लिहून ती त्याला लावा किंवा मग डिजिटल स्वरूपात त्याला योग्य त्या प्रकारे टॅग करा आणि त्याचं वर्गीकरण करा. सुरुवातीच्या काळात मी माझ्या ग्राहकांना फाइल करणं असा गठ्ठा सांभाळण्याची परवानगी देत असे; आता नाही. माझ्या असं लक्षात आलं की, तुम्ही जर एखादी गोष्ट तुमच्या व्यवस्थेमध्ये ताबडतोब टाकू शकत नसलात तर कदाचित तुम्ही ती कधीच टाकणार नाही. हे काम तुम्ही लगेच केलं नाहीत तर बहुधा तुम्ही ते नंतरही कधी करणार नाही.

संदर्भाकरता ठेवण्यायोग्य डिजिटल माहितीच्या बाबतीत अनेक पर्याय उपलब्ध आहेत. तुम्हाला जर एखादी ई-मेल नंतर पाहण्याकरता ठेवायची असेल तर मी असं सुचवेन की, त्याकरता डावीकडच्या विंडोमध्ये उपलब्ध असलेली स्टोअरेज फोल्डर्स निर्माण करण्याची सोय वापरा. अनेक लोक त्यांच्या अ-कृतीयोग्य ई-मेल इन-बॉक्समध्येच पडू देतात आणि त्यामुळे तो भरून वाहतो. त्याऐवजी नवा विषय, व्यक्ती, प्रकल्प इ. करता त्वरित एक नवी संदर्भ फाइल तयार करून ती संबंधित ई-मेल ताबडतोब त्यामध्ये टाकून द्या.

ई-मेलमध्ये असलेला दस्तऐवज, जोडपत्र (अटॅचमेंट), मजकूर किंवा चित्र/फोटो ठेवायचे असल्यास तुम्हाला स्वतःची फायलिंग प्रक्रिया तयार करावी लागेल. आजकाल क्लाउडवर अनेक परिणामकारक दस्तऐवज साठवण्याच्या प्रणाली उपलब्ध आहेत तसेच विविध साधनांद्वारे वापरण्याजोग्या नोंदणी आणि संघटनात्मक प्रणालीही उपलब्ध आहेत. या सुविधाजनक तंत्रज्ञानाच्या शक्ती आणि वैविध्यामध्ये होणाऱ्या बदलांचा वेग एवढा आहे की, सर्वत्र वापरण्याकरता त्यांपैकी कुठल्याही एकाचा उपयोग करण्याचा सल्ला देणं कठीण आहे. त्याकरता आपल्याला प्रयोग करणं, स्वतःच्या सोयीनुसार ती सारखी करून घेणं आणि आपल्या दृष्टीनं योग्य ठरणारं आपलं डिजिटल संग्रहालय तयार करणं भाग आहे. या संग्रहाची परिणामकारकता

टिकवून ठेवण्याकरता आपली माहिती नियमितपणे तपासून पाहणं, ती कशा पद्धतीनं संघटित केली आहे हे तपासणं आणि ती सतत अद्ययावत आणि वापरण्यायोग्य करत राहणं अत्यंत महत्त्वाचं ठरतं.

पुन्हा एकदा, यामागची महत्त्वाची प्रेरणा म्हणजे - माझ्या संदर्भ संग्रहालयातली माहिती किंवा त्याच्या प्रणालीकडे माझं अजून लक्ष लागलेलं आहे काय? तसं असेल तर एक प्रकल्प आणि एक पुढची कृती निर्माण करा आणि हा महत्त्वपूर्ण भाग स्वयंचलित बनवून मोकळा श्वास घ्या.

आणि जर कृती करायची असेल तर... ती काय आहे?

ही प्रस्तुत कार्यपद्धतीमधली सर्वांत मूलभूत कृती आहे. इन-ट्रेमध्ये जर अशी एखादी गोष्ट असेल जिच्याबद्दल काहीतरी कृती करणं आवश्यक आहे तर ती पुढची कृती नेमकी काय आहे, हे तुम्हाला ठरवावं लागेल. पुढची कृती याचा अर्थ पुन्हा एकदा सांगतो, 'एखादं काम संपवण्याच्या दिशेनं नेण्याकरता जी प्रत्यक्ष आणि दृश्य क्रिया करायची असते, ती क्रिया म्हणजे पुढची कृती.'

एखादं सरळसाधं, सुरुवात आणि शेवट असलेलं काम करण्यानं माझ्या उर्वरित आयुष्याला ग्रासणाऱ्या निरंतर गुंतागुंतीशी समतोल साधला जातो. साधेपणा किती पवित्र आहे.

\- रॉबर्ट फुलघम

हे वाटतं त्यापेक्षा सोपंही असतं आणि अवघडही!

पुढची कृती ठरवायला सोपी असायलाच हवी. मात्र, सहसा अजून अनेक तात्कालिक विश्लेषणं आणि नियोजनाच्या पायऱ्या तुमच्या मनामध्ये आलेल्या नसतात आणि समोरची गोष्ट पूर्णत्वाला नेण्याकरता नेमकं काय घडायला हवं, हे अचूकपणे ठरवण्याकरता त्या पूर्ण व्हायलाच हव्या असतात, मग ती पुढची कृती अगदी साधी का असेना!

एखाद्या व्यक्तीच्या मनामध्ये सहसा ज्या गोष्टी असू शकतात, त्याची एक नमुना यादी पाहू या.

- गॅरेज स्वच्छ करणं
- कर किती होतो आहे, ते काढणं
- आपण हजर राहणार असलेली परिषद
- मुलाचा वाढदिवस
- प्रसिद्धीपत्रक
- कामगिरीचा आढावा
- व्यवस्थापनामध्ये बदल

एक काम किंवा प्रकल्प म्हणून यातली प्रत्येक गोष्ट स्पष्ट भासत असली, तरी त्या प्रत्येकीच्या बाबतीतली पुढची कृती ठरवण्याकरता बराच विचार करावा लागेल.

- गॅरेज स्वच्छ करणं

...अं, मला फक्त तिथे जाऊन सुरुवात करायला हवी; पण थांब, तिथे तो जुना मोठा फ्रिज ठेवलेला आहे, आधी त्याची विल्हेवाट लावणं आवश्यक आहे. मला आधी अमुक-अमुकला फोन करून विचारायला हवं की, त्याला तो पाहिजे आहे का? मला आधी...

- अमुक-अमुकला फोन करून फ्रिजबद्दल विचारायला हवं आणि...

कर किती होतो आहे, ते काढणं

...पण क्ष कडून अमुक माहिती आल्याशिवाय मी पुढे जाऊच शकणार नाही. तोपर्यंत मी काहीच करू शकत नाही; त्यामुळे मी...

- क्ष कडून अमुक माहिती येण्याची वाट पाहतो आहे

आणि... साठी....

- मी हजर राहणार असलेली परिषद

...सॅन्ड्रा आमच्याकरता सगळी कागदपत्रं गोळा करणार आहे का, हे मला जाणून घ्यायला हवं. मला वाटतं, मी...

- सॅन्ड्राला परिषदेकरता कागदपत्रं गोळा करण्यासंबंधी ई-मेल पाठवायला हवी.

...वगैरे, वगैरे. तुमच्या इन-ट्रेमध्ये असलेल्या सर्व कृतीयोग्य गोष्टींबद्दल, अमुक-अमुकला फोन करून विचारणं, माहिती येण्याची वाट पाहणं, सॅन्ड्राला ई-मेल पाठवणं अशा कृती ठरवणं आवश्यक आहे.

कृतीची पायरी ही निव्वळ पुढची प्रत्यक्ष क्रिया असायला हवी

या प्रत्यक्ष आणि दृश्य क्रिया असायला हव्यात, हे लक्षात ठेवा. बैठक ठरवणं या निष्कर्षाप्रत आल्यानंतर अनेक लोकांना आपण पुढची कृती ठरवल्यासारखं वाटतं; पण ती पुढची कृती नव्हे, कारण हा निष्कर्ष कुठलीही प्रत्यक्ष क्रिया दर्शवत नाही. तुम्ही बैठक कशी ठरवता? अर्थात फोन करून किंवा ई-मेल पाठवून; पण

कुणाला? ते ठरवा. हे तुम्ही आत्ता ठरवलं नाही तर नंतर कधी ना कधी ते तुम्हाला ठरवावंच लागणार आहे. या गोष्टीबद्दल विचार करणं प्रत्यक्षात थांबवण्याकरताच ही प्रक्रिया तयार करण्यात आलेली आहे. हे विचार करणं थांबवण्याकरता आवश्यक असलेली पुढची कृती जर तुमच्या लक्षात आली नसेल तर प्रत्येक वेळी जेव्हा तुम्ही त्या गोष्टीचा, अगदी अंधुकसादेखील विचार कराल, तेव्हा मानसिकदृष्ट्या तुम्हाला एक पोकळी जाणवत राहील. ती गोष्ट नेहमी नजरेआड करण्याकडेच तुमचा कल असेल.

> काहीही घडण्यापूर्वी - तुम्ही त्यात योग्य प्रकारे गुंतण्यापूर्वी - पुढची प्रत्यक्ष कृती काय आहे हे तुम्हाला कळेपर्यंत आणखी काही विचार करणं शिल्लक असतं.

काय करायचं आहे, हे ठरल्यानंतर गोष्टी पूर्णत्वाला नेण्याकरता फोन किंवा कॉम्प्युटरला हात लावण्यापूर्वीच तुमचं विचार करणं पूर्ण झालेलं तुम्हाला हवं असतं, म्हणजे मग काय करायचं आहे हे आधीच ठरलेलं असल्यामुळे तुम्ही जिथे आहात ती जागा आणि तुम्हाला उपलब्ध असलेली साधनं तुम्ही सहजपणे ती गोष्टी घडवून आणण्याकरता उपयोगात आणू शकता.

मला जी पुढची कृती करायची आहे, ती म्हणजे यासंबंधी काय करायचं, ते ठरवणं असं जेव्हा तुम्ही म्हणता, तेव्हा ही गोष्ट जरा गोंधळात टाकणारी असते. ठरवणं ही खरंतर कृती नव्हे, कारण कृतींना वेळ लागत असतो; ठरवण्याला नाही. तुमची निर्णय घेण्याची क्रिया सुलभ होण्याकरता कुठलीतरी प्रत्यक्ष कृती असतेच. नव्व्याण्णव टक्के वेळा एखादा निर्णय घेण्यापूर्वी तुम्हाला आणखी माहिती हवी असते. ही अतिरिक्त माहिती बाह्य स्त्रोतांकडून (प्रस्तावाबद्दल अधिक माहितीकरता 'ब' ला विचारायला हवं.) किंवा अंतर्गत विचारांमधून मिळते. (नव्या पुनर्रचनेकरता कल्पना शोधणं.) मात्र, प्रकल्प पुढे सरकवण्याकरता दोन्ही बाबतींत पुढची कृती ठरवणं आवश्यक असतंच.

> निर्णय घेण्याकरता प्रत्यक्ष कुठली कृती घडणं आवश्यक आहे ते शोधा.

कृती ठरवल्यानंतर

पुढची कृती नक्की काय असेल, हे ठरवल्यानंतर तुमच्यापुढे तीन पर्याय असतात.

- करून टाकणं (कृतीला दोन मिनिटांपेक्षा कमी वेळ लागत असल्यास)
- इतरांवर सोपवणं (त्या कृतीकरता सर्वांत योग्य माणूस तुम्ही नसल्यास)
- नंतर करण्याचं काम म्हणून कृती लांबणीवर टाकण्याकरता तुमच्या संघटन प्रणालीमध्ये ते नोंदवणं

करून टाकणं

तुमची पुढची कृती दोन मिनिटं किंवा त्यापेक्षा कमी वेळात होणारी असेल तर त्याच्याशी संबंधित गोष्ट तुमच्या हातामध्ये येताच ती करून टाका. एखादी ई-मेल तीस सेकंदांमध्ये नजरेखालून घालून, होय/नाही/अन्य उत्तर देऊन ती पाठवणाऱ्याला परत करायची असेल, तर ती कृती लगेच करून टाका. एखादा कॅटॅलॉग, त्यात काही स्वारस्य वाटेल असं आहे की नाही हे पाहण्याकरता मिनिटा-दोन मिनिटांमध्ये चाळून होण्यासारखा असेल, तर तो चाळा आणि मग आवश्यकतेनुसार तो फेकून द्या, दुसऱ्या कुणाकडे तरी पाठवा किंवा मग संदर्भाकरता ठेवून द्या. एखाद्या गोष्टीवरची पुढची कृती कुणाच्यातरी व्हॉइस मेलवर चटकन एक निरोप देणं असेल तर लगेच फोन करून टाका.

एखादी गोष्ट उच्च प्राधान्याची नसली, तरी ती कधीतरी करायचीच असल्यास लगेच करून टाका. दोन मिनिटांच्या नियमामागचा विचार असा की, अशी गोष्ट सांभाळून ठेवणं आणि नंतर तिचा मागोवा घेणं याकरता ती हातात येताच तिचा समाचार घेण्यापेक्षा जास्त वेळ लागतो. थोडक्यात, याला एफिशियन्सी कट-ऑफ म्हणता येईल. हातातली गोष्ट कृती करण्याइतकी महत्त्वाची नसेल तर ती फेकून द्या. ती जर महत्त्वाची असेल आणि तुम्ही कधीतरी ती करणारच असाल तर मग तिथे कार्यक्षमतेचा संबंध येतो.

दोन मिनिटांचा नियम पाळण्याची सवय लावून घेण्यामुळे आपल्या उत्पादकतेमध्ये नाट्यपूर्ण सुधारणा घडून येते असा अनेकांचा अनुभव आहे. एका मोठ्या सॉफ्टवेअर कंपनीचे उपाध्यक्ष मला म्हणाले की, त्यामुळे त्यांना रोजचा एक अतिरिक्त तास स्वतःकरता मोकळा मिळू लागला! दिवसाला ३०० ई-मेल्स येणारे उच्च तंत्रज्ञान अधिकारी असलेले हे उपाध्यक्ष दिवसातला बहुतांश काळ तीन महत्त्वाच्या उपक्रमांमध्ये संपूर्णपणे गुंतलेले असत. त्या ई-मेल्सपैकी बहुतेक त्यांच्या हाताखालच्या लोकांकडून येत असत आणि आपापल्या कामामध्ये पुढे जाण्याकरता उपाध्यक्षांनी त्यातील मजकूर डोळ्यांखालून घालणं, आपला शेरा देणं किंवा मान्यता देणं त्यांना हवं असायचं; पण हे विषय ज्यावर त्यांचं लक्ष केंद्रित होतं त्याच्याशी संबंधित नसल्यामुळे, नंतर बघण्याकरता ते उपाध्यक्ष त्या मेल्स त्यांच्या इन-ट्रेमध्ये साठवून ठेवत असत. अशा हजारो मेल्स साठल्यानंतर मग त्यांना एका आठवड्याच्या शेवटी ऑफिसात जाऊन, संपूर्ण सुटी घालवून त्या बघाव्या लागत असत. ते जर सव्वीस वर्षांचे वगैरे असते, जेव्हा ॲड्रेनॅलिनचा जोरदार प्रवाह काहीही करू शकतो तर हेही ठीक होतं; पण ते वयाच्या तिशीमध्ये होते आणि त्यांना लहान मुलं होती. त्यांनी आठवड्याची संपूर्ण सुटी ऑफिसात घालवणं स्वीकारार्ह नव्हतं. मी जेव्हा त्यांना मार्गदर्शन केलं, तेव्हा त्या वेळी त्यांच्या इन-बॉक्समध्ये असलेल्या ८००हून

अधिक ई-मेल्स आम्ही चाळल्या. आम्हाला असं आढळलं की, त्यातल्या खूपशा डिलीट करण्याच्या लायकीच्या होत्या. खूपशा संदर्भाकरता फाइल करण्यासारख्या होत्या आणि उरलेल्यांना दोन-मिनिटांपेक्षा कमी वेळात उत्तरं देणं शक्य होतं. ते काम त्यांनी लगेच करून टाकलं. एक वर्षानंतर मी पुन्हा त्यांच्याकडे चौकशी केली, तेव्हा त्यांच्याकडे कुठल्याही जुन्या मेल्स साठत नव्हत्या! एका स्क्रीनवर मावतील त्यापेक्षा अधिक मेल्स ते आता साठू देतच नव्हते. त्यांच्या स्वतःच्या प्रतिसाद देण्याच्या कालावधीमध्ये नाट्यपूर्ण घट झाल्यामुळे त्यांच्या एकूणच विभागाचं स्वरूप आता पालटून गेलं होतं. त्यांच्या कर्मचारीवर्गाला आता ते रबरासारखे लवचीक भासू लागले होते!

> दोन मिनिटांचा नियम जादूसारखं काम करतो.

हा प्रसंग जरा नाट्यमय आहे; पण विशेषतः वैयक्तिक पातळीवर तुमच्याकडे येणाऱ्या माहितीचं प्रमाण आणि गती सतत वाढत असतील तर प्रक्रिया करण्याच्या या छोट्याशा सवयी किती महत्त्वाच्या ठरू शकतात, याकडे तो अंगुलीनिर्देश करतो.

दोन मिनिटं हा खरं तर एक मार्गदर्शक कालावधी आहे. तुमच्या इन-ट्रेवर प्रक्रिया करण्याकरता जर तुमच्याकडे भरपूर वेळ असेल तर हा कालावधी वाढवून तुम्ही पाच किंवा दहा मिनिटांवरसुद्धा नेऊ शकता. त्याचबरोबर तुमच्या दुपारच्या वेळाचा जास्तीतजास्त उपयोग करून घेण्याच्या दृष्टीनं तुमच्याकडे साठलेल्या गोष्टींचा लवकरात लवकर निचरा करणं तुम्हाला जर आवश्यक असेल तर हा कालावधी कमी करून तुम्ही तो एक मिनिट किंवा तीस सेकंदांवरदेखील आणू शकता.

> तुम्ही अगदी खूप महत्त्वाच्या प्रकल्पामध्ये व्यग्र असतानादेखील दोन-दोन मिनिटांची किती कामं तुम्ही हातावेगळी करू शकता हे कळल्यावर तुम्हाला आश्चर्य वाटेल.

या प्रक्रियेवर हात बसण्याकरता सुरुवातीला तुम्ही अक्षरशः घड्याळ लावून काही गोष्टी हाताळणं ही कल्पना काही वाईट नाही. काही कृती नेमका किती वेळ घेतील आणि दोन मिनिटं म्हणजे नेमका किती वेळ हे माझ्या बहुतेक ग्राहकांना लवकर उमगत नाही. उदाहरणार्थ, तुमची कृती म्हणजे कुणाकरता तरी निरोप ठेवणं असेल आणि तुम्ही फोन केल्यावर तो व्हॉइस मेलवर जाण्याऐवजी ती व्यक्तीच फोनवर आली तर तो कॉल दोन मिनिटांपेक्षा बराच जास्त वेळ चालेल.

दोन मिनिटांच्या कृतींमध्ये तुम्हाला इतर काहीही नाही, फक्त ती कृती करून मोकळं होणं, एवढंच करायचं असतं; पण एखादी कृती तुम्ही केली आणि तो प्रकल्प त्यामुळे पूर्ण झाला नाही तर आता पुढे काय, हे स्पष्ट करून घेणं तुम्हाला आवश्यक असेल आणि मग पूर्वीच्या निकषांच्या आधारे त्या पुढच्या कृतीचं व्यवस्थापन करावं लागेल. उदाहरणार्थ, तुमची कृती तुमच्या आवडत्या पेनची

रिफील बदलणं असेल आणि तुमच्या लक्षात आलं की, रिफीलचा साठा संपलेला आहे, तर मग तुम्हाला ते मिळवण्याकरता पुढची कृती आधी ठरवावी लागेल (दुकानात जाऊन विकत घेणं) आणि मग ती करून टाकायची, कुणावर तरी सोपवायची की, लांबणीवर टाकायची यांपैकी योग्य तो पर्याय निवडावा लागेल.

> *जग फक्त कृतीतूनच समजू शकतं, विचार करण्यातून नव्हे. हात डोळ्यांपेक्षा जास्त महत्त्वाचे असतात... हात हे मनाच्या (तुकडा पाडणाऱ्या) धारदार पात्यांसारखे असतात.*
>
> \- जे. ब्रोनोवस्की

दोन मिनिटांच्या नियमाचं पालन करा आणि तुमचा इन-ट्रे रिकामा करण्याच्या प्रक्रियेतल्या किती गोष्टी तुम्ही साध्य करू शकता, याकडे लक्ष द्या. अगदी खूप महत्त्वाच्या प्रकल्पामध्ये व्यग्र असतानादेखील दोन-दोन मिनिटांची किती कामं आपण हातावेगळी करू शकतो हे कळल्यावर अनेक लोकांना खूप आश्चर्य वाटतं. मग ते हाच मार्ग दीर्घ काळापासून रेंगाळत पडलेल्या आणि त्यांना त्रस्त करणाऱ्या इतर लहान-सहान गोष्टींसाठीसुद्धा आनंदानं अवलंबतात.

दोन मिनिटांच्या या नियमामुळे ई-मेल्सच्या प्रचंड साठ्यावर नियंत्रण मिळवण्याच्या बाबतीत अनेकांना मोक्षाचा मार्ग सापडला आहे. ई-मेल्सच्या बाबतीत तुमच्या किमान तीस टक्के कृतीयोग्य ई-मेल्सना उत्तरं पाठवण्याला दोन मिनिटांपेक्षाही कमी वेळ लागतो. (तुम्हाला सहजपणे ई-मेल टाइप करता येतो हे गृहीत धरता.) तुम्ही जेव्हा ई-मेल्सवर काम करता, तेव्हा या दोन मिनिटांच्या नियमाचं पालन केल्यास तुमच्या आहे त्या परिस्थितीत अधिक काम, अधिक जलद हातावेगळं होऊ शकतं. साठलेल्या ई-मेल्सचा निचरा करणाऱ्या एखाद्या व्यक्तीसोबत मी जेव्हा असतो, तेव्हा सहसा असं आढळतं की, अशा डझनभर छोट्या-छोट्या कृती असतात, ज्यांमुळे विविध बाबतींतली चक्रं फिरू लागतात आणि मोठ्या प्रमाणावर साठलेल्या ई-मेल्स हातावेगळ्या होतात.

पण असं असलं तरी तुम्ही तुमचा सगळा दिवस दोन मिनिटांची कामं करण्यात घालवता कामा नये. हा नियम मुख्यतः तुम्ही एखाद्या नव्या माहितीला सामोरं जाताना, उदाहरणार्थ, तुमच्या इन-ट्रेवर प्रक्रिया करताना, तुमचे कार्यालय किंवा घरात कुणाशी तरी बोलत असताना किंवा अगदी हॉलमध्ये कुणी अचानक भेटतं तेव्हा लागू करायचा आहे; पण अशी गोष्ट तिथल्या तिथे केली नाही आणि तुम्हाला ती करणं आवश्यकच आहे तर तिनं तुमच्या मेंदूवर अतिक्रमण करणं टाळण्याकरता, त्या नव्या माहितीची नोंद करणं, ती सुस्पष्ट करून घेणं आणि मग तिचा मागोवा घेणं यांकरता तुम्ही वेगळा वेळ आणि वेगळी ऊर्जा बाजूला काढणं आवश्यक आहे.

इतरांवर सोपवणं

तुमच्यापुढची कृती जर दोन मिनिटांपेक्षा जास्त वेळ घेणारी असेल तर हे काम करण्याकरता मीच सर्वांत योग्य व्यक्ती आहे का? असा प्रश्न स्वतःला विचारा. तसं नसेल तर ते काम योग्य त्या व्यक्तीवर, योग्य पद्धतीनं सोपवून टाका.

काम सोपवण्याची क्रिया ही काही नेहमी खालच्या दिशेनंच नसते. ही गोष्ट ग्राहक सेवा विभागाकडे जायला हवी किंवा या गोष्टीवर माझ्या वरिष्ठानं नजर फिरवायला हवी किंवा या बाबतीत माझ्या जोडीदाराचं अगर भागीदाराचं मत घ्यायला हवं, असं काहीतरी तुम्ही ठरवू शकता.

योग्य पद्धतीनं म्हणजे खालीलपैकी काहीही असू शकतं :

- योग्य त्या व्यक्तीला ई-मेल पाठवणं
- कागदावर लिहून ते संबंधित व्यक्तीपर्यंत पोहोचवणं
- त्या व्यक्तीकरता टेक्स्ट किंवा व्हॉइस मेलवर निरोप ठेवणं
- संबंधित व्यक्तीबरोबर पुढच्या वेळी होणाऱ्या प्रत्यक्ष संभाषणाच्या विषयपत्रिकेमध्ये ही गोष्ट टाकणं
- त्या व्यक्तीबरोबर थेट किंवा फोनवर, टेक्स्ट मेसेजद्वारे किंवा इन्स्टंट मेसेजद्वारे संपर्क साधणं.

यातला कुठलाही पर्याय उपयुक्त ठरू शकत असला, तरी काही अपवाद वगळता वर दिलेल्या क्रमानंच ते वापरण्याचा सल्ला मी देईन. ई-मेल हा या प्रणालीतला सर्वांत जलद मार्ग आहे, कारण त्यामुळे इलेक्ट्रॉनिक नोंदही राहते आणि समोरच्या व्यक्तीला तिच्या सवडीनं ती हाताळता येते. त्याखालोखाल हातानं लिहिलेल्या चिठ्ठीचा क्रमांक लागतो, कारण हा प्रकारदेखील व्यवस्थेमध्ये ताबडतोब समाविष्ट होऊ शकतो आणि स्मरणक म्हणून समोरच्या व्यक्तीकडे एक जड स्वरूपातली गोष्ट उपलब्ध होते. या प्रकारेदेखील समोरची व्यक्ती तिच्या सवडीने हा विषय हाताळू शकते. व्हॉइस मेल आणि एसएमएस हेदेखील एक कार्यक्षम प्रकार आहेत आणि अनेक वरिष्ठ अधिकारी त्यावरच जगत असतात. यातला दोष म्हणजे अशा संदेशांचा माग ठेवणं, हे तुमच्याकरता आणि समोरच्या व्यक्तीकरतादेखील एक अतिरिक्त काम होऊन बसतं. एक तर तुम्ही जे बोलता, तेच समोरच्याला ऐकू येतं असं नाही आणि एसएमएसचा त्रोटकपणा सर्वज्ञात आहे. पुढच्या संभाषणाच्या विषयांमध्ये हा विषय टाकणं हा तिसरा प्रकार काही वेळा आवश्यक ठरतो, कारण बोलण्याचा विषय संवेदनशील किंवा सविस्तर चर्चेचा असू शकतो. मात्र, पुढची भेट किंवा संभाषण घडेपर्यंत तो विषय चर्चेविना राहू शकतो. सर्वांत कमी पसंतीचा

मार्ग म्हणजे तुम्ही आणि समोरची व्यक्ती जे काही करत असाल, ते मध्येच थांबवून या गोष्टीबद्दल बोलणं. हा मार्ग तातडीचा आहे; पण त्यामुळे तुम्हा दोघांच्याही कार्यप्रवाहामध्ये खंड पडतो आणि व्हॉइस मेलप्रमाणेच, यातही कुठलीही लिखित नोंद राहात नाही.

सोपवलेल्या कामाचा मागोवा घेणं. जर तुम्ही एखादी कृती कुणावर सोपवलीच आणि त्याचं पुढे काय झालं, याबद्दल तुम्हाला काळजी असेल तर तुम्ही त्या कामाचा मागोवा घेणं आवश्यक ठरतं. पुढच्या प्रकरणामध्ये तुम्हाला कळेल की, ज्याचं व्यवस्थापन करावं लागतं अशा प्रतीक्षेत हा एक मोठा वर्ग असतो.

तुम्ही जी कामं इतरांवर सोपवता ती कालांतरानं प्लॅनरवरची एक यादी, सुट्या-सुट्या कागदांचं एक फाइल फोल्डर किंवा तुमच्या सॉफ्टवेअरमधली प्रतीक्षेत या वर्गातली यादी, या स्वरूपात दिसायला लागतात. सध्या तुमच्याकडे कुठलीही विश्वसनीय व्यवस्था नसल्यास एका कागदावर 'प्रतीक्षा : क्ष कडून उत्तर येणे' असं लिहून तो कागद प्रलंबित चिठ्ठ्यांच्या गठ्ठ्यात किंवा तुमच्या प्रक्रिया करण्याच्या फलस्वरूप निर्माण होणाऱ्या वेगळ्या ट्रेमध्ये ठेवून द्या.

चेंडू जर आधीच इतर कुणाच्या कोर्टात असेल तर? वर दिलेल्या कराची रक्कम काढण्याच्या उदाहरणामध्ये, पुढची कृती इतर कुणाच्यातरी हातात असेल तर अशा परिस्थितीमध्येदेखील तुम्हाला त्या कृतीचा इतरांवर सोपवलेली गोष्ट किंवा प्रतीक्षेत असलेली गोष्ट म्हणून माग ठेवायचा असतो. कर किती होतो आहे, ते काढणं असं लिहिलेल्या कागदावर क्ष कडून अमुक माहिती येण्याची वाट पाहणे असं लिहून तो कागद प्रलंबित चिठ्ठ्यांच्या गठ्ठ्यात ठेवून द्या.

तुम्ही इतरांना जे काही कागद किंवा चिठ्ठ्या द्याल, त्यावर तारीख नोंदवणं खूप महत्त्वाचं आहे. तुमच्या वैयक्तिक व्यवस्थेमधल्या इतर कुठल्याही वर्गापेक्षा या वर्गातल्या गोष्टींवर लक्ष ठेवणं अत्यंत आवश्यक असतं. ज्या काही थोड्या वेळा तुम्हाला या माहितीची प्रत्यक्ष गरज पडेल, (पण मी हे १२ मार्चलाच तुम्हाला सांगितलं होतं,) तेव्हा ही सवय आयुष्यभराकरता लावून घेण्याचं सार्थक होईल.

लांबणीवर टाकणं

तुमच्या इन-ट्रेमधल्या गोष्टींकरता तुम्ही ठरवत असलेल्या बहुतेक पुढच्या कृती तुम्हाला स्वतःलाच करायच्या असणं शक्य आहे आणि त्यांना दोन मिनिटांपेक्षा जास्त वेळ लागू शकतो. एखाद्या ग्राहकाला करायचा फोन कॉल; विचार करून मसुदा तयार करण्याची, आपल्या हाताखालच्या लोकांना पाठवण्याची ई-मेल;

तुमच्या भावाकरता खेळाच्या दुकानातून घेण्याची भेटवस्तू; इंटरनेटवरून डाउनलोड करून वापरून बघण्याजोगं एखादं सॉफ्टवेअर; मुलीला कुठल्या शाळेत घालायचं या संदर्भात तुमच्या पती/पत्नीबरोबर करणं आवश्यक असलेली चर्चा - या सगळ्या गोष्टी या सदरात मोडतात.

या कृती कुठेतरी लिहून ठेवणं आणि गरजेनुसार पाहण्याच्या दृष्टीनं त्यांची योग्य वर्गवारी करणं आवश्यक असतं. या क्षणी मात्र वेगवेगळ्या कागदांवर त्या गोष्टी लिहा. त्यावर करण्यायोग्य कृती असं लिहिलेलं पोस्ट-इट डकवा आणि ते कागद प्रलंबित चिठ्ठ्यांच्या गठ्ठ्यात ठेवून द्या.

उरलेल्या प्रलंबित गोष्टी

या प्रकरणात दिलेल्या सूचनांचं तुम्ही पालन केलंत तर तुम्ही खूप कचरा बाजूला काढून ठेवाल. कागदांचे गठ्ठे फाइल करून ठेवाल. दोन मिनिटांची अनेक कामं करून टाकाल आणि अनेक गोष्टी इतरांवर सोपवाल. त्याचबरोबर तुमच्याकडे अशाही काही गोष्टी जमा होतील, ज्यांच्याशी निगडित कृती फक्त तुम्हालाच करायच्या असतील - लवकरच, कधीतरी किंवा अमुक एका तारखेला. तसेच इतर लोकांकडून तुम्ही वाट पाहत असलेल्या गोष्टींची स्मरणकंदेखील तुमच्याकडे गोळा होतील. हा प्रलंबित वर्ग तुम्ही इतरांवर सोपवलेल्या किंवा लांबणीवर टाकलेल्या कृतींनी बनलेला असतो. तुमच्या व्यक्तिगत व्यवस्थेमध्ये कुठल्यातरी प्रकारे त्याची नीट व्यवस्था लावणं अद्याप शिल्लक असतं. हा विषय मी पुढच्या प्रकरणामध्ये सविस्तर हाताळणार आहे.

तुमच्या हातात असलेले प्रकल्प ओळखणं

इन-ट्रेच्या तळापर्यंत पोहोचण्यामधली ही शेवटची पायरी आहे. यामध्ये एकमेव कृतीच्या तपशिलाऐवजी तुमचा दृष्टिकोन मोठ्या चित्राचा - प्रकल्पाचा - व्हायला हवा.

प्रकल्पाची व्याख्या मी पुन्हा एकदा मांडतो : तुम्ही जे साध्य करण्यास बांधील आहात आणि जे पूर्ण होण्याकरता एकापेक्षा जास्त कृतींची गरज असते, असं कोणतंही काम म्हणजे प्रकल्प. कृतींची जी यादी तुम्ही तयार करता आहात - अमुक कामाकरता अ ला फोन करणं; परिषदेच्या कागदपत्रांकरता ब ला ई-मेल पाठवणं - ती चाळल्यास तुमच्या नक्कीच असं लक्षात येईल की, यातल्या बऱ्याच गोष्टी तुम्ही ठरवलेल्या एका कृतीनं पूर्ण होणाऱ्या नाहीत. अ ला फोन करून झाल्यानंतरही तुमच्या अमुक कामामध्ये आणखी काहीतरी करण्याचं शिल्लक असतं आणि ब ला ई-मेल पाठवल्यानंतरही परिषदेच्या संदर्भात आणखी काहीतरी करणं आवश्यक असतं.

मी करतो त्याप्रमाणे प्रकल्पाची ढोबळ व्याख्या करण्यामागचं अत्यंत व्यवहार्य कारण तुमच्या लक्षात येईल अशी मला आशा आहे. तुम्ही ठरवलेली कृती जर तुमची बांधिलकी पूर्ण करणार नसेल तर तुमच्या प्रलंबित कृतींची आठवण करून देणारे काही खुंटे, तुम्ही त्या पूर्ण करेपर्यंत जमिनीमध्ये गाडलेले असायला हवेत. तुम्ही प्रकल्पांची यादी तयार करणं गरजेचं आहे. प्रकल्प यादीमध्ये सुट्टीनिमित्त पार्टी देणं इथपासून, ते अमुक उत्पादनामधून गुंतवणूक काढून घेणं, ते वेतन पॅकेजला अंतिम स्वरूप देणं इथपर्यंत काहीही असू शकतं. या यादीचा उद्देश तुमचे प्राधान्यक्रम दर्शवणं नसून सगळ्या उघड्या गाठींची काहीतरी नोंद असल्याची खात्री करून घेणं, हा आहे.

> आत्ता, या क्षणी तुमच्याकडे तीस ते शंभर प्रकल्प असण्याची शक्यता आहे.

तुम्ही तुमची प्रकल्प-यादी तुमच्या इन-ट्रेवर प्राथमिक प्रक्रिया करत असतानाच तयार करता की कृतींची यादी तयार झाल्यानंतर हे महत्त्वाचं नाही. ती कधीतरी तयार करणं आणि नंतर सांभाळणं आवश्यक आहे, कारण तुम्ही कुठे आहात आणि तुम्हाला कुठे पोहोचायचं आहे याचा आढावा घेण्याकरता तसेच तुमच्या आयुष्याच्या प्रत्येक आठवड्यावर नियंत्रण ठेवण्याकरता ती तुमची मुख्य चालक असते.

आता तुम्ही संघटन (ऑर्गनायझिंग) करता संपूर्णपणे सज्ज आहात, याची खात्री करून घेऊ या.

७

संघटन : योग्य बकेट्स तयार करणं

संघटनाची एक संपूर्ण आणि एकसंध प्रणाली असल्यामुळे तुम्हाला प्रचंड सामर्थ्य प्राप्त होतं, कारण त्यामुळे तुम्ही दुय्यम पातळीवरचे विचार सोडून देता आणि योग्य तऱ्हेनं हाताळल्या न गेलेल्या विषयांमुळे विचलित न होता तुमचं लक्ष समोरच्या कामावर अंतःप्रेरणेनं केंद्रित करण्याला सुरुवात करू शकता; पण हे घडण्याकरता तुमची शारीर संघटन प्रणाली तुमच्या मानसिक प्रणालीपेक्षा अधिक चांगली हवी.

> तुमचं लक्ष अधिक विस्तृत क्षितिजावर टिकून राहण्याकरता आणि काहीतरी लक्षात ठेवण्याचा किंवा लक्षात आणून दिलं जाण्याचा सततचा दबाव नाहीसा करण्याकरता संघटन मजबूत असणं आवश्यक आहे.

सुसंघटित असणं म्हणजे दुसरं-तिसरं काही नसून एखादी गोष्ट तुमच्या दृष्टीनं जिथं असायला हवी तिथंच असणं. तुम्हाला एखादी गोष्ट संदर्भासाठी ठेवायची असेल तर ती तुम्ही संदर्भ साहित्य जिथे असायला हवं तिथेच ठेवता. हे सुसंघटित असणं होय. तुम्हाला जर तुम्ही करणं आवश्यक असलेल्या एखाद्या कॉलबद्दल स्मरण करून दिलं जायला हवं असेल आणि तुम्ही त्याचं स्मरणक फोन कॉल्सच्या सर्व स्मरणकांमध्ये ठेवता तर तुम्ही सुसंघटित आहात. हे ऐकायला सोपं वाटलं, तरी यामध्ये एका खूप मोठ्या प्रश्नाचं उत्तर देणं आवश्यक असतं. तो म्हणजे, एखाद्या गोष्टीचं तुमच्या दृष्टीनं मूल्य नेमकं काय आहे? असं आढळतं की, लोक ज्या गोष्टी संघटित करण्याचा प्रयत्न करत असतात, त्या गोष्टी त्यांनी मागच्या प्रकरणामध्ये वर्णन केल्याप्रमाणे सुस्पष्ट करून घेतलेल्याच नसतात आणि समजा, एकदाच्या त्या केल्या, तरी त्यात एवढे सूक्ष्म फरक असू शकतात, ज्यामुळे तुमची सृजनशीलता आणि नियंत्रणाला अधिक वाव असतो. तुमच्या इन-ट्रेवर प्रक्रिया करताना तुम्हाला आवश्यक ठरणार असलेल्या संघटनाच्या पायऱ्या आणि साधनं मी या प्रकरणामध्ये दाखवेन, तेव्हा मी यावर अधिक सविस्तर सांगेन. इन-ट्रेवरच्या

प्राथमिक प्रक्रियेमध्ये तुम्ही तुम्हाला संघटित करायच्या असलेल्या गोष्टींच्या याद्या आणि वर्गवारी तयार कराल तसेच सहसा त्यात आणखी काय घालायचं याचा विचार करत राहाल. निराळ्या शब्दांत सांगायचं तर तुमची संघटन प्रणाली तुम्ही एका झटक्यामध्ये, एका निर्वात पोकळीमध्ये निर्माण करणार नाही. तुमच्या कामांवर तुम्ही जसजशी प्रक्रिया करत जाल आणि सगळ्या गोष्टी तुम्ही तुमच्या दृष्टीनं आदर्श असलेल्या जागीच ठेवलेल्या असल्याची खात्री करून घ्याल, तसतशी तुमची संघटन प्रणाली उत्क्रांत व्हायला हवी आणि होत जाणार आहे. तुमच्या दृष्टीनं कामांमधील मुख्य फरक कायम तसेच राहतील; पण आजपासून एक वर्षानं त्यांचं व्यवस्थापन करण्याकरता त्यांची जी मांडणी सर्वोत्तम ठरेल, ती तुम्ही आज विचार करता आहात त्यापेक्षा वेगळी असू शकेल.

कामं काय आहेत आणि त्यासंबंधी काय करायला हवं आहे, हे ठरवताना ज्या मुख्य वर्गांमध्ये ती कामं समाविष्ट होत जातील, ते वर्ग कार्यप्रवाह आकृतीतील (पुढील पान पाहा - पुस्तक पान क्र. १६०) बाह्य कडांना दिसतात.

> *मी माझी व्यवस्था स्वतःच निर्माण करायला हवी, अन्यथा मला अन्य कुणी निर्माण केलेल्या व्यवस्थेचा गुलाम होऊन राहावं लागेल.*
>
> - विल्यम ब्लेक

मूलभूत वर्ग

तुम्हाला ज्या गोष्टींच्या बाबतीत त्यांचा माग ठेवावा आणि संघटनाच्या दृष्टिकोनातून त्यांचं व्यवस्थापन करावंसं वाटेल, त्या सात मूलभूत प्रकारच्या असतात :

- प्रकल्प यादी
- प्रकल्पाकरता आधारभूत साहित्य
- तारीखवार कृती आणि माहिती
- पुढच्या कृती याद्या
- प्रतीक्षा यादी
- संदर्भ साहित्य
- कधीतरी/कदाचित यादी

पक्क्या सीमारेषांचं महत्त्व

हे सगळे वर्ग एकमेकांपेक्षा अगदी सुस्पष्टपणे वेगळे असणं अत्यंत महत्त्वाचं आहे. त्यातला प्रत्येक वर्ग आपण स्वतःशी करत असलेल्या वेगवेगळ्या करारांचं प्रतिनिधित्व करतो. प्रत्येकाच्या बाबतीत आपल्याला त्यांची विशिष्ट वेळेला आणि

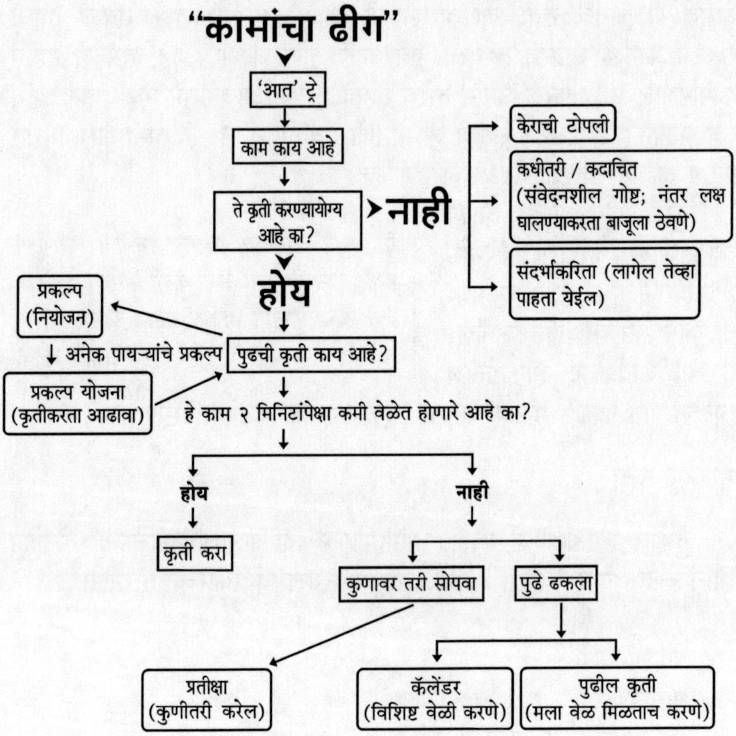

कार्यप्रवाह आकृती - संघटन

विशिष्ट पद्धतीनं आठवण करून दिली जाणं आवश्यक असतं. त्यांच्यातल्या सीमारेषा धूसर होऊन ते एकमेकांमध्ये मिसळले तर ऑर्गनायझिंग किंवा संघटनाचं मूल्य शून्यवत होऊन जाईल.

म्हणूनच, विशेषतः त्यांचं संकलन आणि त्यांच्याशी तुमचं नातं काय आहे याचं स्पष्टीकरण हे सुसंघटनामध्ये अगदी मूलभूत महत्त्वाचं आहे. अनेक लोक फक्त सुसंघटित होण्याद्वारे आपल्या विश्वावर अधिक नियंत्रण मिळवण्याचा प्रयत्न करतात आणि मग अद्याप ज्या गोष्टी त्यांना स्पष्टच झालेल्या नाहीत, अशा गोष्टींच्या अपूर्ण साठ्याची पुनर्मांडणी करण्यात अडकून पडतात. मी याआधी सांगितलेल्या प्रक्रिया जर तुम्ही पूर्ण केल्यात तर मात्र तुम्हाला ज्याचा मागोवा घेणं गरजेचं आहे, त्याची एक स्पष्ट यादी तुमच्या हातात असेल आणि त्यांची संगतवार मांडणी करण्याचा एक व्यवहार्य मार्गही तुमच्यासमोर राहील.

या वर्गीकरणाकडे जर तुम्ही दुर्लक्ष केलं आणि वेगवेगळं महत्त्व असलेल्या गोष्टी एकाच दृश्य किंवा मानसिक वर्गामध्ये जाऊ दिल्या तर मानसिकदृष्ट्या तुम्हाला त्या गोष्टींमधलं वेगळेपण जाणवणारच नाही. उदाहरणार्थ, तुम्ही तुमचं संदर्भ साहित्य अद्याप न वाचलेल्या गोष्टींच्या गठ्ठ्यामध्ये ठेवलं तर ते त्यात शोधण्याचं तुमच्या लक्षातही येणार नाही. विवक्षित दिवशी व्हायला हव्यात म्हणून ज्या गोष्टी खरं तर कॅलेंडरवर जायला हव्यात, त्या जर तुम्ही तुमच्या पुढच्या कृतींच्या यादीत टाकल्या तर तुमचा कॅलेंडरवर विश्वास राहणार नाही आणि मग तुम्हाला तुमच्या कृतींच्या याद्या पुनःपुन्हा तपासणं भाग पडत राहील. ज्या प्रकल्पांच्या बाबतीत काही काळ तुम्ही काहीही करणार नाही, त्या कधीतरी/कदाचित यादीतच जायला हव्यात, म्हणजे मग तुम्ही तुमच्या प्रकल्पांच्या यादीवर आवश्यक ते कृतीप्रवण लक्ष देऊ शकाल आणि तुम्ही ज्याच्या बाबतीत काही घडण्याची प्रतीक्षा करत आहात अशी गोष्ट जर तुमच्या कृतींच्या यादीत गेली तर तुम्ही सतत निष्कारण अनुत्पादक विचारांमध्ये गुंतून पडाल.

> सुस्पष्टता ठळक करण्यासाठी विविध वर्ग दृश्य रूपात, शारीर रूपात आणि मानसिक रूपात एकमेकांपासून स्वतंत्र ठेवणं आवश्यक आहे.

तुम्हाला खरंतर फक्त याद्या आणि फोल्डर्सचीच गरज असते

कशाचा माग ठेवायचा (मागचं प्रकरण पाहा) हे एकदा तुम्हाला कळलं की, मग याद्या आणि फाइल-फोल्डर्स, एवढ्याचीच तुम्हाला गरज भासेल आणि ही दोन साधनं स्मरणकं, संदर्भ आणि आधारभूत साहित्य अशा सर्वांकरता पुरेशी आहेत. तुमच्या याद्या (ज्या फोल्डरमध्ये असलेल्या कागदांच्या स्वरूपातदेखील असू शकतात.) तुमच्या प्रकल्पांचा आणि कधीतरी/कदाचित गोष्टींचा, तद्वतच तुमच्या

सक्रिय असलेल्या उघड्या गाठींवर तुम्हाला करणं आवश्यक असलेल्या कृतींचा माग ठेवतील. फोल्डर्स (डिजिटल किंवा कागदी) तुमच्या चालू प्रकल्पांशी संबंधित संदर्भ आणि आधारभूत साहित्य ठेवण्याकरता उपयोगी पडतील.

अनेक लोक अनेक वर्षांपासून याद्या बनवत आहेत; पण तरीही परिणामकारक ठरण्याची कार्यपद्धत काही त्यांना सापडलेली नाही. मी जिची शिफारस करतो आहे, तशा साध्या-सोप्या पद्धतींबद्दल सर्वत्र शंका उपस्थित केल्या जातात; पण बहुतेक याद्या करणाऱ्या लोकांनी त्यांच्या याद्यांमध्ये योग्य त्या गोष्टी टाकलेल्या नसतात किंवा मग त्यांच्या याद्या अपूर्ण असतात; त्यामुळे त्यांचा मेंदू रिकामा करण्याच्या बाबतीत त्या याद्या फारशा उपयोगी ठरत नाहीत. यादीमध्ये काय जायला हवं हे तुम्हाला एकदा कळलं की, मग मात्र गोष्टी खूपच सोप्या होतात आणि तुम्हाला फक्त त्यांचं व्यवस्थापन करण्याचा एक मार्ग हवा असतो.

> *व्यामिश्रतेत सोपेपणाला मी काडीचीही किंमत देणार नाही; पण व्यामिश्रतेऐवजीच्या सोपेपणाकरता मी माझे प्राणही देऊ शकेन.*
> - ऑलिव्हर वेन्डेल होम्स

मी पूर्वी म्हटल्याप्रमाणे, तुमच्या याद्यांमध्ये बाह्यतः प्राधान्यक्रम निर्माण करण्याची धडपड करू नका, कारण गोष्टींमध्ये काही बदल झाल्यास तुम्हाला त्यांचे प्राधान्यक्रमदेखील बदलावे किंवा पुन्हा खाली-वर करावे लागतील. अनेक लोकांना संघटनाच्या बाबतीत जी निराशा अनुभवावी लागते, तिचं मूळ या बळेच घातलेल्या कुंपणामध्येच असतं. तुम्ही जेव्हा तुमच्या पूर्ण झालेल्या यादीच्या अनेक अस्थायी बाबींचा विचार करून अवलोकन कराल, तेव्हा तुम्ही त्यातल्या गोष्टींचे प्राधान्यक्रम जास्त अंतःप्रेरणात्मकरीत्या ठरवू शकाल. यादी हा तुमची बांधिलकी असलेल्या सक्रिय गोष्टींची एक जंत्री तयार करणं आणि ती आढाव्याकरता उपलब्ध ठेवण्याचा केवळ एक मार्ग आहे.

मी जेव्हा यादी म्हणतो, तेव्हा लक्षात ठेवा, काही साधर्म्य असणाऱ्या गोष्टींचं वर्गीकरण याशिवाय दुसरा कुठलाही अर्थ माझ्या मनामध्ये नाही. यादी पुढीलपैकी एका स्वरूपात असू शकते : १. फाइल-फोल्डर. त्यात एखाद्या वर्गातल्या प्रत्येक गोष्टीकरता एक वेगळा कागद, २. वर मथळा असलेल्या कागदावरची, खरोखरची यादी किंवा ३. एखाद्या सॉफ्टवेअरमधली किंवा डिजिटल मोबाइल साधनामधली कामांची यादी.

कृतीसंबंधीची स्मरणकं संघटित करणं

तुम्ही जर तुमचा इन-ट्रे रिकामा केला असेल तर इतरांवर सोपवता न येणाऱ्या आणि दोन मिनिटांपेक्षा जास्त वेळ लागणाऱ्या कृतींच्या प्रलंबित स्मरणकांचा एक

गठ्ठा तुमच्याकडे निश्चितच तयार झाला असेल. त्यात कदाचित वीस, साठ, सत्तर किंवा त्याहूनही जास्त स्मरणकं असतील. तुम्ही इतरांवर सोपवलेल्या आणि कॅलेंडरवर अथवा कधीतरी/कदाचित फोल्डरमध्ये टाकण्याच्या गोष्टींचादेखील एक गठ्ठा तुमच्याकडे जमा झालेला असेल.

तुम्हाला या सगळ्या गोष्टींची कुठल्यातरी समजेल अशा वर्गवारीमध्ये विभागणी करावी असं वाटेल. जेणेकरून वेळ असेल तेव्हा करण्यायोग्य कामांचे पर्याय म्हणून तुम्ही त्यांचा नंतर आढावा घेऊ शकाल. हे वर्ग फोल्डर्स किंवा याद्यांच्या रूपात आणि कागद किंवा डिजिटल स्वरूपात, संघटित करण्याचा सर्वोत्तम मार्गदेखील तुम्हाला ठरवायचा असेल.

तुमच्या कॅलेंडरवर जाणाऱ्या कृती

संघटनाकरता, मी आधी म्हटल्याप्रमाणे, दोन मूलभूत प्रकारच्या कृती असतात : विशिष्ट दिवशी आणि/किंवा विशिष्ट वेळी करण्याच्या आणि तुमच्या कॅलेंडरवर नोंदवलेल्या गोष्टींच्या आसपासच्या, हातात आल्या-आल्या करून टाकण्याच्या गोष्टी. कॅलेंडरवर नोंदवलेल्या गोष्टी एकतर विशिष्ट वेळी करण्याच्या (उदाहरणार्थ, ४ ते ५, क बरोबर बैठक) किंवा मग विशिष्ट दिवशी करण्याच्या (ड ला मंगळवारी फोन करून, प्रस्ताव मिळाला किंवा नाही याची चौकशी करणं) असतात.

तुमच्या इन-ट्रेवर प्रक्रिया करताना कदाचित ताबडतोब कॅलेंडरवर टाकण्याजोग्या गोष्टी तुम्हाला सापडल्या असतील. उदाहरणार्थ, वैद्यकीय तपासणी करून घेण्याच्या संदर्भात तुमच्या असं लक्षात आलं असेल की, पुढची कृती फोन करून वेळ ठरवणं ही आहे आणि (या कृतीला दोन मिनिटं किंवा त्यापेक्षा कमी कालावधी लागत असल्यामुळे) हे लक्षात येताच तुम्ही ती करून टाकली असेल. वेळ ठरवता-ठरवताच ती कॅलेंडरवर लिहून ठेवणं ही मग अगदीच व्यवहारज्ञानाची बाब झाली.

> कॅलेंडरवर फक्त अशा ठळक गोष्टी नोंदवलेल्या हव्यात, ज्यांच्या आसपास तुमच्या अन्य सर्व कृती तुम्ही करत असाल.

मात्र, दररोज आजच्या कामांची यादी लिहून काढण्याची सवय असलेल्या अनेक लोकांना, पुढच्या सोमवारी, तिसऱ्या मंगळवारी वगैरे ते ज्या गोष्टी करू इच्छित असतील, त्या कृती कॅलेंडरवर लिहाव्याशा वाटत असतं. प्रत्यक्षात ते कदाचित ती गोष्ट त्या दिवशी करणारही नाहीत. मग अशा गोष्टी पुढे-पुढे सरकत राहतात. ही ऊर्मी टाळा. तुमचं कॅलेंडर तुम्हाला एक पवित्र स्थान वाटायला हवं आणि तिथे दिवसातल्या फक्त तुमच्या पक्क्या बांधिलकीच दिसायला हव्यात. तुम्ही घाईत असलात, तरी येता-जाता त्या स्पष्ट दिसतील इतक्या ठळक असायला

हव्यात. त्या-त्या दिवशी करणं किंवा माहिती करून घेणं आवश्यक असलेल्याच गोष्टी जर कॅलेंडरवर लिहिल्या जात असतील, तरच असं करणं सोपं जातं. संघटनामध्ये कॅलेंडरला त्याचं योग्य ते स्थान दिलं गेलं की, मग तुमच्या बहुतेक कृती, माझी इतर कामं सांभाळून आणि 'शक्य तितक्या लवकर' या सदरामध्ये मोडतात.

शक्य-तितक्या-लवकर कृतींची संदर्भानुसार मांडणी

गेल्या अनेक वर्षांमध्ये मला असं आढळून आलं आहे की, एखाद्या शक्य तितक्या लवकर कृतीचं स्मरण करून देण्याचा सर्वोत्तम मार्ग म्हणजे ती पूर्ण करण्याकरता ज्याची आवश्यकता आहे, ते साधन, स्थान किंवा ती व्यक्ती यांचा संदर्भ. उदाहरणार्थ, एखाद्या कृतीकरता संगणक आवश्यक असेल तर ती कृती संगणकापाशी बसलेलं असताना या कामांच्या यादीमध्ये असायला हवी. तुमच्या कृतीमध्ये तुम्ही गाडी घेऊन बाहेर फिरणं समाविष्ट असेल, (बँकेत जाणं, दुकानात जाणं,) तर ती कृती बाहेरची कामं या यादीमध्ये असायला हवी. तुमची पुढची कृती जर तुमच्या क या भागीदाराबरोबर काहीतरी चर्चा करण्याची असेल तर ती गोष्ट क फोल्डर किंवा यादीमध्येच गेलेली जास्त चांगली.

हे वर्ग किती स्पष्टपणे वेगळे हवेत, हे १. तुम्हाला नेमक्या किती कृतींचा माग ठेवायचा आहे आणि २. त्या करण्याचे संदर्भ तुम्ही किती वेळा बदलता यावर अवलंबून असतं.

तुम्ही जर अशी विरळ व्यक्ती असाल, जिच्यासमोर पुढच्या फक्त पंचवीस कृती आहेत तर तुम्हाला एकच पुढची कृती यादी पुरेल. त्या यादीत खिळे विकत घेणं आणि स्टाफमधल्या बदलांसंबंधी बॉसशी बोलणं, ते ऑफ-साइट बैठकीकरता कल्पना शोधणं अशा अगदी भिन्न गोष्टी असू शकतात. मात्र, तुमच्याकडे जर पन्नास किंवा शंभर पुढच्या कृती प्रलंबित असतील तर त्या सगळ्या एकाच भल्यामोठ्या यादीमध्ये टाकल्यास, जेव्हा-केव्हा तुमच्याकडे थोडा वेळ असेल, तेव्हा काय करायचं हे ठरवण्याकरता आधी तुम्हाला सगळी यादी पुनःपुन्हा चाळत बसण्याचं अनुत्पादक काम करावं लागेल आणि तुम्हाला हवी ती गोष्ट शोधणं अवघड होऊन बसेल. एखाद्या परिषदेमध्ये छोटीशी विश्रांती मिळून तुम्ही बाहेर आला असाल आणि तेवढ्या वेळात तुम्ही काही कॉल्स करू शकत असाल तर ते कॉल शोधण्याकरता तुम्हाला नानाविध गोष्टी असणारी ती यादी धुंडाळावी लागेल. किरकोळ कामांकरता बाहेर पडल्यावर तुम्हाला फक्त बाहेरची किरकोळ कामं निवडून त्यांची एक स्वतंत्र यादी बरोबर ठेवायला आवडेल.

या प्रकारचं संघटन ज्याला बळ देतं असा आणखी एक उत्पादकतेचा घटक

म्हणजे, यात तुम्ही ज्या वेळी ज्या प्रकारच्या कामांच्या मानसिकतेमध्ये असाल, त्याच प्रकारच्या कामांकरता तुमच्या ऊर्जेचा वापर करता येऊ शकणं. तुम्ही जेव्हा फोनच्या मानसिकतेमध्ये असता, तेव्हा शक्य तितके जास्त फोन कॉल्स करून घेणं उपयोगी ठरतं. फक्त तुमची फोन कॉल्सची यादी समोर ठेवा. तुमचा संगणक सुरू असताना, इतर कुठल्याही कामाकडे वळण्यापूर्वी संगणकावर करण्याची शक्य ती सर्व कामं करून टाकणं किफायतशीर असतं. बहुतेक लोकांना हे जाणवत नसतं; पण एका प्रकारच्या काम किंवा वर्तनामधून वेगळ्या लयीकडे आणि साधनांकडे वळण्यामध्ये जास्त ऊर्जा खर्च होत असते. अर्थातच एखादी महत्त्वाची व्यक्ती तुमच्या ऑफिसमध्ये, तुमच्यासमोर बसलेली असतानाच तिच्याशी संबंधित सगळेच विषय बोलून घेणं हे केव्हाही सुज्ञपणाचंच ठरेल.

कृतीच्या स्मरणकांचे सर्वसाधारण वर्ग

पुढच्या कृतींच्या, खाली दिलेल्या सर्वसामान्य शीर्षकांपैकी काही शीर्षकं कदाचित तुमच्या दृष्टीनंही उपयुक्त असल्याचं तुम्हाला आढळेल :

- फोन कॉल्स
- संगणकापाशी बसलेलं असताना
- बाहेरची कामं
- ऑफिसमधली कामं किंवा ऑफिसमध्ये असतानाची विविध कामं
- घरी असतानाची कामं
- विषयपत्रिका (लोकांकरता आणि बैठकांकरता)
- वाचणं/आढावा घेणं

फोन कॉल्स : तुम्हाला करणं आवश्यक असलेल्या सर्व फोन कॉल्सची ही यादी. हातात किंवा समोर फोन असताना तुम्ही ही वापरू शकता. तुमच्याकडे मोबाइल असेल तर तुमच्या सगळ्या कॉल्सची अशी एकच यादी असणं खूपच उपयुक्त ठरतं. तुम्ही ऑफिसच्या बाहेर किंवा प्रवासात असताना फावल्या वेळात, विमान, बस, रेल्वेची वाट बघत असताना, मुलाची शाळा सुटण्याची वाट पाहताना ही यादी संपवण्याची छान संधी असते. फोन कॉल्सची अशी एक स्वतंत्र यादी असण्यामुळे तिच्यावर लक्ष केंद्रित करणं आणि त्या-त्या वेळी नेमक्या कुणाला फोन करणं योग्य ठरेल याचा निर्णय अंतःप्रेरणेनं घेणं सोपं जातं.

ज्यांना कॉल करायचा, त्यांचे फोन क्रमांकही यादीमध्ये त्यांच्या नावासमोर लिहा असं मी सुचवेन. समोर फोन क्रमांक असता तर तुम्ही ताबडतोब केला

असता, अशा अनेक परिस्थिती असतात. त्या वेळी क्रमांक शोधणं शक्य नसतं.

संगणकापाशी बसलेलं असताना : तुम्ही जर संगणकावर काम करत असाल - विशेषतः लॅपटॉप घेऊन फिरत असाल आणि तुमच्या घरी, तसंच ऑफिसमध्ये स्वतंत्र संगणक असले तर संगणक चालू असताना करण्याच्या सगळ्या गोष्टींची एकत्रित यादी असणं उपयुक्त ठरतं; त्यामुळे संगणकावर करण्याच्या सर्व कामांचे पर्याय तुमच्यासमोर तुम्हाला दिसतील. ज्यात पाठवायच्या ई-मेल्स, ड्राफ्ट किंवा एडिट करण्याचे मजकूर असे सर्व असेल.

मी स्वतः सतत विमानप्रवास करत असल्यामुळे मी ऑनलाइन कृतींची एक यादीदेखील बरोबर ठेवतो. जी माझ्या संगणकापाशी बसलेलं असतानाच्या यादीपेक्षा वेगळी असते. विमानामध्ये जर वाय-फाय नसेल, तर मी नेट किंवा माझ्या सर्व्हरशी संपर्क साधू शकत नाही. अशा वेळी माझ्या संगणकापाशी बसलेलं असताना यादीकडे पाहत आता मी यातलं काय करू शकतो आणि काय नाही, याबद्दल मला विचार करण्याची गरज पडत नाही. माझ्या या यादीमध्ये, मला इंटरनेट किंवा सर्व्हरशी संपर्क साधणं आवश्यक असलेलं कुठलंही काम नाही, हे पक्कं माहीत असल्यामुळे मी निश्चिंत मनानं आणि कुठलेही आनुषंगिक निर्णय घ्यावे न लागता काम करू शकतो.

> कुठल्या कृती तुम्ही कुठे, केव्हा आणि कुठल्या परिस्थितीमध्ये करू शकता याचा काळजीपूर्वक विचार करा आणि त्यानुसार तुमच्या याद्या तयार करा.

तुमच्याकडे फक्त ऑफिसमध्येच संगणक असेल तर तुम्हाला वेगळ्या संगणकापाशी बसलेलं असताना यादीची गरज भासणार नाही. 'ऑफिसमधली कामं' या यादीमध्येच ती सगळी कामं जाऊ शकतात, कारण ती कामं तुम्ही अन्यत्र कुठे करूच शकत नाही. (त्याचप्रमाणे, तुमच्याकडे फक्त घरीच संगणक असेल तर संगणकाशी संबंधित कामं तुम्ही घरी असताना यादीमध्ये टाकून ठेवू शकता.) दुसरीकडे, तुमचं काम आणि कृती मुख्यतः फिरत्या स्वरूपाचे असतील आणि तुम्ही लॅपटॉप, टॅबलेट किंवा स्मार्टफोन यापैकी कशावरून कृती करत असाल, तर तुमची स्मरणकं तुम्ही एकाच डिजिटल संदर्भ यादीमध्ये किंवा कुठूनही करण्याच्या कामांच्या यादीत टाकू शकता.

बाहेरची कामं : तुम्ही बाहेर असताना करता येण्यासारख्या बाहेरच्या सर्व कामांची स्मरणकं एकाच जागी असणं खूपच सुज्ञपणाचं ठरतं. बाहेर पडताना किंवा फिरताना या यादीवर नजर फिरवणं खूप सोयीचं असतं. सेफ डिपॉझिट व्हॉल्टमधून जमिनीची कागदपत्रं आणणं, फ्रेमवाल्याकडून चित्रं आणणं, नर्सरीमधून पेट्युनियाची

रोपं आणणं अशा सगळ्या कृती त्या यादीमध्ये जाऊ शकतात आणि त्यातल्या बऱ्याच गोष्टी एकाच फेरीमध्ये पूर्ण करणं सहज शक्य होतं.

अर्थात ही यादी म्हणजे एखादी पोस्ट-इट चिठ्ठी किंवा तुमच्या डिजिटल टास्क मॅनेजरमधल्या इरँड्स वर्गातला एखादा स्क्रीन यापेक्षा फार मोठी असण्याची गरज नाही.

अत्याधुनिकतेच्या पलीकडे असलेला सोपेपणा साधण्याचा आपण प्रयत्न करायला हवा.

- जॉन गार्डनर

प्रत्येक बाहेरचं काम (इरँड्स) गोष्टीमधल्या उपयाद्यांचा मागोवा ठेवणं सहसा उपयुक्त ठरतं. उदाहरणार्थ, तुम्हाला ज्या क्षणी हार्डवेअरच्या दुकानातून काहीतरी आणावं लागणार असल्याची जाणीव होते, तेव्हा हार्डवेअरचं दुकान असं उपशीर्षक देऊन त्याखाली त्या दुकानातून आणण्याच्या गोष्टींची यादी जोडता येईल. ही यादी म्हणजे पोस्ट-इटची चिठ्ठी असू शकेल किंवा डिजिटल स्वरूपातली यादी.*

ऑफिसमधली कामं किंवा ऑफिसमध्ये असताना : जर तुम्ही कामासाठी ऑफिसात जात असलात तर काही कामं तुम्ही फक्त तिथेच करू शकता आणि अशा कामांची यादी जर तुमच्यासमोर असेल तर त्याचा खूप उपयोग होऊ शकतो. अर्थात तुमच्या हाताशी तिथे एक संगणक आणि एक फोन असेल आणि फोन कॉल्स, तसेच संगणकावरची कामं अशा स्वतंत्र याद्या तुमच्याकडे असतील, तर त्यांचाही उपयोग होईल. माझ्या बाबतीत बोलायचं, तर ज्या कामाकरता मी ऑफिसमध्ये उपलब्ध असणं आवश्यक असेल असं कुठलंही काम मी ऑफिसमधली कामं किंवा ऑफिसमध्ये असताना यादीमध्ये टाकून देईन. उदाहरणार्थ, ऑफिसमधलं फायलिंग

तुमचं लक्ष केवळ कृतींवर केंद्रित करण्यामुळे बऱ्याच कृती पूर्ण होऊ शकतात.

---

* वैयक्तिक उत्पादकता तंत्रज्ञानातला एक भर (काही अंशी जीटीडीच्या लोकप्रियतेमुळे अस्तित्वात आलेला) म्हणजे स्थानाधारित स्मरणकं. जीपीएसमुळे तुमच्या मोबाइलला हे ज्ञान होईल की, तुम्ही आत्ता एका हार्डवेअरच्या दुकानात आहात, घरी आहात किंवा गावात आहात आणि मग त्या भौगोलिक स्थानाशी निगडित कृतींचं स्मरण तो तुम्हाला देईल. तत्त्वतः हे योग्य वाटतं, पण प्रत्यक्षात विविध अस्थायी गोष्टी, आपल्या एकूण कामांच्या साठ्याकडे विविध कोनांतून बघण्याची इच्छा यांमुळे ही गोष्ट एकात्मिक प्रणालीचा एक भाग आणि एक चांगला पर्याय, एवढीच आहे. या तंत्रज्ञानाच्या उपयोगामुळे तुमचा मेंदू रिकामा राहू शकेल आणि हवी असलेली एखादी गोष्ट तुम्ही विसरणार नाही हे गृहीत धरणं अतिआशावादी ठरू शकतं.

कॅबिनेट रिकामं करणं किंवा एखाद्या कर्मचाऱ्यासोबत बसून एखादा मोठा दस्तऐवज प्रिंट करणं किंवा त्याचा आढावा घेणं.

आजकाल संस्था अधिक खुल्या, लवचीक आणि आभासी होण्याकडे मोठा कल दिसून येतो. हॉटेलिंग (म्हणजे एक कायमस्वरूपी ऑफिसच; पण त्यात आपला लॅपटॉप कुठेही प्लग-इन करून काम करणं) हा प्रकार वाढतो आहे. परिणामी, ऑफिसमध्ये असताना याचा अर्थ कंपनीच्या अनेक जागांपैकी कुठल्याही स्थानी बसून करण्याची कृती असा झाला आहे किंवा काही लोकांकरता, जी कामं एखाद्या विशिष्ट भौगोलिक स्थानाशी निगडित असल्यास ऑफिस अ मध्ये असताना किंवा ऑफिसमध्ये ब असताना अशा स्वतंत्र याद्या असू शकतात.

घरी असताना : अनेक कृती फक्त घरीच करण्याजोग्या असतात आणि त्यांची विशेष यादी ठेवणं सुज्ञपणाचं ठरतं. माझी खात्री आहे, तुमच्याकडे असंख्य खासगी आणि घरगुती प्रकल्प असतील आणि त्यांच्या बाबतीत करण्याची पुढची कृती ही सहसा ती कामं करून टाकणं हीच असते. भिंतीवर नवं चित्र लावणं, प्रवासात लागणारं सामान नीट लावणं अशी ही कामं असतात.

माझ्यासारखं तुमचंही एक ऑफिस जर घरातच असेल तर फक्त तिथंच केली जाऊ शकणारी कामं घरी असताना यादीमध्ये जाऊ शकतात. (तुम्ही जर फक्त घरूनच काम करत असाल तर ऑफिसमधली कामं ही यादी तुम्हाला लागणारच नाही.)

विषयपत्रिका :* बरेचदा तुम्हाला असं आढळेल की, तुमच्या पुढच्या कृती तुम्ही कुणाबरोबर व्यवहार करत असतानाच घडायला हव्या असतात किंवा मग समिती, गट किंवा कर्मचारीवृंदाच्या सभेत उपस्थित केल्या जायला हव्या असतात. तुमच्या भागीदाराबरोबर तुम्हाला पुढच्या वर्षाकरता एखाद्या कल्पनेवर चर्चा करायची असते; येत्या उन्हाळी सुटीत त्यांचं वेळापत्रक काय असेल, हे पती/पत्नीला विचारायचं असतं; ई-मेलवर समजावून सांगणं शक्य नसलेलं एखादं काम सहायकावर सोपवायचं असतं आणि खर्च सादर करण्यासंबंधीच्या धोरणातले बदल

> तुम्ही सामोरे जात असलेल्या नित्याच्या बैठका आणि तुम्ही सतत ज्यांच्याशी व्यवहार करता असे लोक, यांकरता स्वतंत्र विषयपत्रिका असणं सहसा गरजेचं असतं.

---

* मी विषयपत्रिका अमेरिकन अर्थानं घेतो - कुणासोबत तरी किंवा एखाद्या बैठकीमध्ये हाताळण्याचे विषय (काही अन्य देशांमध्ये याचा अर्थ कॅलेंडर, वेळापत्रक किंवा डायरी असा घेतला जातो.)

तुम्हाला कर्मचारी-वृंदाबरोबरच्या सोमवारच्या बैठकीमध्ये जाहीर करायचे असतात.

या पुढच्या कृती त्या प्रत्येक लोकांचे गट किंवा बैठकांच्या विषयपत्रिका याद्यांमध्ये (तुम्ही या बैठकांना नियमितपणे हजर असता असं गृहीत धरता) टाकायला हव्यात. आपल्या वरिष्ठांबरोबर ज्याविषयी चर्चा करायची आहे, अशा सगळ्या गोष्टी एका फोल्डरमध्ये ठेवणारे व्यावसायिक लोक एक प्रकारे हीच पद्धत अनुसरत असतात. तुमची पुढची कृती ठरवण्याच्या बाबतीत तुम्ही प्रामाणिक असाल तर मात्र आपल्याकडे अशा प्रकारच्या तीन ते पंधरा याद्या हव्यात, असं तुम्हाला वाटेल. वरिष्ठ अधिकारी, भागीदार, सहायक, पती/पत्नी आणि मुलं यांच्याकरता स्वतंत्र फायली किंवा याद्या ठेवा, असं मी सुचवेन. तशाच याद्या तुमचे वकील, आर्थिक सल्लागार, हिशेबनीस, संगणक सल्लागार आणि ज्यांच्याबरोबर पुढच्या वेळी फोनवर किंवा प्रत्यक्ष बोलताना तुमच्याकडे बोलण्यासारखे एकापेक्षा जास्त विषय असतील असे इतर कुणीही लोक, यांच्याकरतादेखील तुम्ही ठेवायला हव्यात.

तुमच्या जबाबदाऱ्या जेवढ्या जास्त आणि संस्थेमध्ये तुम्ही जेवढे वरिष्ठ, तेवढी तुमची इतर लोकांसोबत संवाद साधण्याद्वारे आणि प्रत्यक्ष व्यवहारांद्वारे करून घेण्याची कामं जास्त!

तुम्ही जर नित्याच्या बैठकांमध्ये सहभागी होत असाल - कर्मचारीवृंदाच्या बैठका, प्रकल्पांच्या बैठका, बोर्ड मीटिंग्ज, समितीच्या बैठका, पालक-शिक्षक बैठका इ. तर त्यांच्याकरतासुद्धा स्वतंत्र फाइल्स असायला हव्यात. त्यामध्ये तुम्ही त्या-त्या ठिकाणी जे काही हाताळायचं आहे, ते गोळा करू शकाल.

बऱ्याचदा काही काळापुरत्याच संपर्कात येणाऱ्या व्यक्तीबरोबर बसून ज्या गोष्टींचा आढावा घ्यायचा असेल, त्यांची एक धावती यादी तुम्हाला ठेवावीशी वाटते. उदाहरणार्थ, तुमच्या घरी एक मोठं काम करणाऱ्या कंत्राटदाराकरता त्याच्या प्रकल्प काळापुरती कामांची यादी तुम्ही बनवू शकता. दिवसाचं काम संपवून तो आणि त्याची माणसं निघून गेल्यानंतर तुम्ही घरी आल्यावर अनेक गोष्टी तुम्हाला आढळतील. त्यांच्यासंबंधी तुम्हाला त्याच्याशी चर्चा करावीशी वाटेल अशा गोष्टींची एक सहज करता आणि वापरता येण्याजोगी यादी खूप उपयुक्त ठरू शकते.

अशा प्रकारच्या यादीची उपयुक्तता पाहता, तुमच्या प्रणालीमध्ये तुम्हाला गरजेनुसार, पटकन आणि सहजपणे आयत्या वेळी विषयपत्रिका टाकता यायला हवी. उदाहरणार्थ, सुट्या पानांच्या वहीस्वरूप प्लॅनरमध्ये, विषयपत्रिका विभागात एखादी व्यक्ती किंवा बैठकीकरता वेगळा कागद टाकण्याकरता फक्त काही सेकंद पुरतात. तसेच डिजिटल साधनांच्या विषयपत्रिका वर्गामध्ये एक विशेष नोट टाकणं हे काही सेकंदांचं काम असतं.

वाचणं/आढावा घेणं : मला खात्री आहे, तुमच्या इन-ट्रेमध्ये तुम्हाला अशा अनेक गोष्टी सापडल्या असतील, ज्यांच्या बाबतीत पुढची कृती वाचन ही आहे. तुम्ही दोन मिनिटांच्या नियमाचं पालन केलं असेल आणि अनेक गोष्टी पटकन डोळ्यांखालून घालून आवश्यकतेनुसार त्या फेकून दिल्या, फाइल केल्या किंवा दुसऱ्या कुणाकडे पाठवून दिल्या असतील, अशी मी आशा करतो.

वाचण्याकरता खात्रीने दोन मिनिटांपेक्षा जास्त वेळ घेणाऱ्या गोष्टी वाचणं/आढावा घेणं असं लेबल लावलेल्या एका वेगळ्या ट्रेमध्ये ठेवल्यास, सहसा त्यांचं व्यवस्थापन अधिक चांगल्या पद्धतीनं करता येतं. माझ्या व्याख्येनुसार ही आणखी एक वगळी यादीच आहे; फक्त त्यात वाचण्याची सगळी कागदपत्रं आणि नियतकालिकं एखाद्या ट्रे किंवा फोल्डरमध्ये ठेवलेली असतात. या गोष्टी अशा प्रकारे अधिक कार्यक्षमतेनं हाताळल्या जाऊ शकतात.

> *जे लोक आपल्या वेळेचा सर्वांत जास्त दुरुपयोग करतात, तेच लोक सर्वांत आधी वेळ कमी असल्याची तक्रार करतात.*
>
> - ज्याँ डी ला ब्रुयेर

अनेकांच्या बाबतीत वाचणं/आढावा घेणंचा गठ्ठा खूपच मोठा असतो; त्यामुळेच असा गठ्ठा, वेळ मिळाल्यावर तुम्ही नक्कीच वाचणार असलेल्या, दोन मिनिटांपेक्षा जास्त वेळ घेणाऱ्या गोष्टींच्या बरोबर ठेवला जाणं अत्यंत महत्त्वाचं असतं. हे काम तसंही कठीण ठरू शकतं; पण या वर्गाच्या सीमारेषा जर सुस्पष्ट आखलेल्या नसतील तर ते गंभीररीत्या हाताबाहेर जाऊ शकतं आणि मानसिकदृष्ट्या डोकं बधिर करणारं ठरू शकतं. सीमारेषा व्यवस्थित आखल्यास जमा झालेल्या गोष्टींची तुम्हाला जाणीव तरी राहील आणि तुम्ही थोडीफार स्वयंशिस्त पाळल्यास, काय ठेवायचं आणि काय सरळ फेकून द्यायचं, हेही तुम्हाला कळेल.

काही व्यावसायिक (उदाहरणार्थ, वकील) त्यांची बहुतांश कागदपत्रं डिजिटल स्वरूपात तयार होत आणि साठवली जात असली तरी त्यांच्या छापील प्रतींवरच काम करतात, कारण कागदासारख्या शारीर स्वरूपात त्यांचा निचरा करणं अजूनही जास्त सोपं जातं. अशा लोकांच्या बाबतीत, वाचणं/आढावा घेणं वर्गाच्या ट्रे किंवा खोक्यासोबतच, ज्या कागदपत्रांचं विशेष लक्षपूर्वक वाचन आवश्यक असतं, त्यांच्या एक वाचणं/प्रतिसाद देणं प्रकारचा वर्गही असणं उपयुक्त ठरतो.

वाचण्याच्या गोष्टींचा गठ्ठा हाताशी ठेवणं आणि चालता-चालता त्यातून पटकन एखादी गोष्ट उचलता येण्याजोगी असणं शहाणपणाचं ठरेल. तुम्ही एखाद्या बैठकीला निघाला आहात आणि ती उशिरा सुरू होण्याची शक्यता आहे; एखाद्या परिषदेला निघाला आहात, ज्यात मध्ये कधीतरी थोडा मोकळा वेळ मिळण्याची शक्यता आहे किंवा दाताच्या डॉक्टरकडे तुम्हाला तुमचा नंबर येईपर्यंत बराच काळ

वाट पाहावी लागण्याची शक्यता आहे आणि अर्थातच, तुम्ही विमान किंवा रेल्वे प्रवासामध्ये आहात, अशा वेळी हा गठ्ठा हाताशी ठेवणं कामी येऊ शकतं. त्या प्रकारचं वाचन संपवण्याच्या या उत्तम संधी असतात. वाचणं/आढावा घेणंचा गठ्ठा व्यवस्थित न ठेवणारे लोक खूप वेळ वाया घालवतात, कारण आयुष्यामध्ये अनेकदा वेळेचे तुकडे आपल्या हातात पडत असतात आणि अशा गोष्टी संपवण्याकरता त्यांचा उपयोग केला जाऊ शकतो.

आजकाल आपल्याला बरेच डिजिटल इनपुट्स मिळत असतात. त्यात बऱ्याच बघण्याच्या किंवा वाचण्याच्या गोष्टी असतात. या गोष्टी आपलं काम किंवा आयुष्याच्या दृष्टीनं खूप महत्त्वाच्या असतात असं नाही; पण संभाव्यता रसपूर्ण किंवा मजेशीर असू शकतात. अशा गोष्टींकरता आपल्या संघटनामध्ये एखादी बकेट अथवा खोकं असणं उपयुक्त ठरतं. तुमच्या ई-मेल प्रणालीमध्ये पुनरावलोकन/अवलोकन नावाचं फोल्डर किंवा इंटरनेटवर शोधणं नावाची यादी तुम्हाला आलेले व्हिडिओ, ब्लॉग किंवा ऑनलाइन लेख वाचण्याची शिफारस असलेल्या मेल्स साठवण्याकरता योग्य ठरतील.

प्रतीक्षेत वर्गाचे संघटन

तुम्ही स्वतःच करणं आवश्यक असणाऱ्या कृतींच्या स्मरणकांप्रमाणेच, तुम्ही ज्यांची वाट पाहत आहात, अशा इतर लोकांनी करण्याच्या किंवा पाठवण्याच्या गोष्टींची स्मरणकंदेखील वर्गवार लावून ठेवणं आवश्यक असतं. इथे तुम्ही त्यात समाविष्ट असलेल्या प्रत्येक कृतीचा माग ठेवालच असं नाही तर तुम्हाला फक्त अंतिम परिणामाची प्रतीक्षा असते. उदाहरणार्थ, तुम्ही थिएटरकडून मागवलेली तिकिटं, ऑफिसकरता मागवलेला नवा स्कॅनर, तुम्ही पाठवलेल्या प्रस्तावाला ग्राहकाकडून मंजुरी इ. अशा गोष्टींच्या बाबतीत तुम्हाला कृतीच्या स्मरणाची नव्हे तर तुम्ही कुणाकडून कशाची वाट पाहत आहात, याबद्दल सूचना मिळण्याची गरज असते. इथे तुमची भूमिका गरजेनुसार पुनःपुन्हा त्या यादीचा आढावा घेणं आणि एखाद्या गोष्टीतील प्रगतीबद्दल चौकशी करण्याची किंवा प्रकल्पाला धक्का देऊन तो चालू करण्याची कृती करणं आवश्यक आहे किंवा कसं, हे तपासून पाहण्याची असते.

> इतरांवर सोपवलेल्या बांधिलकी पूर्ण न झाल्यास समस्या उत्पन्न होण्यापूर्वीच त्यांचं व्यवस्थापन करा.

अनेक लोकांच्या बाबतीत, विशेषतः व्यवस्थापकीय अथवा पर्यवेक्षकीय पदांवर असलेल्या लोकांच्या बाबतीत, आपल्यासाठी महत्त्वाच्या पण इतरांवर सोपवलेल्या अपूर्ण बांधिलकींची यादी संकलित केली जाणं, ती अद्ययावत आणि परिपूर्ण असणं आणि तिचा आढावा घेतला जाणं खूप

दिलासा देणारं व पुढे जाण्यास अधिक लक्ष केंद्रित करण्यात साह्य करणारं असतं.

ही प्रतीक्षा यादी तुमच्या पुढील कृतीच्या स्मरणकांच्या याद्यांबरोबर सतत हाताशी ठेवणं उत्तम, असं तुम्हाला कदाचित वाटेल. एखादा प्रकल्प पूर्णत्वाला जाण्यापूर्वी पुढच्या कृतीची जबाबदारी अनेक वेळा इकडूनतिकडे चेंडूसारखी फिरत राहणं शक्य आहे. एखाद्या कामाकरता प्रस्ताव मागवण्यासाठी तुम्हाला एखाद्या पुरवठादाराला फोन करायचा असतो. तो फोन केल्यानंतर तो पुरवठादार आपला प्रस्ताव घेऊन तुमच्याकडे परत येण्याची तुम्ही वाट पाहत असाल. (असे प्रस्ताव तुमच्या प्रतीक्षा यादीमध्ये जातात.) प्रस्ताव जेव्हा तुमच्याकडे येतो, तेव्हा तुम्हाला तो तपासून पाहावा लागतो. (तो तुमच्या वाचणं/आढावा घेणं ट्रेमध्ये किंवा संगणकावर बसलेलं असताना यादीमध्ये जातो.) एकदा तुम्ही प्रस्ताव डोळ्यांखालून घातला की, मग तुम्ही तो तुमच्या वरिष्ठांकडे त्यांच्या मंजुरीकरता पाठवता. (पुन्हा एकदा ही गोष्ट तुमच्या प्रतीक्षा यादीमध्ये जाऊन पडते.)*

तुमच्या प्रतीक्षेत यादीमध्ये असलेल्या गोष्टींसाठी जबाबदार असलेल्या लोकांपैकी कुणाशी भेटताना किंवा बोलताना तुमच्याकडे जर ही यादी उपलब्ध असेल, तर त्याचा नक्की फायदा होतो. भेटताक्षणी अरे हो, त्या अमुक-अमुक प्रस्तावाचं काय झालं? असं म्हणून संवाद सुरू करणं हे त्याची वेळ निघून गेल्यानंतर आणि परिस्थिती तणावपूर्ण झाल्यानंतर त्यासंबंधी त्या व्यक्तीकडे विचारणा करण्यापेक्षा जास्त चांगलं ठरेल.

या वर्गातल्या गोष्टींच्या बाबतीत, ज्या दिवशी त्या सोपवल्या गेल्या असतील त्या तारखा आणि त्या पूर्ण होण्यासंबंधी उभयपक्षी मान्य झालेल्या तारखादेखील (असल्यास) नोंदवलेल्या असणं खूप महत्त्वाचं असतं. अरे, पण मी अमुक तारखेलाच ऑर्डर नोंदवली होती किंवा पण मी प्रस्ताव तुमच्याकडे देऊन आता तीन आठवडे झाले आहेत, असं जर तुम्ही नेमकं बोलू शकलात, तर तुमचा पाठपुरावा अधिक अर्थपूर्ण होऊ शकतो. माझ्या अनुभवानुसार, तारीख हा एकच तपशील असा आहे, ज्याला डावपेचाच्या बाबतीत सोन्याचं मोल असतं.

तुमच्या प्रतीक्षेत यादीमध्ये, तुमचा संबंध असलेल्या; पण इतर लोकांनी करणं अपेक्षित असलेल्या एकूणएक गोष्टींचा समावेश आहे, हे कळल्यावर तुम्हाला खूप छान वाटेल.

---

* इथे डिजिटल यादी व्यवस्थापन किंवा स्वतंत्र फोल्डर्समध्ये ठेवलेले सुटे कागद उपयुक्त ठरू शकतात, कारण त्यामुळे कृती बदलताच तुम्ही सहज एका वर्गातून दुसऱ्यामध्ये जाऊ शकता. त्याकरता तुम्हाला कामं पुन्हा लिहिण्याची किंवा त्यांवर नव्यानं विचार करण्याची आवश्यकता नसते.

मूळ गोष्टीचाच तिच्या कृतीचं स्मरणक म्हणून उपयोग करणं

तुमच्या कृतीच्या स्मरणकांचा माग ठेवण्याचा सर्वांत कार्यक्षम मार्ग म्हणजे त्यांची आठवण होताच त्यांना याद्या किंवा फोल्डर्समध्ये टाकून ठेवणं. एकदा त्यांच्यावर तुम्ही प्रक्रिया केलीत की, मग त्या मूळ सूचकांची (ट्रिगर्स) गरज उरत नाही. तुमच्या वरिष्ठांबरोबरच्या बैठकीत तुम्ही काही टिपा लिहिल्या असतील; पण एकदा त्यांच्याशी संबंधित प्रकल्प किंवा कृती तुम्ही समोर काढून ठेवली की, मग तुम्ही ती चिठ्ठी फेकून देऊ शकता. काही लोक, ज्यांच्याबाबतीत त्यांनी काही ना काही अद्याप केलेलं नसतं अशा व्हॉइस मेल्स आर्काइव्ह (साठवण) करून ठेवतात; पण त्यात असलेल्या स्मरणकांचं व्यवस्थापन करण्याचा तो परिणामकारक मार्ग म्हणता येणार नाही.

कृतीयोग्य ई-मेल्स आणि कागद इतरांपासून वेगळे ठेवा.

मात्र, या नियमाला काही अपवाद आहेत. काही प्रकारची माहितीच (इनपुट) तिच्याशी संबंधित कृतीचं उत्तम स्मरणक म्हणून काम करते. त्याकरता कुठल्याही यादीची गरज नसते. काही ई-मेल्स आणि छापील कागदांच्या बाबतीत असं विशेषतः घडतं.

कागदस्वरूपी कार्यप्रवाहाचं व्यवस्थापन

करायच्या बाकी असलेल्या संबंधित कामाचं स्मरणक म्हणून काही गोष्टी स्वतःच उपयुक्त ठरतात. वाचणं/आढावा घेणं वर्गातले लेख, नियतकालिकं आणि कागदपत्रं हे याचं सर्वांत साधं उदाहरण आहे. 'फॉर्च्यून' मासिकाचा आढावा घेणं असं एखाद्या कृतीच्या यादीमध्ये लिहीत बसण्याऐवजी सरळ तो अंकच सूचक म्हणून वाचणं/आढावा घेणं ट्रेमध्ये टाकणं केव्हाही सोपं नाही का?

दुसरं उदाहरण : जर तुम्ही अजून कागदी बिलं वापरत असाल तर अशी सगळी बिलं एकाच वेळी आणि एकाच ठिकाणी भरून टाकणं तुम्हाला सोपं जाईल आणि त्याकरता तुम्ही ती भरण्याची बिलं असं लेबल लावलेल्या एका फोल्डर किंवा ट्रेमध्ये ठेवू शकाल. त्याचप्रमाणे खर्चाच्या पावत्या एक तर लगोलग जमा करून टाकायला हव्यात, नाहीतर जमा करण्याच्या पावत्या असं लेबल लावलेल्या लिफाफ्यात किंवा फोल्डरमध्ये ठेवायला हव्यात.*

---

* मात्र, भरण्याची बिलं किंवा जमा करण्याच्या पावत्या तुम्ही सतत तुमच्या नजरेसमोर राहतील अशा ठेवल्या नाहीत, तर हा मार्ग अंमळ धोकादायक ठरू शकतो. या गोष्टी निव्वळ सुसंघटित असण्यानं तुमच्या मेंदूतून बाहेर जाणार नाहीत. तुम्ही योग्य वेळी त्यांचा समाचार घ्याल असा तुम्हाला विश्वास असणं आवश्यक आहे.

तुमच्या कामाचं, माहितीचं आणि कामाच्या टेबलाचं विशिष्ट स्वरूप यांमुळे कदाचित इतर वर्गांचं संघटन मूळ कागदपत्रं वापरूनच करणं जास्त किफायतशीर ठरू शकेल. उदाहरणार्थ, एखादा ग्राहक-सेवा प्रतिनिधी जर ठरावीक पद्धतीच्या, लिखित स्वरूपात येणाऱ्या असंख्य तक्रारी हाताळत असेल, तर फक्त कृतीयोग्य गोष्टी ठेवण्याकरता एखादा (शारीर किंवा डिजिटल) ट्रे अथवा फाइल वापरणं हा मार्ग त्याला अत्यंत उपयुक्त ठरू शकतो. एखादा वकील किंवा हिशेबनिसाला अशी कागदपत्रं हाताळावी लागत असतील ज्यांच्या बाबतीतली कृती ठरवण्याकरता ती वाचण्यासाठी काही वेळ देणं आवश्यक असतं. मग तो अशी कागदपत्रं अशाच स्वरूपाच्या इतर कागदपत्रांसोबत ठेवू शकतो.

स्मरणकं यादीमध्ये लिहून ठेवणं सोपं की ट्रे किंवा फाइलमध्ये मूळ कागदपत्रं ठेवणं सोपं, हे बऱ्याच प्रमाणात सोयीवर अवलंबून असतं. संबंधित गोष्टी हलवता येण्याजोग्या आहेत किंवा कसं, हे विचारात घेता तुम्ही जर एखादं काम तुमच्या टेबलाशिवाय अन्य ठिकाणी करू शकणार नसलात, तर त्याची स्मरणकंदेखील तिथेच असणं जास्त योग्य ठरेल.

> संघटन करण्यामागचं मुख्य कारण जाणिवेतलं ओझं कमी करणं हे आहे, म्हणजेच, आता याचं काय करायचं? असा सतत विचार करण्याची गरज नाहीशी करणं हे ते कारण आहे.

तुम्ही कुठलाही पर्याय निवडा; पण स्मरणकं ही पुढच्या कृतीनुसार, दृश्य रूपात वेगवेगळ्या वर्गांमध्ये असायला हवीत. एखाद्या सेवेच्या बाबतीतली पुढची कृती म्हणजे एक फोन कॉल करणं असेल तर ती फोन कॉल्स वर्गामध्ये असायला हवी. कृती जर माहितीचा आढावा घेऊन ती संगणकामध्ये भरणं अशी असेल तर तिला संगणकापाशी बसलेलं असताना, असं लेबल असायला हवं. मी पाहत असलेल्या अनेक कार्यप्रवाह प्रणालींच्या परिणामकारकतेला सर्वाधिक मारक जर कुठली गोष्ट ठरत असेल तर ती म्हणजे, एखाद्या प्रकारचे सर्व दस्तऐवज (डॉक्युमेंट्स) उदाहरणार्थ, सेवेसंबंधी विनंत्या (सर्व्हिस रिक्वेस्ट्स) त्यातल्या प्रत्येकाकरता वेगवेगळ्या कृती करण्याची गरज असली तरीही एकाच ट्रेमध्ये ठेवल्या जातात. एका विनंतीमध्ये फोन करण्यास सांगितलेलं असतं, एकीमध्ये डेटाचा आढावा घेण्याची विनंती असते आणि अन्य एकीच्या संदर्भात कुठलीतरी माहिती पुरवण्याकरता इतर कुणाचीतरी वाट पाहायची असते; पण या सगळ्या सेवाविषयक विनंत्या एकत्रच ठेवल्या जातात. या गठ्ठ्यातल्या विविध गोष्टींच्या बाबतीत पुढची कृती करण्यासंबंधीचे निर्णय ज्या संख्येनं प्रलंबित असतात, ते पाहूनच एखाद्या व्यक्तीचं मन बधिर होऊन जाणं शक्य असतं.

माझी वैयक्तिक प्रणाली कुठेही वापरता येण्याजोगी आहे, कारण त्यात

जवळजवळ सर्वच गोष्टी यादी स्वरूपात असतात; पण तरीही वाचणं/आढावा घेणं वर्गातला एक ट्रे माझ्या ऑफिसमध्ये कायम असतो आणि त्याच नावाचं लेबल असलेलं प्लॅस्टिक फोल्डर मी प्रवासात माझ्या बरोबर ठेवतो. बहुतेक नियतकालिकं मी डिजिटल रूपातच वाचत असलो, तरी त्यांची कागदी आवृत्ती बरोबर ठेवणं मला उपयुक्त वाटतं आणि आवडतं.

ई-मेल आधारित कार्यप्रवाहाचं व्यवस्थापन

कागद स्वरूपातील साहित्याप्रमाणेच काही ई-मेल्सदेखील स्वतःच त्यांच्यावरील कृतीचं स्मरणक म्हणून काम करतात. तुम्हाला खूप मोठ्या संख्येनं ई-मेल्स येत असतील आणि कामाच्या दिवसातला जास्तीतजास्त वेळ तुमचं ई-मेल सॉफ्टवेअर सुरूच राहात असेल, तर ही गोष्ट विशेषकरून लागू होते. अशा परिस्थितीत संबंधित कृती एखाद्या वेगळ्या यादीमध्ये लिहीत बसण्याऐवजी त्याच ई-मेल प्रणालीमध्ये त्या वेगळ्या साठवता येऊ शकतात.

माझ्या अनेक ग्राहकांना त्यांच्या ई-मेल नॅव्हिगेशन बारमध्ये दोन किंवा तीन स्वतंत्र फोल्डर्स तयार करून ठेवणं उपयुक्त ठरल्याचं जाणवलं आहे. ई-मेलमधले फोल्डर्स संदर्भ किंवा जतन करण्यायोग्य मेल्सकरताच वापरायचे असतात, हे जरी सत्य असलं, तरी तुमच्या कृतीयोग्य मेल्सना इन बॉक्सच्या बाहेर, व्यवस्थित ठेवणारी यंत्रणा उभी करणं सहज शक्य आहे. (बरेच लोक इन बॉक्समध्येच सगळ्या मेल्स साठवतात.)*

जर तुम्ही हा मार्ग स्वीकारायचं ठरवलं तर ज्यांच्यावर तुम्हाला काहीतरी कृती करायची आहे अशा दोन मिनिटांपेक्षा जास्त वेळ लागणाऱ्या ई-मेल्सकरता एक स्वतंत्र फोल्डर निर्माण करण्यास मी सुचवेन. (इथेही तुम्ही दोन मिनिटांचा नियम वापरून अनेक ई-मेल्सचा ताबडतोब निचरा करू शकणं आवश्यक आहे.) या फोल्डरच्या नावामध्ये पहिलं अक्षर किंवा चिन्ह असं हवं, जेणेकरून (१) ते तुमच्या संदर्भाच्या फोल्डर्सपेक्षा वेगळं दिसेल आणि (२) नॅव्हिगेशन बारमध्ये ते सर्वांत वर राहील. काही प्रणालींमध्ये नावात अग्रस्थान किंवा (-) ही चिन्हं वापरल्यास ते फोल्डर सर्वांत वर राहतं. अशा प्रकारे, तुमच्या कृतीयोग्य ई-मेल्स तुम्ही कृती फोल्डरमध्ये एकत्र ठेवू शकता.

---

* तुमच्या बाबतीत जर एका स्क्रीनमध्ये मावतील यापेक्षा अधिक संख्येनं ई-मेल्स क्वचितच येत असतील, तर त्या इन बॉक्समध्येच ठेवणं पुरेसं ठरू शकतं; पण एका दृष्टिक्षेपात न मावण्याएवढी त्यांची संख्या होताच तुमच्या ई-मेल्स इन बॉक्सबाहेर संघटित करणं सूज्ञपणाचं ठरतं.

त्यानंतर प्रतीक्षा असं आणखी एक फोल्डर निर्माण करा. जे कृतीजवळच येईल. नंतर ज्यामध्ये कुणीतरी तुमच्या संबंधित विषयामध्ये काहीतरी करणार असल्याचं सूचित करणाऱ्या मेल्स जेव्हा येतील, तेव्हा त्या 'प्रतीक्षा'मध्ये टाकून द्या. तुम्ही ई-मेलद्वारे कुणावरतरी सोपवलेली कामंदेखील याच फोल्डरमध्ये राहू शकतात. उदाहरणार्थ, तुम्ही कुणाला तरी, काहीतरी करण्यासंबंधी लिहिलेल्या किंवा फॉर्वर्ड केलेल्या मेल्सची एक प्रत या फोल्डरमध्ये टाकून द्या.*

काही प्रणालींमध्ये तुम्ही पाठवत असलेल्या मेल्सची एक प्रत त्याच वेळी तुमच्या इतर फोल्डर्समध्ये साठवण्याची सोय असते (सेन्ड अँड सेव्ह) तर काही तुमच्या सर्व मेल्स सेन्ट मेल फोल्डरमध्ये साठवतात. अशा वेळी काही लोक इतरांवर काम सोपवताना त्या मेलची एक प्रत (सीसी किंवा बीसीसी) स्वतःलाही पाठवतात आणि मग ती मेल प्रतीक्षामध्ये टाकून देतात.

> साचलेल्या ई-मेल्स एक हजाराच्या पातळीवर सांभाळण्यापेक्षा शून्याच्या पातळीवर सांभाळण्यास खूप कमी ऊर्जा लागते.

ई-मेलमधला इन बॉक्स रिकामा करणं. वर दिलेल्या पद्धतीनं तुम्ही तुमच्या ई-मेलमध्ये आलेल्या सगळ्याच गोष्टी इन-ट्रेमधून बाहेर काढू शकता; त्यामुळे तुमच्या दैनंदिन कामाच्या बाबतीत तुम्हाला सुस्पष्टता आणि नियंत्रणाची भावना लाभू शकते. मग तुमचा इन बॉक्स हा खराखुरा, फक्त इन बॉक्सच राहील आणि त्यात जे काही असेल, ते तुमच्या मोबाइलवरच्या नव्या मेसेज किंवा व्हॉइस मेलप्रमाणे ताजं असेल आणि त्यावर प्रक्रिया करायची आहे, हे तुम्हाला आपोआपच कळत राहील. बहुतेक लोक इन बॉक्सचा वापर अद्याप निर्णय न झालेल्या कृती आणि संदर्भ, तसेच डिलीट करण्याच्या मेल्स साठवण्याकरता करतात आणि ही सवय डोकं बधिर करणारी ठरते. प्रत्येक वेळी ई-मेल उघडल्यानंतर यातली प्रत्येक गोष्ट आपल्याला पुन्हा एकदा बघायची आहे, तपासायची आहे हे त्यांच्या लक्षात येतं.

पुन्हा एकदा सांगतो, इनबॉक्स रिकामा करणं म्हणजे प्रत्येक गोष्ट हाताळणं नव्हे. त्याचा अर्थ तुम्हाला शक्य ते सर्व तुम्ही डिलीट केलेलं आहे, आवश्यक असलेलं फाइल केलेलं आहे, दोन मिनिटांपेक्षा कमी वेळ लागणारं करून टाकलेलं आहे आणि तुमच्या कृतीयोग्य, तसंच प्रतीक्षेत प्रकारच्या मेल्स तुम्ही योग्य त्या स्मरणक फोल्डर्समध्ये टाकून दिलेल्या आहेत. आता तुम्ही कृती फोल्डर उघडा आणि त्यातल्या मेल्सचा आढावा घ्या. अनेक स्क्रीन्स धुंडाळत आणि काहीतरी

---

* काही ई-मेल प्रणालींमध्ये तुमच्या मेल्स एका टास्क लिस्ट किंवा एरियाशी जोडता येतात किंवा त्या यादीमध्ये सरकवता येतात. याचाही उत्तम उपयोग होतो. मात्र, त्याकरता तुम्ही ती गोष्ट पुरेशी शिकून घेणं आवश्यक असतं.

महत्त्वाचं नजरेतून निसटण्याची भीती सतत मनामध्ये बाळगत हेच काम करण्यापेक्षा आता तुम्हाला ते जास्त सोपं वाटतं, नाही का?

कृतीची स्मरणकं विखरून ठेवण्यासंबंधी धोक्याची सूचना

करणं आवश्यक असलेल्या कृतींची स्मरणकं दृष्टिआड ठेवण्यात नक्कीच धोका आहे. संघटन प्रणालीचं कार्यच मुळात तुम्हाला आवश्यक असेल तेव्हा स्मरणकं पुढे करणं हे आहे. म्हणजे मग तुम्ही काय करत आहात (आणि काय करत नाही) याच्या तुमच्या निवडीबद्दल तुम्ही आश्वस्त होऊ शकता. दिवसभराचं काम संपवून ऑफिस सोडण्यापूर्वी, फोन कॉल्स किंवा संगणकापाशी बसलेलं असताना याद्यांप्रमाणेच, अद्याप प्रलंबित असलेल्या कृतीयोग्य ई-मेल्सचादेखील व्यक्तिशः आढावा घेणं आवश्यक आहे. थोडक्यात, कृती फोल्डर हा तुमच्या संगणकापाशी बसलेलं असताना यादीचाच विस्तारित भाग असतो आणि तो तसाच हाताळायला हवा. कागद स्वरूपातल्या कार्यप्रवाहाच्या बाबतीतदेखील, तुमची सगळी स्मरणकं जर फक्त कागदरूपातच असतील, तर तुमचा प्रलंबित कार्यप्रवाह हाही एखाद्या यादीप्रमाणेच तपासला जायला हवा.

> उपयुक्ततेच्या बाबतीत काही वेळा डिजिटल माहितीपेक्षा कागदावरची माहिती जास्त विश्वसनीय वाटते.

फोल्डरमध्ये, याद्यांमध्ये आणि/किंवा ई-मेल प्रणालीमध्ये कृतीचे सूचक पसरून ठेवण्याला काहीच हरकत नाही. मात्र, गरजेनुसार तुम्ही ज्या वर्गांमध्ये सूचक टाकून ठेवलेले आहेत त्यांचा आढावा तुम्ही घेत असाल तरच ते उपयुक्त ठरेल. तुम्हाला कामांचं स्मरण करून देणं, हे त्यांचं मुख्य प्रयोजन असल्यामुळे ते तुमच्या प्रणालीच्या कुठल्यातरी कोपऱ्यात, दुर्लक्षित पडून असण्याचा काहीही उपयोग नसतो. या बाबतीत डिजिटल विश्व धोकादायक ठरू शकतं, कारण डेटा एकदा स्क्रीनवरून दिसेनासा झाला की, मग त्याच्या सूचक म्हणून उपयोगावर प्रश्नचिन्ह उभं राहतं; त्यामुळे अनेक संगणकप्रवीण लोक पुन्हा कागदी प्लॅनरकडे वळले आहेत. कागदाचं शारीर अस्तित्व आणि माहितीची दृश्य सहजता यांमुळे त्यातली स्मरणकं खरोखरच स्मरण करून देतील याचा विश्वास निर्माण करतात.

तुम्हाला मित्रांबरोबर वेळ घालवायचा असेल, निरुद्देश फेरफटका मारायचा असेल आणि तुमच्या मनावर त्या वेळी खरोखरच कुठलंही ओझं नको असेल तर तुमच्या कृतीयोग्य गोष्टी कुठे ठेवल्या आहेत, त्या नेमक्या काय आहेत आणि त्या तुमच्याकरता थांबून राहू शकतील हे तुम्हाला नक्की माहिती हवं आणि अर्थात हे तुम्हाला काही सेकंदांमध्ये साध्य करता यायला हवं, त्यासाठी काही दिवस लागून उपयोग नाही.

प्रकल्पविषयक स्मरणकं संघटित करणं

तुमच्या सगळ्या प्रकल्पांची एकच यादी करणं आणि सांभाळणं हा एक सखोल अनुभव ठरू शकतो! (पुन्हा एकदा, ज्याकरता एकापेक्षा जास्त कृती करण्याची आवश्यकता असते, अशी कुठलीही बांधिलकी किंवा असं कुठलंही फलित म्हणजे प्रकल्प.) कदाचित तुम्हाला वाटते त्यापेक्षा जास्त प्रकल्प तुमच्याकडे असणं शक्य आहे. तुम्ही जर अशी कुठली यादी तयार केली नसेल तर मी असं सुचवेन की, सुरुवातीला तुम्ही अगदी साधी, कामांच्या यादीसारखीच प्रकल्प यादी बनवा. ही यादी डिजिटल ऑर्गनायझरमधला एखादा वर्ग, सुट्या कागदांच्या प्लॅनरमधलं एक पान किंवा प्रकल्प असं लेबल असलेलं आणि एकच मोठी यादी किंवा वेगवेगळ्या कागदांचा संच या स्वरूपातलं एक फाइल-फोल्डर असू शकतं.

प्रकल्प यादी

प्रकल्प यादी ही तुमच्या प्रकल्पाशी संबंधित आराखडे किंवा तपशील ठेवण्याची जागा नव्हे आणि प्राधान्यक्रम, आकार किंवा तातडी, यानुसार ती लावून ठेवण्याचा प्रयत्नदेखील तुम्ही करू नये. तुमच्या उघड्या गाठींची ती फक्त एक सर्वसमावेशक अनुक्रमणिका आहे. तुमच्या दैनंदिन कामामध्ये तुम्ही प्रकल्प यादी पाहून काम करणार नाही; बहुतेक वेळा कृतींच्या याद्या आणि अचानक उद्‌भवणारी कामंच तुमचं लक्ष क्षणोक्षणी वेधून घेत राहतील. तुम्ही प्रकल्प करू शकत नाही, त्यासाठी लागणाऱ्या कृतीच करू शकता हे लक्षात ठेवा. तुमचं नियंत्रण आणि तुमचं लक्ष यांच्यासोबत तुमची आश्वस्तता एका विस्तृत कालावधीपर्यंत टिकवण्याकरता तुमच्या क्षितिजावर असलेल्या प्रकल्पांची माहिती असणं खूप महत्त्वाचं असतं.

> एक-एक झाड पकडून बसण्याऐवजी संपूर्ण वनाचं व्यवस्थापन करण्याकडे प्रगती करण्यासाठीचं एक प्रमुख कार्यपालन साधन, म्हणजे एक परिपूर्ण आणि अद्ययावत प्रकल्प यादी.

प्रकल्प यादीचं खरं मूल्य (आठवड्यातून किमान एकदा) संपूर्ण आढावा घेण्यामध्ये ती जी मदत करते, त्यात आहे; त्यामुळे तुमच्या एकूण एक प्रकल्पाकरता कृती निश्चित केल्या गेल्या आहेत की काही राहून गेल्या आहेत, हे तुम्हाला तपासून पाहता येतं. अधूनमधून यादीवरून एक नजर फिरवण्यानं तुम्हाला प्रकल्पांवर नियंत्रण असल्याची भावना निर्माण होऊ शकेल. कामाचा बोजा नेमका किती आहे, हे तपासून पाहण्याची जेव्हा-केव्हा वेळ येईल, तेव्हा तुमच्या (आणि इतरांच्या) हातात कोणती आणि किती कामं आहेत, हेदेखील तुम्हाला माहीत होईल.

परिपूर्ण प्रकल्प यादीचं मूल्य

मी दिलेली प्रकल्पाची ढोबळ आणि साधी व्याख्या, तुमच्या सुप्त मनामध्ये ज्या छोट्या-छोट्या गोष्टी येत-जात असतात, त्या संकलित करण्यासाठी एक महत्त्वपूर्ण जाळं पुरवते. तुम्ही एखाद्या औपचारिकरीत्या प्रकल्पकेंद्रित असलेल्या (निर्मिती, सॉफ्टवेअर, कन्सल्टिंग इ.) उद्योगात असाल तर मुलांसाठी एक कुत्रा शोधणं, एक चांगला शिंपी शोधणं अशा गोष्टी प्रकल्प असतात हे समजून घेणं तुम्हाला जड जाईल; पण तुम्ही त्यांना प्रकल्प म्हणा अथवा आणखी काही; त्या तुमच्या मनावर टाकत असलेला दबाव कमी करण्याकरता त्यांच्याकडे काही प्रमाणात लक्ष पुरवणं आवश्यक असतं.

अशा सर्व गोष्टींची एक परिपूर्ण, अद्ययावत आणि सुस्पष्ट यादी तयार करणं आणि ती नेहमी तशीच ठेवण्याची सवय लावून घेणं, ही इथून पुढे तुम्ही स्वतःमध्ये ताणरहित उत्पादकता बाणवण्याकरता करू शकाल अशी सर्वांत मौल्यवान गोष्ट ठरू शकते. त्याची काही कारणं अशी :

- ते नियंत्रण आणि केंद्रिततेसाठी अतिशय महत्त्वाचं आहे
- त्यामुळे बारीकसारीक ताण नाहीसे होतात
- आठवड्याच्या आढाव्याचा तो गाभा असतो
- त्यामुळे नातेसंबंध व्यवस्थापनात फायदा होतो

नियंत्रण आणि केंद्रिततेसाठी ते अतिशय महत्त्वाचं आहे. सतत तुमचं मन कुरतडणाऱ्या लहान-मोठ्या गोष्टी अजून आपल्याला हाताळायच्या आहेत हे तुम्हाला जाणवलेलं असताना उत्पादक स्थितीमध्ये खऱ्या अर्थानं स्वस्थ राहणं अशक्य आहे. कामांची परिपूर्ण यादी नसेल आणि तिचा नियमितपणे आढावा घेतला जात नसेल, तर आपल्या वाहन परवान्याचं नूतनीकरण करून घेणं असो की पुढच्या वर्षीच्या परिषदेकरता विषयपत्रिका तयार करणं असो, दोन्ही तुमच्या मेंदूची सारखीच जागा व्यापत असतात.

त्यामुळे बारीकसारीक ताण नाहीसे होतात. आपण स्वतःला ज्या करण्याबद्दल सांगत असतो, त्या तुलनेनं लहान-सहान गोष्टी ताण हाताळणं जास्त अवघड करत असतात, कारण त्या स्पष्टपणे आपल्या समोर नसतात. प्रकल्प सहसा सुव्यवस्थित आणि बांधीव स्वरूपात समोर येत नाहीत. एखादी साधी परिस्थिती, एखादं साधं संभाषण किंवा क्रियेतून त्यांचा जन्म होतो; पण नंतर हळूहळू ते अपेक्षेपेक्षा मोठा आकार धारण करतात. मुलीला केजीमध्ये प्रवेश मिळाला म्हणजे सगळं झालं असं

तुम्हाला वाटतं; पण वेगवेगळे फॉर्म्स भरणं, शाळेत जाण्या-येण्याची सोय करणं अशा इतर गोष्टींची सुरुवात होते. तुम्ही पाठवलेलं देयक (इन्व्हॉइस) अचूक आणि पूर्ण आहे असं तुम्हाला वाटतं; पण त्यात घातलेल्या एखाद्या वस्तू किंवा बाबीला मी मान्यता दिली नव्हती असं ग्राहक म्हणतो. अशा परिस्थिती ओळखणं आणि हव्या तशा अंतिम परिणामांसह त्यांना आपल्या व्यवस्थेमध्ये आणणं यातून एक वेगळीच ऊर्जा निर्माण होते आणि तिचे अनपेक्षित असे सकारात्मक परिणाम होतात.

> प्रकल्प सहसा सुव्यवस्थित आणि बांधीव स्वरूपात समोर येत नाहीत. लहानसहान गोष्टी सहसा अचानक मोठ्या कामांमध्ये परिवर्तित होतात.

आठवड्याच्या आढाव्याचा तो गाभा असतो. मी अन्यत्र सूचित केल्याप्रमाणे साप्ताहिक आढावा ही गोष्ट तुमच्या विशाल बांधिलकी आणि दैनंदिन क्रियाकलाप यांची यशस्वी सांगड घालण्यातला एक अतिशय महत्त्वाचा घटक आहे आणि परिपूर्ण प्रकल्प यादी ही त्यात कळीची बाब ठरते. तुमच्या मुलांसाठी कुत्रा आणण्याच्या बाबतीत आणि पुढच्या वर्षीच्या परिषदेसाठी विषयपत्रिका तयार करण्याच्या बाबतीत तुम्ही जे करत आहात (किंवा करत नाही) त्याबद्दल तुम्हाला चांगलं वाटत असल्याची दर आठवड्याला खात्री करून घेणं ही आवश्यक बाब आहे. मात्र, त्या दृष्टिकोनातून गोष्टींकडे पाहू शकण्यासाठी आधी तुमची प्रकल्प यादी किमान बऱ्यापैकी अद्ययावत असणं आवश्यक आहे.

त्यामुळे नातेसंबंध व्यवस्थापनात फायदा होतो. तुम्ही तुमचे साहेब, तुमचे कर्मचारी, तुमचा भागीदार किंवा तुमचे कुटुंबीय यांपैकी कुणाशीही बोलत असताना तुम्हाला नियंत्रणाची भावना आणि समोरच्याशी असलेल्या नातेसंबंधांमधील तुमच्या बांधिलकीची पूर्ण जाणीव असणं खूप मौल्यवान असतं. या बाबतीत सहसा तुमचा वेळ, तुमचे पैसे, तुमचं लक्ष अशा तुमच्या संसाधनांचं योग्य वाटप करणं बहुतेक वेळा आव्हानात्मक असतं आणि जेव्हा तुमच्याशी संबंधित व्यक्तींचा त्या संसाधनांवर ताण येत असतो, तेव्हा त्यांच्याशी असलेल्या तुमच्या उघड किंवा सुप्त बांधिलकीच्या संदर्भात त्यांच्याशी वाटाघाटी करता येणं हा त्यातला ताण कमी करण्याचा एकमेव मार्ग असतो. यातून संभाषणं विधायक होतात; पण परिपूर्ण यादीशिवाय नाही.

अद्यापही दडलेले प्रकल्प कुठे शोधावेत?

तुमचे प्रकल्प लपून बसलेले असण्याच्या तीन प्रमुख जागा असतात :

- सद्य क्रियाकलाप
- उच्च पातळीवरचे स्वारस्यविषय आणि बांधिलकी
- सद्य अडचणी, समस्या आणि संधी

सद्य क्रियाकलाप. बरेचदा, तुमचं कॅलेंडर, तुमच्या कृती याद्या आणि तुमचं कामाचं टेबल या ठिकाणी साठलेल्या कामाच्या ढिगांमध्ये संकलनाची वाट पाहणारे प्रकल्प असतात.

तुम्ही साध्य करण्यास बांधील असलेल्या कुठल्यातरी गोष्टीशिवाय ज्या पूर्ण होऊ शकत नाहीत किंवा पूर्णत्वाला जाऊ शकत नाहीत अशा कुठल्या बैठका (होऊन गेलेल्या किंवा आगामी) तुमच्या कॅलेंडरवर आहेत? समजा, तुमच्या लक्षात आलं की, अमुक दिवशी ठरलेला कॉन्फरन्स कॉल तुमच्या ग्राहकाला कदाचित बनवून हव्या असलेल्या एका नव्या सॉफ्टवेअर प्रोग्रामसाठी आहे. युरेका! अमुक ग्राहकाकरता संभाव्य सॉफ्टवेअर प्रोग्राम्स तयार करण्याची क्षेत्रं शोधणं हा तुमचा प्रकल्प तुम्हाला सापडला. तुमच्या मुलाच्या शाळेमध्ये संध्याकाळी पालकांसाठी एक बैठक आहे ही नोंद वाचून तुम्हाला त्याच्याशी निगडित एक प्रश्न विचारायचा आठवतो. आगामी खासगी किंवा व्यावसायिक दौरे, परिषदा इ. या सर्वांचं छुपे प्रकल्प ओळखण्याच्या दृष्टिकोनातून मूल्यमापन करणं आवश्यक आहे.

तुमच्या याद्यांमधील पुढच्या कृतींशी निगडित असलेले प्रकल्प अजून तुमच्या लक्षातही आलेले नसतील. अनेक लोकांच्या कॉल्स यादीमध्ये क्ष ला अमुक कार्यक्रम आयोजित करण्यासंबंधी कॉल करणं अशी नोंद असते; पण त्यातली कार्यक्रम आयोजित करण्याची बाब त्यांच्या प्रकल्प यादीत नोंदवलेलीच नसते.

आणि शेवटी, तुमच्या हातातल्या बॅगेमध्ये अद्याप आढावा न घेतलेले प्रस्ताव किंवा करार असतात, घरच्या टेबलावर बँकेमध्ये देण्याचे फॉर्म न भरता पडलेले असतात किंवा दुरुस्तीला टाकायचं घड्याळ अजून खिशातच असतं. खरं तर ही गोष्ट अगदी स्वाभाविक असायला हवी; पण तशी ती बरेचदा नसते; ही कामंदेखील प्रकल्प म्हणवायला पात्र असतात. त्यांना तुमच्या कार्यप्रवाहात अनाथ ठेवण्याऐवजी त्यांना त्यांच्या अंतिम परिणामांशी जोडून टाका.

उच्च पातळीवरचे स्वारस्यविषय आणि बांधिलकी. तुमच्या जबाबदाऱ्या, उद्दिष्टं, दीर्घकालीन ध्येयं आणि मूळ मूल्यं यांच्यावरील उच्च पातळीवरच्या आणि दीर्घ दृष्टीतले स्वारस्यविषय आणि बांधिलकीवर तुमच्या मनाचा एखादा कोपरा अजूनही केंद्रित असू शकतो.

तुमच्या व्यावसायिक उत्तरदायित्वांचा - कामाच्या ठिकाणी तुम्ही ज्या चांगल्या करणं आवश्यक आहे अशा गोष्टींचा - आणि तुम्ही काही एका उच्च पातळीवर ठेवणं आवश्यक असलेल्या तुमच्या जीवनातील काही क्षेत्रांचा आढावा घेण्यातून अशा काही गोष्टी तुमच्या लक्षात येऊ शकतील, ज्या काही प्रमाणात तुमचं ध्यान खेचत आहेत. त्यांच्याशी संबंधित प्रकल्प निश्चित करणं उपयुक्त ठरू शकेल.

तुमच्याजवळ जर काही व्यावसायिक ध्येयं, कंपनीची उद्दिष्टं आणि व्युहात्मक योजना असतील तर त्यांच्या दिशेनं पुढे जाण्याकरता त्यांतून जे प्रकल्प निर्माण होऊ शकतात, ते सर्व तुम्ही ओळखले आहेत का? कुठलीही दीर्घ पल्ल्याची योजना काढून तिचा आढावा घेताना, अरेच्चा! यातली ही गोष्ट तर अजून स्पष्ट झालेली नाही असं किमान एका गोष्टीबाबत तरी न वाटणारा वरिष्ठ अधिकारी मला अद्याप भेटायचा आहे. तुमच्या खासगी आयुष्यामध्ये अशा काही गोष्टी भविष्यात येऊ घातल्या आहेत का? ज्यांनी तुमचं ध्यान खेचायला सुरुवात केली आहे, जसं मुलं मोठी होत आहेत किंवा आई-वडील वृद्धत्वाकडे झुकत आहेत, सेवानिवृत्ती जवळ येते आहे, वैवाहिक जोडीदाराच्या काही महत्त्वाकांक्षा आहेत किंवा तुम्हाला काही सृजनात्मक आणि मजेसाठीच्या गोष्टी करून पाहायला सुरुवात करण्याची इच्छा आहे. त्यांचा विचार करण्यातून किमान विचार करायला हरकत नाही असे प्रकल्प समोर येऊ शकतात आणि हे प्रकल्प निश्चित झाले की, त्यातून आपल्या एकूण आयुष्यावर नियंत्रण आल्याची विशाल भावना निर्माण होऊ शकते.

सद्य अडचणी, समस्या आणि संधी. आपल्या जीवनामध्ये असा एक मोठा भाग असतो, ज्यात अनेक संदिग्ध गोष्टी असतात, ज्या नीटपणे ओळखून त्यांना कृतीयुक्त प्रकल्पांचा आकार दिला नाही तर त्या आपलं मन विचलित करत राहतात. या गोष्टी तीन प्रकारच्या असतात :

- अडचणी
- समस्या
- सृजनात्मक आणि क्षमता वाढवण्याच्या संधी

एखादी अडचण प्रकल्प केव्हा होऊ शकते? नेहमीच! जेव्हा तुम्ही एखाद्या गोष्टीला अपरिहार्य परिस्थितीऐवजी अडचण समजता, तेव्हा तुम्ही हे गृहीत धरता की, तिचं काही एक संभाव्य उत्तर आहे. तसं ते आहे की नाही, हे कदाचित अजून ठरवावं लागणार आहे; पण निदान त्याकरता काही संशोधन करणं तुमच्या हातात आहे. मुलाला शाळा आवडण्यासाठी काय करता येईल याचा शोध घेणं, घरमालकाशी बोलून इमारतीच्या देखभाल शुल्काचा प्रश्न मिटवणं आणि व्यावसायिक भागीदाराशी चर्चा करून वाटणीच्या प्रश्नावर अंतिम तोडगा काढणं हे खरे प्रकल्प आहेत; फक्त तुम्ही त्याला तसं म्हणू इच्छित नाही. तुम्ही तसं म्हटलं आणि त्यांना तुमच्या प्रकल्प यादीत टाकलं, तसेच त्यांच्याकरता पुढच्या कृती निर्माण केल्या तर तुमची ताणरहित उत्पादकता तुम्हालाच आश्चर्य वाटायला लावेल.

तुमच्या व्यावसायिक आणि खासगी अशा दोन्ही क्षेत्रांमध्ये प्रशासकीय, देखभालीसंबंधी आणि कार्यप्रवाहासंबंधी प्रक्रियांमध्येदेखील प्रकल्प दडलेले असतात. तुमच्या व्यवस्थांमधल्या कुठल्या गोष्टीबद्दल किंवा अगदी गोष्टी कशा प्रकारे घडत आहेत (किंवा नाहीत) याबद्दल तुम्ही तक्रार करत असता? फायलिंग, साठवण, संपर्कव्यवस्था, कर्मचाऱ्यांची भरती, कामांचा माग ठेवणे किंवा नोंदव्यवस्था या गोष्टींशी निगडित कार्यपद्धतींबद्दल असं काय आहे, जे उद्वेगजनक आहे? तुमचा वैयक्तिक अथवा व्यावसायिक खर्च, बँकिंग किंवा गुंतवणुकीच्या प्रक्रियेमध्ये किंवा तुम्ही तुमच्या मित्र-मैत्रिणी किंवा कुटुंबीयांशी ज्या प्रकारे संपर्कात राहता त्यामध्ये काही सुधारणा करणं आवश्यक आहे का? या गोष्टीदेखील सहसा हळूच प्रकल्प होत जातात. अंमळ वैताग आणि आता हे करायलाच हवं असा निव्वळ त्रास (किंवा प्रेरणा) यांच्यामधली रेषा या गोष्टी केव्हा ओलांडतात हे ओळखणं कठीण असतं.

शेवटी, तुमचा स्वतःचा विकास किंवा सृजनात्मक अभिव्यक्ती अधिक विशाल करण्याकरता तुम्ही शिकू अथवा अनुभवू इच्छित असलेल्याही काही गोष्टी असू शकतात. तुम्हाला विशिष्ट पद्धतीचा स्वयंपाक करणं किंवा चित्र काढायला शिकण्याची इच्छा आहे का? सोशल मीडिया मार्केटिंग किंवा डिजिटल फोटोग्राफीबद्दल एखादा ऑनलाइन कोर्स करण्याचा विचार तुमच्या मनामध्ये घोळतो आहे का? असे मला आवडेल प्रकारचे प्रकल्प तुमच्या कधीतरी/कदाचित यादीमध्ये शोभून दिसतील; पण तुम्ही जसजसे जीटीडीच्या परिणामकारकतेशी अधिक परिचित होत जाल, तसतसा नव्या, रोचक आणि उपयुक्त अनुभवांना, त्यांच्या अंतिम वांच्छित परिणामांची परिभाषा तयार करण्याद्वारे प्रकल्प यादीमध्ये टाकून त्यांचा आपल्या जीवनामध्ये समावेश करण्याची आणि या पद्धतीचा लाभ घेण्याची इच्छा तुम्हाला होत जाईल.

यादी एकच एक की विविध भाग असलेली?

एकच एक यादी असणं जास्त चांगलं, असं बऱ्याच लोकांना वाटतं, कारण अशी यादी रोजच्या प्राधान्यक्रमानुसार बनवलेल्या मार्गदर्शनपर यादीऐवजी एकाच समग्र यादीचं काम करते. संघटन प्रणाली तुमच्या उघड्या गाठी आणि तुमच्यासमोरच्या पर्यायांचे ठोकळे तुम्हाला पुरवते, जेणेकरून तुम्ही त्यांसंबंधी क्षणोक्षणी, अंतःप्रेरणात्मक आणि धोरणात्मक निर्णय अधिक सहजतेनं घेऊ शकता.

खरंतर प्रकल्पांच्या किती विविध याद्या तुमच्याकडे आहेत यामुळे काहीही फरक पडत नाही. हवं तेव्हा तुम्ही त्या सगळ्याच नजरेखालून घालत असलात तर ते पुरेसं आहे. साप्ताहिक आढाव्यामध्ये बऱ्याचदा तुम्ही हेच एका फटक्यात करू शकता.

प्रकल्पांच्या यादीचं उपवर्गीकरण करण्याचे काही सर्वसाधारण प्रकार

काही परिस्थितींमध्ये प्रकल्पयादीचं उपवर्गीकरण करणं किफायतशीर (आणि ताण हलका करणारं) ठरतं. त्याचे काही सर्वसाधारण प्रकार आता पाहू या.

खासगी/व्यावसायिक : अनेक लोकांना त्यांच्या प्रकल्प यादीचे खासगी आणि व्यावसायिक असे दोन भाग केलेले सोपे वाटतात. तुमचंही तसं असेल तर एक लक्षात ठेवा, तुमच्या खासगी यादीचा आढावाही व्यावसायिक यादीइतकाच गंभीरपणे घेणं आवश्यक आहे. ते काम साप्ताहिक सुट्टीवर ढकलून चालणार नाही. खासगी गोष्टींबाबतच्या अनेक कृती, इतर अनेक गोष्टींप्रमाणेच आठवड्यातल्या कामाच्या दिवसांमध्ये करणं आवश्यक असतं. व्यावसायिक लोकांवरचे काही मोठे ताण सहसा ते दुर्लक्ष करत असलेल्या त्यांच्या खासगी कामांमुळेच निर्माण होतात.

इतरांवर सोपवलेले प्रकल्प : तुम्ही जर वरिष्ठ व्यवस्थापक किंवा अधिकारी असाल तर तुमच्यावर थेट जबाबदारी असलेले अनेक प्रकल्प असतील. ते तुम्ही तुमच्या हाताखालच्या लोकांवर सोपवलेले असू शकतील. अर्थातच तुम्ही ते तुमच्या प्रतीक्षा यादीमध्ये समाविष्ट करू शकता; पण त्यांचा माग ठेवण्याकरता इतरांवर सोपवलेल्या प्रकल्पांची यादी तयार करणं सुज्ञपणाचं ठरू शकेल. मग तुम्ही फक्त त्या यादीचा नियमित आढावा घेऊन त्या यादीतील सर्व कामं व्यवस्थित चालू आहेत किंवा नाही हे पाहू शकाल.

विशिष्ट प्रकारचे प्रकल्प : काही व्यावसायिकांच्या बाबतीत, एकाच प्रकारचे अनेक प्रकल्प सांभाळणं हा त्यांच्या कामाचा भाग असतो. अशा वेळी प्रकल्प यादीचा उपविभाग म्हणून त्यांचा एक गट बनवणे उपयुक्त ठरू शकते. उदाहरणार्थ, एखादा कॉर्पोरेट प्रशिक्षक किंवा मुख्य वक्ता प्रकल्प सादरीकरण अशी एक स्वतंत्र यादी बाळगू शकेल, ज्यात त्या प्रकारचे सर्व आगामी प्रसंग क्रमवार नोंदवलेले असतील. हे प्रकल्पदेखील इतर प्रकल्पांसारखेच असतात. ते पूर्ण होईपर्यंत त्यांचा कृतीसंबंधानं आढावा घेणं आवश्यक असतं; पण इतर प्रकल्पांबरोबरच, हे प्रकल्पदेखील त्यांच्या क्रमानं एकाच यादीमध्ये संघटित केलेले असणं उपयुक्त ठरू शकतं.

तुम्ही जर जमीन खरेदी/विक्री व्यवसायात असाल, सल्लागार म्हणून सेवा देत असाल किंवा कुठल्याही व्यवसायातील मोजक्या ग्राहकांकरता प्रस्ताव तयार करून देणारे असाल तर तुमचे सगळे चालू स्थितीतले विक्रीविषयक संबंध एकाच दृष्टिक्षेपात दिसणं तुम्हाला उपयुक्त वाटण्याची शक्यता आहे. ही तुमच्या प्लॅनर किंवा डिजिटल प्रणालीमधली, विकसनाधीन ग्राहक प्रकल्प नावाची एक

> हवी तितकी सुलभता ज्यातून निर्माण होते, तीच व्यामिश्रतेची योग्य पातळी असते.

स्वतंत्र यादी असू शकते; पण ही यादी परिपूर्ण असली आणि त्यातल्या प्रत्येक गोष्टीचा तिच्यासंबंधीच्या ताज्या कृतीकरता नियमितपणे आढावा घेतला जात असेल, तरच ही पद्धत योग्य आणि उपयोगी ठरेल हेही ध्यानात घ्या.

काही लोकांना त्यांचं लक्ष असलेल्या महत्त्वाच्या क्षेत्रांनुसार प्रकल्पांची मांडणी करायला आवडतं, जसं पालकांनी त्यांच्या मुलांसंबंधीच्या प्रकल्पांचा मागोवा घेणं, एखाद्या उद्योजकानं, तो निभावत असलेल्या प्रत्येक भूमिकेनुसार प्रकल्पांचं विभाजन करणं. (आर्थिक, विक्रीविषयक, कार्यचालनविषयक इ.)

पुन्हा एकदा, तुम्ही तुमच्या प्रकल्पांचं वर्गीकरण कसं करता हे तितकं महत्त्वाचं नसतं जेवढं त्यांची यादी परिपूर्ण, अद्ययावत असणं आणि ती मेंदूबाहेर ठेवण्याच्या दृष्टीनं तिचं पुरेसं मूल्यमापन केलेलं असणं असतं. आता तुम्ही तुमची यादी कशीही संघटित करा, एकदा तुम्हाला तुमच्या व्यवस्थेचा अधिक अनुभव आला आणि कामामध्ये किंवा खासगी आयुष्यामध्ये तुमचं लक्ष असलेल्या गोष्टी बदलल्या की, तुमची ही मांडणी बहुतेक वेळा बदलत जाते.

उपप्रकल्पांचं काय?

तुमच्या काही प्रकल्पांमध्ये काही मोठे उपप्रकल्प असू शकतात आणि हे उपप्रकल्प तत्त्वतः मोठे प्रकल्प म्हणून बघितले जाऊ शकतात. उदाहरणार्थ, तुम्ही नव्या घरामध्ये राहायला जाता आहात आणि तत्पूर्वी त्या नव्या जागेच्या बहुतांश भागामध्ये नूतनीकरण किंवा बदल करून घेता आहात. अशा वेळी तुमच्याकडे लँडस्केपिंगला अंतिम स्वरूप देणं, स्वयंपाकघराचं नूतनीकरण करणं, तळघरातलं वायरिंग बदलणं इ. कृतीयोग्य गोष्टी असतील. यातलं प्रत्येक काम एकेका संपूर्ण प्रकल्पासारखंच असतं. मग ही सगळी कामं तुम्ही तुमच्या प्रकल्प यादीमध्ये, नव्या घरातील नूतनीकरणाची कामं करणं अशा एकाच नावाखाली घालणार की प्रत्येकाची स्वतंत्र नोंद करणार?

खरं तर तुम्ही उत्पादकतेच्या दृष्टीनं एखाद्या प्रकल्पाच्या सगळ्याच घटकांचा नियमितपणे आणि वारंवार आढावा घेत असाल तर यामुळे काही फरक पडत नसतो. तुमच्या प्रकल्पांची आडवी आणि उभी सुसूत्र मांडणी करण्याकरता कुठलंही बाह्य साधन किंवा संघटनाचा साचा आदर्श ठरणार नाही. कुठल्यातरी एकसंध मार्गानं (उदाहरणार्थ, साप्ताहिक आढावा) तुम्हाला संपूर्ण चित्राची माहिती घ्यावीच लागणार असते. जर तुम्ही तुमच्या प्रकल्प यादीत एकाच मोठ्या प्रकल्पाची नोंद केलीत तर त्यातल्या सगळ्या उपप्रकल्पांची सूची किंवा एकूणच प्रकल्प आराखडा तुम्हाला तुमच्या प्रकल्प आधार साहित्य यादीमध्ये ठेवावा लागेल. तुम्ही तुमच्या प्रकल्पांचा आढावा घेताना या मोठ्या प्रकल्पापर्यंत याल, तेव्हा तुम्हाला या

यादीचाही आढावा घ्यावा लागेल. एखाद्या प्रकल्पाचे मोठे तुकडे जर इतर तुकडे आधी पूर्ण होण्यावर अवलंबून असतील तर तुम्ही असंच करा, असं मी सुचवेन. त्या परिस्थितीत, तुमच्याकडे असे काही उपप्रकल्प दिसतील, ज्यावर कुठलीही पुढची कृती करणं आवश्यक नसेल, कारण एका अर्थी पुढे जाण्याकरता हे उपप्रकल्प इतर काही गोष्टी घडण्याच्या प्रतीक्षेत असतील. उदाहरणार्थ, कदाचित तळघरातलं वायरिंग बदलणं पूर्ण झाल्याशिवाय स्वयंपाकघराचं नूतनीकरण करणं तुम्हाला शक्य नसेल किंवा सध्या तुमच्या संपूर्ण नूतनीकरणाच्या प्रकल्पाचा एकच भाग तुम्हाला परवडत असेल; त्यामुळे तुमच्या प्राधान्यक्रमानुसार त्यांची मांडणी करणं सूज्ञपणाचं ठरेल. मात्र, लँडस्केपिंगला अंतिम स्वरूप देणं हे काम इतर कुठल्याही उपप्रकल्पावर अवलंबून नसल्यामुळे, ते तुम्ही सुरू करू शकता; त्यामुळे तुमची पुढची प्रत्येक कृती या संपूर्ण मोठ्या प्रकल्पाच्या कुठल्यातरी भागामध्ये ताजी असावी आणि स्वतंत्रपणे पुढे चालू राहावी असं तुम्हाला वाटेल.

कुठला मार्ग सर्वोत्तम आहे, याचा फारसा विचार करत बसू नका. तुमच्या मनामध्ये शंका असेल तर प्रकल्प यादीत एकाच मोठ्या प्रकल्पाची नोंद करून त्यातल्या सगळ्या उपप्रकल्पांची सूची प्रकल्प आधार साहित्यात टाका आणि तुमच्या साप्ताहिक आढाव्यामध्ये त्यांचा समावेश असल्याची खात्री करून घ्या, असं मी म्हणेन. तसं करणं फारसं योग्य वाटत नसल्यास, तुमच्या मूळ यादीमध्ये सक्रिय आणि स्वतंत्र उपप्रकल्पांच्या स्वतंत्र नोंदी करा.

प्रकल्प आणि उपप्रकल्पांची मांडणी कशी करायची हे तुम्ही ठरवा, फक्त त्यातले सर्व हलते भाग कुठे सापडतील हे तुम्हाला माहिती असण्याची आणि त्यांना तुमच्या मेंदूबाहेरच ठेवण्याकरता शक्य तितक्या वेळा त्यांचा आढावा घेण्याची काळजी घ्या.

तुमच्या प्रकल्प आणि उपप्रकल्पांचा एकाच पद्धतीनं माग ठेवण्याची कुठलीही आदर्श प्रणाली नाही. तुमच्याकडे प्रकल्प आहेत आणि त्यामध्ये काही घटक असतील, तर त्या घटकांचे उचित स्मरणक कुठे आहे, हे फक्त तुम्हाला माहीत हवं.*

---

* आत्ता हे लिहीत असताना मी कॅलिफोर्नियाहून युरोपमध्ये स्थलांतर करण्याच्या तयारीत आहे. गेल्या काही महिन्यांपासून माझ्या प्रकल्प यादीमध्ये ॲमस्टरडॅमला स्थलांतर करणं असा एक प्रकल्प आहे. गेल्या आठवड्यात, एकाच वेळी अनेक कामं संपवण्याची घाई सुरू झाली, तेव्हा मी या एका प्रकल्पाचे पंधरा भाग केले आणि त्यातल्या डच बँकेत खातं उघडणं इथपासून ते सांता बार्बरामध्ये माझ्याकडची चित्रं ठेवण्यासंबंधीच्या व्यवस्थेला अंतिम स्वरूप देणं इथपर्यंत प्रत्येक भागाकडे मला आता दर आठवड्याला लक्ष द्यावं लागणार आहे.

प्रकल्प आधार साहित्य

प्रकल्प आधार साहित्य म्हणजे प्रकल्पसंबंधित कृती नव्हे आणि ते म्हणजे प्रकल्पसंबंधित स्मरणकंदेखील नाहीत. प्रकल्पासंबंधीच्या तुमच्या विचारांना आणि कृतीला आधार देणारी ती संसाधनं असतात.

आधार साहित्याचा उपयोग स्मरणक म्हणून करू नका. सर्वसाधारणपणे लोक आपल्याकडे १) प्रकल्प आहेत आणि २) त्यांच्या संबंधात आपल्याला काहीतरी करायचं आहे, याची स्मरणकं म्हणून कागदांचे गठ्ठे किंवा जाडजूड फोल्डर्स किंवा अनेक ई-मेल्स, डिजिटल दस्तऐवज इ. सांभाळत असतात. हे लोक खरंतर आधार साहित्याचा उपयोग स्मरणक म्हणून करत असतात. इथे समस्या अशी असते की, सहसा या प्रकल्पांच्या बाबतीतल्या पुढच्या कृती आणि प्रतीक्षेत असलेल्या गोष्टी अद्याप ठरवलेल्या नसतात आणि मानसिकदृष्ट्या या दोन्ही गोष्टी अजूनही त्या कागदांच्या गठ्ठ्यामध्ये कुठेतरी दडलेल्या असतात; त्यामुळे संबंधित व्यक्तीला कृती करण्याकरता आपल्याकडे आकर्षित करण्याऐवजी त्याला किंवा तिला परावृत्त करणारी गोष्ट, असं काहीसं वलय त्या गठ्ठा किंवा फोल्डरभोवती निर्माण होतं. माझ्याबद्दल काहीतरी करा! माझ्याबद्दल काहीतरी निर्णय घ्या! माझ्या संदर्भात कशाचा तरी पाठपुरावा करा! असा एक सुप्त धोशा हा गठ्ठा तुमच्या मागे लावत असतो. तुम्ही जेव्हा दिवसभराच्या कामाच्या घाईत असता, तेव्हा तुम्ही येता-जाता कधीतरी या फायली उचलून करण्यासारख्या कृती शोधण्याची शक्यता खूप कमी असते. या भल्या मोठ्या फायली किंवा गठ्ठे काही करण्याकरता तुम्हाला प्रेरणादायक तर ठरत नाहीतच; उलट त्यांचे आकार तुमच्या चिंतेचे कारण बनतात.

> तुमच्या अवतीभोवती असं काय आहे, जे मानसिकदृष्ट्या सतत तुमच्याशी बोलत असतं आणि त्याच्याबद्दल काहीतरी करायला सांगत असतं?

तुम्ही जर अशा परिस्थितीमध्ये असाल तर प्रथम पूर्ण होणं आवश्यक असलेलं स्मरणक म्हणून तो मोठा प्रकल्पच तुमच्या प्रकल्प यादीमध्ये टाकून द्या. त्यानंतर पुढच्या कृती आणि प्रतीक्षा यादीतील गोष्टी त्यांच्या उचित कृती स्मरणक याद्यांमध्ये टाका. शेवटी जेव्हा कुणाला तरी या प्रकल्पाबद्दल फोन करण्यासारखी प्रत्यक्ष कृती करण्याची वेळ येईल, तेव्हा त्या संभाषणाच्या वेळी आधार म्हणून जे काही साहित्य तुम्हाला हाताशी हवंसं वाटेल, ते बाहेर काढा.

पुन्हा एकदा सांगायचं तर तुमच्या आधार साहित्याचा उपयोग तुम्ही काय करायचं याचं प्राथमिक स्मरणक म्हणून करायला नको. ते काम तुमच्या कृतींच्या यादीवर सोपवून टाका. मात्र, आधार साहित्यामध्ये जर

विविध प्रकारच्या साठवलेल्या आणि संदर्भाकरता असलेल्या माहितीबरोबरच प्रकल्प आराखडे आणि आढावे असतील तर फायलिंग कॅबिनेटमध्ये किंवा संगणकावर, शुद्ध संदर्भ साहित्यापेक्षा हे साहित्य जरा जास्त वेळा दृष्टीस पडेल असं हवं. तुमच्या प्रत्येक साप्ताहिक आढाव्याच्या वेळी जर तुम्ही इमानेइतबारे फाइल-ड्रॉवर्स बाहेर ओढून किंवा संगणक सुरू करून या साठवलेल्या गोष्टी पाहणार असाल तर आधार साहित्य तिथे ठेवण्यासही हरकत नाही; तसं नसेल तर मात्र प्रकल्प आधार साहित्याच्या फायली नेहमी वापरात असलेल्या फाइल-साठ्यात किंवा तुमच्या टेबलावर, सहज दिसेल अशा एका स्वतंत्र प्रलंबित ट्रेमध्ये ठेवा.

नव्या जागेत राहायला जाण्याच्या आपल्या उदाहरणाकडे परत वळायचं, तर तुम्ही नवं घर असं एक वेगळं फोल्डर तयार करू शकता. त्यात तुम्ही लँडस्केपिंग, स्वयंपाकघर आणि तळघराशी संबंधित सगळे आराखडे, तपशील आणि टिपा ठेवू शकाल. तुमच्या साप्ताहिक आढाव्यामध्ये तुम्ही जेव्हा प्रकल्प यादीतल्या नव्या घराचं नूतनीकरणाचं काम संपवणं या नोंदीपर्यंत येऊन पोहोचाल, तेव्हा तुम्ही लगेच नवं घर फोल्डर बाहेर काढून त्यातल्या तुमच्या सगळ्या टिपा पाहू शकाल आणि एखादी संभाव्य - पुढची कृती नजरचुकीनं राहून तर गेली नाही ना, हेही तपासून पाहू शकाल. मग त्या फोल्डरमध्ये नोंदवलेल्या सर्व कृती एकतर केल्या जातील, कुणावर तरी सोपवल्या जातील किंवा लांबणीवर टाकल्या जाऊन तुमच्या कृतींच्या याद्यांमध्ये समाविष्ट होतील आणि ते फोल्डर पुन्हा त्याच्या जागी जाईल. पुढच्या वेळी जेव्हा तुम्हाला त्याची गरज पडेल तेव्हा अथवा पुढच्या साप्ताहिक आढाव्याच्या वेळी ते पुन्हा बाहेर काढलं जाईल.

संभाव्य आणि सद्य ग्राहकांशी व्यवहार करणाऱ्या अनेक लोकांनी, अकाउंट मॅनेजमेंट करण्याकरता ग्राहक फोल्डर्स आणि/किंवा सीआरएम सॉफ्टवेअरचे प्रयोग केलेले आहेत. इथे समस्या अशी आहे की, त्यातलं काही साहित्य म्हणजे फक्त माहिती आणि मागचा डेटा असतो. ते लागतील तेव्हा पार्श्वभूमी समजावून घेण्याकरता सांभाळायचे असतात. त्यांपैकी काही साहित्य त्या ग्राहकाशी संबंध वाढवण्याकरता आवश्यक असलेल्या कृतींचा माग ठेवण्याकरता उपयुक्त असतं. हे दुसऱ्या प्रकारचं साहित्य तुमच्या कृतींच्या याद्यांच्या प्रणालीमध्ये चांगल्या प्रकारे संघटित करता येऊ शकतं. ग्राहकाची माहिती ही फक्त माहितीच असते आणि ती त्या ग्राहकाच्या सर्वसाधारण-संदर्भ फायलीमध्ये किंवा ग्राहक-केंद्रित माहिती संचयामध्ये ठेवली जाऊ शकते. मला जर एखाद्या ग्राहकाला फोन करायचा

असेल तर त्याचं स्मरणक माझ्या फोन कॉल्स यादीशिवाय अन्य कुठेही असलेलं मला चालत नाही.*

आयत्या वेळच्या प्रकल्पासंबंधी विचारांचं संघटन

प्रकरण ३ मध्ये मी असं सुचवलं होतं की, प्रकल्पासंबंधीच्या अनेक कल्पना तुम्हाला येता-जाता सुचत राहतील आणि त्या पुढच्या कृतीच असतील असं नाही; पण तुम्हाला त्या सांभाळाव्यात असं वाटू शकेल. अशा कल्पना प्रकल्प आधार साहित्य या ढोबळ वर्गामध्ये मोडतात आणि त्यात, तुमच्या पुढच्या मोठ्या सुट्टीमध्ये तुम्हाला काय करायला आवडेल यापासून ते एखाद्या प्रकल्प आराखड्यातील मोठ्या भागासंबंधीचं स्पष्टीकरण इथपर्यंत काहीही असू शकते. असे विचार तुम्हाला तुम्ही गाडी चालवताना किंवा त्या विषयाशी संबंधित लेख वाचतानादेखील सुचू शकतील. अशा साहित्याचं काय करायचं?

इथे मी अशी शिफारस करेन की, तुम्ही संबंधित प्रकल्प किंवा विषयांचा माग कुठल्या बाबींमध्ये ठेवत आहात, त्या अनुषंगाने त्यात जास्तीच्या माहितीची भर तुम्ही कशी घालाल आणि त्याच्याशी निगडित अधिक व्यापक माहिती तुम्ही कुठे साठवून ठेवू शकाल, यावर विचार करा. बहुतेक व्यावसायिक लोकांपुढे आधार साहित्य हाताळण्याचे अनेक पर्याय उपलब्ध असतील. त्यात यादीतल्या एखाद्या गोष्टीला टिपा जोडणं, ई-मेल किंवा डेटाबेसमधली डिजिटल माहिती संघटित करणं आणि कागद-स्वरूपातील फायली आणि वह्यांमधल्या नोंदी सांभाळणे या गोष्टींचा समावेश असू शकेल.

> कुठल्याही प्रकल्प, सूत्र किंवा विषयावरची एखादी कल्पना गमावण्याचं काहीही कारण नसतं.

जोडलेल्या टिपा : संघटनाच्या बहुतेक सॉफ्टवेअरमध्ये एखादी यादी किंवा कॅलेंडरवरील नोंदीला तुम्हाला डिजिटल टीप जोडता येते. तुम्ही जर प्रकल्प यादी सॉफ्टवेअरमध्येच ठेवत असाल, तर तुमच्या मनात आलेली कल्पना ज्या प्रकल्पाबद्दल

---

* कृतीसंबंधी स्मरणकांना चालना देण्याची सोय इ. क्षमता असलेल्या सीआरएम किंवा अन्य प्रणालींद्वारे कार्यप्रवाहाचं यांत्रिकीकरण करण्यात सॉफ्टवेअर तंत्रज्ञान प्रगती करतच राहणार आहे. तत्त्वतः यामुळे एकेका सुट्या गोष्टींचा मागोवा घेण्याची गरज संपुष्टात येणार आहे. प्रत्यक्षात मात्र प्रत्येक व्यक्ती सॉफ्टवेअरनं जन्म दिलेल्या आणि ती जबाबदार असलेल्या कामामध्ये आणि ही कामं आपल्या एकूण व्यवस्थेअंतर्गत हाताळण्यात गुंतलेलीच राहणार आहे. याशिवाय, आपल्या कामांमधल्या आणि त्यांच्यासंबंधीच्या कृतींमधल्या अस्थायी गोष्टी एवढ्या सूक्ष्म असतात की, किमान नजीकच्या भविष्यकाळात तरी तंत्रज्ञान कितीही प्रगत झालं तरी त्या बाबतीत त्यावर संपूर्ण विसंबून राहणं आपल्याला शक्य होणार नाही.

असेल, तो उघडा आणि त्याला नोट अटॅच करून त्यात तुमची कल्पना टाइप करा. पाकिटामागे लिहिलेली कल्पना संकलित करण्याचा हा सर्वोत्तम मार्ग आहे. तुमची प्रकल्प यादी जर कागदस्वरूपात असेल तर तुमच्या मूळ यादीतील संबंधित कलमाच्या बाजूला आणि जर प्रत्येक प्रकल्पाकरता स्वतंत्र कागद असेल तर संबंधित कागदाला पोस्ट-इट लावून टाका. काहीही झालं, तरी तुमच्या प्रकल्पाचा तुम्ही आढावा घ्याल, तेव्हा त्यातील माहितीचा उपयोग करून घेण्याकरता ती जोडलेली टीप वाचायची आठवणं आवश्यक आहे.

ई-मेल आणि सॉफ्टवेअर प्रणाली : प्रकल्पासंबंधी कल्पना किंवा विचार हाताळण्याकरता डिजिटल विश्वामध्ये अनंत मार्ग उपलब्ध आहेत. तुमच्या प्रकल्पांसंबंधी चांगली माहिती ज्यामध्ये आहे, अशा ई-मेल्स एका खास फोल्डरमध्ये त्याला योग्य ते नाव देऊन ठेवता येऊ शकतील. एखादा प्रकल्प किंवा विषयावर तुमच्याकडे प्रचंड संख्येनं ई-मेल्स असतील तर अमुक प्रकल्प - वर्तमान गोष्टी आणि अमुक प्रकल्प - संचयित गोष्टी असे दोन फोल्डर तयार करा किंवा असंच आणखी काही करा. विशिष्ट प्रकल्प किंवा विषयावरचे तुमचे विचार संघटित करण्याकरता एक अधिक काटेकोर डिजिटल डेटाबेस तयार करणंही तुम्हाला उपयुक्त वाटू शकेल. चालू शतकामध्ये, हव्या त्या प्रकारे वापरण्याची सोय असलेल्या सोप्या आणि सुंदर, क्लाउड-आधारित नोंदणी व संघटन सॉफ्टवेअर प्रणालींपासून ते ग्रुप शेअरिंग फाइल आणि प्रकल्प व्यवस्थापन सॉफ्टवेअरपर्यंत आणि मनात येईल ते साठवण्याची, तसंच लेखन किंवा संशोधनाचे विस्तृत प्रकल्प संघटित करण्याची सोय असलेल्या वैयक्तिक प्रकल्प संघटन प्रणालीपर्यंत प्रचंड संख्येनं साधनं उपलब्ध झाली आहेत.

डिजिटल प्रकल्प साह्यासाठीच्या असंख्य विकल्पांबाबतच्या चांगल्या बातमीबद्दलची वाईट गोष्ट म्हणजे संभाव्य उपयुक्त माहिती इतक्या विविध ठिकाणी आणि गोष्टींमध्ये विखरून ठेवायला आपल्याला भरीला पाडलं जातं. आपण पुन्हा पूर्वपदावर येऊन पोहोचतो, म्हणजेच कुठे काय आहे, हे आपल्याला माहिती नसतं, योग्य वेळी आणि योग्य दृष्टीनं आपण सर्व गोष्टी एकत्रितपणे पाहू शकत नाही आणि कुठली माहिती नेमकी कुठे ठेवावी हेही आपल्याला कळेनासं होतं; त्यामुळे पुन्हा एकदा आपण सगळ्या गोष्टी आपल्या डोक्यातच ठेवायला लागतो. मी ज्या विविध गोष्टी करत असतो, त्यांच्याशी संबंधित माहितीचा मागोवा घेण्याचे नवनवे, रोचक मार्ग मला सापडत राहतात; पण जेव्हा एक सुस्पष्ट आणि सहजप्राप्य प्रकल्प यादी माझ्याकडे असते आणि योग्य

> डिजिटल विश्वातला एक अंगभूत धोका म्हणजे, समन्वयाचे कुठलेही धागे नसताना कितीही मोठ्या प्रमाणात, कितीही विविध ठिकाणी माहिती साठवता येते.

वेळी, योग्य माहितीकरता मी माझ्या संघटनाच्या एकूण व्यवस्थेतल्या संबंधित भागांवरून नजर फिरवतो, तेव्हाच मला आश्वस्त वाटतं.

कागदी फायली : तुम्ही जर कागदस्वरूपातलं साहित्य गोळा करत असाल तर प्रत्येक प्रकल्पाकरता एक स्वतंत्र फाइल-फोल्डर असणं उपयुक्त ठरतं. हे तंत्रज्ञान उच्च नसेल; पण ते दिसायला छानच दिसतं. साधेपणा आणि हाताळण्यातली सुलभता सर्वसाधारण-संदर्भ फायलिंग प्रणालीकरता खूप फायदेशीर असतात. एखाद्या बैठकीमध्ये निर्माण झालेल्या चिठ्ठ्या-चपाट्यांकरतासुद्धा एक फोल्डर करणं त्यात सोपं असतं. काही वेळा नियोजन सत्रांमध्ये आणि संभाषणादरम्यान संबंधित प्रकल्पविषयक माहिती एका शारीर फोल्डरमध्ये चटकन पाहणं किंवा वाचणं, डिजिटल स्वरूपातले तिचे तुकडे शोधत बसण्यापेक्षा खूप सोपं जातं. प्रकल्पाशी निगडित स्प्रेडशीट, वेळापत्रकं, ई-मेल्स, वेबपेजेस इ. गोष्टी मी बरेचदा संबंधित चर्चेच्या वेळी प्रिंट करून हातात ठेवत असतो.

वह्यांचे कागद : सुट्या पानांच्या वह्यांचा एक मोठा फायदा म्हणजे त्यात एखाद्या प्रकल्पाकरता तुम्ही एक संपूर्ण पान किंवा काही पानांचा संच राखून ठेवू शकता. एका मध्यम आकाराच्या वहीमध्ये पहिल्या अर्ध्या भागात प्रकल्प यादी आणि दुसऱ्या अर्ध्या भागात प्रकल्प आधार यादी असे दोन भाग करून ती वापरणं, हे मी वर्षानुवर्षं केलं आहे. माझ्या यादीतल्या प्रकल्पासंबंधीचे, मला सुचतील ते आणि सुचतील तसे विचार किंवा योजना आणि तपशील लिहिण्याकरता मला त्यात कोरी पानं नेहमीच उपलब्ध होत असत. वैयक्तिक प्रणालीच्या कागदस्वरूपी गोष्टींच्या जागी आता हळूहळू डिजिटल साधनं येत असली, तरी वही अमूल्यच आहे. सुदिग्दर्शित विचारांकरताची ती एक अधिक एकात्म आणि बहुस्तरीय जागा आहे, असे मला वाटते.

प्रकल्पासंबंधीचे विचार संघटित करण्याकरता वर दिलेली प्रत्येक पद्धत परिणामकारक ठरू शकते. तुमच्या प्रकल्पासंबंधी टिपांमध्ये अंतर्भूत असलेल्या कृती सातत्याने शोधणं आणि प्रकल्पाच्या स्वरूपानुसार तुम्हाला वाटेल तितक्या वेळा त्या टिपांचा आढावा घेणं हे महत्त्वाचं असतं.

टिपा निष्क्रिय किंवा गैरलागू ठरताच त्या काढून टाकणंसुद्धा आवश्यक ठरेल अन्यथा संपूर्ण प्रणालीच शिळी व्हायला सुरुवात होईल. अशा प्रकारचे विचार संकलित करणं मला खूपच मोलाचं असतं असा माझा अनुभव आहे, त्याचं कारण मी त्यातल्या प्रत्येक विचार किंवा कल्पनेचा वापर करतो (बहुतेकांचा उपयोग होत नाहीच!) असं नाही; पण ते मला माझ्या विचारप्रक्रियेत सतत मदत करत असतात.

मात्र, माझे जुने विचार, ते उपयोगी नसतानाही फक्त ते आहेत अशा गैरसमजुतीतून, फार काळ माझ्याजवळ ठेवत नाही.

कृती न करण्याजोग्या माहितीचं संघटन

बहुतेक लोकांच्या व्यक्तिगत व्यवस्थापन प्रणालींच्या बाबतीतली सर्वांत मोठी समस्या म्हणजे ते त्यांच्या कृतीयोग्य गोष्टी इतर प्रचंड मोठ्या, महत्त्वाच्या; पण कृतीची गरज नसलेल्या डेटा आणि साहित्यामध्ये मिसळून टाकतात. आपल्या जीवन आणि कामामधल्या, कृती न करण्याजोग्या गोष्टींचं व्यवस्थापन करण्याकरता एक चांगली व्यवस्था असणं हे आपल्या कृती आणि प्रकल्प स्मरणकांच्या व्यवस्थापनाइतकंच महत्त्वाचं असतं. अशा गोष्टी नीट हाताळल्या गेल्या नाहीत तर त्या संपूर्ण प्रणाली तुंबवून टाकतात.

कृती न करण्याजोग्या गोष्टी तीन वर्गांमध्ये मोडतात : संदर्भ साहित्य, ज्या गोष्टींबद्दल आता नाही, तरी नंतर कधीतरी कृती करणं आवश्यक असू शकतं, त्यांची स्मरणकं आणि ज्या गोष्टी तुम्हाला अजिबात लागणार नाहीत (कचरा) त्या.

संदर्भ साहित्य

सर्वसाधारणपणे तुमच्या जीवनात आणि तुमच्या टेबलावर येणाऱ्या बऱ्याच गोष्टी या संदर्भ साहित्य प्रकारच्या असतात. त्यावर सध्या काही कृती करण्याची गरज नसते; पण ही माहिती तुम्हाला विविध कारणांकरता सांभाळून ठेवायची असते. या बाबतीत, नेमकी किती माहिती सांभाळायची, तिच्याकरता किती जागा सोडायची, ती कुठल्या स्वरूपात साठवायची आणि ती कुठे साठवायची, हेच तुमचे मोठे निर्णय असतात. यातले बहुतेक निर्णय वैयक्तिक आवडनिवड किंवा सोय किंवा कायदेशीर बाजूच्या आधारे, वैयक्तिक अथवा संस्थात्मक पातळीवर घ्यायचे असतात. तुमच्या संदर्भ साहित्याकडे तुम्ही, फक्त तुमची आवड किंवा गरजेच्या दृष्टीनं खूप जास्त किंवा खूप अपुरी माहिती असल्यामुळे तुमच्या व्यवस्थेमध्ये तुम्हाला काही बदल करायचा असेल, तरच लक्ष द्यायला हवं.

हातात असलेला कामाचा ढीग ही बहुतेक लोकांची एक मानसिक समस्या असते. कारण त्यातल्या कुठल्या गोष्टी कृतीयोग्य आहेत आणि कुठल्या नाही, हे त्यांनी अद्याप ठरवलेलं नसल्यामुळे तो एक ढीगच राहिलेला असतो. एकदा अशी विभागणी करून टाकल्यावर जे संदर्भ साहित्य उरते, त्याच्याशी कुठलीही कृती निगडित नसते. तो फक्त तुमचा माहितीसंचय असतो. मग तुम्हाला हा संचय नेमका किती असावा एवढाच निर्णय घ्यायचा असतो. ही कृती-व्यवस्थापन पद्धत संपूर्णपणे कार्यान्वित झाल्यावर तुमच्याकडे (डिजिटल किंवा प्रत्यक्ष) जेवढी जागा असेल,

तेवढं साहित्य तुम्ही जमा करत राहू शकता. मी माझ्या संगणकाची हार्ड डिस्क वाढवल्यामुळे आणि बाह्य हार्ड डिस्क्स, तसेच क्लाउडच्या रूपात बॅकअपची क्षमता अक्षरशः अमर्याद वाढवून घेतल्यामुळे मी त्यावर तेवढ्याच जास्त ई-मेल्स आणि डिजिटल फोटो साठवून ठेवलेले आहेत. आता शुद्ध संदर्भ साहित्य कितीही प्रमाणात वाढलं, तरी त्याचा माझ्या मनावर परिणाम होत नसल्यामुळे मला त्याची चिंता करण्याचं कारण नाही.

विविध संदर्भ व्यवस्था

संदर्भ साहित्य आता नानाविध प्रकारांमध्ये उपलब्ध होत असतं (विषय आणि माध्यमांच्या परिभाषेत) आणि ते संघटित करण्याचेही असंख्य मार्ग आहेत. त्यातल्या काही सर्वांत जास्त प्रचलित मार्गांचा आपण थोडक्यात आढावा घेऊ या.

- सर्वसाधारण-संदर्भ फायलिंग - कागद, ई-मेल किंवा साध्या डिजिटल साठवणस्वरूपात
- मोठ्या वर्गांनुसार फायलिंग
- कॉन्टॅक्ट मॅनेजर्स
- लायब्ररी आणि आर्काइव्हज

तुमची संदर्भ आणि फायलिंग प्रणाली सहज वापरता येणारी व माहितीची लायब्ररी असावी - कृती, प्रकल्प, प्राधान्यक्रम किंवा संभाव्य ग्राहकांचं स्मरण करून देणारं स्मरणक नाही.

सर्वसाधारण-संदर्भ फायलिंग : मी यापूर्वी सांगितल्याप्रमाणे, तुमची कामं संघटित करणं आणि त्यावर करण्याकरता एक चांगली फायलिंग प्रणाली असणं खूप महत्त्वाचं आहे. या ना त्या कारणाकरता तुमच्या दृष्टीनं मौल्यवान असलेलं कागद स्वरूपातील साहित्य आणि अचानक येऊन पडणारी डिजिटल माहिती हाताळण्याकरताही ती आवश्यक ठरते आणि हे दोन्ही प्रकार साठवण्याचा एक मार्ग तुम्हाला आवश्यक असतो. तुमच्या इन-ट्रेवर प्रक्रिया करत असताना खरंतर तुम्ही एक सर्वसाधारण-संदर्भ फायलिंग प्रणाली निर्माण केली असेलच. या फायलिंग प्रणालीत, नंतर कधीतरी लागू शकणारा एकुलता एक कागद किंवा तुम्ही ऑनलाइन वाचलेला एखादा लेख ठेवणंदेखील तुम्हाला अवघड वाटायला नको आणि ती इतकी अनौपचारिक आणि सुलभ हवी की, काम करताना, वैयक्तिक प्रशासकीय कामं करताना किंवा आढावा घेताना एखादी गोष्ट त्यात फाइल करण्याचं काम चुटकीसरशी आणि तिथल्या तिथेच करता यायला हवं. तुमची व्यवस्था अजून इतकी सोयीची झालेली नसेल तर मदत घेण्याकरता पुन्हा एकदा प्रकरण ४ पाहा.

बहुतेक लोकांना या कामात, कागदी फाइल्स ठेवण्याचे एक ते चार ड्रॉवर्स, डझनभर ई-मेल संदर्भ फोल्डर्स आणि अन्य डिजिटल साठवणीच्या जागा लागतात, आणि वर्गवारीसाठी शेकड्यांनी वर्ग आवश्यक ठरतात.* खुद्द इंटरनेटसुद्धा एका भल्यामोठ्या फायलिंग कॅबिनेटपेक्षा अधिक काही नाही; त्यामुळे तुम्ही स्वतंत्र डिजिटल संग्रहालय ठेवण्यापासून मुक्त राहता आणि तुमच्या प्रणालीअंतर्गत तुम्हाला संकलित आणि संघटित करावी वाटू शकेल अशा प्रकारची प्रचंड माहिती तुम्हाला उपलब्ध असते.

सतत वाढत जाणारा माहितीचा आणि ती वापरण्याच्या व संघटित करण्याच्या मार्गांचा पसारा कृतीयोग्य आणि अ-कृतीयोग्य माहिती वेगळी करण्याची तसेच संदर्भाच्या माहितीच्या साठवणीची एक सहज वापरता येणारी प्रणाली निर्माण करण्याची आणि सांभाळण्याची गरज वाढवतो आहे.

मोठ्या वर्गांनुसार फायलिंग : पन्नासपेक्षा जास्त फाइल-फोल्डर्स आणि/किंवा मोठे दस्तऐवज लागणाऱ्या कुठल्याही विषयाचा एक स्वतंत्र विभाग, ड्रॉवर किंवा डिजिटल डेटाबेस हवा आणि त्यात आद्याक्षरं किंवा अन्यप्रकारे सहज शोधण्याची प्रणाली असायला हवी. उदाहरणार्थ, तुम्ही एखाद्या कंपनीच्या विलीनीकरणाची प्रक्रिया हाताळत असाल आणि तुम्हाला प्रचंड प्रमाणात कागदपत्रं सांभाळावी लागत असतील, तर ड्यू-डिलिजन्स प्रक्रियेमध्ये आवश्यक असलेली सगळी कागदपत्रं ठेवण्याकरता तुम्हाला दोन किंवा तीन अख्खी फाइल कॅबिनेट्स लागू शकतील. तुम्हाला जर बागकाम, नौकानयन किंवा स्वयंपाकाची आवड असेल तर त्या छंदाकरता तुम्हाला किमान एक ड्रॉवर लागू शकेल.

तुमचं लक्ष केंद्रित करण्याच्या एका क्षेत्राशी निगडित आधार साहित्य दुसऱ्या क्षेत्राशी निगडित साहित्याशी मिळतं-जुळतं असेल तर ते सर्वसाधारण संदर्भ म्हणून साठवावं की विशेष संदर्भ म्हणून, असा पेच तुम्हाला पडू शकेल.

बागेचं लाकडी कुंपण या विषयावर एक खूपच चांगला लेख तुमच्या वाचण्यात आला आणि तुम्हाला तो सांभाळून ठेवावा वाटला, तर तो बाग फाइल कॅबिनेटमध्ये जायला हवा की घरगुती प्रकल्पासंबंधीच्या इतर माहितीमध्ये? एक सर्वसाधारण

---

* मी थोडा खवय्या असल्यामुळे मी जगभरातल्या अनेक रेस्तराँची माहिती माझ्याजवळ ठेवली आहे. ती एका सॉफ्टवेअरमध्ये आहे आणि त्यात मी ठिकाण-लंडन-रेस्तराँ अशी सूचना देऊन माझी यादी पाहू शकतो. निव्वळ मी कधीतरी जाऊ शकेन असे रेस्तराँ, या एकाच विषयावर माझ्या संगणकावर शेकडो फोल्डर आणि सबफोल्डर भरलेले आहेत.

नियम म्हणून, अगदी थोड्या स्वतंत्र विषयांच्या अपवादाने एकच सर्वसाधारण-संदर्भ प्रणाली ठेवणं चांगलं असतं.

कॉन्टॅक्ट मॅनेजर्स : जी माहिती तुम्ही सांभाळून ठेवणं आवश्यक असतं, त्यातली बरीचशी माहिती तुमच्या नियमित संपर्कात असलेल्या लोकांशी निगडित असते. सर्व प्रकारच्या संपर्क-माहितीचा माग ठेवणं तुम्हाला आवश्यक असतं - घरचे आणि ऑफिसचे फोन क्रमांक आणि पत्ते, मोबाइल फोन क्रमांक, ई-मेल अॅड्रेस इ. त्याशिवाय त्यांचे वाढदिवस, मित्र आणि सहकाऱ्यांच्या कुटुंबीयांची नावं, छंद, आवडीच्या गोष्टी वगैरे वगैरे. ही माहितीदेखील कदाचित तुम्हाला सांभाळावी वाटू शकेल. एक काटेकोरपणे वागणारा व्यावसायिक म्हणून तुम्हाला तुमच्या कर्मचाऱ्यांच्या कामावर रुजू होण्याच्या तारखा, कामगिरी मूल्यमापनाच्या तारखा, ध्येयं आणि उद्दिष्टं आणि त्या संदर्भातील माहिती, कर्मचारी विकासाच्या तसेच कायद्याच्या दृष्टीनं सांभाळावी असं वाटू शकेल.

बहुतेक कागदी किंवा डिजिटल ऑर्गनायझर्समधला (आणि कॅलेंडरचा) कॉन्टॅक्ट्स विभाग त्यांचा सर्वांत जास्त वापरला जाणारा घटक असावा. फोन क्रमांक आणि ई-मेल पत्त्याची माहिती ठेवण्याची गरज प्रत्येकाला असतेच. हे निव्वळ आणि शुद्ध संदर्भ साहित्य आहे, हे इथे समजून घ्यायला हवं. त्याबाबत कुठलीही कृती करायची नसते, ही माहिती तुम्हाला भविष्यात कधीतरी उपयोगी पडू शकते. आता जग एवढं डिजिटल झालं असूनही, अनेक लोकांकडे अजून बिझनेस कार्डांचे गठ्ठेच्या गठ्ठे माझं काहीतरी करा, माझं काहीतरी करा असं सुप्तपणे ओरडत पडलेले आहेत.

पण एकदा का तुम्ही त्या माहितीतून कृतीयोग्य गोष्टी वेगळ्या काढल्या की, मग तुमच्या व्यक्तिगत सोयीव्यतिरिक्त ही माहिती कशी संघटित करायची हे काही फार मोठं गूढ उरत नाही. पुन्हा एकदा, लोक जेव्हा त्यांच्या कॉन्टॅक्ट मॅनेजरकडे कृतीचं स्मरण करून देणारं साधन म्हणून पाहतात, तेव्हा मात्र समस्या उभी राहते. तुमची कॉन्टॅक्ट मॅनेजर प्रणाली जर ग्राहकांची माहिती आणि योग्य नावं दिलेले कृतीप्रवर्तक अशा दोन्हींचा समावेश असलेल्या एखाद्या उत्तम सीआरएम प्रणालीचा एक भाग नसेल तर हे निरर्थक असतं. तुमच्या परिचयाच्या सगळ्या लोकांशी निगडित सर्व कृती तुमच्या कृतींच्या स्मरणकांच्या यादीमध्ये टाकून झाल्यानंतर कॉन्टॅक्ट मॅनेजर निव्वळ माहिती साठवण्यापुरताच उरतो.

त्यानंतर मग हवी तेव्हा तुम्ही वापरू शकण्याच्या दृष्टीनं त्यातली किती माहिती, कुठे आणि कुठल्या साधनामध्ये साठवून ठेवणं आवश्यक आहे, एवढाच प्रश्न शिल्लक राहतो. या बाबतीत बिनचूक असं काहीही नसतं; पण इंटरनेटला जोडलेल्या मोबाइल डिजिटल साधनांची शक्ती त्यांच्या विविध माहितीसाठ्यांशी

असलेल्या जोडांसह वाढत जाते, तेव्हा वापराची सहजता आणि विकल्पांबाबतचा गोंधळ वाढतच जाईल.

लायब्ररी आणि आर्काइव्हज - व्यक्तिगत पातळ्या : उपयुक्त माहिती विविध पातळ्यांवर असू शकते. तुम्ही जेवढं खोल जाल तेवढं तुम्हाला अगदी काहीही शोधता येऊ शकतं. तुमच्या गरजा काय आहेत, तुम्हाला कुठल्या पातळीपर्यंतचा उपलब्ध डेटा झेपतो आणि जागतिक माहितीसोबत तुम्हाला जोडणारं तंत्रज्ञान, अशा अस्थायी गोष्टी पाहता किती माहिती सांभाळायची, कुठे ठेवायची आणि कुठल्या स्वरूपात साठवायची ही सत्य परिस्थिति सतत बदलत राहील. तुमच्या व्यक्तिगत संघटनाच्या आणि उत्पादकतेच्या सापेक्ष, जोपर्यंत तुमचे सगळे प्रकल्प आणि सगळ्या कृती तुम्ही नियमितपणे वापरत असलेल्या नियंत्रण प्रणालीमध्ये असतात, तोपर्यंत ही काही मुख्य समस्या नसते; त्यामुळे सर्वच प्रकारचं संदर्भ साहित्य हे फक्त तुमचे विशिष्ट कल आणि तुमच्या गरजांनुसार वापरण्याचं साहित्य बनतं.

> साहित्य जर फक्त संदर्भाकरताच असेल तर ते सांभाळण्याकरता वेळ आणि जागा खर्च करण्याइतकं ते महत्त्वाचं आहे काय, एवढाच प्रश्न आहे.

काही प्रमाणात सातत्य असेल, तर गोष्टी नेहमीच सोप्या होतात. कुठल्या प्रकारच्या गोष्टी तुम्हाला सतत आपल्याजवळ ठेवण्याची गरज असते? तशा गोष्टी तुमच्या सर्वसमावेशक मोबाइल फोन किंवा नोटबुक संगणकामध्ये असायला हव्यात. बैठका किंवा कार्यालयाबाहेरच्या (ऑफ-साइट) घटनांकरता तुम्हाला नेमकी कशाची गरज भासते? त्या गोष्टी तुमच्या ब्रीफकेस, बॅग किंवा पर्समध्ये हव्यात. ऑफिसमध्ये बसून काम करताना तुम्हाला कशाची जरूर भासते? ते सर्व तुमच्या व्यक्तिगत फायलिंग प्रणालीत किंवा नेटवर्कमध्ये असलेल्या संगणकामध्ये असावं आणि तुमच्या कामाच्या बाबतीतल्या, क्वचितच उद्भवणाऱ्या प्रसंगांबाबत काय? त्याकरता लागणारं साहित्य तुमच्या विभागाच्या फायलींमध्ये किंवा कार्यालयापासून दूर असलेल्या साठवणीमध्ये किंवा डिजिटल क्लाउडमध्ये आर्काइव्ह करायला हवं. इंटरनेटवर, तुम्हाला हव्या तेव्हा सापडू शकणाऱ्या गोष्टी कोणत्या? तुम्ही इंटरनेट कनेक्शन नसलेल्या ठिकाणी असल्याशिवाय या प्रकारच्या माहितीकरता तुम्हाला काहीही करण्याची आवश्यकता नसते आणि त्या परिस्थितीत, तुम्हाला हवी असलेली माहिती इंटरनेटवर असतानाच प्रिंट करून एका फाइलमध्ये ठेवायला हवी, म्हणजे बाहेर जाताना तुम्ही ती फाइल बरोबर घेऊन जाऊ शकाल.

संदर्भ साहित्याचं व्यक्तिगत संघटन ही निव्वळ सोयीनुसार करण्याची गोष्ट

कशी आहे, हे तुमच्या लक्षात आलं का? यामध्ये कृतीयोग्य गोष्टी कृती न करण्याजोग्या गोष्टींपासून वेगळ्या काढणं, हा यशामधला एक महत्त्वाचा घटक असतो. दुसरं म्हणजे त्या माहितीचा तुम्ही संभाव्यतः काय उपयोग करणार आहात आणि मग त्या अनुषंगानं ती कुठे आणि कशी ठेवायची हे ठरवणं. एकदा का तुम्ही या दोन्ही गोष्टी करून टाकल्या की, मग तुम्हाला हव्या तेवढ्या कमी किंवा जास्त संदर्भ साहित्याचं संघटन आणि व्यवस्थापन तुम्ही मुक्तपणे करू शकता. कुठलीही संदर्भ प्रणाली परिपूर्ण अशी नसते. तिची रचना आणि तिच्यात नेमकं काय ठेवलेलं आहे या गोष्टींच्या आधारे असं साहित्य मिळवण्याकरता आणि सांभाळण्याकरता लागणारा वेळ व श्रम आणि त्यातून मिळणारं मूल्य, यांच्यातील गुणोत्तर प्रमाणावर आधारलेला, एक अतिशय व्यक्तिसापेक्ष निर्णय घेणं भाग पडतं. खरोखर सांभाळायला हवी अशी माहिती मिळवणं, ती सहज हाताला लागेल अशी सर्वोत्तम जागा तिच्यासाठी ठरवणं आणि केवळ तात्त्विक पातळीवर एखादी प्रणाली निवडण्याऐवजी किंवा निर्माण करण्याऐवजी अगदी पहिल्यापासून सुरुवात करून हळूहळू आपली प्रणाली विकसित करत जाणं हे जास्त श्रेयस्कर ठरतं. कालौघात तुम्ही तुमचं संदर्भमाहिती संग्रहालय एका अधिक मोठ्या आणि अधिक सूज्ञ संरचनेत विकसित करालच; पण दैनंदिन पातळीवर आज तुम्ही ते जसं सांभाळत आहात त्यापासून ते हळूहळू अद्ययावत करत नेणं केव्हाही जास्त चांगलं ठरेल. हे सगळं कसं करायचं याबद्दल थोडी संदिग्धता असू द्या. तुमच्या प्रणालीचा नियमित आढावा घेत राहाणं, तिचं मूल्यमापन करत राहणं आणि वेळोवेळी गरज पडेल त्याप्रमाणे सुधारणा करत राहणं हे इथे महत्त्वाचं ठरेल.

कधीतरी/कदाचित प्रकारच्या गोष्टी

अ-कृतीयोग्य गोष्टींचं संघटन करण्यामध्ये जिचा सामना करावा लागतो ती दुसरी गोष्ट म्हणजे, भविष्यात कधीतरी ज्यांचं पुनर्मूल्यमापन तुम्हाला करावंसं वाटू शकेल, अशा गोष्टींचा माग कसा ठेवायचा. या गोष्टी म्हणजे, एखाद्या दिवशी तुम्हाला जायचं असलेली खास सहल इथपासून, ते तुम्हाला वाचावीशी वाटू शकतील अशी पुस्तकं, ते पुढच्या आर्थिक वर्षामध्ये तुम्हाला हातात घ्यायचे असलेले प्रकल्प, ते तुम्हाला विकसित करण्याची इच्छा असलेली कौशल्यं व गुण इथपर्यंत काहीही असू शकतात. प्रस्तुत साच्याचा पूर्णपणे अवलंब करण्याकरता तुमच्याजवळ कुठल्यातरी प्रकारचा प्रलंबित प्रकारचा घटक असणं आवश्यक आहे.

> कधीतरी/कदाचित करण्याच्या गोष्टी म्हणजे टाकाऊ गोष्टी नव्हेत. कदाचित, सबंध आयुष्यात तुम्ही केलेल्या सर्वांत रोचक आणि सृजनशील गोष्टींपैकी त्या असू शकतात.

नंतर आढावा घेण्याकरता गोष्टी बाजूला ठेवण्याचे अनेक मार्ग आहेत आणि त्या गोष्टी तुमच्या मनातून आणि सद्य दृष्टिपटलावरून दूर करण्याचं काम ते सगळेच मार्ग करतात. अशा गोष्टी तुम्ही कधीतरी/कदाचित याद्यांच्या विविध रूपांमध्ये टाकू शकता किंवा तुमच्या कॅलेंडर किंवा स्मरण देणाऱ्या डिजिटल किंवा कागद स्वरूपातील प्रणालीमध्येही टाकू शकता.

कधीतरी/कदाचित यादी

तुमच्या मानसिक रॅममधून गोष्टी संकलित करत असताना तुम्ही तुमच्या मनाची संपूर्ण साफसफाई केली असेल तर तुम्हाला तिथे अशा काही गोष्टी सापडलेल्या असतील, ज्यांच्यामध्ये गुंतायचं की नाही याबद्दल तुम्ही साशंक असाल. स्पॅनिश भाषा शिकणं, अमुक गड चढणं, बंगल्याच्या आवारात पाहुण्यांसाठी एक कॉटेज बांधणं यांसारखे प्रकल्प या सदरात मोडतात.

तुम्ही जी कुठली संघटन प्रणाली निवडली असेल, तिच्यामध्ये एक कधीतरी/कदाचित यादी निर्माण करा, असं मी सुचवेन. त्यानंतर वरील प्रकारच्या ज्या काही गोष्टी तुम्हाला आजवर सुचल्या असतील, त्या मोकळ्या मनानं त्यात टाका. कदाचित तुम्हाला असं आढळेल की, निव्वळ अशी यादी निर्माण करून, त्यामध्ये गोष्टी भरायला सुरुवात करण्यामुळेसुद्धा तुम्हाला नाना प्रकारच्या, नवनव्या कल्पना सुचत आहेत.

तुम्ही यादीमध्ये टाकत असलेल्या काही गोष्टी, त्यांच्याकरता तुम्ही विशेष प्रयत्न न करतादेखील घडून येत असल्याचं पाहून तुम्ही कदाचित आश्चर्यचकितही व्हाल. आकलन आणि कामगिरीमध्ये बदल घडवून आणण्याची आपल्या कल्पनाशक्तीची ताकद जर तुम्हाला मान्य असेल तर तुमच्या सचेत मनापुढे कधीतरी/कदाचित यादी असल्यामुळे तुमच्या जीवनात आणि कामामध्ये किती नव्या अद्भुत गोष्टींची भर पडू शकते, हे तुमच्या सहज लक्षात येईल. आपण त्यांना आधीच संभाव्यता म्हणून ओळखून, संकलित करून ठेवलेलं असेल तर अशा संधी जेव्हा प्रत्यक्ष समोर उभ्या राहतात, तेव्हा आपण त्या साधण्याची शक्यता खूप वाढते. माझा तरी तसा अनुभव नक्कीच आहे. बासरी वाजवायला आणि खुल्या समुद्रात बोट चालवायला शिकणं, या माझ्या दोन्ही गोष्टींची सुरुवात या यादीतूनच झाली होती.

> तुम्ही कधीतरी/कदाचित हे वर्गीकरण सुरू केल्यामुळे आणि ते सांभाळल्यामुळे तुमच्या सृजनात्मक विचारांचा प्रवाह मोकळा होतो. जे करायला खूप छान वाटेल त्याबद्दल आत्ता काहीही करण्यास बांधील न राहता त्याची कल्पना करण्याचं स्वातंत्र्य तुम्हाला मिळतं.

शिवाय, तुमची कधीतरी/कदाचित यादी निर्माण करण्याकरता तुमच्या इन-ट्रे-

व्यतिरिक्त, तुमची सर्जनात्मक कल्पनाशक्ती आणि तुमच्या हातातल्या सद्य प्रकल्पांची यादी, हे दोन समृद्ध स्रोत तुमच्या हातामध्ये असतात.

तुमच्या सर्जनात्मक कल्पनांची यादी तयार करा. तुमच्याकडे वेळ, पैसा आणि इच्छा असेल तेव्हा एक दिवस कधीतरी तुम्हाला कोणकोणत्या गोष्टी करायला आवडतात? त्या सगळ्या तुमच्या कधीतरी/कदाचित यादीमध्ये लिहून काढा. यातले सामान्यपणे आढळणारे वर्ग असे असतात :

- घराकरता विकत आणण्याच्या किंवा स्वतः तयार करण्याच्या गोष्टी
- सुरू करण्याचे छंद
- शिकायची कौशल्यं
- सृजनशील अभिव्यक्तीचे प्रयोग
- विकत घेण्याचे कपडे आणि इतर वस्तू
- खरेदी करायची विशेष साधनं (उच्च तंत्रज्ञानात्मक किंवा अन्य)
- ठरवून ठेवलेल्या सहली
- नाव नोंदवण्याची इच्छा असलेल्या संस्था
- सहयोग देण्याची इच्छा असलेले सेवा-प्रकल्प
- बघण्याच्या आणि करण्याच्या गोष्टी

तुमच्या सद्य प्रकल्पांचं पुनर्मूल्यमापन करा. अधिक उच्च दृष्टिकोनातून (तुमचं काम, तुमची ध्येयं आणि तुमच्या खासगी बांधिलकीच्या दृष्टिकोनातून) तुमच्या प्रकल्प यादीचा आढावा घेण्याची आणि तुमच्या काही सद्य बांधिलकी कधीतरी/कदाचित यादीमध्ये वळवता येतील किंवा कसं, हे तपासून पाहण्याची हीच उत्तम वेळ आहे. विचारांती जर तुमच्या असं लक्षात आलं की, एखादा वैकल्पिक प्रकल्प किमान आगामी काही महिने तरी तुम्ही हातात घेण्याची शक्यता नाही, तर तो या यादीमध्ये टाकून द्या.

साधं आपल्या कधीतरी/कदाचित प्रकल्पांचे उपवर्ग निर्माण करणंदेखील काही वेळा लोकांना उपयुक्त वाटलेलं आहे. नेपाळला जाऊन हिमालय चढणं किंवा वंचित मुलांसाठी एखादी संस्था सुरू करणं अशा भन्नाट कल्पनांचा विचार करणं आणि हातात पैसे आल्यावर आपल्या घरामध्ये काय-काय करायचं याचा विचार करणं, या दोन गोष्टी तुम्हाला सर्वस्वी भिन्न वाटू शकतील. उद्योग विश्वामध्ये, पुढच्या तिमाही बैठकीत आपण यावर चर्चा करू अशा प्रकारच्या कल्पना तसेच जर आणि जेव्हा खूप भांडवल हातात येईल तेव्हा कुठले प्रकल्प सुरू करावेत याचा

विचार करणं, या दोन गोष्टींमध्ये असाच फरक असतो. इथे अशा विकल्पांचा विचार करताना तुमच्या याद्या आणि उपवर्ग दडपणारे आहेत की उत्साहवर्धक याकडे लक्ष देणं हादेखील कळीचा मुद्दा आहे.

कधीतरी/कदाचित यादीतले विशेष वर्ग

बहुतेक लोकांच्या बाबतीत, त्यांना विशेष स्वारस्य असलेले असे काही विषय असतात, ज्यांत खूप काही करण्याजोगं असतं. अशा गोष्टींची यादी करणं मजेशीर ठरू शकतं. उदाहरणार्थ :

- खाणं-पिणं - पदार्थांच्या कृती, पदार्थांची यादी, रेस्तराँची यादी, पेयं
- मुलं - आपल्या मुलांबरोबर मिळून करण्याच्या गोष्टी
- वाचण्याची पुस्तकं
- डाउनलोड करण्याची गाणी किंवा संगीत
- पाहण्याचे चित्रपट
- भेटवस्तूंच्या नव्या कल्पना
- पाहायच्या असलेल्या वेबसाइट्स
- साप्ताहिक सुट्टीत काढायच्या सहली
- इतर मिश्र कल्पना (ज्या अन्य कुठे टाकाव्यात हे तुमच्या लक्षात येत नाही.)

अशा प्रकारच्या याद्या, संदर्भ आणि कधीतरी/कदाचित गोष्टींचा संकर असू शकतात. संदर्भ अशाकरता की, वाटेल तेव्हा पिण्याकरता चांगली पेयं, जाण्याकरता चांगले रेस्तराँ, वाचण्याकरता पुस्तकं इत्यादी तुम्ही नंतर कधीतरी पाहण्याकरता नोंदवून ठेवू शकाल आणि कधीतरी/कदाचित अशाकरता की, कधीतरी, त्या करून पाहण्याचा प्रयत्न करण्याची आठवण राहण्याकरता या याद्यांमधल्या गोष्टींचा नियमित आढावा तुम्हाला घ्यावासा वाटू शकेल.

पण जीवनामध्ये मूल्य, वैविध्य आणि रस निर्माण करू शकणाऱ्या गोष्टी संकलित करणं सुलभ करणारी एक संघटन प्रणाली आपल्याजवळ असण्याचं हे आणखी एक सुंदर कारण तरी निश्चितच आहे. तेही तुमच्या मनामध्ये तसंच, कामाच्या ठिकाणी अनिर्णीत आणि अपूर्ण कामांची गर्दी माजवून त्याचा संकोच केल्याविना.

राखून ठेवणं व आढावा घेणं प्रकारच्या फायली किंवा गठ्ठे यातला धोका

दुरान्वये कधीतरी/कदाचित वर्गात मोडू शकणारी राखून ठेवणं व आढावा घेणं

फाइल किंवा फायलींचा गठ्ठा (किंवा अख्खा ड्रॉवर किंवा ई-मेल फोल्डरसुद्धा!) अनेकांकडे जमा झालेला असतो. अनेक लोक वेळ मिळेल तेव्हा मला हे करायला आवडेल, असा विचार करत असतात आणि या गोष्टी साठवण्याकरता राखून ठेवणं व आढावा घेणं फाइल सोयीची ठरते. व्यक्तिशः मी अशा प्रकारच्या उपव्यवस्थेचा पुरस्कर्ता नाही, कारण मी पाहिलेल्या जवळजवळ प्रत्येक बाबतीत, माझ्या ग्राहकानं सगळ्या गोष्टी राखून ठेवलेल्या होत्या; पण त्यांचा आढावा मात्र कधीच घेतलेला नव्हता आणि त्यामुळे जो गठ्ठा साचत राहिला होता, त्याला हात लावायला एक प्रकारचा अंतर्विरोध (रेझिस्टन्स) त्यांच्यामध्ये निर्माण झाला होता. तुम्ही जर सातत्यानं जाणीवपूर्वक तिच्याकडे पुन्हा ध्यान दिलं नाही तर कधीतरी/कदाचित यादीचं मूल्य शून्य ठरतं.

> *एखादी गोष्ट आपण करणं शक्य असेल तर ती आपण न करणंदेखील शक्य असतं.*
>
> \- ॲरिस्टॉटल

त्याचप्रमाणे उत्तम प्रकारे व्यवस्थापन केलेली कधीतरी/कदाचित यादी आणि जमा झालेल्या कामांचा ढीग यात खूप मोठा फरक असतो. सहसा कामांच्या ढिगातल्या बहुतेक गोष्टी फेकून देण्यासारख्या, वाचणं/आढावा घेणंमध्ये टाकण्याच्या, संदर्भ म्हणून फाइल करण्याच्या, कॅलेंडरवर टाकण्याच्या किंवा महिन्यातून एकदा किंवा पुढच्या तिमाहीच्या सुरुवातीला आढावा घेण्याच्या दृष्टीनं टिकलर फाइल (पुढे पाहा) मध्ये टाकण्याच्या असतात. काहींच्या बाबतीत एखादी पुढची कृतीदेखील असते. बऱ्याचदा माझ्या ग्राहकाच्या राखून ठेवणं व आढावा घेणं ड्रॉवर किंवा फाइलवर योग्य तऱ्हेनं प्रक्रिया केल्यावर मला असं आढळलं आहे की, त्यात नंतर काही शिल्लकच उरलेलं नव्हतं!

भविष्यातील पर्यायांकरता कॅलेंडरचा उपयोग

भविष्यात कधीतरी ज्या गोष्टी करण्याचा विचार कदाचित तुम्हाला करावासा वाटेल, अशा गोष्टींची स्मरणकं नोंदवून ठेवण्याकरता कॅलेंडर ही एक खूपच सोयीची जागा आहे. माझं मार्गदर्शन घेणारे अनेक लोक कॅलेंडर वापरण्यास हवे तेवढे उत्सुक नव्हते; अन्यथा कदाचित त्यात नोंदवण्याजोग्या अनेक गोष्टी त्यांना सहज दिसल्या असत्या.

कॅलेंडरच्या तीन प्रमुख उपयोगांपैकी एक म्हणजे विशिष्ट दिवसाशी निगडित माहिती मिळवणं. या वर्गात अनेक गोष्टी मोडू शकतात; पण भविष्यात कधीतरी पुन्हा तपासून पाहण्याजोग्या गोष्टी आपल्या मनातून बाहेर काढून ठेवून त्यात टाकणं हा या सोयीचा सर्वाधिक सर्जनशील उपयोग म्हणता येईल. या वर्गामध्ये तुम्ही टाकू शकत असलेल्या असंख्य गोष्टींपैकी काही म्हणजे :

- प्रकल्पांना चालना देणारे सूचक (ट्रिगर्स)
- तुम्हाला सहभागी होण्याची इच्छा असलेले कार्यक्रम
- निर्णय घेण्यामध्ये साह्यभूत ठरणाऱ्या गोष्टी

प्रकल्पांना चालना देणारे सूचक : आत्ता काहीही विचार करण्याची गरज नाही; पण भविष्यात कधीतरी त्याची आठवण करून दिली जायला हवी असा एखादा प्रकल्प तुमच्याकडे असेल, तर भविष्यातली एखादी तारीख ठरवा आणि कॅलेंडरवर त्या दिवसाच्या जागी त्या प्रकल्पाचं स्मरणक टाकून ठेवा. तो दिवस जेव्हा प्रत्यक्ष उजाडेल, तेव्हा ते स्मरणक पाहा आणि त्या प्रकल्पाची नोंद तुमच्या प्रकल्प यादीमध्ये करा. याची सामान्य उदाहरणं म्हणजे :

- हातात घेण्याकरता अवकाश असलेले विशेष प्रसंग (नवीन उत्पादन बाजारात आणणं, निधी गोळा करण्याची मोहीम इ.)
- पूर्वतयारीची गरज असलेले नित्यनैमित्तिक प्रसंग. उदाहरणार्थ, अंदाजपत्रकाचा आढावा, वार्षिक परिषदा, नियोजनाशी निगडित घटना किंवा बैठका (उदाहरणार्थ, पुढच्या वर्षीची वार्षिक विक्रीविषयक परिषद तुमच्या प्रकल्प यादीमध्ये केव्हा टाकायला हवी?)
- ज्या विशिष्ट लोकांकरता तुम्हाला काहीतरी करावंसं वाटतं, त्यांच्या बाबतीतल्या महत्त्वाच्या तारखा (वाढदिवस, विवाहाचा वाढदिवस, सणानिमित्त भेटवस्तू देणं इ.)

तुम्हाला सहभागी होण्याची इच्छा असलेले कार्यक्रम : कदाचित तुम्हाला चर्चासत्रं, परिषदा, भाषणं आणि इतर सामाजिक, तसंच सांस्कृतिक समारंभांकरता सतत आमंत्रणं येत असतील आणि ते प्रसंग जवळ आल्यावरच त्यांना जायचं की नाही याचा निर्णय तुम्हाला घ्यायचा असू शकेल. मग जवळ म्हणजे किती दिवस, हे ठरवून घ्या आणि त्या तारखेला तुमच्या कॅलेंडरवर त्या प्रसंगाचं स्मरणक टाकून ठेवा. उदाहरणार्थ :

> "उद्या चेंबर ऑफ कॉमर्समध्ये न्याहरी?"
> "आयपीएल स्पर्धेची तिकीटविक्री आजपासून सुरू."
> "अमुक चॅनलवर आज रात्री ८ वाजता, तमुक कार्यक्रम."
> "पुढच्या शनिवारी क्ष कडे पार्टी."

अशा काही गोष्टी जर तुम्हाला आत्ता आठवत असतील तर लगेच त्या कॅलेंडरवर टाकून द्या.

निर्णय घेण्यामध्ये साह्यभूत ठरणाऱ्या गोष्टी : अधूनमधून असा एखादा महत्त्वाचा निर्णय घेण्याची वेळ तुमच्यावर येत असते, जो तुम्ही लगेच या क्षणी घेऊ शकत (किंवा इच्छित) नाही. हरकत नाही; पण त्याकरता लागणारी अतिरिक्त माहिती बाह्य नव्हे; तर अंतर्गत स्रोतामधून यायला हवी, असा निष्कर्ष तुम्ही काढून ठेवलेला असेल (उदाहरणार्थ, सध्या काहीही करायचं नाही.) किंवा हा निर्णय अगदी अखेरच्या क्षणापर्यंत लांबणीवर टाकण्याचं योग्य कारण तुमच्याकडे असेल (तुम्ही काहीतरी कृती ठरवण्याच्या दृष्टीनं इतर संबंधित गोष्टी शक्य तितक्या जुळून येण्याची वाट पाहणं,) तर अडचण नाही; पण निर्णय न घेण्याचा त्रास व्हायला नको असेल तर भविष्यात योग्य वेळी त्याकडे तुमचं लक्ष वेधून घेईल, अशा एखाद्या विश्वसनीय ठिकाणी ती गोष्ट ठेवायला हवी. कॅलेंडरवरचं स्मरणक हे काम करू शकतं.*

> निर्णय न घेण्याचा निर्णय घेण्यास काहीच हरकत नाही; पण त्यासाठी निर्णय - न - घेण्याचा निर्णय घेण्याची व्यवस्था तुमच्याकडे हवी.

या वर्गात मोडणारे निर्णय सर्वसाधारणपणे असे असतात :

- नेमणूक करणं/कामावरून काढून टाकणं
- कंपनी - विलीनीकरण/विकत घेणं/विकून टाकणं/गुंतवणूक काढून घेणं
- नोकरी/करिअर बदलणं
- धोरणाची दिशा बदलण्याची शक्यता

हा विषय एवढ्या छोट्या जागेत मावणार नाही, हे मला माहीत आहे; पण तरीही असा एखादा मोठा निर्णय आहे का, ज्याच्याबद्दल भविष्यात मला त्याची आठवण करून देणारा सूचक टाकून ठेवल्यास, तो लगेच न घेण्यामुळे मला ताण येणार नाही, असा प्रश्न स्वतःला विचारा. असा एखादा निर्णय असल्यास तुमच्या कॅलेंडरवर त्यासंबंधी एक स्मरणक टाकून ठेवा.

---

* तुम्ही जर एखादं सामायिक कॅलेंडर वापरत असाल तर अर्थातच अशा स्मरणकांच्या बाबतीत तुम्ही थोडी गुप्तता बाळगणं आवश्यक आहे. डिजिटल कॅलेंडर्समध्ये सहसा तुम्ही इतर कुणी न पाहण्यासारखी नोंद करण्यासाठी एका खासगी वर्गीकरणाची सोय असते.

टिकलर फाइल

भविष्यात कधीतरी कृती करावी लागेल अशा कृती न करण्याजोग्या गोष्टींचं व्यवस्थापन करण्याचा एक सुंदर मार्ग म्हणजे टिकलर फाइल.* कॅलेंडरचं त्रिमितीय रूप असलेल्या या फायलीत तुम्हाला भविष्यात बघायला किंवा आठवायला हव्यात, अशा गोष्टींची प्रत्यक्ष (शारीर) स्मरणकं साठवता येतात. हे साधन अत्यंत उपयुक्त ठरू शकतं. त्यात जणू तुम्ही टपालाद्वारे स्वतःलाच, भविष्यातल्या विशिष्ट तारखेला मिळतील अशा पद्धतीनं गोष्टी पाठवू शकत असता. मी स्वतः गेली कित्येक वर्षं एक टिकलर फाइल वापरतो आहे; आजकाल तंत्रज्ञानामुळे अशा प्रकारची स्मरणकं सॉफ्टवेअर आणि मोबाइल साधनांमध्ये डिजिटल स्वरूपात ठेवणं सोपं झालं असलं, तरी तुमच्याकडच्या अनेक गोष्टींचं व्यवस्थापन अशा साध्या तंत्राद्वारे करणं जास्त सोयीचं असू शकेल. अशा गोष्टींचं डिजिटल व्यवस्थापन करता येण्याची शक्यता वाढत चालली आहे; पण माझ्या व्यक्तिगत व्यवस्थेमध्ये अशा अनेक गोष्टी अजूनही आहेत, ज्या शारीर स्मरणकांद्वारे मी जास्त कार्यक्षमतेनं हाताळू शकतो.

टिकलर फाइल ही मूलतः एक साधी फाइल-फोल्डर प्रणाली असते. तिच्यात तुम्हाला कागद आणि जड स्वरूपातली स्मरणकं अशा पद्धतीनं लावता येतात की, भविष्यातल्या एखाद्या विवक्षित तारखेला तुम्हाला पाहायची असलेली गोष्ट त्या दिवशी आपोआपच तुमच्या इन-ट्रे मध्ये प्रकट होते.

तुम्हाला सेक्रेटरी किंवा सहायक असेल, तर या कामाचा किमान एक भाग तरी तुम्ही त्याच्यावर अथवा तिच्यावर सोपवू शकता. अर्थात, त्यांच्याकडे हीच किंवा हिच्यासारखीच एखादी प्रणाली असेल तरच! उदाहरणार्थ :

- ही विषयपत्रिका बैठकीच्या दिवशी सकाळी मला दे.
- हा कागद बुधवारच्या बैठकीच्या संदर्भातला असल्यामुळे, त्यावर पुनर्विचार करण्याकरता मला तू तो सोमवारी परत दे.
- माझ्या हाँगकाँग दौऱ्याची दोन आठवडे आधी मला आठवण करून दे म्हणजे मग त्या वेळी आपण इतर व्यवस्थांचं नियोजन करू.

त्यानंतर दररोज, त्या दिवसाचं फोल्डर बाहेर काढून बघितलं जातं.

तुम्ही वरिष्ठ पदावर असाल, तर या गोष्टी योग्य त्या प्रमाणात तुम्ही तुमच्या हाताखालच्या कर्मचाऱ्यांकडून करवून घेऊ शकता. (आणि तुम्ही ते करायला हवं.)

---

* यालाच सस्पेन्स किंवा मागोवा फाइल असंही म्हटलेलं आहे.

पण मी असं सुचवेन की, तुम्ही जर ही गोष्ट आपल्या जीवनशैलीमध्ये अंतर्भूत करून घेऊ शकत असाल तर स्वतःची टिकलर फाइल सांभाळण्याचं काम स्वतःच करा. यामध्ये अनेक उपयुक्त गोष्टी तुम्ही करू शकता आणि सहायकाच्या जबाबदारीच्या पलीकडे जाऊन त्यातल्या किमान काही गोष्टी तरी तुम्हाला स्वतःच करून घ्याव्या वाटू शकतील. मी माझी टिकलर फाइल, मला विशिष्ट दिवशी हाताशी हवी असलेली प्रवासविषयक कागदपत्रं, आगामी वाढदिवस किंवा विशेष प्रसंगांची स्मरणकं (माझ्या डिजिटल कॅलेंडरमध्ये एवढ्या गोष्टी टाकल्या तर ते बघायलाही नको वाटेल,) येत्या एक-दोन महिन्यांत जेव्हा थोडा वेळ मिळेल, तेव्हा ज्यांच्याबद्दल अधिक माहिती मिळवणं आवश्यक आहे अशा स्वारस्याच्या गोष्टींचे प्रिंटआउट इ. गोष्टींचं व्यवस्थापन करण्याकरता वापरतो.

मुख्य मुद्दा : टिकलर फाइलचा उपयोग होण्याकरता, रोज एक सेकंदाची नवी कृती करावी लागते; पण कितीतरी मोठ्या प्रमाणावर त्याचा फायदा होतो. ही फाइल म्हणजे एखाद्या विशिष्ट बिंदूपर्यंत निर्णय न घेण्याचा निर्णय घेण्याच्या, वरिष्ठ अधिकारीपदाच्या एकमेवाद्वितीय कार्याचं द्योतक असते.

टिकलर फाइल तयार करणं : याकरता तुम्ही जर कागदी फायलिंग प्रणाली वापरणार असाल तर तुम्हाला ४३ फोल्डर्स लागतील - रोजची एक याप्रमाणे १ ते ३१ क्रमांक टाकलेले ३१ फोल्डर्स आणि वर्षाच्या बारा महिन्यांची नावं टाकलेले, उर्वरित १२ फोल्डर्स. दैनंदिन फायली उद्याच्या तारखेपासून क्रमवार लावून पुढे ठेवल्या जातात. (उदाहरणार्थ, आज ५ ऑक्टोबर असेल तर पहिली फाइल ६ क्रमांकाची असेल.) शेवटच्या, ३१ क्रमांकाच्या फाइलनंतर पुढच्या महिन्याच्या नावाची मासिक फाइल (नोव्हेंबर) असते तर तिच्या पाठीमागे १ ते ५ क्रमांकांच्या दैनंदिन फायली असतात. (कारण आपण ६ पासून सुरुवात केलेली असते.) त्यानंतर उर्वरित मासिक फायली ठेवल्या जातात. (डिसेंबर ते ऑक्टोबर) दररोज तुमच्या पुढच्या दिवसाची फाइल तुमच्या इन-ट्रेमध्ये रिकामी केली जाते आणि ते फोल्डर दैनंदिन फायलींच्या रांगेमध्ये सगळ्यात शेवटी ठेवले जाते. आता ती ६ क्रमांकाची फाइल ६ ऑक्टोबरऐवजी ६ नोव्हेंबरची फाइल बनते. त्याचप्रमाणे महिन्याच्या शेवटी जेव्हा पुढच्या महिन्याची मासिक फाइल पुढे येईल, तेव्हा ती तुमच्या इन-ट्रेमध्ये रिकामी करून झाल्यानंतर मासिक फायलींच्या रांगेमध्ये सर्वांत शेवटी ठेवली जाईल. आता ती पुढच्या वर्षीच्या नोव्हेंबर महिन्याची मासिक फाइल बनेल. अशी चिरंतन फाइल असेल, तिच्यात कुठल्याही क्षणी पुढच्या ३१ दिवसांच्या दैनंदिन फायली आणि त्यानंतर उर्वरित बारा महिन्यांच्या मासिक फायली असतील.

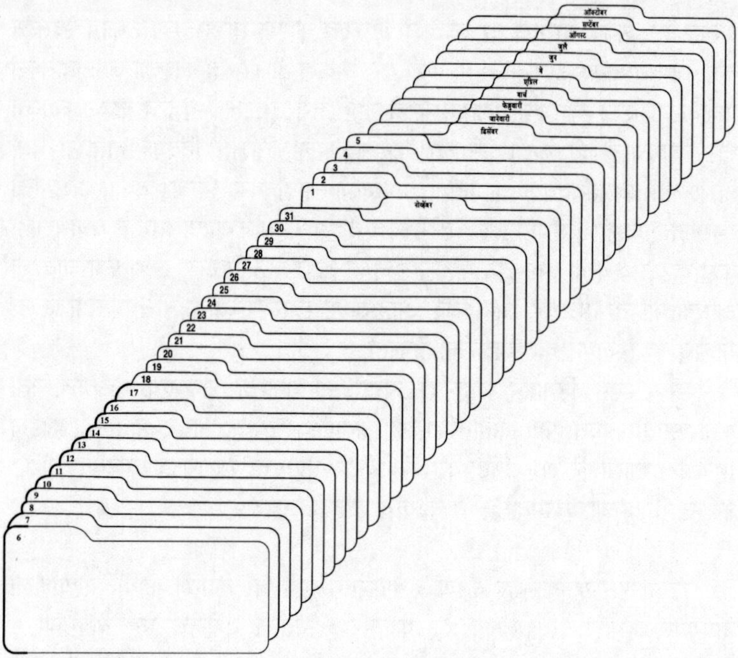

तुमच्या टिकलर प्रणालीकरता फाइल-फोल्डर्सचा उपयोग करण्याचा मोठा फायदा म्हणजे त्यात तुम्ही प्रत्यक्ष कागदपत्रंच ठेवू शकता. (विशिष्ट दिवशी भरावयाचा फॉर्म, बैठकीच्या तारखेच्या फाइलमध्ये त्या बैठकीची विषयपत्रिका, ज्या तारखेला हे पैसे देऊ असं म्हणून तुम्ही एखादं इन्व्हॉइस थांबवून ठेवलेलं असेल, त्या तारखेच्या फोल्डरमध्ये ते इन्व्हॉइस इ.)

अर्थात ही प्रणाली उपयुक्त ठरण्याकरता, तुम्ही ती रोजच्या रोज तपासून पाहणं आणि अद्ययावत करणं आवश्यक आहे. एखाद्या दिवशी दैनंदिन फाइल रिकामी करण्यास तुम्ही विसरलात तर तुमची महत्त्वाची माहिती या व्यवस्थेत ठेवायला तुम्ही कचराल आणि मग त्याकरता तुम्हाला दुसऱ्या कुठल्यातरी व्यवस्थेचा शोध घ्यावा लागेल. जर तुम्ही बाहेरगावी असलात, (किंवा साप्ताहिक सुट्टीमध्ये फायली पाहात नसलात,) तर मात्र आदल्या दिवशीच त्या दिवसांच्या फायली पाहून ठेवण्यास विसरू नका.

चेकलिस्ट : सर्जनात्मक आणि विधायक स्मरणकं

व्यक्तिगत संघटन करताना जिच्याकडे लक्ष द्यायला हवं, अशी शेवटची गोष्ट

म्हणजे चेकलिस्ट याद्या भरणं आणि त्यांची काळजी घेणं. तुमचे सर्व प्रकल्प, कार्यप्रक्रिया आणि कार्यपद्धती, घटना/प्रसंग, आवडीच्या गोष्टी, मूल्यं आणि जबाबदाऱ्यांची क्षेत्रं यांतील संभाव्य घटक ज्यातून निर्माण होतात, ते मिश्रण म्हणजे या चेकलिस्ट स्वरूपातल्या याद्या. थोडक्यात, आतापर्यंत आपण ज्या याद्या किंवा स्मरणकांच्या वर्गीकरणांची चर्चा केली, ते सर्व म्हणजे चेकलिस्ट्स, कारण संबंधित क्षेत्रामधली एखादी गोष्ट तुम्ही विसरत नाही ना, हे तपासून पाहण्यासाठी किंवा त्याचा आढावा घेण्यासाठी लागणाऱ्या गोष्टी त्या याद्या आणि ती वर्गीकरणं तुम्हाला पुरवतात. चेकलिस्टची प्रचलित संकल्पना मात्र अशी आहे की, ती एखादा विषय, कार्यपद्धत किंवा आवडीचा विषय किंवा कृतीच्या क्षेत्रामध्ये समाविष्ट असलेल्या सर्व गोष्टींची यादी असते, जी एखाद्या विशिष्ट वेळी किंवा तुम्ही एखादी विशिष्ट क्रिया करत असताना वापरायची असते. यामध्ये तुमच्या काम आणि खासगी जीवनातल्या लक्ष्यक्षेत्रांची ढोबळ रूपरेषा ते संकेतस्थळावर फोटो कसा अपलोड करायचा याच्या तपशीलवार सूचना इथपर्यंत काहीही असू शकतं.

अनेक वर्षांपूर्वी अल्फ्रेड नॉर्थ व्हाइटहेड यांनी असं सयुक्तिक निरीक्षण नोंदवलं होतं की, एखादी संस्कृती, आपण ज्या महत्त्वाच्या कृती त्यांच्याबद्दल विचार करावा न लागता करू शकतो, त्यांची संख्या वाढवण्याद्वारे प्रगती करत असते. या सर्वसमावेशक निरीक्षणाची लघु आवृत्ती म्हणजे चेकलिस्ट. एखाद्या गोष्टीबद्दल तुम्हाला जेव्हा विचार करावा लागतो, कारण तुम्हाला काही विशिष्ट कालावधीनंतरच्या ताज्या दृष्टिकोनातून तिच्याकडे बघायचं असतं (दरवर्षी डिसेंबरमध्ये मी... करू इच्छितो/मला करायला हवं) किंवा तुम्हाला सहज न आठवणारी अधिक माहिती आवश्यक असणारी एखादी विशिष्ट परिस्थिती समोर येते, (परिषदेत भाषण करण्यापूर्वी मला .... आवश्यक आहे) तेव्हा तुम्ही या गोष्टी तुमच्या बाह्य मनामध्ये म्हणजेच कुठल्या वेळी तुम्ही काय करायला हवं आहे याचे तपशील असलेल्या तुमच्या व्यवस्थापन प्रणालीमध्ये ठेवून द्यायला हव्यात.*

तुमच्या कामातल्या आणि एकूण जीवनातल्या विविध प्रसंगांत तुम्हाला अधिक आश्वस्त नियंत्रण मिळवून देणाऱ्या असंख्य संभाव्य चेकलिस्ट्स असतात. एखादा पदार्थ बनवताना तुम्ही जर एखाद्या पाककृती पुस्तिकेमध्ये दिलेली कृती पाहात असाल तर तुमची एकाग्रता आणि तुमची उत्पादकता वाढवण्याकरता तुम्ही एक चेकलिस्टच पाहात असता. तुमच्या संचालक मंडळानं गेल्या वर्षाकरता तीन

---

* द चेकलिस्ट मॅनिफेस्टो : हाऊ टू गेट थिंग्ज राइट (मेट्रोपोलिटन बुक्स, २००९) या अतुल गवांदे लिखित पुस्तकामध्ये ही कृती आणि तिचं मूल्य (आणि तिच्याकडे दुर्लक्ष केल्यास त्याची मोजावी लागणारी किंमत!) यांचं प्रभावी प्रतिपादन आहे.

महत्त्वाचे उपक्रम किंवा परिणामांची जबाबदारी सोपवली असेल तर संचालक मंडळाच्या बैठकीपूर्वी त्यांचा आढावा घेणं म्हणजे चेकलिस्टचा उपयोग करणं.

तुमच्या मनामध्ये काय असू शकतं हे सुस्पष्ट करण्याची आणि सुसंघटित करण्याची प्रक्रिया मी तुम्हाला समजावून सांगत असल्यामुळे या प्रणालीच्या अंमलबजावणीला सुरुवात करताना मी लोकांसाठी सामान्यपणे ज्या विषयांमध्ये चेकलिस्ट हा सर्वोत्तम मार्ग ठरतो, त्यावरच माझं लक्ष केंद्रित करणार आहे.

तुम्ही ज्यांच्याकडे लक्ष द्यायला हवं अशा गोष्टी

बरेचदा आम्ही लोकांसोबत त्यांच्या मनामध्ये काय काय आहे ते स्पष्ट करून घेण्याकरता काम करतो, तेव्हा आम्हाला खालीलप्रमाणे गोष्टी आढळतात :

- अधिक नियमितपणे व्यायाम करणं
- मुलांबरोबर जास्त क्वालिटी टाइम घालवणं
- माझ्या विभागाकरता वेळेआधीच अधिक नियोजन करणं
- माझ्या संघाचं मनोधैर्य चांगलं ठेवणं
- आम्ही कंपनीच्या धोरणानुसारच काम करत असल्याची खात्री करून घेणं
- ग्राहकांना देण्याच्या बिलांची प्रक्रिया अद्ययावत ठेवणं
- माझ्या आध्यात्मिक साधनेकडे अधिक लक्ष केंद्रित करणं
- माझ्या हाताखालच्या कर्मचाऱ्यांच्या वैयक्तिक ध्येयांकडे जास्त लक्ष पुरवणं
- नोकरी करण्याच्या बाबतीत प्रेरणा टिकवून ठेवणं
- माझ्या कंपनीतल्या महत्त्वाच्या लोकांसोबत सद्य संभाषणं आणि ताज्या माहितीची देवाणघेवाण सुरू ठेवणं

आंतरिक बांधिलकी आणि लक्ष केंद्रित करण्याच्या क्षेत्रांच्या या धूसर प्रकारांबद्दल काय करायचं?

प्रथम अंतःस्थ प्रकल्प आणि कृती स्पष्ट करून घ्या

या प्रकारच्या बहुतेक कामांच्या बाबतीत अजूनही एखादा प्रकल्प आणि/किंवा कृती निश्चित करण्याचं शिल्लक असतं. अधिक नियमितपणे व्यायाम करणं याचा खरा अर्थ बऱ्याचजणांच्या बाबतीत, नियमित व्यायामाचा एक कार्यक्रम तयार करणं (प्रकल्प) असा असतो तसेच चांगल्या जिम आणि वैयक्तिक प्रशिक्षकाच्या संदर्भात सल्ला देण्याकरता क ला फोन करणं (खरी प्रत्यक्ष कृती), असा होतो. अशा गोष्टींमध्ये अंतःस्थ प्रकल्प आणि कृती अद्याप स्पष्ट करून घेणं आणि ते एखाद्या

वैयक्तिक प्रणालीमध्ये संघटित करणं बाकी असतं किंवा माझ्या संघाचं मनोधैर्य चांगलं ठेवणं हा खरे तर एक प्रकल्प असायला हवा (माझ्या विभागामध्ये संघबांधणी प्रक्रिया करून पाहणं) आणि त्यात एक निश्चित कृती असायला हवी (एच आर संचालकांना ई-मेल पाठवून या संधीबाबत त्यांचं मत विचारणं).

पण या वर्गात न मोडणाऱ्याही काही गोष्टी असतात आणि सहसा त्या हाताळण्याकरता योग्य अशा चेकलिस्ट आवश्यक असतात.

काम आणि जबाबदारीच्या महत्त्वाच्या क्षेत्रांचे आराखडे तयार करणं

शरीर सुस्थितीत ठेवणं किंवा माझ्या संघाची प्रेरणा जागृत ठेवणं यांसारखी उद्दिष्टं जिचा नियमितपणे आढावा घेतला जाईल अशा कुठल्यातरी स्वरूपातल्या आढावा चेकलिस्टमध्ये गुंफणं आवश्यक असतं. परिणाम आणि मानकांचे अनेक स्तर तुमच्या मनावर आणि निवडीवर सतत कार्य करत असतात आणि ते तुम्हाला माहीत असणं केव्हाही चांगलंच ठरतं. (पण तरीही, एक सवय म्हणून ही गोष्ट सांभाळणं आणि पाळणं तितकंसं सोपं नसतं.)

मी यापूर्वी सांगितल्याप्रमाणे, तुमच्या कामांचे किमान सहा स्तर असतात आणि त्या प्रत्येक स्तरावर कामांची स्वीकृती आणि मूल्यमापन असणं आवश्यक असतं. त्या प्रत्येक पातळीवर तुम्हाला महत्त्वाच्या आणि बांधिलकी वाटणाऱ्या कामांची एक समग्र चेकलिस्ट भयचकित करणारी ठरू शकते. त्यात खालील गोष्टी असू शकतात :

- करिअरमधली ध्येयं
- सेवा
- कुटुंब
- नातेसंबंध
- समाजगट
- आरोग्य आणि ऊर्जा
- आर्थिक स्रोत
- सर्जनशील अभिव्यक्ती

या स्तरावरून एक पायरी खाली आल्यास, तुमच्या कामाच्या परिघात, (नोकरी/व्यवसाय) तुमच्या महत्त्वाच्या जबाबदारीच्या क्षेत्रांबद्दल, तुमच्या कर्मचारीवृंदाबद्दल, तुमच्या मूल्यांबद्दल इ. काही स्मरणकं असण्याची आवश्यकता तुम्हाला भासू शकेल. त्या यादीमध्ये खालीलप्रमाणे गोष्टी असू शकतील :

- संघाचं मनोधैर्य
- विविध प्रक्रिया
- पाळावयाच्या वेळा
- कर्मचारीवृंदाच्या समस्या
- कामाचा बोजा
- संवाद
- तंत्रज्ञान

तुमचं जहाज स्थिरपणे आणि योग्य मार्गानं हाकारण्याकरता गरजेनुसार या सगळ्या गोष्टी तुमच्या व्यक्तिगत प्रणालीमधल्या विविध याद्यांमध्ये टाकता येऊ शकतात. अनेकदा, एखाद्या क्षेत्रात परिस्थिती जशी आहे तशीच ठीक आहे, त्यात आणखी काही भर घालण्याची किंवा बदल करण्याची गरज नाही, हे तुमचं मूल्य असू शकतं; पण हे ठाऊक असण्यानंही तुमची एकाग्रता आश्वस्त होऊ शकते.

परिस्थिती जितकी अनोखी, तितकं जास्त नियंत्रण आवश्यक असतं

आपल्याला किती प्रमाणात चेकलिस्ट आणि बाह्य नियंत्रणांची गरज आहे - याचा थेट संबंध आपल्याला आपल्या जबाबदारीच्या क्षेत्राबद्दल किती जास्त अनभिज्ञता आहे याच्याशी असतो. तुम्ही तुमचं सध्याचं काम जर खूप काळापासून करत असाल आणि त्या बाबतीत काही बदल करण्याबद्दल तुमच्यावर कुठलाही दबाव नसेल तर तुम्हाला परिस्थिती नियंत्रणाखाली ठेवण्याकरता बाह्य व्यक्तिगत संघटनाची गरज अगदीच मामुली असू शकते. गोष्टी केव्हा घडायला हव्यात, त्या कशा घडवून आणाव्यात हे तुम्हाला माहीत असेल आणि तुमची एकूण व्यवस्था नीटच चालू आहे. तुम्ही ती झोपेतही चालवू शकाल; पण सहसा असं घडत नाही.

कधी असं झालं आहे का की, एखादा गोपनीय आर्थिक व्यवहार हाताळण्याकरता तुम्हाला एक विशिष्ट विहित कार्यपद्धत पूर्ण करावी लागली आहे, लॉग इन करून सॉफ्टवेअर प्रणाली रिफ्रेश करावी लागली आहे किंवा मित्राच्या फार्म हाउसमध्ये प्रवेश करण्यापूर्वी अनेक आवश्यक गोष्टींची पूर्तता करावी लागली आहे आणि अचानक तुम्हाला प्रश्न पडतो की, एक मिनिट, आता पुढे काय करायचं? यातली किंवा अशी कुठलीही गोष्ट जर पुनःपुन्हा करण्याची वेळ तुमच्यावर येऊ शकत असल्यास तुम्हाला एका चेकलिस्टची आवश्यकता भासेल. संगणक आणि सॉफ्टवेअरच्या बाबतीत मी जरा अर्धशिक्षित आहे आणि एखादी वारंवार येणारी

समस्या कशी सोडवावी याकरता जेव्हा मला आमचे आयटी तज्ज्ञ सूचना देऊ लागतात, तेव्हा हे सगळं आपल्या लक्षात राहील असं मला वाटत असतं; पण आता मी (आणि अनेकदा अगदी वाईट प्रकारे) त्यांच्या संदर्भात चेकलिस्ट तयार करायला शिकलो आहे.

तुम्ही जे काही करता आहात, ते सवयीचं होईपर्यंत तुमचं लक्ष त्यावरून न ढळण्याकरता बऱ्याचदा तुम्हाला कुठल्यातरी स्वरूपात चेकलिस्ट आवश्यक वाटतेच. उदाहरणार्थ, जर तुमचे सीइओ अचानक नाहीसे झाले आणि तुम्हाला त्यांची जागा घ्यायची असेल तर काही काळ तुम्हाला काही आढावे आणि आराखडे तुमच्या डोळ्यांसमोर ठेवावे लागतील. जेणेकरून त्या कामाच्या सर्व अत्यंत महत्त्वाच्या बाजू तुम्ही सांभाळू शकाल. जर एखाद्या नव्या पदावर नुकतीच तुमची नेमणूक झालेली असेल, तुम्हाला फारशा परिचयाच्या नसलेल्या नव्या जबाबदाऱ्या तुमच्यावर आल्या असतील तर निदान काही महिन्यांकरता तरी नियंत्रण आणि संरचनेकरता तुम्हाला एखादी चौकट आखावी लागेल. आम्ही आमच्या कंपनीमध्ये एक अनोखी संस्थात्मक मांडणी आणि अनोखी कार्यपालन प्रणाली सुरू केलेली असल्यामुळे त्यांच्या अंमलबजावणीसाठीच्या आमच्या बैठकांची रीत अनेक महत्त्वाच्या चेकलिस्ट्सवर आधारित आहे. या याद्यांमधल्या सगळ्या गोष्टी सवयीच्या होईपर्यंत त्या आमच्या वापरात राहतात.

> कशाची काळजी करणं आवश्यक नाही, हे तुम्हाला कळण्याकरता चेकलिस्ट्स अतिशय उपयुक्त असतात.

तात्पुरत्या हाताळायच्या असलेल्या क्षेत्रांची, त्यांमधली परिस्थिति नियंत्रणाखाली येईपर्यंत एक यादी करण्याची गरज मला अनेक वेळा भासली आहे. उदाहरणार्थ, मी आणि माझी पत्नी मिळून कित्येक वर्षं एक व्यवसाय करत होतो. त्या व्यवसायाकरता एक सर्वस्वी नवी संरचना निर्माण करण्याचा निर्णय आम्ही एकदा घेतला. त्यानुसार मी यापूर्वी कधीही न हाताळलेली काही जबाबदारीची क्षेत्रं मी स्वतःकडे घेतली. उदाहरणार्थ, हिशेब विभाग, संगणकाची व्यवस्था, विपणन, कायदेशीर बाजू आणि प्रशासन. कामामधला हा बदल मी शक्य तितका नीट हाताळतो आहे आणि प्रत्येक बाबतीतल्या रिकाम्या जागा भरून काढतो आहे ना, याची खात्री करून घेण्याकरता कित्येक महिने मी या जबाबदाऱ्यांची एक चेकलिस्ट माझ्यासमोर ठेवत असे. आमचा व्यवसाय काही प्रमाणात व्यवस्थित चालू लागल्यावर मात्र मला त्या यादीची गरज उरली नाही.

सर्व पातळ्यांवरच्या चेकलिस्ट

तुम्हाला गरज वाटेल तेव्हा कुठल्याही प्रकारची चेकलिस्ट करायला बिचकू

नका. यामध्ये अनंत शक्यता असू शकतात. मुख्य जीवनमूल्यं इथपासून ते कँपिंगला जाताना बरोबर न्यायच्या गोष्टी इथपर्यंत काहीही! सुचेल तेव्हा कशाही प्रकारे याद्या तयार करणं ही तुम्ही तुमच्या जीवनामध्ये अंगीकारू शकत असलेली एक सर्वांत सूक्ष्म आणि सर्वांत साधी प्रक्रिया आहे.

तुमच्या सर्जनात्मक विचारांना चालना देण्याकरता, मी गेल्या अनेक वर्षांमध्ये पाहिलेल्या आणि वापरलेल्या चेकलिस्ट्समधले विषय खाली दिले आहेत.

- कामाच्या ठिकाणची जबाबदारीची क्षेत्रं (महत्त्वाची जबाबदारीची क्षेत्रं)
- व्यायामाच्या पद्धती (स्नायूंची ताकद वाढवण्याचे प्रशिक्षण कार्यक्रम)
- प्रवासातली चेकलिस्ट (प्रवासामध्ये बरोबर घेण्याच्या आणि प्रवासाला निघण्यापूर्वी करण्याच्या सर्व गोष्टी)
- साप्ताहिक आढावा (दर आठवड्याला आढावा घेण्याच्या आणि/किंवा अद्ययावत करण्याच्या सर्व गोष्टी)
- प्रशिक्षण कार्यक्रमाचे घटक (प्रशिक्षण कार्यक्रम आयोजित करण्यामध्ये सुरुवातीपासून शेवटपर्यंत हाताळण्याच्या सर्व गोष्टी)
- महत्त्वाचे ग्राहक
- संपर्कात राहण्याचे लोक (तुमच्या नेटवर्कमधील ज्या लोकांशी जोडण्याची तुम्हाला इच्छा आहे अशा सर्व लोकांची यादी)
- वर्षअखेरच्या क्रिया (वर्षअखेर करण्याच्या सर्व गोष्टी)
- व्यक्तिगत विकास (व्यक्तिगत संतुलन आणि प्रगतीच्या दृष्टीनं नियमितपणे मूल्यांकन करण्याच्या गोष्टी)
- विनोद

> हवी तेव्हा उपलब्ध होणारी आणि वापरण्याजोगी चेकलिस्ट तयार करण्याची क्षमता आणि इच्छा हा उच्च प्रकारच्या स्वयंव्यवस्थापनातला एक प्रमुख घटक असतो.

चेकलिस्ट्सची सवय करून घ्या. तात्कालिक असोत की पक्क्या. गरजेनुसार त्या निर्माण करण्याकरता आणि बाद करण्याकरता सदैव तयार राहा. नवी चेकलिस्ट आकर्षक आणि वापरण्यास मजेशीर असल्याची आणि ती ठेवण्याकरता एखादी वही किंवा सहज उपलब्ध असलेले सॉफ्टवेअर तुमच्याजवळ असल्याची खात्री करून घ्या. योग्य वापर केल्यास चेकलिस्ट वैयक्तिक उत्पादकता वाढवण्यास आणि मानसिक ताण कमी करण्यास खूप उपयुक्त ठरतात.

खरोखर तुम्ही जर एव्हाना तुमच्या जीवन आणि कामाच्या संदर्भातल्या

सगळ्या उघड्या गाठी संकलित केल्या असतील, त्यांचा तुमच्या दृष्टीनं असलेला अर्थ आणि त्यांच्या संबंधात करायच्या कृती, यांच्या परिभाषेत त्यातील प्रत्येक गोष्टीवर प्रक्रिया केली असेल आणि तुमच्या सर्व सद्य, तसंच कधीतरी प्रकल्पांचे, लहान किंवा मोठे, ताजे आणि संपूर्ण आढावे साठवून ठेवू शकणाऱ्या एका परिपूर्ण व्यवस्थेमध्ये सर्व परिणाम संघटित करून ठेवलेले असतील तर ताणमुक्त उत्पादकतेच्या कलेतला पुढचा टप्पा म्हणजे मनन प्रक्रिया अंगीकारण्याकरता तुम्ही तयार आहात.

८

आढावा घेणं : तुमची प्रणाली कार्यरत ठेवणं

कार्यप्रवाह व्यवस्थापनाच्या या संपूर्ण पद्धतीचा उद्देश तुमचा मेंदू अकार्यक्षम करणं नसून, त्याला अधिक चांगल्या, उत्पादक आणि सृजनात्मक क्रियांकडे वळवणं हा आहे. मात्र, ते स्वातंत्र्य मिळवण्यास पात्र ठरण्याकरता तुमच्या मेंदूनं काही प्रमाणात तरी सातत्यानं तुमच्या सगळ्या बांधिलकी आणि क्रियांमध्ये गुंतलेलं असायला हवं. जे तुम्ही करता आहात, तेच करणं आवश्यक आहे आणि जे तुम्ही करत नाही, ते न करणंदेखील ठीकच आहे याची तुम्हाला स्वतःला पूर्ण खात्री असायला हवी. यामुळे वर्तमानात असणं ही अवस्था निर्माण होण्यास मदत होते आणि काम करण्याकरता हीच अवस्था सर्वांत योग्य असते. अशा प्रकारच्या सुस्पष्टता आणि स्थिरतेकरता, तुमच्या व्यवस्थेचा नियमितपणे आढावा घेत राहून ती अद्ययावत आणि कार्यक्षम ठेवणं ही पूर्वअटच आहे.

उदाहरणार्थ, तुम्हाला करायच्या असलेल्या फोन कॉल्सची यादी तुमच्याकडे असेल तर ज्या क्षणी करण्याच्या एखाद्या कॉलची नोंद त्यात नाही असं आढळेल, त्याच क्षणी तुमचा मेंदू त्या व्यवस्थेवर विश्वसणं सोडून देईल आणि मग दुय्यम प्रतीच्या मानसिक कामांपासून त्याची सुटका होणारच नाही. कामं लक्षात ठेवणं, त्यावर प्रक्रिया करणं आणि त्यांची स्वतःला आठवण करून देणं अशी कामं मग त्याला पुन्हा एकदा स्वतःच्या शिरावर घ्यावी लागतील आणि तशी कामं तो परिणामकारकरीत्या करू शकत नाही, हे एव्हाना तुम्हाला कळलं असेलच.

या सगळ्याचा अर्थ असा की, तुमची व्यवस्था किंवा प्रणाली तशीच स्थिर राहून चालणार नाही. कृतीच्या योग्य पर्यायांना आधार देण्याकरता, ती अद्ययावत ठेवायला हवी. तिनं विविध पातळ्यांवर तुमचं जीवन आणि काम, यांच्या सातत्यपूर्ण आणि योग्य मूल्यमापनाला चालना द्यायला हवी.

या टप्प्यावर दोन मोठ्या समस्या हाताळणं आवश्यक आहे :

- या सगळ्यामध्ये तुम्ही कशाकडे पाहायचं आणि केव्हा?
- या सर्व गोष्टी, एक सातत्य असलेली व्यवस्था म्हणून कार्य करतील आणि त्यापेक्षा वरच्या पातळीवर जाऊन विचार आणि व्यवस्थापन करण्याकरता तुम्हाला मोकळं सोडतील, याची खात्री करण्याकरता तुम्हाला काय आणि किती वारंवार करणं आवश्यक आहे?

एक खरी आढावा-प्रक्रिया तुमच्या काम आणि जीवनातल्या महत्त्वाच्या क्षेत्रांमध्ये सुधारित आणि अग्रकृतिशील प्रकारच्या नव्या विचारांकडे तुम्हाला घेऊन जाते. असे विचार एकाग्रता आणि धाडसी नवे विचार करण्यातूनच जन्मतात आणि तुमच्या कृतीच्या व प्रकल्पांच्या यादीच्या सातत्यपूर्ण व्यक्तिगत आढाव्यामुळे त्यांना चालना आणि गतीही मिळते.

काय पाहायचं आणि केव्हा?

तुमची व्यक्तिगत प्रणाली आणि वर्तन अशा पद्धतीनं प्रस्थापित करायला हवेत, जेणेकरून आवश्यक ते सगळे कृतीचे पर्याय तुम्ही तुम्हाला आवश्यक असेल तेव्हा पाहू शकाल. हे खरंतर केवळ सामान्यज्ञान झालं; पण फारच थोडे लोक त्यांच्या प्रक्रिया आणि संघटन यांना शक्य तितके कार्यक्षम असण्याच्या दृष्टीनं आवश्यक तेवढं घासून-पुसून नीट करत असतात.

तुमच्या हाताशी फोन आणि जवळ थोडा मोकळा वेळ असतो, तेव्हा किमान तुम्हाला करायच्या असलेल्या एकूण एक फोन कॉल्सच्या यादीवरून एक नजर तरी फिरवता यायला हवी आणि मग त्यातला कुठला कॉल करावा किंवा अजिबात वाईट वाटून न घेता त्यातला एकही कॉल करू नये हे तुम्हाला ठरवता यायला हवं. तुमचा बॉस किंवा भागीदाराबरोबर काहीतरी चर्चा सुरू करण्यापूर्वी क्षणभर थांबा आणि त्याच्याशी अथवा तिच्याशी बोलण्याच्या सर्व खोळंबलेल्या विषयांचा एकदा आढावा घ्या; त्यामुळे तुम्ही तुमचा वेळ सत्कारणी लावत असल्याची तुमची खात्री पटेल. धोब्याकडून कपडे आणायला बाहेर पडताना, जाता-येता करण्याजोगी इतर कोणती वरकड कामं आहेत, याचा आढावा घ्या.

> आढावा घेण्याकरता रोज फक्त काही सेकंद पुरेसे असतात; मात्र, त्यासाठी तुम्ही योग्य वेळी पुरेशा संख्येनं योग्य गोष्टींवर नजर फिरवणं आवश्यक आहे.

तुम्ही तुमच्या प्रणालीकडे पाहण्यामध्ये किती वेळ घालवता? असं अनेक लोक मला विचारतात. मी जे काही करतो आहे, त्याबद्दल आश्वस्त होण्याकरता

जेवढा वेळ आवश्यक असेल तेवढा वेळ, असं सरळ उत्तर मी त्यांना देतो. प्रत्यक्षात दोन सेकंद इकडे बघणं, तीन सेकंद तिकडे बघणं, अशा सगळ्या वेळाची ती गोळाबेरीज असते. माझ्या विविध प्रकारच्या याद्या, हेच एका अर्थी माझं ऑफिस आहे, हे बऱ्याच लोकांच्या लक्षातच येत नाही. तुमच्या टेबलावर जसे आता काय करायचं यासंबंधीच्या पोस्ट-इट आणि कागदपत्रांचे गठ्ठे असतात, तसेच ते माझ्या पुढची कृती याद्यांवर आणि कॅलेंडरवर असतात. तुमच्या एकूण एक कामांचं संकलन, प्रक्रिया आणि संघटन तुम्ही करून ठेवलेलं आहे असं गृहीत धरलं तर दैनंदिन स्मरणकांकरता तुमच्या प्रणालीकडे पाहण्याकरता तुम्हाला काही क्षणच पुरण्याची शक्यता जास्त आहे.

आधी कॅलेंडर पाहा...

सर्वांत जास्त वेळा तुम्ही कशाचा आढावा घेत राहाल तर ते असेल तुमचं कॅलेंडर आणि तुम्ही जर सांभाळत असाल तर तुमचं दैनंदिन टिकलर फोल्डर. दिवसाची ठळक कामं आणि आज काय-काय होणं आवश्यक आहे, यांचा अंदाज घेण्याकरता या दोन गोष्टी तुम्हाला पुरेशा असतात. वेळ आणि अवकाश, ही दोन परिमाणं तुम्हाला आधी माहीत हवीत. उदाहरणार्थ, एखाद्या दिवशी सकाळी ८ ते संध्याकाळी ६ पर्यंत; मध्ये जेवण्याकरता जेमतेम अर्धा तास सोडून एकापाठोपाठ बैठका ठरलेल्या आहेत हे जर तुम्हाला माहिती असेल तर तुमच्या इतर कामांबद्दलचे निर्णय घेणं तुम्हाला सोपं जाईल.

...त्यानंतर कृती याद्या पाहा

तुमच्या दिवसाच्या आणि वेळेबाबतच्या बांधिलकीचा आढावा घेऊन झाल्यावर आणि त्याच्याशी संबंधित आवश्यक गोष्टी हातावेगळ्या केल्यानंतर पुढचं, वारंवार आढावा घेण्याचं क्षेत्र म्हणजे सध्याच्या संदर्भ-चौकटीत तुम्ही कोणकोणत्या कृती करू शकता याच्या याद्या. उदाहरणार्थ, तुम्ही जर ऑफिसमध्ये असाल तर करण्याचे कॉल्स, संगणकावर करण्याची कामं आणि ऑफिसअंतर्गत इतर कामं यांच्या याद्या तुम्ही पाहाल. याचा अर्थ त्या याद्यांमधल्या गोष्टी तुम्ही करालच, असा नव्हे तर तुमच्याकडे येत राहणाऱ्या नव्या कामांच्या प्रवाहाच्या तुलनेत तुम्ही फक्त त्या याद्यांमधल्या कामांचं मूल्यमापन कराल, जेणेकरून नेमकं काय हातात घ्यायचं यासंबंधी तुम्ही सर्वोत्तम पर्याय निवडू शकाल. आपण काही महत्त्वाचं विसरत तर नाही ना, याबद्दल तुम्हाला खात्री वाटणं आवश्यक आहे.

> *जीवन जगणं आणि आनंदाचा शोध घेणं या काही दोन वेगळ्या गोष्टी नाहीत.*
> - आयन रँड

खरे पाहता तुमचे कॅलेंडर विश्वासार्ह आणि तुमच्या कृतींच्या याद्या अद्ययावत असतील तर तुमच्या व्यवस्थेमध्ये दर एक-दोन दिवसांनी नजर टाकण्याजोग्या त्याच दोन गोष्टी असतील. माझी कुठलीही यादी मला बघावी लागत नाही असे अनेक दिवस असतात, कारण खरं तर मी काय करू शकणार नाही हे माझ्या कॅलेंडरवरूनच मला पक्कं माहीत असतं.

योग्य संदर्भातला योग्य आढावा

तुमची कुठलीही यादी कुठल्याही क्षणी तुम्हाला पाहावी लागू शकते. संध्याकाळी सगळी कामं आटोपल्यानंतर तुम्ही आणि तुमचे पती/पत्नी निवांत बसलेले असताना आणि घर व कुटुंबाच्या संदर्भात तुम्ही दोघांनी मिळून करायची कामं व्यवस्थित पार पडतील याची तुम्हाला खात्री करून घ्यायची असेल तर, त्याच्यावर किंवा तिच्यावर सोपवलेल्या कामांच्या यादीवर नजर टाकणं तुम्हाला आवश्यक वाटू शकेल. दुसरीकडे, सद्य परिस्थिती आणि प्राधान्यांबद्दल चर्चा करण्याकरता तुमचे वरिष्ठ तुम्हाला भेटण्याकरता येणार असतील तर तुमची प्रकल्प यादी अद्ययावत असणं आणि साहेब किंवा साहेबीणबाईंबरोबर चर्चा करण्याच्या विषयांची यादी हाताशी असणं खूपच सोयीचं ठरेल. समजा, एखाद्या संभाव्य ग्राहकासोबत अनियोजित पण अतिशय महत्त्वाच्या बैठकीसाठी अचानकपणे तुम्हाला टेक्स्ट मेसेज आला आणि सर्व काही सुरळीत झाल्यास ही बैठक दुपारपर्यंतदेखील लांबू शकते अशी परिस्थिती असेल तर या बैठकीसाठी आश्वस्त मनानं हजर राहू शकण्याच्या दृष्टीनं इतर आवराआवर करणं, सगळी संबंधित माहिती प्रिंट करून घेणं, इतर कामांच्या वेळा बदलून घेणं हे सगळं तुम्ही किती पटकन करू शकता?

तुमची प्रणाली अद्ययावत करणं

तुमची संघटन प्रणाली विश्वसनीय आहे किंवा नाही याची खात्री करून घेण्याची खरी युक्ती म्हणजे अधिक उच्च पातळीवरून तुमचा मेंदू आणि तुमची प्रणाली नियमितपणे अद्ययावत करत राहणं; पण तुमच्या याद्या अद्ययावत नसतील, तर ते अशक्य असतं. तुमची संघटन प्रणाली कालबाह्य झालेली असेल तर तुमच्या मेंदूला, सगळ्या गोष्टी लक्षात ठेवण्याचं हलक्या प्रतीचं काम करण्यात गुंतून पडणं भाग पडेल, यात काय संशय?

> *ज्ञान उत्पादक करायचं असल्यास आपल्याला संपूर्ण जंगल आणि विशिष्ट झाड असं दोन्ही पाहाण्यास शिकावं लागेल. गोष्टींमध्ये परस्परसंबंध प्रस्थापित करणं आपल्याला शिकावं लागेल.*
>
> \- पीटर ड्रकर

कदाचित हे सर्वांत मोठं आव्हान आहे. डोकं मोकळं असणं आणि सर्व काही

नियंत्रणाखाली असल्याची भावना असणं म्हणजे काय, हे एकदा तुम्ही अनुभवलं की, मग तुम्ही ते कार्यचालनविषयक मानक पाळण्याकरता आवश्यक ते सगळं कराल का? या कार्यपद्धतीचं संशोधन आणि कार्यान्वयन करण्यात मी जी अनेक वर्षं घालवलेली आहेत आणि अगणित लोकांबरोबर काम केलेलं आहे; त्यातून हे सिद्ध झालेलं आहे की, या प्रक्रियेत सातत्य टिकवून ठेवण्याची जादूची किल्ली म्हणजे साप्ताहिक आढावा.

साप्ताहिक आढाव्याचं सामर्थ्य

तुमचा हेतू कितीही चांगला असू दे; पण जर तुम्ही इतर बहुतेकांप्रमाणे असाल, तर तुम्हाला झेपेल त्यापेक्षा जास्त गतीनं जग तुमच्या अंगावर येत राहील. आपल्याला हाताळणं शक्य आहे त्यापेक्षा अधिक गोष्टींमध्ये स्वतःला अडकवून घेणं हा जणू आपल्यापैकी अनेकांचा स्वभावच असतो. आपण दिवसभराकरता पाठोपाठ बैठका ठरवून टाकतो. कामाच्या वेळेव्यतिरिक्तदेखील आपल्याला ज्या हाताळाव्या लागतील अशा नव्या कल्पना आणि बांधिलकी निर्माण करणाऱ्या प्रसंगांना आपण उपस्थित राहतो आणि आपल्या सर्जनशील बुद्धिमत्तेला अंतराळामध्ये विहार करायला लावू शकणाऱ्या कार्यक्रम व प्रकल्पांमध्ये स्वतःला गुंतवून घेतो.

> बहुतांशी दैनंदिन पातळीवर तुमची प्रणाली प्रक्रिया करू शकेल त्यापेक्षा जास्त संधी तुम्ही घेत राहाल.

नेमक्या या झपाटलेल्या कार्यकलापामुळेच साप्ताहिक आढावा एवढा मौल्यवान ठरतो. तुमचं संतुलन टिकवून ठेवण्याकरता संकलन, पुनर्मूल्यांकन आणि पुनःप्रक्रियेसाठी तो तुम्हाला काही वेळ देतो. तुम्ही तुमच्या दैनंदिन धावपळीमध्ये सतत व्यग्र असताना कामाचं हे आवश्यक पुनर्संघटन करण्याचा कुठलाही मार्ग नसतो.

साप्ताहिक आढाव्यामुळे, संपूर्ण आठवडाभरामध्ये तुमच्याकडे येत राहणाऱ्या नव्या माहितीच्या आणि तुमचं लक्ष विचलित करू शकणाऱ्या गोष्टींच्या पुरामध्येही तुमच्या महत्त्वाच्या प्रकल्पांवरचं तुमचं अंतःप्रेरणात्मक ध्यान अधिक प्रखर होईल. या पुरामध्ये टिकाव लागण्याकरता तुम्हाला पटकन आणि जास्त गोष्टींना नाही म्हणायला शिकावं लागेल. किमान प्रकल्प पातळीवर विचार करण्याकरता सज्ज होण्यासाठी काही निश्चित वेळ असण्यानंसुद्धा गोष्टी खूपच सुसह्य होतात.

साप्ताहिक आढावा म्हणजे काय?

अगदी सोप्या भाषेत सांगायचं तर साप्ताहिक आढावा म्हणजे तुमचा मेंदू पुन्हा एकदा रिकामा करून पुढच्या एक-दोन आठवड्यांवर तो केंद्रित करण्याकरता जे करावं लागतं ते. साप्ताहिक आढावा म्हणजे कार्यप्रवाह व्यवस्थापनाचं संकलन, प्रक्रिया करणं, संघटन आणि करणं बाकी असलेल्या तुमच्या सगळ्या अपूर्ण

बांधिलकी, उद्देश आणि इच्छांचा आढावा घेणं या पाच क्रिया होत. ज्या मी करत नाही; पण जर मी ठरवलं तर करू शकेन, अशा सर्व गोष्टी कोणत्या हे मला या क्षणी अगदी ठामपणे माहीत आहे, असं तुम्ही जोपर्यंत प्रामाणिकपणे म्हणू शकणार नाही, तोपर्यंत करत राहाणं.

अगदी व्यावहारिक पातळीवर या गोष्टी तुम्हाला तिथपर्यंत पोहोचवतील : सुस्पष्टता मिळवा, अद्ययावत व्हा आणि सृजनशील बना. सुस्पष्टता मिळवण्यामध्ये तुमच्या सगळ्या संकलित केलेल्या कामांवर आपोआपच प्रक्रिया केली जाईल. अद्ययावत होण्यामध्ये तुमच्या सगळ्या नकाशांचा किंवा याद्यांचा आढावा घेतला जाऊन त्या ताज्या होतील. सृजनशीलता हा भाग तुम्ही सुस्पष्ट आणि अद्ययावत होत असताना काही अंशी आपोआपच होऊन जातो, कारण ते करताना तुम्ही जेव्हा तुमच्या जीवन आणि कामांबद्दल विचार कराल, तेव्हा साहजिकच काही नव्या कल्पना, नवे दृष्टिकोन जन्माला घालाल.

सुस्पष्टता मिळवा

आठवडाभरातील कामांच्या गडबडीत काही गोष्टी राहून जातात, त्या गोळा करण्याची ही पहिली पायरी. बैठकांमध्ये काढलेली टाचणं, मागून घेतलेली बिझनेस कार्डं, पावत्या, बिलं, मुलांच्या शाळेतून आलेल्या नोटिसा आणि पर्स, ब्रीफकेस, एसएमएस, अंगावरचं जॅकेट यांच्या कानाकोपऱ्यात दडून बसलेल्या, तसंच ड्रेसिंग टेबलवर आणि ई-मेल, सोशल मीडिया अशा नेहमीच्या जागांमध्ये गोळा झालेल्या सगळ्या लहान-मोठ्या अनेक गोष्टी काहीही केलं तरी जमा होतच राहिलेल्या असतात.

चिठ्ठ्या, कागद आणि साहित्य संकलित करा. सगळ्या सटरफटर चिठ्ठ्या, बिझनेस कार्डं, पावत्या इ. जे तुमच्या टेबल, कपडे आणि इतर सामानामध्ये जमा झालेलं असेल, ते प्रक्रिया करण्याकरता तुमच्या इन-ट्रेमध्ये टाकून द्या.

इन-ट्रे रिकामा करा. बैठकांमध्ये काढलेली टाचणं, वही, डायरी किंवा मोबाइलवर खरडलेल्या, घाईघाईनं अथवा व्यवस्थित लिहून ठेवलेल्या सगळ्या टिपांचं आणि नोंदींचं पुनर्विलोकन करा. त्यातल्या कृतीयोग्य गोष्टी, प्रकल्प, प्रतीक्षेत प्रकारच्या गोष्टी, विशिष्ट तारखेला घडणार असलेल्या गोष्टी आणि कधीतरी/कदाचित प्रकारच्या गोष्टींच्या योग्य त्या याद्या तयार करा. त्यातलं काही जर संदर्भाकरता असेल तर ते फाइल करून टाका. ई-मेल, टेलेक्स आणि व्हॉइस मेलचे इन-ट्रे पूर्ण रिकामे करा. परस्पर व्यवहार, प्रकल्प, नवे उपक्रम इ. संबंधीच्या सर्व टिपा आणि विचार तसेच तुमच्याकडे वाहत आलेली नवी माहिती या सर्वांवर प्रक्रिया करताना कठोर व्हा

आणि अनावश्यक गोष्टी फेकून द्या.

तुमचा मेंदू रिकामा करा. अद्याप संकलित आणि सुस्पष्ट न केलेले कुठलेही नवे प्रकल्प, कृतीयोग्य गोष्टी, प्रतीक्षेत प्रकारच्या गोष्टी, कधीतरी/कदाचित प्रकारच्या गोष्टी इ. (योग्य त्या वर्गामध्ये) लिखित स्वरूपात मांडून ठेवा.

अद्ययावत व्हा

आता तुम्हाला मागची आवराआवर करायची आहे, तेव्हा तुमच्या प्रणालीमध्ये असलेली जुनी स्मरणकं काढून टाका, तुमच्या सद्य याद्या अद्ययावत आणि पूर्ण करा. त्याकरता खालील पायऱ्यांचा अवलंब करा -

पुढची कृती याद्यांचा आढावा : पूर्ण झालेल्या कृतींवर खुणा करा. उर्वरित कृतींची स्मरणकं संकलित करण्याच्या दृष्टीनं त्यांचा आढावा घ्या. मी अनेकदा एवढा धावपळीत असतो की, माझ्या यादीतल्या अनेक पूर्ण झालेल्या गोष्टींवर तशा खुणा करणंदेखील मला जमत नाही, मग पुढे काय करायचं याच्यावर खुणा करणं तर दूरच! हे काम करण्याची हीच वेळ आहे.

कॅलेंडरवरच्या जुन्या माहितीचा आढावा : बाकी असलेल्या कृतीयोग्य गोष्टी, संदर्भ साहित्य इ. शोधण्याकरता कॅलेंडरची गेल्या दोन-तीन आठवड्यांची पानं पुन्हा एकदा बारकाईनं पाहा आणि तो सर्व डेटा चालू व्यवस्थेमध्ये टाका. अरे हो! त्यावरून आठवलं... या प्रकारच्या सगळ्या गोष्टी आणि त्यांच्याशी निगडित कृतींची नोंद करा. कदाचित तुम्ही हजर होतात त्या बैठका किंवा प्रसंग तुम्हाला कॅलेंडरवर दिसतील आणि मग त्यांच्याशी संबंधित करण्याच्या पुढच्या कृतीचा विचार तुमच्या मनामध्ये सुरू होईल. कॅलेंडरची जुनी पानं त्यातली कुठलीही गोष्ट संकलित केल्यावाचून न सोडता तुम्हाला आर्काइव्हमध्ये टाकता यायला हवीत.

कॅलेंडरवरच्या आगामी गोष्टींवर नजर : कॅलेंडरवरच्या भविष्यातील घटना (दीर्घ किंवा लघु पल्ल्यावरच्या) पाहून घ्या. त्यातल्या आगामी घटनांच्या पूर्वतयारीशी आणि प्रकल्पांशी संबंधित कृतीयोग्य गोष्टी संकलित करा. शेवटच्या क्षणी ताण न येण्यासाठी आणि सृजनात्मक विचारांना चालना देण्यासाठी जिचा नियमित आढावा घ्यायला हवा अशी सर्वोच्च चेकलिस्ट म्हणजे तुमचं कॅलेंडर.*

---

* इतर लोकांना तुमच्या कॅलेंडरमध्ये नोंद करण्याचा अधिकार असेल तर ही गोष्ट विशेष महत्त्वाची ठरते, कारण अशा इतर कुणी तुमच्यासाठी ठरवून ठेवलेली एखादी बैठक अचानक तुमच्या नजरेला आली तर तुम्हाला आश्चर्याचा धक्का बसेलच; पण तुम्ही त्यामुळे अस्वस्थही व्हाल.

प्रकल्प यादी आणि पुढची कृती यादीमध्ये घालण्याजोग्या गोष्टींचा शोध घेण्याकरता आगामी प्रवास, परिषदा, बैठका, सुट्या इ. गोष्टींचं मूल्यमापन करणं आवश्यक आहे, कारण या गोष्टी तुमच्या रडारवर असतात; पण त्यातलं सगळं अजून आलबेल नसतं.

प्रतीक्षा यादीचा आढावा : एखाद्या गोष्टीकरता पाठपुरावा करण्याची आवश्यकता आहे का? ताजी स्थिती जाणून घेण्याकरता ई-मेल पाठवण्याची गरज आहे का? एखाद्या व्यक्तीशी पुढच्या वेळी बोलण्याच्या विषयामध्ये काही नवीन घालायची गरज आहे का? तसं असल्यास त्या कृतींची नोंद करा. अपेक्षित असलेल्या आणि एव्हाना मिळालेल्या गोष्टी प्रतीक्षा यादीतून काढून टाका.

प्रकल्प (आणि मोठे परिणाम) याद्यांचा आढावा : एकेक करून प्रत्येक प्रकल्प, ध्येय आणि अपेक्षित परिणाम यांच्या सद्य स्थितीचं मूल्यमापन करा आणि तुमच्या व्यवस्थेमध्ये त्या प्रत्येकाला धक्का देऊन चालना देऊ शकेल अशी एक तरी सद्य कृती असल्याची खात्री करून घ्या. नव्या कृती, पूर्तता, प्रतीक्षा इ. ना चालना देण्याकरता सगळे चालू प्रकल्प आराखडे, आधारभूत साहित्य आणि वर्क-इन-प्रोग्रेस प्रकारचं साहित्य चाळा.

इतर कुठल्या संबंधित चेकलिस्ट असल्यास त्यांचा आढावा : तुम्ही करायला हवी असलेली; पण न केलेली अजून एखादी गोष्ट आहे का, हेही तपासून पाहा.

सृजनशील बना

ही कार्यपद्धती फक्त साफसफाई आणि गोष्टी पूर्ण करण्यापुरती मर्यादित नाही. सुस्पष्टता आणि एकाग्रता मिळवण्याकरता त्या गोष्टी अत्यंत महत्त्वाच्या आहेत यात शंकाच नाही. मात्र, अंतिमतः या क्षेत्रामधल्या माझ्या मुशाफिरीमागची मुख्य प्रेरणा नवे, सृजनात्मक आणि मौल्यवान विचार व दिशा प्राप्त करण्यामध्ये मदत करण्याच्या दृष्टीने एक वाव निर्माण करणं ही आहे. तुम्ही ही कार्यपद्धत अमलात आणण्यामध्ये इथपर्यंत आला असाल तर बऱ्याच अंशी, ज्याच्यासाठी तुम्हाला खूप ऊर्जा घालवावी लागते अशी काही ही गोष्ट नाही. मानव हा निसर्गतःच सृजनशील प्राणी आहे आणि जगणं, प्रगती करणं, व्यक्त होणं आणि विस्तार पावणं यातच तो गुंतलेला असतो. इथे सृजनशील होणं हे आव्हान नव्हे तर आपल्या नैसर्गिक सृजनात्मक ऊर्जेच्या प्रवाहामधले अडथळे दूर करणं हे खरं आव्हान आहे. व्यावहारिक परिभाषेत सांगायचं तर हे म्हणजे व्यवस्थित कामं करणं, उत्स्फूर्त कल्पना सुचण्याला वाव देणं, मग त्या संकलित करणं आणि त्यानंतर त्यांचा उपयोग करून घेणं. हे पुस्तक वाचताना आणि यातली तंत्रं अमलात आणताना तुमच्या मनातल्या गोष्टी

माहितीचा अति मारा झाल्यावर एकूण कामं अगदी किमान, सुसंबद्ध आणि हाताळण्याइतपत पातळीवर आणण्यासाठी माणूस ज्याचा अवलंब करतो तो खास मार्ग म्हणजे (माझा) दृष्टिकोन... अतिरेकी माहितीच्या जगामध्ये दृष्टिकोन ही एक अगदी दुर्मिळ गोष्ट आहे.

- पॉल सॅफो

बाहेर मांडल्यामुळे जर का तुम्हाला, अरे हो! त्यावरून आठवलं... किंवा हं, मला वाटतं, मी हे करायला हवं... असं वाटत असेल तर ही प्रक्रिया किती स्वाभाविक आहे हे तुम्ही सिद्धच करत आहात.

मी म्हटलं त्याप्रमाणे या क्षणी तुम्ही लक्ष केंद्रित करावं अशी एकही गोष्ट नसू शकेल, कारण तुमचे बहुतेक सृजनात्मक विचार बाहेर आलेले असतील आणि या प्रक्रियेमध्ये समाविष्ट झाले असतील; पण ही प्रक्रिया पूर्णत्वाला नेण्याकरता एक-दोन आणखी चालक गोष्टी आहेत, ज्या तुम्हाला मौल्यवान वाटू शकतील.

कधीतरी/कदाचित यादीचा आढावा : कुठले प्रकल्प आता चालू करण्याच्या दृष्टीनं अधिक रोचक किंवा मौल्यवान स्थितीत आहेत, हे तपासून पाहा आणि त्यांना प्रकल्प यादीमध्ये समाविष्ट करा. जग आणि तुमचे विचार बदलल्यामुळे आता या अनौपचारिक रडारवरही ठेवण्याच्या लायकीच्या नसलेल्या गोष्टी या यादीतून काढून टाका. त्याचबरोबर तुम्ही नुकताच ज्या शक्यतांचा विचार सुरू केला आहे, अशा आगामी गोष्टींना यादीमध्ये स्थान द्या.

सर्जनशील आणि धाडसी होणं : आणखी कुठल्या अशा अद्भुत, धाडसी, सर्जनात्मक, विचारप्रवर्तक कल्पना आहेत, ज्या तुम्ही संकलित करू शकता आणि तुमच्या प्रणालीमध्ये किंवा बाह्य मेंदूमध्ये टाकू शकता?

ही आढावा-प्रक्रिया सामान्यज्ञानयुक्त असते; पण आपल्यापैकी फार थोडे लोक ती करायला हवी तितक्या चांगल्या प्रकारे आणि तितक्या सातत्यानं करतात. म्हणजेच मेंदू रिकामा राहावा आणि आपल्याला ताणरहित नियंत्रणाची भावना राहायला हवी, या दृष्टीनं आवश्यक तितक्या नियमितपणे करतात. या प्रक्रियेचा आवाका खूप मोठा आहे हे मान्य, विशेषतः तुम्ही जर तुमच्या व्यक्तिगत प्रणालीची रचना वाजवी प्रकारे ताजी आणि माहितीने परिपूर्ण असण्याच्या दृष्टीनं केली नसेल आणि त्यात योग्य ती सर्व माहिती टाकली नसेल तर नक्कीच! आणि तुमच्या दैनंदिन जीवनातले दबाव लक्षात घेता गोष्टी तुमच्या बऱ्यापैकी नियंत्रणाखाली असल्या तरी अशा प्रकारे पुनर्विचार आणि पुनर्रचना करण्याची घटना सहज घडवून आणणं क्वचितच घडतं.

आढावा घेण्याकरता योग्य वेळ आणि योग्य स्थान

साप्ताहिक आढावा इतका महत्त्वाचा असतो की, त्याकरता चांगल्या सवयी, चांगलं वातावरण आणि चांगली साधनं प्रस्थापित करणं हे तुमचं कर्तव्यच असतं. 'गेटिंग थिंग्ज डन' ज्या प्रकारचं ताणमुक्त नियंत्रण तुम्हाला देऊ करतं, त्या बाबतीत एकदा तुम्ही आश्वस्त किंवा मनानं प्रस्थापित झालात की, मग तुम्हाला आढावा घेण्याकरता मानसिक तयारी होण्याची चिंता करण्याचं कारण उरणार नाही. तुम्हाला पुन्हा एकदा तुमची व्यक्तिगत मानकं गाठण्याकरता आढावा घेण्याच्या सवयीकडे वळावंच लागेल.

मात्र, तोपर्यंत दर आठवड्याला, तुमच्या दैनंदिन रगाड्यामधून किमान एक-दोन तास तरी मोकळे ठेवा. आराम करण्याकरता नव्हे, तर कमीतकमी तुमचे सर्व प्रकल्प आणि त्यांच्या सद्यस्थितीच्या क्षितिजापर्यंत पोहोचण्याकरता आणि तुमचं लक्ष खेचत राहणाऱ्या गोष्टींशी संबंधित अन्य सर्व माहिती मिळवण्याकरता आवश्यक असेल ते सर्व करा.

आपलं कार्यालय किंवा टेबल इतर लोक आणि दिवसभरातील संपर्कांपासून काहीसं दूर ठेवता येत असेल आणि तुमचा कामाचा आठवडा सोमवार ते शुक्रवार असा असेल तर मी असं सुचवेन की, दर शुक्रवारी दुपारचे दोन तास आढावा घेण्याकरता राखून ठेवा. ही वेळ सर्वोत्तम असण्याची तीन कारणं आहेत :

- आठवडाभरातील घटना आणि प्रसंग, त्यांचं संपूर्ण विश्लेषण करण्याच्या दृष्टीनं अजून तुमच्या मनामध्ये ताजे असतील (अरे हो, मला ...च्या संदर्भात ...ला फोन करायचा आहे)
- लोकांशी त्यांच्या कार्यालयात असतानाच संपर्क साधणं आवश्यक असलेल्या कृती पूर्ण न झाल्याचं तुम्हाला आढळल्यास, ते साप्ताहिक सुट्टीकरता कार्यालयातून बाहेर निघून जाण्यापूर्वी ते काम करण्याइतपत तुमच्याकडे निश्चित वेळ असतो
- आपल्या मनावरची ओझी रिकामी करूनच आठवड्याच्या सुट्टीत पुन्हा ताजंतवानं होण्याकरता आणि मनोरंजनाकरता जाता येणं खूपच चांगलं.

मात्र, तुम्ही सर्वसाधारण लोकांसारखी साप्ताहिक सुट्टी नसणारेही असू शकता. उदाहरणार्थ, मला स्वतःला बहुतेक वेळा शनिवारी आणि रविवारीदेखील अगदी बुधवारइतकंच काम असतं; पण मग वारंवार कराव्या लागणाऱ्या, विमानाच्या दीर्घ प्रवासांच्या रूपात मला छान मोकळीक (?) मिळते आणि वेळ भरून काढण्याची संधी मला मिळते. अनेक लोक त्यांच्या साप्ताहिक आढाव्याच्या परिपाठाची

संधी मिळेल तेव्हा कुठेतरी बाहेर जा आणि शिथिल व्हा. सतत कामात बुडून राहिल्यामुळे तुमची विवेकशक्ती कमकुवत होईल. जरा लांब अंतरावर जा, कारण त्यामुळे तुमचं काम तुम्हाला योग्य दृष्टिकोनातून पाहता येईल आणि त्यामध्ये जो ताळमेळाचा अभाव आहे, तो चटकन तुमच्या नजरेला येईल.

\- लिओनार्दो दा विंची

त्यांच्या जीवनशैलीशी छानपैकी सांगड घालतात, जसं दर शनिवारी सकाळी एका विशिष्ट रेस्तराँमध्ये कॉफी घेता-घेता किंवा रविवारी संध्याकाळी मुलाचा खेळ किंवा मुलीचा क्लास संपण्याची वाट पाहता-पाहता आढावा घेणं.

तुमची जीवनशैली कशीही असो, दर आठवड्याला गोष्टींची जुळवाजुळव करण्याचा हा सोपस्कार करणं तुम्हाला आवश्यकच असतं. कदाचित असं काहीसं तुम्ही करतही असाल. तसं असेल तर त्या सवयीमध्ये अधिक उच्च पातळीवरून आढावा घेण्याची प्रक्रिया संमीलित करून घ्या.

या प्रकारचा आढावा घेण्याकरता वेळ काढणं ज्या लोकांना सर्वांत अवघड जातं, त्यांच्याकडे घरी आणि ऑफिसमध्ये सतत काहीतरी काम अंगावर येतच असतं आणि कामांची जुळवाजुळव करण्याएवढा वेळ किंवा अवकाश त्यांच्या व्यवस्थेमध्ये नसतोच. मला भेटलेल्या अधिकाऱ्यांपैकी सर्वांत जास्त ताणाखाली जगणारे लोक म्हणजे ज्यांना कार्यालयात असताना सतत 'करो या मरो' प्रकारे प्रतिसादतत्पर राहावं लागतं (उदाहरणार्थ, शेअर बाजारातले, खरेदी-विक्रीचं काम करणारे लोक आणि कुठल्याही कंपनीतले मुख्य अधिकारी) आणि मग घरी जाऊन दहा वर्षांखालची एक किंवा दोन मुलं आणि स्वतःदेखील नोकरी करणारा पती अथवा पत्नी यांना तोंड द्यावं लागतं. त्यातल्या त्यात नशीबवान असलेल्यांना घरी जाण्याकरता आधी तासभर लोकलचा प्रवास करायचा असतो.

या चित्रामध्ये तुम्ही जर स्वतःला पाहत असाल, तर जगाकडे पाठ फिरवून आपल्या कामांची फेरजुळणी करण्याकरता काही वेळ बाजूला काढणं, हे सर्वांत मोठं आव्हान तुम्हाला जाणवेल. त्याकरता एकतर दर शुक्रवारी ऑफिसची वेळ संपल्यावर एक तासभर तिथेच बसून राहणं तुम्हाला स्वीकारावं लागेल किंवा मग घरामध्ये जिथे तुम्ही हे काम आरामात बसून; पण गंभीरपणे करू शकाल अशी एखादी जागा आणि वेळ निर्माण करावी लागेल.

अधिकाऱ्यांकरता कामकाजाचा आढावा घेण्याची वेळ : मी अनेक अधिकाऱ्यांना दर शुक्रवारी आपल्या कॅलेंडरवर दोन तासांचा वेळ राखून ठेवण्यास शिकवलं आहे. सकस विचार (क्वालिटी थिंकिंग) आणि करो या मरो प्रकारच्या गोष्टींच्या तातडीच्या मागण्या, यामध्ये संतुलन कसं साधावं हा त्यांच्यापुढचा सर्वांत

मोठा प्रश्न असतो. ही अवघड गोष्ट असते. त्यांच्यापैकी जे अधिक अनुभवी आणि चतुर असतात, त्यांना वरकरणी तातडीच्या भासणाऱ्या गोष्टींचं बलिदान देऊन खऱ्या अर्थानं महत्त्वाच्या असणाऱ्या गोष्टी करण्याचं मूल्य माहीत असतं; त्यामुळे कुठल्या तरी स्वरूपात ही प्रक्रिया करण्याकरता ते लोक वेळ काढतात. आमचे एक ग्राहक जगातल्या सर्वांत मोठ्या कंपन्यांपैकी एक असलेल्या एका कंपनीच्या अधिकारी विकास विभागाचे प्रमुख होते. एकदा ते म्हणाले की, त्यांच्या कंपनीतल्या वरिष्ठ पातळीवर, स्वतःच्या अंतःप्रेरणात्मक निर्णयशक्तीवर विश्वास राहण्याच्या दृष्टीनं आढावा आणि पुनर्जुळणीकरता क्वालिटी टाइम देणं, ही गोष्ट अत्यंत महत्त्वाची आहे; पण तितकाच तिचा अभावही आहे.

कामासंबंधीचे तुमचे सर्वोत्तम विचार तुम्ही काम करत असताना कधीच तुमच्या मनात येणार नाहीत.

मात्र, आपल्या कामाच्या वेळेमध्येच विचार करण्याचाही वेळ अंतर्भूत केलेले लोकसुद्धा सहसा पहिल्या क्षितिजपातळीवर (प्रकल्प) तुलनेनं सामान्य असलेलं आढावा घेण्याचं काम टाळतात. दिवसभरातील पाठोपाठच्या बैठका आणि संध्याकाळी घरामध्ये हातात पेय घेऊन फेऱ्या मारण्याच्या वेळेदरम्यान जरा उच्च पातळीवरून विचार आणि फेरजुळणी करणं कार्यनियंत्रण आणि लक्ष केंद्रित करण्याकरता आवश्यक असतं. तुम्हाला जर असं वाटत असेल की, तुमच्या सगळ्या उघड्या गाठी तुम्हाला ज्ञात आहेत, सुस्पष्ट करून झालेल्या आहेत, त्यांचं मूल्यमापन करून झालेलं आहे आणि संबंधित कृतीदेखील ठरवून झालेल्या आहेत, तर तुम्ही मोठा विनोद करत आहात.

व्यवसाय आणि जीवनातली सर्वांत महत्त्वाची आणि सर्वांत अवघड गोष्ट म्हणजे विचार करणं. साम्राज्य निर्माण करणारे लोक तासन्तास मानसिक काम करण्यात घालवतात... तेव्हा इतर लोक मौजमजा करत असतात. स्वयंदिग्दर्शित, एकात्मिक विचार करण्यासाठी कराव्या लागणाऱ्या प्रयत्नांची जर तुम्हाला सजग जाणीव नसेल... तर तुम्ही आळसाला बळी जात आहात आणि तुमच्या जीवनाचा लगाम तुमच्या हातात नाही.

\- डेव्हिड केकिच

मोठं चित्र आढावा

होय, कुठल्या तरी एका क्षणी अंतिमतः तुमच्या निर्णयांना चालना देणारे आणि त्यांची परीक्षा घेणारे मोठे परिणाम, तुमची दीर्घकालीन ध्येयं, दूरदृश्यं आणि तत्त्वं तुम्हाला स्पष्ट करून घ्यायलाच हवी असतात, हे मात्र खरं!

तुमच्या कामाच्या संदर्भात तुमची महत्त्वाची ध्येयं आणि उद्दिष्टं काय आहेत?

आजपासून एक किंवा तीन वर्षांनंतर काय घडलेलं असणं तुम्हाला हवं आहे? तुमचं करिअर कसं चाललं आहे? तुमची सध्याची जीवनशैली तुम्हाला समाधानकारक वाटते का? एका अधिक सखोल आणि दीर्घकालीन दृष्टिकोनातून, तुम्हाला खरोखर जे करावंसं वाटतं किंवा गरजेचं आहे ते तुम्ही आत्ता करत आहात का?

या पुस्तकाचं उघड लक्ष्य त्या क्षितिज क्रमांक ३ ते ५ पातळ्यांवरच्या कामांना चालना देण्याचं नाही. मात्र, एका उच्च पातळीवरून काम करण्याकरता तुम्हाला विनंती करण्यामध्ये, तुमची एकूण जीवनाची अभिव्यक्ती अधिक समाधानकारक आणि आयुष्याच्या मोठ्या खेळाशी जास्त सुसंगत करण्यामध्ये तुम्हाला साह्य करणं हा त्याचा सुप्त हेतू निश्चितच आहे. तुमच्या जीवन आणि कामाचं सर्वांत खालचं आणि पहिलं क्षितिज सोडून वर येण्याची तुमची गती आणि चपळाई वाढवताना, गरजेनुसार तुमची गुंतवणूक असलेल्या इतर पातळ्यांचंही पुनर्विलोकन करण्यास विसरू नका, कारण त्यामुळे तुमचा मेंदू खऱ्या अर्थानं मोकळा राहील.

आपलं दैनंदिन जीवन नियंत्रणाखाली ठेवण्याचा आत्मविश्वास नसताना ध्येयं निर्माण करण्याचा प्रयत्न केल्यास तुमची प्रेरणा आणि ऊर्जा वाढण्याऐवजी कमीच होईल.

अशा प्रकारचा विस्तृत आढावा घेण्याचं आव्हान किती वारंवार स्वीकारायचं, हे फक्त तुमचं तुम्हालाच कळू शकतं. या क्षणी मला जे तत्त्व पुन्हा सांगावंसं वाटतं, ते असं :

तुमचं जीवन आणि तुमचं काम सुरळीत होण्याकरता, तुम्ही त्यांचं योग्य त्या पातळ्यांवर मूल्यमापन करत राहाणं आवश्यक आहे आणि योग्य ते निर्णय योग्य त्या अवकाशानंतर घेत राहाणंही आवश्यक आहे. तुमची नियती आणि तुमची इच्छा काहीही असो, हे काम म्हणजे तुमचं स्वतःप्रतीचं आयुष्यभरासाठीचं कर्तव्य समजा.

गेल्या अनेक वर्षांमध्ये माझ्या स्वतःच्या अनुभवावरून आणि असंख्य लोकांसोबत त्यांच्या विश्वामध्ये जवळून गुंतलेला असण्यातून माझ्या असं लक्षात आलं आहे की, जीवनातल्या नित्याच्या गोष्टींवर आपलं पूर्ण नियंत्रण असेल तर आपल्या अधिक उच्च पातळीवरच्या कामांसाठी ऊर्जेचं एक समृद्ध क्षेत्र आपल्याला उघड होतं. आपल्या अंतःस्थ प्रेरणा आणि कलांमुळेच आपण अशा गुंत्यांमध्ये आणि बांधिलकीमध्ये स्वतःला गुरफटून घेतो, ज्या सहसा आपल्या मनात गोंधळ उत्पन्न करतात आणि आपल्याला दडपून गेल्याची भावना देतात. आपल्याला मुलं असावीत असं तुम्हाला अगदी आतून वाटलं आणि आता तुम्हाला ती झाली आहेत. आता पुढची किमान दोन दशकं त्यातलं प्रत्येक मूल हे एक स्वतंत्र व्यवसाय चालवण्यासारखं असणार आहे. आपण सृजनशील व्हावं आणि जगामध्ये आपली ओळख निर्माण

व्हावी (आणि पैसेही मिळावेत) अशी प्रेरणा तुम्हाला आतून झाली, म्हणून तुम्ही एक उद्योग उभा केलात किंवा एका अतिशय मोठ्या व्यवसायाची बांधिलकी स्वीकारलीत.

जग समजून घ्यायचं असेल, तर अधूनमधून आपल्याला त्याच्यापासून दूर जायला हवं.
- अल्बर्ट कामू

आता तुम्ही इतक्या विविध गोष्टींमध्ये बुडून गेला आहात की, आपल्याला हे सर्व झेपेल की नाही असं तुम्हाला वाटतं आहे. आता तुम्हाला आणखी ध्येयांची गरज नाही. आधीपासून जी आहेत त्यांच्याच बाबतीतली आश्वस्तता आणि नवं कुठलं ध्येय समोर आलं तर ते नीट पूर्ण करण्याचा आत्मविश्वास हवा.

आपली परिप्रेक्ष्यं, मूल्यं आणि उद्दिष्टं यांच्याबद्दल एक नवी दृष्टी उपयुक्त ठरेल यात शंकाच नाही; पण माझा अनुभव सांगतो की, तुम्ही स्वतःभोवती जे विश्व निर्माण केलं आहे तेच तुम्ही नीट हाताळत नाही असं जर तुम्हाला वाटत असेल तर तुम्ही या नव्या दृष्टीबद्दल स्वतःशी बोलणंच टाळाल. एखादं ध्येय किंवा तुम्हाला काय हवं आहे त्याचं चित्र बदलायला किती वेळ लागतो? काहीच नाही. किमान फारसा नाही. तुम्ही स्वतःला ज्यांचं वचन दिलं आहे, ते परिणाम आपण मिळवू शकतो असा आत्मविश्वास यायला तुम्हाला किती वेळ लागेल? माझ्या अनुभवानुसार तो आत्मविश्वास येण्याकरता तुम्हाला ही जीटीडी कार्यपद्धत अमलात आणून सवयीची होण्यासाठी किमान दोन वर्षं तरी लागतील. ही काही वाईट बातमी नव्हे. ही फक्त एक बातमी आहे. चांगली बातमी अशी की, तुमच्या जीवन आणि कामाच्या अधिक सामान्य आणि कार्यचालन पातळीवर जास्त नियंत्रण मिळवणं तुम्ही या पुस्तकात दिलेल्या पद्धती अमलात आणायला सुरुवात करताच तुम्हाला साध्य होऊ शकतं आणि त्यामुळे कदाचित तुमच्या अधिक उच्च गोष्टींच्या नवीन बाजू तुमच्यासमोर उघड होतील, ज्या तुम्हाला एरवी ओळखता आल्या नसत्या किंवा त्यांचा उपयोग करून घेता आला नसता.

या भविष्यवेधी गोष्टीची एक अतिरिक्त बाजू म्हणजे ध्येयनिश्चितीच्या बाबतीत अत्यंत लवचीक आणि अनौपचारिक राहण्याचं मोल. सॉफ्टवेअरच्या जगात या क्षेत्रातल्या एका लक्षणीय बदलाची पायाभरणी झालेली आहे आणि स्टार्ट-अप कंपन्यांच्या यशस्वितेसाठी ॲजाइल (चपळ) प्रोग्रामिंग हा एक नियमच बनून गेला आहे. परिप्रेक्ष्य ठरवा, ते कसं दिसेल याचं शक्य तितकं स्पष्ट चित्र मनामध्ये पाहा, कशाची तरी किफायतशीर आणि विक्रीयोग्य अशी पहिली आवृत्ती निर्माण करण्याकरता कामाला लागा आणि मग तुमचं परिप्रेक्ष्य, तसंच त्याच्या अंमलबजावणीची प्रक्रिया तुमच्या प्रत्यक्ष विश्वातल्या प्रत्यक्ष प्रतिक्रियांच्या आधारे अधिक प्रगल्भ बनवण्याकरता येईल त्या परिस्थितीनुसार दिशादिग्दर्शन करत राहा. मुद्दा असा की, सकारात्मक

> खुद्द जग कधीच दडपून गेलेलं किंवा गोंधळलेलं नसतं - आपण त्याच्याशी ज्या पद्धतीने जोडलेलो असतो; त्यामुळे तसे फक्त आपणच असतो.

भविष्यवेधी विचार करणं अत्यंत महत्त्वाचं आणि विलक्षण असतं; पण जेव्हा भौतिक जगामध्ये त्याची अंमलबजावणी करू शकण्याच्या आत्मविश्वासाशी त्याची सांगड घातली जाते, तेव्हाच ते जास्त परिणामकारकरीत्या अभिव्यक्त होतं.

आता आपण या सगळ्या व्यक्तिगत संकलन करणं, सुस्पष्ट करून घेणं, संघटन आणि आढावा घेणं पद्धतीच्या सर्वोच्च बिंदू आणि सर्वोच्च आव्हानापर्यंत येऊन पोहोचलो आहोत. आज बुधवार आहे. समजा, आता सकाळचे ९.२२ झाले आहेत. आता तुम्ही काय करणार आहात?

९

कृती करणं : कृतीच्या सर्वोत्तम पर्यायाची निवड

कामाचा प्रत्यक्ष दिवस पुढ्यात आल्यावर, कुठल्याही क्षणी आता आपण काय करायचं, हे तुम्ही कसं ठरवाल?

मी यापूर्वीच सांगितल्याप्रमाणे, या प्रश्नाला माझं साधं उत्तर आहे, तुमच्या हृदयावर विश्वास ठेवा किंवा तुमच्या आत्म्यावर किंवा तुम्हाला जर तसल्या शब्दांची ॲलर्जी असेल, तर तुमचं धैर्य, तुमची अंतःप्रेरणा यांच्यावर विश्वास ठेवा. एक पाऊल मागे घेऊन तुमच्या मते तुमच्या अंतःस्थ सूज्ञपणाच्या स्रोताला स्पर्श करण्याकरता ज्या गोष्टीची मदत होते, त्या कुठल्याही गोष्टीची मदत घ्या. एखादा निर्णय विचारपूर्वक घ्यावा की एकदम आणि प्रतिक्रियात्मक रीतीनं घ्यावा या बाबतीत मनात द्वंद्व निर्माण होणं म्हणजे काय हे जर तुम्हाला माहिती असेल, तर मी काय म्हणतो आहे ते तुम्हाला कळेल.

> अंतिमतः आणि नेहमीच तुम्ही तुमच्या अंतःप्रेरणेवरच विश्वास ठेवायला हवा. तुम्ही इतर पुष्कळ गोष्टी करू शकता, पण ही गोष्ट तुमचा विश्वास दृढ करणारी असते.

याचा अर्थ तुम्ही तुमचं आयुष्य वाऱ्यावर सोडून देणं नव्हे. अर्थात तसं ते आपलं आपणच गेलं तर गोष्ट वेगळी! माझ्या आयुष्यात एका क्षणी मी याचा थेट अनुभव घेतलेला आहे आणि अगदी आवश्यकच नसले, तरी अनेक मौल्यवान धडे मला त्यातून मिळाले हे मी छातीठोकपणे सांगू शकतो.*

---

* आयुष्य वाऱ्यावर सोडून देण्याचे अनेक मार्ग आहेत. तुम्ही या भौतिक जगाकडे आणि त्यातल्या सत्य परिस्थितींकडे दुर्लक्ष करून ब्रह्मांडावर दृष्टी ठेवू शकता. मी एकदा माझ्या पद्धतीनं असं केलं होतं आणि तो अनुभव अतिशय सामर्थ्यशाली म्हणावा असा होता. अन्य कुणी तो घ्यावा अशी माझी अजिबात इच्छा नाही. मी माझ्या सगळ्या व्यावहारिक नातेसंबंधांमधून बाहेर पडण्याचा प्रयत्न केला होता. अर्थात, मी काही आत्महत्या केली नाही; पण मी तिथपर्यंत नक्की पोहोचलो होतो. मी ज्या जगामध्ये

प्रकरण २ मध्ये थोडक्यात सांगितल्याप्रमाणे, कृतींबाबत निर्णय घेण्याच्या संदर्भात तीन प्रधान संरचना मला आढळल्या आहेत :

- त्या-त्या क्षणाची कृती निवडण्याकरता चार निकषांचा साचा
- दैनंदिन कामाचं मूल्यमापन करण्याचा तिहेरी साचा
- तुमच्या कामाचा आढावा घेण्याचा सहास्तरीय साचा

या तीन संरचना उलट क्रमानं दाखविल्या गेल्या आहेत. म्हणजेच नेहमीच्या धोरणात्मक वरून-खाली दृष्टिकोनाच्या बरोबर विरुद्ध. 'गेटिंग थिंग्ज डन'च्या पद्धतीच्या स्वरूपाशी सुसंगत मला पुन्हा एकदा असं आढळून आलं आहे की, खालून-वर पद्धतीनं काम करणंच उपयुक्त ठरतं; त्यामुळे मी आता सर्वांत सामान्य पातळ्यांपासून सुरुवात करणार आहे.

त्या-त्या क्षणाची कृती निवडण्याकरता चार-निकषांचा साचा

तुम्ही तुमच्या कृतींची निवड क्रमशः खाली दिलेल्या चार निकषांवर करत असता, हे लक्षात ठेवा :

- संदर्भ
- उपलब्ध वेळ
- उपलब्ध ऊर्जा
- प्राधान्यक्रम

आता यातल्या प्रत्येक निकषाचा फायदा करून घेण्याच्या दृष्टीनं तुमची प्रणाली आणि तुमच्या वर्तणुकींची सर्वोत्तम रचना तुम्ही कशी करू शकता, या दृष्टिकोनातून त्या निकषांचा अभ्यास करू या.

राहण्याची निवड केली आहे, त्याच्याशी सहकार्याची भूमिका अंगीकारण्याबद्दल मला अजून खूप काही शिकणं आवश्यक होतं; पण आपल्या आंतरिक जाणिवेला, तिच्या बुद्धिमत्तेला आणि आपण ज्या विविध विश्वांमध्ये जगत असतो त्यांच्याबद्दल ती देत असलेल्या सल्ल्यांना पूर्ण शरण जाणं ही एक उच्च मानसिक पातळी असते. स्वतःवर आणि आपल्या बुद्धीच्या स्रोतावर विश्वास टाकणं हा मुक्तता अनुभवण्याचा आणि व्यक्तिगत उत्पादकता प्रदर्शित करण्याचा सर्वांत सुंदर प्रकार किंवा मार्ग आहे.

संदर्भ

कुठल्याही क्षणी, विचार करण्याजोगी पहिली गोष्ट म्हणजे आपण जिथे उभे आहोत तिथून, आपल्याकडे जी साधनं आहेत त्यांच्या साह्यानं आपण नेमकं काय करू शकतो? तुमच्याकडे फोन आहे का? जिच्याबरोबर समोरासमोर बसून तीन विषयांवर तुम्हाला चर्चा करायची आहे, त्या व्यक्तीबरोबर तुम्ही आता संपर्क साधू शकता का? तुम्हाला जिथून काहीतरी विकत घ्यायचं आहे अशा दुकानापाशी तुम्ही आहात का? तुम्ही आत्ता योग्य जागी नसल्यामुळे किंवा तुमच्या हातात योग्य ते साधन नसल्यामुळे तुम्ही जर कृती करू शकत नसाल तर चिंता करू नका.

मी याआधी म्हटल्याप्रमाणे, तुमच्या कृतिविषयक स्मरणकांची मांडणी तुम्ही नेहमी संदर्भानुसारच करायला हवी- फोन कॉल्स, घरी असताना, संगणकासमोर असताना, इ. कृतीची निवड करण्याच्या बाबतीत पहिल्यांदा संदर्भ हाच निकष येत असल्यामुळे, संदर्भानुसार लावून ठेवलेल्या याद्यांमुळे काय करायचं हे पुनःपुन्हा ठरवत बसण्याचं अनावश्यक काम कमी होतं. तुमच्याकडे करायच्या कामांच्या एकाच यादीमध्ये अनेक गोष्टी असतील; पण एकाच संदर्भामध्ये त्यातल्या बऱ्याच जर तुम्हाला करता येत नसतील तर प्रत्येक वेळी त्या सगळ्याच गोष्टी संदर्भाशी ताडून पाहण्याचं न आवडणारं काम करणं तुम्हाला भाग पडतं.

तुम्ही जर तुमच्या ग्राहकाला भेटायला त्याच्या ऑफिसमध्ये आले असाल आणि आल्यावर कळलं की, बैठकीला पंधरा मिनिटं उशीर होणार आहे तर अशा वेळी हा वेळ सत्कारणी लावण्याकरता तुम्हाला फोन कॉल्सची यादी बघावीशी वाटेल; त्यामुळे कुठल्याही क्षणी तुम्ही जे काही करू शकत असाल, त्यानुसार तुमची कृतींची यादी काढून पाहता यायला हवी.

> *तुम्ही लगाम जरा सैल सोडलात*
> *तर तुम्हाला स्वातंत्र्य मिळतं.*
> \- रॉबर्ट फ्रॉस्ट

तुमच्या सगळ्या कृतींचे स्मरणक, योग्य त्या संदर्भानुसार संघटित केलेले (मांडलेले) असण्याचा दुसरा एक मोठा फायदा असतो. तो म्हणजे, हे संघटन तुम्हाला तुमच्या कामांच्या बाबतीतली पुढची शारीर कृती काय असावी ही महत्त्वाची गोष्ट ठरवण्यास भाग पाडते. माझ्या सगळ्या कृतींच्या याद्या अशाच असतात; त्यामुळे एखादी गोष्ट कुठल्या यादीत टाकायची हे कळण्याआधी, माझी पुढची प्रत्यक्ष कृती मला ठरवावी लागते. (याकरता फोन लागणार आहे? संगणकाची गरज असणार आहे? दुकानात असणं आवश्यक आहे? त्या क्षणी मी पत्नीशी बोलत असणं गरजेचं आहे?) जे लोक इतर किरकोळ कृती

(विशिष्ट संदर्भ चौकटविहीन) अशी यादी करतात, ते सहसा पुढच्या कृतीबद्दल निर्णयाच्या बाबतीतही घसरतात.

माझ्या ग्राहकांना, ते त्यांच्या इन-ट्रेवर प्रक्रिया करत असतानाच मी त्यांच्या याद्यांमधील विविध वर्गांची सुसूत्र मांडणी करून ठेवायला सांगत असतो; त्यामुळे त्यांचे सगळे प्रकल्प आपोआपच त्यांना चालना देणाऱ्या कृतींच्या याद्यांमध्ये जाऊन पडत राहतात.

सृजनात्मक संदर्भ मांडणी

तुम्ही ही कार्यपद्धत सातत्याने अमलात आणत जाल, तसतसं तुम्हाला तुमच्या संदर्भ वर्गांची मांडणी तुमच्या प्रत्यक्ष परिस्थितीनुसार करण्याचे नवनवे मार्ग सुचत जातील. तुमची स्मरणकं, साधनं आणि भौगोलिक स्थानानुसार मांडणं हे सरळ - साधं असलं, तरी त्यांची वेगवेगळ्या प्रकारे उपयुक्त मांडणी करण्याचेदेखील अनेक मार्ग असतात.

एखाद्या प्रदीर्घ दौऱ्यावर जाण्यापूर्वी मी दौऱ्यापूर्वी असा एक तात्पुरता वर्ग तयार करतो आणि मग माझ्या कृतिविषयक यादीतल्या, मी दौऱ्यावर निघण्यापूर्वी करणं आवश्यक असलेल्या सर्व गोष्टी त्यात टाकून देतो. त्यानंतर त्या सर्व कृती पूर्ण होईपर्यंत मला ती एकच यादी पुनःपुन्हा पाहण्याची आवश्यकता उरते. काही वेळा माझ्या पुढच्या कृती लिहून काढताना मला सृजनात्मक लेखनाचा अवलंब करावा लागलेला आहे. त्या कृती संगणकावर बसलेलं असताना वर्गातल्या होत्या, तरी मी माझ्या लॅपटॉपवर करत असलेल्या इतर गोष्टींपेक्षा वेगळा वेळ आणि मनःस्थिती त्यांच्याकरता आवश्यक होती. या कृतींना एका वेगळ्या, सृजनात्मक लेखन कृती यादीमध्ये टाकणं माझं ध्यान योग्य ठिकाणी ठेवण्याच्या दृष्टीनं अतिशय शिथिल करणारं आणि उत्पादक ठरलं होतं. सध्या मी माझ्या संगणकाशी संबंधित कृतींना, ज्यांच्याकरता इंटरनेट आवश्यक आहे, ज्यांच्याकरता ते नाही आणि ज्यात फक्त इंटरनेट सर्फिंग (मजा किंवा माहिती मिळवण्यासाठी) आहे, अशा तीन भागांत विभागतो.

गेल्या अनेक वर्षांमध्ये मी लोकांना त्यांची स्मरणकं मेंदूरहित कामं, पाच मिनिटं, अशा वाटेल त्या नावांनी तर काही वेळा आर्थिक, कौटुंबिक, प्रशासकीय इ. ध्यानक्षेत्रांच्या नावानं साठवताना पाहिलेलं आहे. अशातच एका महिलेनं तिच्या कृतिविषयक स्मरणकांच्या याद्यांकरता इतरांची सेवा, जीवनाला स्थैर्य आणण्याकरता अशी तत्काळ भावनिक संबंध जोडून प्रेरणा देणारी नावं वापरण्याचा तिला किती फायदा झाला हे मला कळवलं. थोडक्यात, तुमच्या पुढच्या कृती यादींची नावं किंवा

रचना महत्त्वाच्या नाहीत. तुम्हाला जे योग्य वाटेल त्याचा अवलंब करा.*

तुम्ही या प्रक्रियेला नवखे असाल तर हे सगळे तपशील आणि फरक तुम्हाला अनावश्यक किंवा छाती दडपून टाकणारे वाटू शकतील. फक्त एवढंच लक्षात ठेवा की, तुम्ही जेव्हा तुमच्या जीवन आणि कामाच्या बाबतीतील तुमच्या बांधिलकी पूर्ण करण्याकरता आवश्यक असलेल्या सगळ्या पुढच्या कृती प्रत्यक्षात शोधून काढाल, तेव्हा त्या शेकड्यांमध्ये असणं शक्य आहे. एक परिणामकारक बाह्य मेंदू जर खऱ्या अर्थानं वापरात आणायचा असेल आणि त्याचे थक्क करणारे परिणाम उपभोगायचे असतील तर या सर्वांत खालच्या स्तरावरचं काम सुव्यवस्थितपणे केल्यास त्याचा फायदा अमर्याद असेल.

उपलब्ध वेळ

कृतीची निवड करण्यातला दुसरा घटक म्हणजे दुसरी कृती करण्याची वेळ होण्यापूर्वी ही कृती करण्याकरता तुमच्याकडे किती वेळ हातात आहे. पुढच्या दहा मिनिटांत तुमची बैठक सुरू होणार असेल तर तुमच्यासमोर दोन तास असताना तुम्ही जी कृती निवडाल त्यापेक्षा आत्ता वेगळ्या कृतीची निवड कराल.

तुमच्या हातात किती वेळ आहे, हे माहीत असणं केव्हाही चांगलंच. (म्हणूनच सहज दिसेलशा कॅलेंडर आणि घड्याळ यांना मोल असतं.) संपूर्ण आयुष्यभराच्या कृतींच्या स्मरणकांची जंत्री तुम्हाला तुम्ही काय करायला हवं याची जास्तीतजास्त माहिती पुरवेल आणि तुमच्या समोर असलेल्या वेळेच्या विविध तुकड्यांशी जुळणारी कृती निवडणं तुम्हाला तेवढंच सोपं जाईल. थोडक्यात सांगायचं तर पुढची बैठक सुरू व्हायला दहा मिनिटं अवकाश असेल तर दहा मिनिटांत करता येण्याजोगी कृती शोधा. तुमच्या यादीमध्ये जर फक्त मोठ्या किंवा महत्त्वाच्या गोष्टीच असतील तर दहा मिनिटांमध्ये त्यातली एकही करणं तुम्हाला शक्य होणार नाही. त्यातही, यादीमध्ये जर करायच्या राहिलेल्या गोष्टींची स्मरणकं असतील तर नक्कीच नाही.

---

* आदर्श जगामध्ये तुम्ही तुमच्या पुढच्या कृतींच्या सगळ्या स्मरणकांकडे वेळ, मेंदूची गरज, भौगोलिक स्थान, आवश्यक साधनं, भावनिक संबंध, जीवनातलं क्षेत्र, ध्येयं, प्रकल्प अशा कुठल्याही दृष्टिकोनातून पाहू शकाल. प्रश्न असा आहे की, मांडणीच्या मूल्याच्या तुलनेत तिचं महत्त्व किती असायला हवं? तुमच्या प्रणालीमध्ये माहिती भरण्याकरताच जर तुम्हाला खूप विचार करावा लागला तर तुम्ही ती भरणारच नाही. याद्या आणि वर्गीकरणांच्या निर्मितीसाठीची डिजिटल उपयोजनं आपल्याला वाटेल त्या प्रकारे माहितीची मांडणी करण्याची सोय देतात; त्यामुळे नमनालाच घडाभर तेल जाणार नाही याची काळजी घेणं आवश्यक आहे.

तुम्हाला जर लहान-सहान गोष्टी करायच्याच असतील तर दिवसभरात अचानक सापडणाऱ्या वेळेच्या तुकड्यांमध्ये त्या करून टाकणं जास्त उत्पादक ठरेल.

याशिवाय, अनेकदा असं घडतं की, तुम्ही एखाद्या खूप डोकं घालावं लागणाऱ्या गोष्टीमध्ये तास-दोन तास बुडून जाता आणि मग तुम्हाला बदल म्हणून चटकन पूर्ण होणाऱ्या काही गोष्टी कराव्याशा वाटतात. अशा वेळी तुमच्या कृतिविषयक याद्यांमधून पटापट काही साध्या गोष्टी उचलून त्या सहज करून टाकता आल्या तर छान होईल. रेस्तराँमध्ये केलेल्या आरक्षणामध्ये बदल करणं, एखाद्या मित्राला किंवा मैत्रिणीला कॉल करून वाढदिवसाच्या शुभेच्छा देणं किंवा साधं दोन पावलं चालून तुमच्या किरकोळ कामांच्या यादीत असलेली औषध आणणं, एखादी वस्तू आणणं अशी कामं करून टाकणं या गोष्टी असतात.

उपलब्ध ऊर्जा

संदर्भ बदलणं, तुमचं लक्ष इतरत्र वळवणं अशा गोष्टी करून कधीकधी तुम्ही स्वतःच्या ऊर्जेची पातळी वाढवू शकता; पण ते तेवढ्यापुरतंच असतं. दिवसभर अखंडपणे चाललेल्या अंदाजपत्रक-नियोजन बैठकीनंतरची वेळ, एखाद्या संभाव्य ग्राहकाला फोन कॉल करणं किंवा कामगिरी-मूल्यमापनाचं धोरण बनवायला सुरुवात करणं किंवा तुमच्या पती/पत्नीशी एखादा नाजूक विषय छेडणं अशा कामांकरता योग्य ठरणार नाही. त्याऐवजी त्या वेळी विमान कंपनीला फोन करून आरक्षणाच्या तारखा बदलून घेणं, खर्चाच्या पावत्यांवर प्रक्रिया करणं, एखादं व्यवसायविषयक मासिक चाळणं किंवा साधं तुमचा ड्रॉवर आवरणं अशा गोष्टी जास्त योग्य ठरतील.

> *आपल्या सगळ्यांच्याच जीवनात असे काही क्षण येतात, जेव्हा आपण खूप परिणामकारक विचार करतो आणि असेही क्षण येतात जेव्हा आपण खरं तर अजिबात विचार करता कामा नये.*
>
> \- डॅनियल कोहेन

तुमच्या पुढच्या कृतीचे सर्व पर्याय समोर असल्यामुळे वेळेच्या विविध तुकड्यांचा फायदा घेणं ज्याप्रमाणे शक्य होतं, त्याचप्रमाणे कधी ना कधी तुम्हाला ज्या गोष्टी करायच्या आहेत किंवा ज्या गोष्टींवर प्रक्रिया करायची आहे, त्यांची माहिती असल्यास तुमच्या उत्पादक कृती तुमच्या ऊर्जेच्या पातळीशी तुम्हाला जुळवून घेता येऊ शकतील.

मी अशी शिफारस करेन की, खूप कमी प्रमाणात मानसिक आणि सर्जनात्मक शक्तीची आवश्यकता असलेल्या कृतींची एक यादी तुमच्याकडे सतत असायला हवी. जेव्हा तुम्हाला उत्साह कमी असल्यासारखं वाटेल, तेव्हा त्या गोष्टी करून टाका. सहज वाचन (मासिकं, लेख, कॅटलॉग्ज, सर्फिंग), तुमच्या संगणक किंवा

मोबाइलमध्ये भरायची असलेली फोन क्रमांक/पत्ते ही माहिती, फायलींचा निचरा करणं, लॅपटॉपचा बॅकअप घेणं, अगदी झाडांना पाणी घालणं किंवा स्टेपलरमध्ये पिना भरण्यासारख्यादेखील अनेक गोष्टी असतात, ज्या कधी ना कधी तुम्हाला करायच्या असतात.

तुमच्या व्यक्तिगत व्यवस्थापन प्रणालीच्या सीमारेषा अगदी स्पष्ट असण्याचं एक सर्वोत्तम कारण म्हणजे, तुम्ही फार चांगल्या मनःस्थितीत नसतानादेखील काहीतरी उत्पादक क्रिया करणं त्यामुळे सोपं जातं. तुमच्या ऊर्जेची पातळी खालावलेली असेल, तुमचं वाचनसाहित्य विस्कळीत झालेलं असेल, तुमच्या खर्चाच्या पावत्या जिकडेतिकडे पडलेल्या असतील, तुमच्या फायलिंग प्रणालीमध्ये सगळा गोंधळ माजलेला असेल आणि तुमचा इन-ट्रे भरून वाहत असेल तर हातातली कामं शोधणं आणि त्यांची व्यवस्था लावणं हेच फार मोठं काम वाटू लागतं आणि साहजिकच तुम्ही काहीही करत नाही; त्यामुळे तर तुमची मनोवस्था आणखी बिकट होऊन जाते. तुमची ऊर्जा वाढवण्याचा एक सर्वोत्तम मार्ग म्हणजे तुमच्या काही उघड्या गाठी बंद करणं; त्यामुळे काही सोप्या उघड्या गाठी सतत हाताशी असण्याची काळजी घ्या.*

> उच्च प्रकारे उत्पादक नसण्याचं कुठलंही कारण असत नाही; अगदी तुम्ही फारशा सक्षम स्थितीत नसतानादेखील नाही.

कृतींची निवड करण्याच्या वर दिलेल्या तीन निकषांकरता (संदर्भ, वेळ आणि ऊर्जा) पुढच्या कृतींच्या स्मरणकांची एक परिपूर्ण प्रणाली आवश्यक असते. बहुतेक वेळा त्या प्रकारचा सुव्यवस्थित आणि समन्वय साधणारा विचार करण्याच्या मनःस्थितीत तुम्ही नसता; त्यामुळे ते काम आधीच होऊन गेलेलं योग्य असतं. तसं ते झालेलं असेल तर तुम्ही बऱ्यापैकी आश्वस्त राहू शकाल आणि व्यवस्थित आखून ठेवलेल्या कृतींपैकी परिस्थितीनुसार योग्य ती कृती हातात घेऊ शकाल.

प्राधान्यक्रम

तुमचा सद्य संदर्भ, तुमच्या हातातला वेळ आणि तुमच्या ऊर्जेची पातळी, यानंतर कृतीची निवड करण्याचा तुमचा पुढचा निकष अर्थातच सापेक्ष प्राधान्यक्रम हा असणार :

> तुमचं काम नेमकं काय आहे, हे तुम्हाला स्पष्ट असल्याशिवाय तुमच्या पर्याय निवडीबद्दल तुम्हाला छान वाटणं केवळ अशक्य असतं.

---

* एखादी गोष्ट या क्षणी करणं सर्वांत उत्पादक असतं; पण तिला काहीच ऊर्जा लागत नाही म्हणून ती करून टाकणं आणि तुम्ही खरं तर जे करायला हवं आहे, ते अवघड काम टाळण्याकरता म्हणून ती करणं यातली सीमारेषा खूप धूसर आहे हे मी जाणतो.

माझ्या उर्वरित सगळ्या कृती पर्यायांपैकी कोणती गोष्ट सर्वांत महत्त्वाची आहे?

मी माझ्याबरोबर काम करणाऱ्या लोकांकडून नेहमी 'मी माझे प्राधान्यक्रम कसे ठरवू?' असा प्रश्न ऐकतो. ते लोक सहज हाताळू शकतील, त्यापेक्षा कितीतरी जास्त गोष्टी त्यांच्यासमोर वाढून ठेवलेल्या असतात आणि त्या अनुभवातूनच हा प्रश्न त्यांना पडत असतो. काही कठोर निर्णय घ्यायला हवेत आणि काही गोष्टी कदाचित कधीच होणार नाहीत, हे त्यांना माहीत असतं.

अखेर, तुम्ही जे केलेलं नाही त्याबद्दल चांगलं वाटायचं असेल तर तुमच्या जबाबदाऱ्या, तुमची ध्येयं आणि तुमची मूल्यं यांच्याबद्दल तुम्ही जाणीवपूर्वक काहीतरी निर्णय घेतले असतीलच. या प्रक्रियेमध्ये सहसा तुमच्या संस्थेच्या, तसंच तुमच्या जीवनातल्या इतर महत्त्वाच्या लोकांच्या ध्येयं, मूल्यं आणि दिशांबरोबर विणलेली गुंतागुंतही असते आणि त्या नातेसंबंधांचं तुमच्या दृष्टीनं असलेलं महत्त्व याचादेखील संबंध येतो. सहा क्षितिजांचा पूर्वी चर्चिला गेलेला आणि पुढे परत मी समजावून सांगणार असलेला साचा हा निकष हाताळण्यास मदत करतो.

दैनंदिन कामाचं मूल्यमापन करण्याचा तिहेरी साचा

प्राधान्यक्रम ठरवण्यामध्ये काही गोष्टी इतर गोष्टींपेक्षा जास्त महत्त्वाच्या असतात हे गृहीतक असतं; पण कुठल्या बाबतीत महत्त्वाच्या? याचं उत्तर आहे तुमचं काम. म्हणजेच तुम्ही स्वतःच ठरवलेली आणि/किंवा इतरांकडून स्वीकारलेली कामं. इथेच पुढच्या दोन संरचनांचा विचार तुमच्याकडून व्हायला हवा असतो. त्यांचा संबंध तुमच्या कामाची परिभाषा बनवण्याशी असतो. आपण चर्चा करत असलेली पद्धत बहुतांशी तुमच्या व्यावसायिक दृष्टिक्षेत्रामध्ये असली, तरी काम या शब्दाचा एक व्यापक अर्थ मला अभिप्रेत आहे. त्यात व्यक्तिशः किंवा व्यावसायिकदृष्ट्या, ज्या पूर्ण करण्याशी तुमची बांधिलकी आहे अशा सर्वच गोष्टी येतात. ही गोष्ट नेहमी लक्षात ठेवा.

आजकाल बहुतेक व्यावसायिकांच्या बाबतीत त्यांचं दैनंदिन कामकाजच त्यांच्यासमोर तुलनेनं एक नव्या प्रकारचं आव्हान उभं करत असतं. सर्वाधिक उत्पादक अशा प्रणाली निर्माण करण्याचा प्रयत्न करत असताना हे आव्हान समजून घेणं आपल्याकरता उपयुक्त ठरेल. मी मागे सांगितल्याप्रमाणे, दिवसभराच्या कामामध्ये कुठल्याही क्षणी तुम्ही पुढील तीनपैकी एका क्रियेमध्ये गुंतलेले असता :

- पूर्वनियोजित काम करणं
- समोर येईल ते काम करणं
- तुमचं काम निश्चित करणं

कदाचित तुमच्या कृतींच्या यादीतली कामं तुम्ही करत असाल, समोर येतील तशी कामं करत असाल किंवा त्या वेळी अथवा नंतर, तुमच्या याद्यांमधलं कुठलं काम करणं आवश्यक आहे हे ठरवण्याकरता तुम्हाला मिळणाऱ्या माहितीवर प्रक्रिया करत असाल.

> क्षणोक्षणीच्या तातडीच्या मागण्यांमध्ये गुंतून राहणं ही गोष्ट तुमच्या इन-ट्रे, ई-मेल आणि इतर उघड्या गाठींची व्यवस्था लावण्यापेक्षा सहसा सोपं असतं.

ही गोष्ट झाली सामान्यज्ञानाची; पण अनेक लोक अगदी सहज यातल्या दुसऱ्या प्रकारामध्ये गुरफटून जातात - अनियोजित आणि अनपेक्षित रितीनं समोर येतील ती कामं करणं - आणि मग इतर दोन प्रकारच्या क्रिया मागे पडत राहतात, जे वाईट असतं.

समजा, आत्ता सोमवार सकाळचे १०.२६ झाले आहेत आणि तुम्ही तुमच्या ऑफिसमध्ये बसलेले असाल. एका संभाव्य ग्राहकाबरोबर अनपेक्षितपणे अर्धा तास फोनवर बोलून तुम्ही नुकताच फोन ठेवलेला असेल. तुमच्यासमोर या संभाषणाचा परिणाम म्हणून तीन पानं भरून केलेल्या नोंदी असतील. अजून अर्ध्या तासात, अकरा वाजता, तुमच्या कर्मचारीवृंदाबरोबर तुमची एक बैठक ठरलेली असेल. आदल्या रात्री सासू-सासऱ्यांबरोबर गप्पा मारत बसल्यामुळे तुम्हाला झोपायला उशीर झाला असेल; त्यामुळे तुम्हाला फारसं ताजंतवानं वाटत नसेल. (तुमच्या सासऱ्यांना तुम्ही म्हटलं होतं की, मी तुम्हाला ही माहिती नंतर देतो... काय बरं होतं ते?) तुमच्या सहायकानं नुकतीच तुमच्यापुढे दोन आंतरराष्ट्रीय, तातडीची पत्रं आणून ठेवली आहेत आणि तीन तातडीच्या बैठकांचे निरोप आले असून त्यांचं काय करायचं याबद्दल तुमच्याशी त्याला चर्चा करायची आहे. धोरणात्मक नियोजनाचं एक महत्त्वाचं सत्र दोन दिवसांवर येऊन ठेपलेलं आहे आणि अजून तुम्ही त्या संदर्भातल्या कल्पनांवर विचारही केलेला नसेल. सकाळी कामावर येताना गाडीतलं ऑइल संपत आल्याचा दिवा लागलेला तुम्हाला दिसला होता. सकाळी येता-येता तुमच्या बॉस तुम्हाला हॉलमध्ये ओझरत्या भेटल्या, तेव्हा त्यांनी तुम्हाला सांगितलं असेल की, त्यांनी काल मेलवर एक मेमो पाठवला आहे आणि आज दुपारी तीन वाजताच्या बैठकीआधी त्यावर तुमचे विचार त्यांना जाणून घ्यायचे आहेत.

सोमवारी सकाळी १०.२६ ला या सगळ्या सत्य परिस्थितीला तोंड देण्याकरता तुम्ही पूर्णपणे तयार आहात का? तुम्ही जर तुमची सगळी कामं तुमच्या डोक्यामध्ये साठवत असाल आणि तुमच्या याद्यांमध्ये फक्त निकडीच्या कामांनाच स्थान देण्याची धडपड करत असाल तर माझ्या मते या प्रश्नाचं उत्तर नाही असंच असेल.

मी असं पाहिलं आहे की, कामाच्या फारशा स्पष्ट नसलेल्या भागाच्या बाबतीतल्या प्रक्रिया करणं, संघटित करणं, आढावा घेणं आणि मूल्यमापन करणं या कामांवर

नियंत्रण मिळवण्यापेक्षा लोकांना अचानक उद्भवणाऱ्या, आग आटोक्यात आणणं अशा प्रकारच्या गोष्टी हाताळणंच जास्त सोपं वाटतं. व्यग्र असणं आणि निकडीच्या गोष्टी हाताळणं यामध्ये ओढलं जाणं सोपं असतं. विशेषतः तुमचं टेबल, तुमचा ई-मेल, इन-बॉक्स आणि तुमचा मेंदू, प्रक्रिया न केलेल्या आणि तुलनेने हाताबाहेर गेलेल्या गोष्टींनी भरून वाहत असतील तर नक्कीच!

खरं म्हणजे आपलं बरंचसं आयुष्य आणि बरंचसं काम क्षणोक्षणी अचानकच आपल्यासमोर येत असतं आणि जेव्हा ते तसं येते, तेव्हा ते सहसा प्राधान्य बनूनच आलेलं असतं. बहुतेक व्यावसायिकांच्या (आणि लहान बाळांच्या आई-वडिलांच्या!) कामाचं स्वरूप खरोखरच असं असतं की, कुठल्याही स्वरूपात, कुठलंही नवीन काम समोर येताच ते हाताळण्याकरता त्यांना उपलब्ध राहावंच लागतं. उदाहरणार्थ, तुमचे साहेब तुमच्याकडे येऊन तुमच्याबरोबर थोडं बोलण्याची इच्छा व्यक्त करतात, तेव्हा तुम्हाला त्यांच्याकडे लक्ष देणं भाग असतं. एखाद्या वरिष्ठ अधिकाऱ्यानं तुम्हाला काही सांगताच, त्या दिवशी तुम्ही जे काही करायचं ठरवलेलं असतं ते सोडून तुम्हाला आधी त्यांचं काम करावं लागतं. एखाद्या मोठ्या ग्राहकाची मागणी पुरवण्यात काही गंभीर समस्या उत्पन्न झाल्यास तुम्हाला ताबडतोब त्याकडे लक्ष देणं भाग असतं किंवा तुमच्या बाळाला अचानक खूप सर्दी किंवा खोकला होतो.

> *यश म्हणजे पर्यायी योजना (प्लॅन बी) हाताळायला शिकणं.*
>
> \- अज्ञात

या सगळ्या निवडी समजण्याजोग्या आहेत; पण तुमच्या याद्यांवरच्या इतर कृतींचं पुनर्विलोकन अथवा त्यांवर स्वतःशी किंवा इतरांसोबत पुनर्विचार न झाल्यास उद्वेग वाढत जातो. जेव्हा तुम्ही काय करत नाही हे तुम्हाला पक्कं माहीत असतं, तेव्हाच तुमच्या याद्यांवर निश्चित करून ठेवलेली कामं न करण्याचा त्याग सतत करत राहणं तुम्हाला सहन होऊ शकतं. त्याकरता तुमच्या इन-ट्रेवर नियमितपणे प्रक्रिया करणं (तुमचं काम निश्चित करणं) आणि तुमच्या सर्व पूर्वनियोजित कामांच्या संपूर्ण याद्यांचा सातत्यानं आढावा घेत राहणं आवश्यक असतं.

ठरवून ठेवलेलं काम सोडून अचानक उद्भवलेलं काम करण्याची निवड जर जाणीवपूर्वक केलेली असेल तर ते उत्तमच! मात्र, बहुतेक लोकांना त्यांच्या एकूण प्रकल्प आणि कृतींच्या बाबतीत ते करत असलेल्या स्पष्टीकरण, व्यवस्थापन आणि पुन्हा चर्चा यांमध्ये सुधारणा करणं आवश्यक असतं. आपण जे करत नाही, त्याबद्दल तुम्ही जर समाधानी नसाल आणि तरीही सतत आग आटोक्यात आणत असाल तर त्याचा परिणाम चिंता आणि निराशा उत्पन्न होण्यात होतो. ताण आणि कमी झालेली परिणामकारकता यांच्याकरता

> व्यत्यय असं काही नसतं - जे असतं ते फक्त वाईट व्यवस्थापन केलेली माहिती.

सहसा आश्चर्याच्या धक्क्यांना जबाबदार धरलं जातं; पण तुम्ही काय करत आहात आणि काय करत नाही हे जर तुम्हाला माहिती असेल तर ही आश्चर्यं म्हणजे सर्जनशील बनून उत्तम कामगिरी करण्याच्या संधी ठरतात.

अचानक आलेल्या मागण्या किंवा विनंत्या लोकांना नकारात्मक वाटण्याचं आणखी एक कारण म्हणजे, समोर आलेल्या कृतीवर किंवा सध्या त्यांच्या हातात असलेल्या कामावर बुकमार्क टाकू शकण्याएवढा त्यांचा स्वतःच्या प्रणाली किंवा वर्तनावर विश्वासच नसतो.

अचानक उद्‌भवलेल्या नव्या कामाच्या बाबतीत काहीतरी करायला हवं आहे हे त्यांना कळतं; पण आपल्या इन-ट्रेमध्ये एक साधी चिठ्ठी टाकून ठेवली तर योग्य वेळी ती गोष्ट होईलच, असा त्यांना विश्वासच वाटत नाही; त्यामुळे मग ते हातातलं काम सोडून आत्ताच समोर आलेल्या विनंती किंवा कृतीकडे धाव घेतात आणि आपल्या आयुष्यात सारखा व्यत्यय येतो याबद्दल तक्रार करत राहतात. खरं तर व्यत्यय असं काही नसतंच - असतात ते केवळ चुकीचं व्यवस्थापन केलेले प्रसंग.

त्याशिवाय, इन-ट्रे आणि कृतींच्या याद्या जेव्हा फार काळ दुर्लक्षित राहतात, तेव्हा त्यामधल्या कुठल्या तरी गोष्टी नंतर एकदम आणीबाणी म्हणून समोर उभ्या ठाकतात आणि त्यामुळे अचानक कराव्या लागणाऱ्या कामांच्या आगीत आणखी तेल ओतलं जातं.

डोळ्यांसमोर दिसणाऱ्या कामांच्या अखंड झऱ्याचं कारण पुढे करून अनेक लोक त्यांच्या एकूण कामांच्या यादीचं व्यवस्थापन आणि आपली कामं निश्चित करण्याची जबाबदारी टाळत असतात. तुमचा इन-ट्रे आणि तुमची व्यक्तिगत संघटन प्रणाली जर हाताबाहेर गेलेले असतील तर फार निकडीच्या नसलेल्या कामांकडेच आकृष्ट होणं सोपं असतं. बरेचदा, इथून तिथे फिरत फिरत व्यवस्थापन करणं ही अस्पष्ट कामांच्या ढिगापासून दूर पळण्याची एक सबब असते.

इथेच 'गेटिंग थिंग्ज डन' कार्यपद्धतीची गरज खऱ्या अर्थानं दिसून येते. बहुतेक लोकांचा जन्म कामांच्या सीमारेषा स्पष्ट आखून घेणं आणि मोठ्या संख्येनं उघड्या गाठींचं व्यवस्थापन करण्याच्या युगात झालेला नाही; पण मिळालेली माहिती ताबडतोब प्रक्रिया करून एका काटेकोरपणे निश्चित केलेल्या प्रणालीमध्ये टाकून देण्याचं कौशल्य आणि सवय विकसित केल्यावर काय करायचं, काय करणं थांबवायचं आणि त्याऐवजी दुसरं काय करायचं, यासंबंधीच्या तुमच्या निवडींवर विश्वास ठेवणं जास्त सोपं जातं.

क्षणोक्षणीचं तोल सांभाळणं

कराटेसारख्या खेळामध्ये तुम्ही जर 'ब्लॅक बेल्ट' पातळीचं प्रावीण्य मिळवलं

तर एका पायावरून दुसऱ्यावर आणि पुन्हा पहिल्या पायावर क्षणार्धात शरीराचा तोल सांभाळणं तुम्हाला जमू शकतं. उदाहरणार्थ, तुमच्या इन-ट्रेवर तुम्ही प्रक्रिया करत असतानाच तुमची मदतनीस आत येऊन तुम्हाला अशी एक परिस्थिती सांगते, जिच्याकडे तुम्हाला ताबडतोब लक्ष पुरवणं भाग असतं. नो प्रॉब्लेम! तुमचा इन-ट्रे तिथेच असतो. त्यात एका बाजूला अद्याप प्रक्रिया न झालेल्या गोष्टींचा ढीग व्यवस्थित दिसत असतो आणि तुम्ही पुन्हा आत येऊन त्यात हात घालण्याची तो निवांत वाट पाहू शकतो. फोनवर कुणाचीतरी वाट पाहत असताना एकीकडे तुम्ही तुमच्या कृतींच्या याद्यांचा आढावा घेऊ शकता आणि हा कॉल संपल्यावर काय करायचं याचा अंदाज घेऊ शकता. तुमचं मूल घरात रांगत आहे, खेळत आहे आणि तुम्ही त्याच्यावर लक्ष ठेवत आहात. अशा वेळी तुम्ही एकीकडे तुमच्या संगणकासमोर असताना यादीतलं इंटरनेट सर्फिंगचं काम करून टाकू शकता. एखादी बैठक सुरू होण्याची वाट पाहत असताना तुम्ही बरोबर आणलेलं वाचणं/आढावा घेणं या प्रकारचं साहित्य नजरेखालून घालू शकता. अनपेक्षितरीत्या साहेबांनी बोलावल्यामुळे पुढची बैठक सुरू होण्यापूर्वीचा मोकळा वेळ जेमतेम बारा मिनिटांचा झाल्यावर वेळेच्या तेवढ्याच तुकड्याचा फायदा करून घेण्याचा मार्ग तुम्ही सहज शोधू शकता.

> *अनपेक्षित गोष्टींकडे दुर्लक्ष करणं (ते शक्य आहे असं गृहीत धरलं तरी) म्हणजे संधी, उत्स्फूर्तता आणि जीवन ज्या समृद्ध क्षणांनी बनतं ते क्षण वाया घालवणं.*
>
> \- स्टीव्हन कोव्ही

एका वेळी तुम्ही एकच गोष्ट करू शकता. काहीतरी चर्चा करण्याकरता तुम्ही कुणाच्या केबिनमध्ये शिरलात तर त्याच वेळी तुमच्या इन-ट्रेवर प्रक्रिया करणं किंवा यादीमधली पुढची कृती करणं हे तुम्ही करू शकणार नाही. अशा वेळी तुम्ही जे काही करण्याचा निर्णय घेतलेला असेल (कुणाशीतरी चर्चा करणं) त्याबद्दल तुम्हाला आत्मविश्वास वाटायला हवा आणि हेच खरं आव्हान असतं.

मग निर्णय कसा घ्यायचा? यामध्ये पुन्हा एकदा तुमच्या अंतःप्रेरणात्मक निवाड्याचा संबंध येतो. अचानक समोर आलेलं काम इतर कामांपेक्षा किती महत्त्वाचं आहे? आपला इन-ट्रे प्रक्रियेविना पडू देणं, कामांचा आढावा न घेणं हे स्वीकारूनही इतर कामं करत राहण्याचा आपला निर्णय योग्यच आहे असं वाटणं, असं किती काळ चालू शकेल?

कामांमध्ये येणाऱ्या व्यत्ययांबद्दल लोक सहसा तक्रार करत असतात; पण जीवनामध्ये व्यत्यय अपरिहार्य असतात. आत येणाऱ्या प्रत्येक गोष्टी तुम्ही लीलया हातावेगळ्या करत असाल, दिवसभरामध्ये अचानक मिळणाऱ्या वेळेच्या तुकड्यांचा उपयोग करू घेऊ शकण्याइतपत सुसंघटित असाल तर एका कामातून दुसऱ्यामध्ये

तुम्ही सहज संचार करू शकता. एखाद्या कॉन्फरन्स कॉलमध्ये होल्डवर असतानाच एकीकडे तुम्ही तुमच्या ई-मेल्सवर प्रक्रिया करू शकता. आपण खऱ्या अर्थानं एकाच वेळी अनेक कामं (मल्टिटास्किंग) करू शकत नाही म्हणजेच एका वेळी आपण एकापेक्षा जास्त गोष्टींवर जाणीवपूर्वक एकाग्र होऊ शकत नाही असं संशोधनातून सिद्ध झालं आहे; पण तरीही तुम्ही ते करण्याचा प्रयत्न कराल तर त्यानं तुमची कामगिरी लक्षणीयरीत्या खालावते. गोष्टी साठवण्याकरता तुमचा मेंदू हीच जर तुमची एकमेव प्रणाली असेल तर मल्टिटास्किंगचे प्रयत्न तुम्हाला आतूनच अनुभवाला येत राहतील, जे मानसिकदृष्ट्या अशक्य असतं आणि ज्यामुळे अनेक लोकांना खूप ताण येतो. अद्याप पूर्ण न झालेल्या गोष्टी आहे त्या स्थितीत कुठेतरी साठवण्याची सवय जर तुम्ही प्रस्थापित केली असेल तर मात्र तुमचं लक्ष तिथून दुसऱ्या गोष्टीकडे सहज वळू शकतं आणि नंतर पुन्हा इकडे परत येऊ शकतं. एखादा उत्तम मार्शल आर्टिस्ट ज्याप्रमाणे एका वेळी चार-चारजणांशी लढू शकतो तसंच हे असतं. प्रत्यक्षात मात्र ही गोष्ट म्हणजे आपलं लक्ष एका गोष्टीवरून झटकन दुसऱ्या गोष्टीकडे वळवत राहण्याची किमया असते, बस!

> अनपेक्षितरीत्या समोर येणारं काम करा - तो मार्ग सोपा असतो म्हणून नव्हे तर इतर कुठल्याही गोष्टीपेक्षा ही गोष्ट करणं तुम्हाला आवश्यक असतं म्हणून.

मात्र, तुम्ही आसपास घडणाऱ्या गोष्टींचं संकलन करणं, त्यांना बुकमार्क करून बाजूला ठेवणं अशा गोष्टींमध्ये अगदी ब्लॅक बेल्टधारी असलात, तरी समोरच्या इतक्या सगळ्या कामांमध्ये जलदगतीनं आणि योग्य निवड करत राहण्याचं कसब शिकणं आवश्यक आहे; तरच तुमच्या कार्यप्रवाहामध्ये एक उत्तम संतुलन राहू शकेल. तुमच्या कामाचं स्वरूप आणि त्याच्या उद्दिष्टांबद्दल तुमच्या मनामध्ये कितपत सुस्पष्टता आहे यावरच तुमच्या निवडीचं मोजमाप केलं जाणार असतं.

आश्चर्याच्या धक्क्यांना तोंड देण्याची तुमची क्षमता ही स्पर्धात्मकदृष्ट्या तुमची जमेची बाजू असते आणि तुमच्या जीवनात डोकं ठिकाणावर ठेवण्याकरता आणि टिकून राहण्याकरता ती महत्त्वाची असते; पण एका विशिष्ट टप्प्यावर, आपल्या मागे पडलेल्या कामांकडे लक्ष पुरवून गोष्टी नियंत्रणाखाली आणण्याऐवजी तुम्ही सतत समोर आलेली कामंच करत राहिलात तर त्यामुळे तुमची परिणामकारकता कमी होईल. अखेर आपण जे करता आहोत ते थांबवून दुसरं काहीतरी करायला हवं आहे का हे कळण्याकरता तुम्हाला आपल्या विविध भूमिकांची गरज काय आहे आणि आपल्या आयुष्यातल्या एकूण संदर्भांमध्ये त्या भूमिका कुठे चपखल बसतात, याची तुम्हाला चांगली जाण असणं आवश्यक आहे. ती जाण निर्माण करण्याचा एकमेव मार्ग म्हणजे विविध पातळ्यांवर तुमचं आयुष्य आणि तुमचं काम यांचं

योग्य प्रकारे मूल्यमापन करत राहणं.

कामाचा आढावा घेण्याचा सहास्तरीय साचा

आपण प्रकरण २ मध्ये कामाच्या ज्या सहा पातळ्या पाहिल्या, त्यांचा आपण उंचीच्या, म्हणजेच परिभाषेमध्ये पुढीलप्रमाणे विचार करू शकतो :

- क्षितिज ५ : जीवन
- क्षितिज ४ : दीर्घकालीन परिप्रेक्ष्यं
- क्षितिज ३ : एक ते दोन वर्षांची उद्दिष्टं
- क्षितिज २ : लक्ष आणि जबाबदारीची क्षेत्रं
- क्षितिज १ : सद्य प्रकल्प
- तळमजला : सद्य कृती

यातली प्रत्येक पातळी तिच्या पुढच्या पातळीशी सुसंगत आणि तिला पूरक असणं सुज्ञपणाचं ठरेल. निराळ्या शब्दांत सांगायचं तर तुमचे प्राधान्यक्रम वरपासून खालपर्यंत एकाखाली एक असतील. अंतिमतः तुम्ही करणं अपेक्षित असलेला पुढचा फोन कॉल जर तुमच्या जीवनाचा उद्देश किंवा मूल्यांना छेद देणारा असेल तर स्वतःशीच सुसंगत राहण्याकरता तुम्ही तो करणार नाही. आजपासून वर्षभरानं तुम्ही जिथे असायला हवं आहे, त्याच्याशी जर तुमच्या कामाची रचना विसंगत असेल तर तुमची जबाबदारीची आणि लक्ष केंद्रित करण्याची क्षेत्रं तुम्ही कशी ठरवली आहेत याबद्दल तुम्ही फेरविचार करणं आवश्यक आहे तरच तुम्ही तुमचं ईप्सित स्थान पूर्ण कार्यक्षमतेनं गाठू शकाल.

आता खालून-वर प्रकारचं मागे पाहिलेलं पहिलं उदाहरण पुन्हा पाहू या. तुम्हाला जो फोन कॉल करायचा आहे (कृती) समजा, तो तुम्ही काम करत असलेल्या एका सौद्याशी (प्रकल्प) संबंधित आहे; ज्यामुळे तुमची विक्री (जबाबदारी) वाढणार आहे. हा सौदा तुम्हाला तुमच्या विक्री खात्यामध्ये वर चढण्याची संधी देणारा (कामातलं उद्दिष्ट) आहे, कारण त्यामुळे तुमच्या कंपनीला ज्यामध्ये शिरकाव करायचा आहे (संस्थेचं परिप्रेक्ष्य - व्हिजन) ती नवी बाजारपेठ तिला मिळणार आहे आणि तुम्हाला आर्थिक तसेच व्यावसायिक (जीवन) संदर्भात ज्या पद्धतीनं जगण्याची महत्त्वाकांक्षा आहे, तिच्या तुम्ही अधिक जवळ जाऊन पोहोचू शकणार आहात.

> *तुमचं कार्य शोधणं आणि मग, हृदयाच्या तळापासून स्वतःला त्यात झोकून देणं हेच तुमचं काम आहे.*
> - गौतम बुद्ध

किंवा दुसऱ्या दिशेनं विचार करायचा तर तुम्ही स्वतःच स्वतःचे मालक बनण्याचा आणि तुमच्या आवडीच्या एखाद्या विशिष्ट क्षेत्रातल्या तुमच्या इतरांपेक्षा वेगळ्या जमेच्या बाजू, तसेच तुमच्या विशेष गुणांना वाव द्यायचा निर्णय घेतलेला आहे (जीवन); त्यामुळे मग तुम्ही स्वतःचा एक नवा व्यवसाय सुरू करता (परिप्रेक्ष्य - व्हिजन) आणि काही लघुपल्ल्याची कामकाजविषयक उद्दिष्टं समोर ठेवता. (कामातलं उद्दिष्ट.) त्यातून, व्यवसाय सुरू होण्याकरता तुम्हाला निभवाव्या लागणाऱ्या काही महत्त्वाच्या भूमिका (जबाबदारी) आणि काही तातडीनं मिळवण्याचे परिणाम (प्रकल्प) तुमच्यासमोर येतात. या प्रत्येक प्रकल्पाच्या बाबतीत तुम्हाला शक्य होताच करण्यासारख्या गोष्टी म्हणजे तुमच्या पुढच्या कृती असतील.

शैथिल्यपूर्ण नियंत्रण आणि प्रेरित उत्पादकता साध्य करण्याचा सर्वांत उत्तम मार्ग म्हणजे सर्व पातळ्यांचं संतुलित व्यवस्थापन करणं. यातल्या कुठल्याही पातळीवर, सध्याच्या तुमच्या सर्व उघड्या गाठी, सर्व अपूर्णता आणि तुमच्या सर्व बांधिलकी शक्य तितक्या चांगल्या प्रकारे ओळखणं खूप महत्त्वाचं असतं. या गोष्टी जाणता-अजाणता तुमच्यातल्या विविध पातळ्यांवरच्या ऊर्मी, ओढी आणि बांधिलकींमधून उत्पन्न होत असतात. सद्य परिस्थितीचा स्वीकार आणि वस्तुनिष्ठ मूल्यमापन केल्याशिवाय, तसेच तुम्ही जे काही निर्माण केलं आहे ते तुम्ही नीट हाताळू शकता असा आत्मविश्वास असल्याशिवाय नव्या वाटा शोधणं अवघड असतं. तुमच्या ई-मेल्समध्ये काय काय आहे? तुमच्या मुलांसोबत कुठले प्रकल्प सुरू करणं किंवा संपवणं तुम्हाला आवश्यक आहे? ऑफिसमधल्या तुमच्या सध्याच्या भूमिकेतून तुमच्या जबाबदाऱ्या कोणत्या आहेत? पुढच्या काही महिन्यांत आणि वर्षांमध्ये तुम्हाला बदलायला भाग पाडणाऱ्या आणि काहीतरी नवनिर्मिती करण्याकडे आकर्षित करणाऱ्या गोष्टी कोणत्या आहेत? अधिक मोठी ध्येयं आणि अधिक सुप्त कल ओळखण्याकरता अधिक सखोल आणि अधिक आत्मनिरीक्षणात्मक प्रक्रियांची गरज भासत असली, तरी या सगळ्या तुमच्या मनामधल्या उघड्या गाठीच असतात.

तुम्ही जीवनाच्या वर्तमानामध्ये राहण्यात एक प्रकारची जादू असते. निव्वळ सध्या काय चाललं आहे, काय सत्य आहे याच्या स्पष्ट निरीक्षणामधली शक्ती मला नेहमीच आश्चर्य वाटायला लावते. तुमच्या व्यक्तिगत अर्थकारणाचे नेमके तपशील माहिती करून घेणं, तुम्ही विकत घेऊ पाहत असलेल्या कंपनीचा इतिहास नीट जाणून घेणं किंवा दोन व्यक्तींमधील वादात, नेमकं कोण कुणाला आणि काय म्हणालं याची माहिती घेणं विधायक

यश मिळवण्याचं सर्वोत्तम ठिकाण म्हणजे तुमच्याकडे आत्ता जे काही आहे त्याच्या साह्यानं तुम्ही आत्ता जिथे आहात ते ठिकाण.

- चार्ल्स श्वाब

ठरतं, अतिशय आवश्यक असतं आणि खरोखर बरं वाटायला लावणारं असतं.

गोष्टी पूर्णत्वाला नेणं आणि त्याबद्दल चांगलं वाटणं याचा अर्थ तुमच्या जाणिवेच्या प्रांगणातल्या सर्व गोष्टी ओळखण्यास, त्या मान्य करण्यास आणि त्या योग्य तऱ्हेनं हाताळण्यास तयार असणं. ताणमुक्त उत्पादकतेची कला साध्य करण्याकरता ते आवश्यक असतं.

खालून-वर प्रकारे काम करणं

तुमच्या आयुष्यामध्ये एक उत्पादक एकसूत्रीपणा आणण्याकरता तुम्ही वरून-खाली पद्धतीनं गोष्टी स्पष्ट करून घेण्यापासून सुरुवात करू शकता. आपण पृथ्वीवर का आलो आहोत, ते ठरवा. कुठल्या प्रकारचं आयुष्य, काम आणि जीवनशैली तुमच्या जीवनाचा उद्देश पूर्ण करण्यात तुम्हाला मदत करतील, याचा शोध घ्या. कुठल्या प्रकारची नोकरी/व्यवसाय आणि व्यक्तिगत नातीगोती त्या दिशेला पूरक असतील? आता, या क्षणी कुठल्या महत्त्वाच्या गोष्टींची व्यवस्था तुम्ही करायला हवी, कोणत्या गोष्टी घडवून आणायला हव्यात आणि त्यातली प्रत्येक गोष्ट सुरू करण्याकरता शारीर रूपानं, ताबडतोब तुम्ही काय करू शकता?

> तुम्ही कुठल्याही पातळीवर असा, तिथे तुमचे प्राधान्यक्रम सुस्पष्ट करून घेण्याची संधी तुमच्यापुढे नाही असं कधीच होत नाही. कुठलं क्षितिज तुम्हाला खुणावतं आहे, त्याकडे लक्ष ठेवा.

खरं म्हणजे तुमचे प्राधान्यक्रम ठरवण्यास तुम्ही कुठल्याही पातळीपासून आणि केव्हाही सुरुवात करू शकता. माझ्या बाबतीत, प्रत्येक पातळीवर माझ्या जाणिवा आणि माझी लक्ष केंद्रित करण्याची शक्ती वाढवण्याकरता काहीतरी विधायक असं करण्यासारखं माझ्याकडे काही ना काही सतत असतंच. आणखी काही परिप्रेक्ष्यांचा तपशीलवार विचार करणं, आणखी काही ध्येयांचं पुनर्मूल्यांकन करणं, आणखी काही प्रकल्प शोधणं किंवा निर्णय घेण्याजोग्या आणखी कृतींचा शोध घेणं अशा कुठल्याही गोष्टींची मला कधीच कमतरता जाणवत नाही. यातल्या प्रत्येक गोष्टीकडे आवश्यक असेल तेव्हा आणि आवश्यक तेवढं लक्ष पुरवण्यास शिकणं ही त्यामागची युक्ती आहे, कारण त्यामुळेच तुम्ही आणि आत्ता जे काही करत असाल, त्या वर्तमानात आणि त्याबद्दल सुस्पष्ट राहणं शक्य होतं.

प्रत्येक गोष्ट अखेर तिच्या वरच्या पातळीवरच्या प्राधान्यक्रमांनुसारच चालत राहणार असल्यामुळे, तुम्हाला प्राधान्यक्रमांमध्ये जो काही फेरफार करायचा असेल, तो अर्थातच सर्वांत वरच्या पातळीपासून सुरू करावा लागेल. उदाहरणार्थ, तुमच्या कामांचा प्राधान्यक्रम ठरवण्यामध्ये तुम्ही बराच वेळ खर्च केल्यावर तुमच्या असं

लक्षात आलं की, हे काम आपण या क्षणी करण्याची आवश्यकता नाही तर त्यात तुम्ही वाया घालवेला वेळ आणि घालवलेली ऊर्जा तुम्हाला खरोखरच करण्याची इच्छा असलेलं दुसरं काम ठरवण्याकरता कामाला आले असते. आता प्रश्न असा आहे की, कार्यान्वयनाच्या पातळ्यांवर (सद्य प्रकल्प आणि कृती) नियंत्रणाची भावना नसेल आणि त्या पातळ्यांचे व्यवस्थापन आपण करू शकू किंवा नाही याबद्दल तुम्हाला मनातून फारसा विश्वास वाटत नसेल तर वरून-खाली प्रकारचं व्यवस्थापन सहसा निराश करणारं ठरतं.

> तळ नियंत्रणाखालून निसटलेला असताना वरून-खाली प्रकारे गोष्टींचं व्यवस्थापन करण्याचा प्रयत्न हा कदाचित सर्वांत कमी परिणामकारक मार्ग असतो.

व्यावहारिक दृष्टिकोनातून मी तुम्हाला खालून-वर मार्ग अवलंबण्याची शिफारस करेन. मी दोन्ही मार्गांनी लोकांना मार्गदर्शन केलेलं आहे आणि मी प्रामाणिकपणे सांगू शकतो की, आपल्या सद्य भौतिक जगावर नियंत्रण मिळाल्यानंतर आपलं लक्ष त्याहून उच्च पातळीकडे वळवण्याचं दीर्घकालीन मूल्य खूप जास्त असतं.

खालून-वर प्रकारे काम करण्याचं प्रमुख कारण म्हणजे त्यामुळे आधी तुमचा मेंदू मोकळा होतो. मग तुमचं सर्जनात्मक लक्ष अधिक अर्थपूर्ण आणि निसरड्या परिप्रेक्ष्यांवर तुम्ही केंद्रित करू शकता; ती शोधण्याचं आव्हान पेलू शकता. त्याशिवाय या पद्धतीमध्ये खूप लवचीकपणा आणि स्वातंत्र्य असतं. तसंच त्यामध्ये एक सर्वसमावेशक असं विचार करण्याचं आणि संघटन करण्याचं आचरण असतं, जे कुठल्याही गोष्टीवर केंद्रित केलं तरी परिणामकारक ठरतं; त्यामुळेच तुम्हाला सध्या उपयोग असो किंवा नसो; हे आचरण शिकून घेणं श्रेयस्कर ठरतं. समजा, तुमचा विचार बदलला तर त्यानुसार जलद गतीनं इतर गोष्टी सोयीच्या करून घेण्यात ही प्रक्रिया तुम्हाला नक्कीच मदत करते. एखादं परिप्रेक्ष्य किंवा ध्येय नव्यानं सुरू करायला काहीच वेळ लागत नाही; पण ते डोळ्यांसमोर ठेवून एका सुव्यवस्थित, सुसूत्र आणि ताणविरहित पद्धतीनं काम करणं ही एक कला आहे, जी शिकावी लागते आणि जिचा सराव करावा लागतो. आपल्याकडे ही क्षमता असल्याचं ज्ञान तुम्हाला अधिक मोठ्या गोष्टी करण्यास प्रवृत्त करतं. ही पद्धत खरोखर सामर्थ्य देणारी आहे.

> तुमचं ध्यान ज्यानं व्यापलेलं आहे, त्याचा समाचार घ्या आणि मग तुम्हाला तुमचं ध्यान खरोखर ज्या गोष्टीनं खेचलं जात आहे त्याचा शोध लागेल.

गेल्या अनेक वर्षांच्या अनुभवातून मी हे शिकलो आहे की, आपल्या मनामध्ये जी गोष्ट सर्वांत जास्त घोळत असते, ती हाताळणं सर्वांत महत्त्वाचं असतं. ही गोष्ट आपल्या मनामध्ये असता कामा नये असं जरी तुम्हाला वाटत असलं, तरी त्याला

काही अर्थ नाही. ती गोष्ट मनात आहे हे सत्य आहे आणि ती तिथे काही कारणासाठीच आहे. घरातल्या मांजर किंवा कुत्र्याचं खाद्य विकत घेणं ही गोष्ट खरं तर तत्त्वतः प्राधान्यक्रम ठरवण्यामध्ये खूप वरची असण्याचं कारण नाही; पण जर सध्या ती जर तुमचं मन व्यापून बसलेली असेल तर त्याबद्दल काहीतरी करणं हे तुमचं काम क्रमांक १ ठरेल. जी गोष्ट तुमचं ध्यान व्यापून बसलेली आहे, तिचा एकदा सोक्षमोक्ष लावून टाकल्यावर तुमचं मन, खरोखर तुमचं लक्ष खेचून घेणाऱ्या पुढच्या गोष्टीची दखल घेण्याकरता मोकळं होऊन जातं आणि मग तीही गोष्ट हातावेगळी झाल्यावर तुम्ही तुमच्या मनात साचून राहिलेल्या त्यापुढच्या गोष्टीकडे वळण्यास मुक्त होऊन जाता आणि ही शृंखला अशीच पुढे जात राहते. मी ज्यांच्याबरोबर काम केलं आहे, त्यातला जवळजवळ निरपवादपणे प्रत्येक अधिकारी त्याच्या दैनंदिन कामाचा भाग असलेल्या ई-मेल्स, बैठका, दौरे, रूळावरून घसरलेले प्रकल्प इ. लहान-लहान गोष्टींनी त्रस्त होता. या सगळ्या गोष्टी जेव्हा त्यांच्या नियंत्रणाखाली यायला सुरुवात होते, तेव्हा आपोआप त्यांचं लक्ष आणि स्वारस्य, कुटुंब, करिअर आणि जीवनाचा दर्जा उंचावणाऱ्या गोष्टींसारख्या उच्च गोष्टींवर केंद्रित व्हायला लागतं; त्यामुळे तुमची सर्वोच्च प्राधान्यानं हाताळण्याजोगी गोष्ट कुठल्या क्षितिजावरची आहे किंवा तिचं स्वरूप काय आहे याची चिंता करत बसणं सोडून द्या. आत्ता समोर जे आहे ते हातावेगळं करून टाका. हे जेव्हा तुम्ही कराल, तेव्हा तुम्ही तुमच्या दृष्टीनं जे खरं आणि अर्थपूर्ण आहे ते शोधू शकाल आणि त्यासंबंधी काहीतरी करू शकाल.*

वास्तविक, क्षितिज क्रमांक ५ (उद्देश आणि तत्त्वं) ही पातळी आपले प्राधान्यक्रम ठरवण्यासाठीची अर्थातच सर्वांत महत्त्वाची संदर्भचौकट असली, तरी माझा अनुभव मला सांगतो की, जेव्हा आपण आपल्या कामांच्या सर्व पातळ्या, विशेषतः सर्वांत खालची पातळी आणि क्षितिज क्रमांक १ या पातळ्या समजून घेतो आणि आचरणात आणतो, तेव्हा आपल्या क्षमतेला साजेशी मोठी कामं करण्याकरता जास्त स्वातंत्र्य आणि संसाधनं आपल्याला प्राप्त होतात.

तुमचं जहाज बुडायला लागतं, तेव्हा त्याचं तोंड कुठल्या दिशेला आहे

---

* 'गेटिंग थिंग्ज डन' कार्यपद्धत स्वीकारण्यास आणि अमलात आणण्यास एखाद्या व्यक्तीनं टाळाटाळ करण्याचं हे एक कारण असण्याची खूप शक्यता आहे; कारण यामुळे उच्च पातळी किंवा क्षितिजावरच्या काही गोष्टी जेव्हा समोर येतील, तेव्हा त्यांचा सामना करणं खूप अवघड ठरू शकतं. सतत व्यग्र आणि कामांच्या ओझ्यानं दबलेलं राहणं हा निदान तात्पुरतं का होईना पण स्वतःला समाधान वाटायला लावण्याचा एक परिणामकारक मार्ग असतो.

याच्याशी तुम्हाला काहीही घेणं नसतं, नाही का! खालून-वर प्रकारे काम करण्याला महत्त्वपूर्ण संकल्पनात्मक अग्रक्रम नसला, तरी व्यावहारिक दृष्टिकोनातून पाहता एक संतुलित, उत्पादक आणि सुखकारक आयुष्य मिळवण्यातला तो निश्चितपणे एक महत्त्वाचा घटक असतो.

धावपट्टी (सर्वांत खालची पातळी) : प्रथम तुमच्या कृतींच्या याद्या पूर्ण असल्याची खात्री करून घ्या. हेच एक मोठं काम ठरू शकतं. त्या सगळ्या गोष्टी संकलित करून समोर ठेवण्यावर जेव्हा आपण लक्ष केंद्रित करतो, तेव्हा विसर पडलेल्या, गहाळ झालेल्या किंवा शुद्ध अनोळखी अशा अनेक (नेमक्या महत्त्वाच्या) गोष्टी आपल्या लक्षात येतात.

तुमच्या कॅलेंडरव्यतिरिक्त, आणखी किमान पन्नास पुढच्या कृती आणि प्रतीक्षेतल्या गोष्टी तसेच इतर लोक आणि बैठकांशी संबंधित विषयपत्रिका जर तुमच्याकडे नसतील तर त्या सगळ्या मुळातच तुमच्याकडे होत्या तरी का, याविषयी मला शंका वाटेल. भाग २ मधील सगळ्या पायऱ्या आणि सूचनांचं तुम्ही काटेकोरपणे पालन केलं असेल तर मात्र वर उल्लेख केलेल्या एवढ्या सगळ्या गोष्टी तुमच्याकडे असतीलच. तसं नसेल आणि ही पातळी अद्ययावत करण्याची तुमची खरोखरच इच्छा असेल, तर प्रकरण ४ ते ६ प्रत्यक्ष आचरणात आणण्याकरता थोडा वेळ बाजूला काढून ठेवा.

ही पातळी नियंत्रणाखाली आणून झाल्यावर आपोआपच तुम्हाला तुमच्या तातडीच्या प्राधान्यक्रमांची अधिक साधार कल्पना येईल; अन्यथा ही अवस्था प्राप्त होणं जवळजवळ अशक्यच आहे.

क्षितिज १ : तुमची प्रकल्प यादी पक्की करा. ज्यांच्या संदर्भात एकापेक्षा जास्त कृती करणं आवश्यक आहे अशा तुमच्या सर्व बांधिलकी त्यात आल्या आहेत का? ही यादी दर आठवड्याला तुमचं क्रियात्मक जग कोणतं असणार आहे त्याच्या सीमारेषा दर्शवते आणि तुम्हाला अधिक दीर्घ पल्ल्याचा विचार करण्याकरता मोकळं सोडते.

या पातळीवर तुमचं जीवन आणि काम यांच्या बाबतीत तुम्हाला घडायला हवी असलेली प्रत्येक गोष्ट जर तुमच्या यादीमध्ये आलेली असेल तर तुमच्या लक्षात येईल की, तोपर्यंत तुमच्या ध्यानातही न आलेल्या अनेक कृती करणं तुम्हाला आवश्यक आहे. निव्वळ कामांची वस्तुनिष्ठ यादी करण्यानंदेखील, मोकळा वेळ मिळेल तेव्हा काय करायचं याचा निर्णय घेण्याकरता

> सर्व पातळ्यांवरील तुमच्या सद्य कामांची यादी केल्यास तुमची एकाग्रता, सुसूत्रता आणि प्राधान्यांची जाण या गोष्टी आपोआपच वाढतील.

तुम्हाला भक्कम पाया मिळेल. लोक जेव्हा त्यांच्या प्रकल्प याद्या अद्ययावत करतात, तेव्हा न चुकता त्यांना असं आढळतं की, गोष्टी पुढे सरकवण्याकरता अनेक गोष्टी अशा असतात, ज्या ते ताबडतोबही करू शकतात.

ही माहिती स्पष्ट आणि कुठल्यातरी वस्तुनिष्ठ स्वरूपात खूपच थोड्या लोकांकडे उपलब्ध असते. आज दुपारी काय करायचं यावर चर्चा करण्याआधी अशी माहिती हाताशी हवी.

पुन्हा एकदा, जर तुम्ही 'गेटिंग थिंग्ज डन'ची पद्धत आचरणामध्ये आणत असाल तर तुमची प्रकल्प यादी जिथे हवी तिथेच असेल. आमचं मार्गदर्शन घेणाऱ्या बहुतेक ग्राहकांना त्यांच्या कामांच्या याद्या अगदी परिपूर्ण असण्याचा विश्वास निर्माण होण्याकरता संकलन, प्रक्रिया आणि संघटन करण्यामध्ये १० ते १५ तास घालवावे लागतात.

आणि पाण्यासारखं मन ही उच्चतम अवस्था (जिच्यामध्ये तुमच्या मनात, या क्षणी जे तुमच्या पुढ्यात असेल त्याव्यतिरिक्त आणखी काहीही नसतं.) गाठण्याकरता क्षितिज १ ही पातळी सर्वांत रोचक आव्हानं समोर ठेवणारी असते. चिंता निर्माण करणाऱ्या, स्वारस्य वाटायला लावणाऱ्या किंवा विचलित करणाऱ्या परिस्थिती आणि प्रसंग आपल्या सर्वांच्याच समोर येत असतात; पण त्यांना कसं तोंड द्यावं हे लगेच स्पष्ट किंवा दृग्गोचर होत नाही. तुमच्या मुलाची त्याच्या गणिताच्या शिक्षकांबाबत तक्रार आहे; तुमच्या कंपनीमध्ये एक विशिष्ट कार्यपद्धत अमलात आणण्यासाठी लागणारा उशीर तुम्हाला वैताग आणतो आहे; एका समितीवरच्या विशिष्ट कामाची जबाबदारी असलेल्या व्यक्तीबद्दल तुम्हाला चिंता वाटते आहे; पेंटिंग करण्याच्या आपल्या छंदाला पुन्हा संजीवनी देण्याचा विचार तुमच्या मनामध्ये घोळतो आहे; इ. या सगळ्या गोष्टी सुप्तपणे मनामध्ये गुं गुं करत असताना, जोवर तुमच्या विश्वासार्ह प्रणालीमध्ये तुम्ही त्या प्रत्येकीचा अंतिम परिणाम (प्रकल्प) आणि त्यासंबंधीच्या पुढच्या कृती शोधून काढत नाही, तोवर त्यांचा आवाज बंद होत नाही. ताणरहित उत्पादकतेच्या खेळातल्या या पातळीवर सातत्यानं खेळत राहणं हे या पातळीवर प्रभुत्व मिळवण्याचं द्योतक आहे.

क्षितिज २ : नोकरी/व्यवसायातल्या सध्याच्या जबाबदाऱ्या आणि माझ्या जीवनातली विशिष्ट दर्जा सांभाळण्यायोग्य क्षेत्रं यांची ही पातळी आहे. तुम्ही कोणकोणत्या हॅट्स चढवता? आणि कोणकोणत्या भूमिका निभावत आहात? व्यावसायिकदृष्ट्या, यात तुमच्या सध्याच्या पदाचा आणि कामाचा संबंध येतो. व्यक्तिगत पातळीवर, तुम्ही तुमचं कुटुंब, समाज आणि अर्थातच एक व्यक्ती म्हणून स्वतःसंबंधी स्वीकारलेल्या भूमिका यामध्ये येतात.

यांपैकी काही भूमिका व्यवस्थित निश्चित केलेल्या आणि लिहून काढलेल्या असू शकतील. तुम्ही जर नुकतंच एखादं नवं पद स्वीकारलं असेल आणि त्या बाबतीतल्या तुमच्या जबाबदारीच्या क्षेत्रांबद्दल एखादा ठराव किंवा करार झालेला असेल तर ती एक चांगली सुरुवात ठरू शकेल. पूर्वी कधीतरी तुम्ही व्यक्तिगत उद्दिष्टनिश्चिती आणि मूल्य-सुस्पष्टीकरणाचे सराव केले असतील आणि तेव्हा निर्माण केलेलं सर्व साहित्य अजून तुमच्याकडे असेल तर ते घ्या.

नेमकं काय करायचं आहे हे जर तुम्हाला पूर्णपणे स्पष्ट नसेल, तर त्यामुळे तुम्ही नेहमीच दडपून गेलेले राहाल.

त्यानंतर लक्ष केंद्रित करण्याची क्षेत्रं अशी एक यादी तयार करा आणि बरोबर ठेवा. यामध्ये व्यावसायिक आणि खासगी अशा दोन उपयाद्या कराव्यात असं तुम्हाला वाटू शकेल; पण आढावा घेताना दोन्ही याद्यांचा समान उपयोग करा. तुमच्या स्वयं-व्यवस्थापनाकरता ही एक उत्तम चेकलिस्ट ठरू शकते. प्रकल्प यादीसारखी ही यादी दर आठवड्याला अद्ययावत करण्याची गरज भासणार नाही. मात्र, या यादीच्या अद्ययावतीकरणाचं चक्र मोठं असण्याचीच जास्त शक्यता आहे. तुमचं आयुष्य आणि कामाच्या अधिक महत्त्वाच्या क्षेत्रांमधील बदलांच्या गतीनुसार, दर एक ते तीन महिन्यांनी नव्या प्रकल्पांना चालना देण्याकरता या यादीचा तुम्ही उपयोग करायला हवा.

तुमच्या कामाच्या ठिकाणी तुमची साधारणपणे चार ते सात जबाबदारीची क्षेत्रं असतील आणि तितकीच ती खासगी जीवनातदेखील असतील. तुमच्या कामामध्ये कदाचित कर्मचारी विकास, प्रणालीचे अभिकल्प तयार करणे, दीर्घ पल्ल्याचं नियोजन, प्रशासकीय साह्य, विपणन आणि वेळापत्रक तयार करणं अशा कामांचा समावेश असू शकेल किंवा सोयी-सुविधा, पूर्तता, दर्जा नियंत्रण (क्वालिटी कन्ट्रोल), स्थावर मालमत्ता व्यवस्थापन इ. जबाबदाऱ्या असू शकतील. तुम्ही जर स्वतःचा व्यवसाय करत असाल तर एखाद्या मोठ्या कंपनीमध्ये एखाद्या विशिष्ट प्रकारच्या कामावर लक्ष केंद्रित करताना तुम्ही द्याल त्यापेक्षा कितीतरी जास्त क्षेत्रांकडे तुम्हाला लक्ष द्यावं लागेल. उर्वरित वेळात पालकत्व, वैवाहिक जोडीदाराविषयीची कर्तव्यं, आरोग्य, समाजसेवा, गृह-व्यवस्थापन, अर्थव्यवस्थापन, स्वयंविकास, सर्जनात्मक अभिव्यक्ती इ. गोष्टी तुमच्या जबाबदारीच्या क्षेत्रांमध्ये येऊ शकतील. यातल्या प्रत्येक क्षेत्राची उपयुक्त अशा उपवर्गांमध्ये विभागणी करता येईल. पालकत्व या वर्गामध्ये तुमच्या प्रत्येक मुलाकरता स्वतंत्र चेकलिस्ट तयार होऊ शकेल, विपणन क्षेत्रामध्ये कार्यक्रमाचा आराखडा, संशोधन, समाजमाध्यमं इ. उपवर्ग तयार करता येतील; वगैरे वगैरे.

लक्ष केंद्रित करण्याची क्षेत्रं यादीचा व्यवहारातला उद्देश, तुमचे सगळे प्रकल्प

आणि पुढच्या सगळ्या कृती निश्चित केलेल्या असण्याची खात्री करून घेणं हा आहे; जेणेकरून तुमच्या जबाबदाऱ्या तुम्ही योग्य तऱ्हेनं पार पाडू शकाल. तुम्ही जर त्या सगळ्यांचा हिशेब मांडलात आणि तुम्ही काय करत आहात व तुम्हाला काय करायला हवं, या परिभाषेत त्यांचं वस्तुनिष्ठ मूल्यमापन केलंत तर तुमच्या प्रकल्प यादीमध्ये टाकण्याजोगे प्रकल्प तुम्हाला नक्कीच सापडतील. त्या यादीचा आढावा घेताना, काही क्षेत्रं व्यवस्थित चालू आहेत अशा निर्णयाला तुम्ही येणं शक्य आहे. त्याशिवाय एखाद्या क्षेत्रामध्ये तुम्हाला काहीतरी खटकतं आहे आणि ती गोष्ट सावरण्याकरता एक नवा प्रकल्प सुरू करायला हवा, असंही तुम्हाला जाणवणं शक्य आहे. लक्ष केंद्रित करण्याची क्षेत्रं हे आपण मागे पाहिलेल्या ट्रिगर्स (सूचक) यादीचंच एक अधिक अमूर्त आणि सुधारित रूप आहे.

गेल्या तीस वर्षांमध्ये मी ज्यांना प्रशिक्षण दिलं आहे, त्या प्रत्येक ग्राहकाला चर्चेच्या या पातळीवर किमान दोन-तीन तरी महत्त्वाच्या रिकाम्या जागा सापडलेल्या आहेत. उदाहरणार्थ, एखादा व्यवस्थापक किंवा वरिष्ठ अधिकारी घालत असलेली सर्वसामान्य हॅट म्हणजे कर्मचारीवृंद. विचार केल्यानंतर त्यातल्या अनेकांच्या असं लक्षात येतं की, या क्षेत्रात आधारभूत कार्यालयीन कार्यपद्धतींचं अद्ययावतीकरण करणं, एखादा कर्मचारीप्रमुख शोधणं किंवा आपल्या कामगिरी-मूल्यमापन प्रक्रियेत सुधारणा करणं, यासारखे एक-दोन प्रकल्प हाती घेण्याची गरज आहे किंवा मग आपल्या खासगी जीवनाच्या विविध बाजूंमधील जबाबदाऱ्यांना वस्तुनिष्ठता देताना, चांगला योग वर्ग शोधणं, मुलांना उन्हाळ्यात करण्यासारख्या क्रिया निर्माण करणं अशा गोष्टी सहसा समोर येतात.

प्राधान्यक्रम या विषयावरील चर्चेमध्ये तुम्ही आणि इतर लोक यांच्यातील सध्याच्या ठरावांच्या या सर्व पातळ्या समाविष्ट असाव्या लागतील. तुम्ही जर ही सध्याच्या कामांची विवरण यादी वापरात आणली आणि ती अद्ययावत ठेवली तर आपल्या आजच्या संस्कृतीमधील बहुतेक लोकांपेक्षा तुम्ही जास्त आरामात आणि नियंत्रणपूर्ण असाल. फार थोडे लोक त्यांना ज्याकरता कामावर घेतलेलं असतं तेच काम करत आहेत आणि नव्या व बदलत्या अपेक्षांबद्दल स्पष्ट असण्याकरता तुमचं संभाषण सतत अद्ययावत असणं आवश्यक असतं. त्याचबरोबर आपल्या संतुलित जीवनातील सर्व संबंधित क्षेत्रांचा - कुटुंब, मौजमजा किंवा उत्पन्न - त्यातील रिकाम्या जागा भरण्यावर दृष्टी ठेवून एक एकसंध आणि वस्तुनिष्ठ आढावा स्वतःजवळ ठेवतात. काय करायचं, याबद्दल तुम्ही चालता-फिरता करणं आवश्यक असलेले निर्णय घेताना तुमचे विचार आणि तुमच्या प्रणालींना या पातळीवरून चालवण्याचा, तुमच्या मनामध्ये निव्वळ आशेऐवजी ठाम विश्वास निर्माण होण्याकरता नक्कीच खूप उपयोग होऊ शकतो.

क्षितिज ३ - ५ : खालच्या तीन पातळ्यांचा संबंध मुख्यतः सद्य परिस्थितीशी म्हणजे तुमच्या कृती, प्रकल्प आणि जबाबदारीच्या क्षेत्रांशी असतो; पण क्षितिज क्र. ३ पासून पुढच्या पातळ्यांवर मात्र भविष्यकाळ, तुमची दिशा आणि तुमची उद्दिष्टं प्रमुख ठरतात. या सगळ्याच पातळ्यांवरच्या गोष्टींचा धांडोळा अजून घ्यायचा आहे; (विशेषतः सर्वोच्च पातळीवर, ध्येय आणि तत्त्वांच्या बाबतीत, कारण याच गोष्टी तुमच्या क्रिया आणि वर्तनांवर लक्ष ठेवण्याच्या आणि त्यात सुधारणा करण्याच्या बाबतीतले चालू निकष पुरवत असतात.) पण यात जास्त करून, मी जिथे पोहोचण्याचा निर्णय घेतला आहे, त्या बाबतीत सध्या सत्य काय आहे आणि मी माझ्या इच्छित ठिकाणी कसा पोहोचणार आहे? याचाच विचार जास्त असतो. इथे तुमच्या कामामधल्या एक वर्षाच्या उद्दिष्टांपासून (क्षितिज ३) ते पुढच्या तीन वर्षांकरता, तुमची कारकीर्द आणि तुमची वैयक्तिक निव्वळ आर्थिक पत (नेट वर्थ) यासंबंधीची तुमची परिप्रेक्ष्यं (व्हिजन) (क्षितिज ४) ते तुमच्या जीवनाचं ध्येय अंतःप्रेरणेनं जाणून घेणं आणि तुमची वैयक्तिक अभिव्यक्ती अधिकतम कशी करायची (क्षितिज ५) इथपर्यंत गोष्टी असू शकतात.

> तुम्ही कुठे चालला आहात आणि तुमच्याकरता खरोखर काय महत्त्वाचं आहे याबद्दल जेव्हा तुम्हाला खात्री नसते, तेव्हा पुरेसं म्हणजे किती, हेच तुम्हाला कळणार नाही.

इथे मी सर्वांत वरच्या तीन पातळ्या एकमेकींमध्ये मिसळतो आहे. याचं कारण म्हणजे परिस्थिती नेहमीच या किंवा त्या गटात ढकलण्याजोगी नसते. शिवाय 'गेटिंग थिंग्ज डन' हे पुस्तक आपली ध्येयं आणि परिप्रेक्ष्यं कशी निश्चित करावीत यापेक्षा, आचरण आणि कार्यचालनाशी जास्त संबंधित असल्यामुळे ध्येयं आणि परिप्रेक्ष्यं यांची कसून परीक्षा करणं मी इथे टाळणार आहे; पण अशा परीक्षेचं स्वरूपच असं असतं की, त्यामुळे खूप सखोल आणि गुंतागुंतीच्या गोष्टी बाहेर येतात. त्यात व्यवसायनीती, संस्थात्मक विकास, कारकिर्दीची आखणी, जीवनाची दिशा आणि मूल्यं अशा गोष्टींचाही समावेश असतो.

इथे आपलं लक्ष, तुमच्या सद्य सत्य परिस्थितीमध्ये तुमच्याकडे असलेल्या नेमक्या कामांचा साठा ठरवण्याकरता कुठली प्रेरकं अस्तित्वात आहेत, यावर आहे. (त्यांपैकी काही तुमच्या अधिक उच्च पातळीवरच्या बांधिलकी आणि उद्देशांमधून उगम पावणारी असू शकतील.) अधिक खोलवर विचार, विश्लेषण आणि अंतःप्रेरणांच्या आधारे तुमची दिशा आणि ध्येयं यामध्ये बदल करायला हवा किंवा सुस्पष्टता आणायला हवी की

> *लढाया अशा निवडा ज्या महत्त्वाच्या ठरतील इतपत मोठ्या असाव्यात आणि जिंकता येतील इतपत लहान असाव्यात.*
> \- जोनाथन कोझोल

नाही, हा एक चर्चेचा वेगळा विषय होऊ शकतो. तरीही तुमचं काम आणि त्यातल्या महत्त्वाच्या गोष्टींबद्दल तुमचे विचार अद्ययावत करण्यामध्ये साह्यभूत ठरतील, अशा काही गोष्टी तुमच्या लगेच लक्षात येऊ शकतील.

आजपासून बारा ते अठरा महिन्यांनी तुम्ही काय करत असाल किंवा तेव्हा तुमच्या नोकरीचं स्वरूप काय असेल, यासंबंधीचं चित्र जर तुम्ही अंतःप्रेरणेनं पाहू लागाल तर त्यामुळे कशाला चालना मिळेल? या अधिक सुप्त पातळीवर काही बदल घडायचा असल्यास तुम्हाला व्यक्तिशः काही गोष्टी सोडाव्या लागू शकतील; लोक आणि प्रणाली विकसित कराव्या लागू शकतील. आपली नोकरी/व्यवसाय ही लक्ष्यं सतत हलती असतात. आजकालच्या व्यावसायिक जगताच्या सरकत्या वाळूकडे पाहता तुमच्या क्षेत्रातील परिणाम योग्य असण्याकरता काही प्रकल्प निश्चित करावे लागू शकतात.

व्यक्तिगत बाबतींत, या पातळीवर : माझ्या वरिष्ठाला (किंवा त्याच्याही वरिष्ठांना) माझी स्वतःची ध्येयं ठामपणे सांगितली नाहीत तर माझी कारकीर्द इथेच थबकून राहील किंवा पुढच्या वर्षी माझी मुलं नवीन काय करतील आणि त्यामुळे मला स्वतःला कशात बदल करावा लागेल? किंवा आत्ताच लक्षात आलेल्या आरोग्यविषयक समस्येला तोंड देण्याकरता मला काय तयारी करावी लागेल? यांसारख्या गोष्टींचा विचार करावासा वाटू शकेल.

तुम्ही कदाचित अधिक दूरदृष्टीनं विचार कराल की, तुमचं करिअर (कारकीर्द) कसं चाललं आहे? तुमचं खासगी जीवन कसं चाललं आहे? परिस्थितीतील बदलांच्या सापेक्ष तुमची संस्था काय करते आहे आणि त्याचा तुमच्यावर कसा परिणाम होतो आहे? हे सगळे प्रश्न एक ते पाच वर्षांच्या टप्प्यातले आहेत आणि जेव्हा हे प्रश्न मी विचारतो, तेव्हा प्रत्येकजण वेगवेगळी आणि महत्त्वाची उत्तरं देतो.

एका मोठ्या आंतरराष्ट्रीय बँकेमधील एकाला नुकतंच मी प्रशिक्षण दिलं. माझी पद्धत काही महिने आचरणात आणल्यानंतर आणि त्याच्या दैनंदिन कामावर नियंत्रण प्राप्त झाल्यानंतर, त्या माणसानं स्वतःचीच एक उच्च तंत्रज्ञान कंपनी सुरू करण्याचा निर्णय घेतला. सुरुवातीला त्याला या कल्पनेची भीती वाटत होती; पण धावपट्टीपासून वर असा विचार केल्यानंतर त्याला ती कल्पना विचार करण्याजोगी आणि या पातळीवरून विचार करण्याचा एक स्वाभाविक परिणाम वाटू लागली. अशातच मी ऐकलं की, आता तो त्याच्या नव्या उद्योगामध्ये अतिशय मोठं यश मिळवतो आहे.

ज्यात एक वर्षापेक्षा जास्त मोठं भविष्य आहे, अशा कुठल्याही गोष्टीमध्ये जर तुम्ही गुंतलेला असाल (विवाह, मुलं, कारकीर्द, कंपनी, कलाविषय) तर त्या

दिशेच्या गोष्टींचं व्यवस्थापन करण्याकरता काय करायचं याचा विचार करणं श्रेयस्कर ठरेल.

इथे तुम्ही स्वतःला विचारायला हवेत, ते प्रश्न असे :

- माझ्या संस्थेची दीर्घकालीन ध्येयं आणि उद्दिष्टं कोणती आहेत आणि माझ्यावरच्या जबाबदाऱ्या पूर्ण करण्याकरता त्यांच्याशी संबंधित कोणते प्रकल्प माझ्याकडे असायला हवेत?
- मी स्वतःकरता कोणती दीर्घकालीन ध्येयं आणि उद्दिष्टं ठरवली आहेत आणि ती साध्य करण्याकरता कोणते प्रकल्प माझ्याकडे असायला हवेत?
- मी जे काही करतो आहे, त्या बाबतीतल्या माझ्यासमोरच्या पर्यायांवर परिणाम करू शकतील अशा कोणत्या महत्त्वाच्या गोष्टी सध्या घडत आहेत?

इथे मला आवर्जून सांगायचं आहे की, नवी उद्दिष्टं ठरवणं किंवा तुमचे मापदंड अधिक उच्चीचे करणं असला कुठलाही नेमका आग्रह मी धरत नाही. त्याऐवजी मी तुमचं लक्ष तुमच्या वास्तवामध्ये अशा बाबतीत काय खरं असू शकेल याकडे वळवतो आहे. या गोष्टी उघड किंवा सुप्त स्थितीत तुमच्याभोवती अस्तित्वात असतील तर तुमचा मेंदू रिकामा ठेवण्याकरता त्यांचा योग्य तो समाचार घेणं महत्त्वाचं ठरू शकेल.

आता, या पातळीवरच्या चर्चेमध्ये कुठल्या प्रकारच्या समस्या समोर येऊ शकतात, त्याची उदाहरणं पाहा :

- तुमच्या कंपनीचे बदलते प्राधान्यक्रम लक्षात घेता तुमच्या कामाचं बदलतं स्वरूप.
- तुमच्या स्वतःच्या प्रशिक्षण कार्यक्रमांची निर्मिती कंपनीअंतर्गत करण्याऐवजी तुम्ही हे काम बाहेरच्या एजन्सीवर सोपवता.
- तुमची कारकीर्द कुठल्या दिशेनं न्यावी असं तुम्हाला वाटतं?
- आजपासून वर्षभरानं, आपण वेगळ्या प्रकारचं काम करत असल्याचं चित्र तुम्ही पाहात आहात आणि बदली किंवा बढतीचे पर्याय शोधत तुम्हाला सध्याच्या कामातून दुसऱ्या कामामध्ये शिरणं आवश्यक आहे.
- जागतिकीकरण आणि विस्तार, या गोष्टींच्या दृष्टीनं तुमच्या कंपनीची/संस्थेची दिशा.
- तुम्हाला खूप वेळा परदेशात जावं लागणार आहे, असं चित्र तुम्हाला समोर दिसतं आहे आणि तुम्हाला आवडणारी जीवनशैली पाहता तुमच्या कारकिर्दीबाबतच्या

योजनांमध्ये त्यानुसार काय सोयीचे बदल आवश्यक आहेत, याचा विचार करणं गरजेचं आहे.

- जीवनशैलीच्या बाबतीतील आवडनिवड आणि बदलत्या गरजा.
- तुमची मुलं मोठी होत जातात, तसतशी घरी राहून त्यांना वेळ देण्याची तुमची गरज कमी होत जाते आणि आर्थिक गुंतवणूक आणि निवृत्तीनंतरच्या योजना या गोष्टींमधला तुमचा रस वाढत जातो.

विचारांच्या सर्वोच्च पातळीवर, तुम्हाला काही अत्युच्च प्रश्न विचारावे लागतील. तुमची कंपनी कशाकरता अस्तित्वात आहे? तुमच्या स्वतःच्या अस्तित्वाचं कारण काय? व्यक्तिगत आणि/किंवा संस्थात्मकदृष्ट्या तुमच्या निवडींना चालना देणाऱ्या, तुमच्या अस्तित्वाच्या मूलस्थानी असलेल्या गोष्टी कोणत्या? शेकडो पुस्तकं, गुरू आणि साचे ज्या गोष्टीशी झटापट करण्यात तुम्हाला मदत करू इच्छितात, असं मोठं चित्र ते हेच!

कशाकरता? या महान प्रश्नाशी आपण सगळेच झगडत असतो.

तुमचं काम आणि तुमचं जीवन यांच्या इतर सर्व पातळ्या अगदी व्यवस्थित, सुनिश्चित आणि परिपूर्ण आखलेल्या असू द्या; पण तरीही सर्वांत खोलवरच्या पातळीवर तुम्हाला काय हवं आहे किंवा तुम्ही काय करायला हवं आहे, याबद्दल तुम्ही जरादेखील रेषेच्या बाहेर असाल तर तुम्हाला अस्वस्थ वाटतच राहील.

प्राधान्यक्रमाचा विचार मनातून काढून ठेवणं

हे प्रकरण वाचताना तुमच्या मनात आलेल्या गोष्टी लिहून काढण्याकरता किमान काही मिनिटं वेळ काढा. तुमच्या अंतर्गत रडारच्या या अधिक उच्च पातळ्यांवर तुमच्या मनात जे काही विचार आले असतील, ते मेंदूतून बाहेर काढून कागदावर उतरवा.

त्यानंतर या नोंदींवर प्रक्रिया करा. तुम्ही जे काही लिहिलेलं असेल, त्यावर तुम्हाला खरोखरच पुढे काम करण्याची इच्छा आहे का हे ठरवा. तसं नसेल तर हा कागद फेकून द्या किंवा कधीतरी/कदाचित यादीमध्ये किंवा आयुष्यात कधीतरी मी जी पूर्ण करण्याचे प्रयत्न करीन, ती स्वप्नं आणि ध्येयं, असं लिहिलेल्या एका फोल्डरमध्ये तो टाका. कदाचित भविष्याबद्दलचे अशा प्रकारचे विचार तुम्हाला आणखी जास्त संख्येनं गोळा करावेसे वाटू शकतील आणि ही गोष्ट अधिक औपचारिक पद्धतीनं करावीशी वाटू शकेल. उदाहरणार्थ, तुमच्या भागीदाराबरोबर बसून नवी व्यावसायिक योजना तयार करणं, आपल्या वैवाहिक जोडीदाराबरोबर

बसून आपल्या स्वप्नातील आयुष्याची कल्पना रेखणं आणि लिहून काढणं, पुढच्या तीन वर्षांकरता स्वतःच्या कारकिर्दीचा नेमका आराखडा तयार करणं किंवा मग या सगळ्या चर्चा आणि विचार-प्रक्रियांमध्ये तुम्हाला बोट धरून नेऊ शकणारा वैयक्तिक मार्गदर्शक गाठणं. तसं असेल तर हा अंतिम परिणाम तुमच्या प्रकल्प यादीमध्ये टाका आणि पुढची कृती कोणती ते ठरवा. मग ती कृती एक तर करून टाका किंवा दुसऱ्या कुणावर सोपवून टाका अथवा योग्य त्या यादीमध्ये त्या कृतीचं स्मरणक टाकून ठेवा.

न्युट्रल ही अशी अवस्था असते, ज्यात तुम्ही अतिजलद उड्या मारत पुढेही जात नसता किंवा खूप मागेही रेंगाळत नसता. न्युट्रलमध्ये राहणं म्हणजे निष्क्रिय, शिथिल किंवा अकृतीशील राहणं नव्हे. न्युट्रल म्हणजे पुढची कृती करण्यापूर्वी नवी माहिती, नव्या शक्यतांना समोर येऊ देण्यासाठी शांतपणे सज्ज राहणं. या अवस्थेत तुम्ही प्रत्यक्षात तुमची संवेदनशीलता आणि तुमची अंतःप्रेरणात्मक बुद्धिमत्ता वाढवत असता. न्युट्रल म्हणजे नव्या शक्यतांचं बीज रुजण्यासाठीची सुपीक जमीन.

– डॉक चिल्डर

हे करून झाल्यावर मग जे विशिष्ट प्रकल्प तुम्ही निश्चित करून ठेवले असतील; पण त्यांच्याबद्दल हवा तसा बारकाईनं विचार केलेला नसेल अशा प्रकल्पांबाबत विकासाभिमुख विचार करण्याकडे आपलं लक्ष वळवावंसं तुम्हाला वाटू शकेल. त्या प्रकारच्या उभ्या प्रक्रियेकरता आपण सज्ज आहोत, याची खात्री तुम्हाला करून घ्यावीशी वाटू शकेल.

१०

प्रकल्पांवर नियंत्रण मिळवणं

प्रकरण ४ ते ९ मध्ये तुमचा मेंदू रिकामा करण्याकरता आणि केव्हा व काय करायचं, याबद्दल अंतःप्रेरणात्मक निवड करण्याकरता आवश्यक त्या सगळ्या युक्त्या आणि पद्धती दिलेल्या आहेत. ती आडवी पातळी होय. तुमच्या जीवनाच्या आडव्या मांडणीमध्ये तुमचं लक्ष आणि तुमची कृती जिथे जाणं आवश्यक आहे, त्या गोष्टींची पातळी. आता या कोड्याचा शेवटचा तुकडा म्हणजे उभी पातळी होय. तुमच्या मेंदूच्या सर्जनशक्तीचा उपयोग करून घेणारी, अधिक खोलवर शोध घेणारी आणि हवेतली स्वप्नं बघणारी. तुम्ही ज्या विविध प्रकल्प आणि परिस्थितींमध्ये गुंतलेला आहात त्यांचे अंतिम परिणाम आणि पुढच्या कृती तुम्ही खरोखर स्पष्ट करून घेतल्या असतील. मात्र, काही वेळा आपल्याला त्यांच्यापैकी काहींमध्ये आपली गुंतवणूक वाढवावी, अधिक सृजनशील विचार करावा आणि काय व कसं याबद्दल अधिक सखोल विचार करावा असं वाटत असतं.

पण त्याकरता आपल्या प्रकल्प नियोजनामध्ये आपल्याला सुधारणा करणं आणि त्याला अधिक ऊर्जा देणं आवश्यक आहे.

अधिक अनौपचारिक नियोजनाची आवश्यकता

प्रत्येक यशस्वी प्रकल्पाचा मध्य काळ सर्व काही फसल्यासारखा भासतो.
- रोझाबेथ मॉस कॅन्टर

अनेक वर्षे, हजारो व्यावसायिकांबरोबर काम केल्यानंतर मी असं खात्रीनं सांगू शकतो की, आपल्यापैकी जवळपास सर्वचजणांना आपल्या प्रकल्पांबद्दल आणि आयुष्याबद्दल, अधिक अनौपचारिकरीत्या आणि अधिक वेळा, अधिक नियोजन करण्याची गरज आहे. आपण जर तसं केलं तर आपल्या मनावरचा बराच ताण कमी होऊ शकतो आणि कमीतकमी श्रमांमध्ये जास्तीतजास्त सर्जनशील काम होऊ शकतं.

मला असं आढळलं आहे की, नियोजनाच्या बाबतीत मोठी सुधारणा करण्याकरता, व्यावसायिक प्रकल्प-व्यवस्थापक कधीकधी ज्यांचा अवलंब करतात, तशा (गॅन्ट चार्टसारख्या) कुठल्याही अत्यंत विस्तृत आणि गुंतागुंतीच्या तंत्रांची गरज नसते. ज्यांना ती लागतात, त्यातल्या बहुतेकांकडे ती आधीपासूनच असतात किंवा ती शिकण्याकरता योग्य ते प्रशिक्षण आणि सॉफ्टवेअर त्यांना सहज उपलब्ध असतात. खरी गरज असते ती आपल्या सर्जनशील आणि स्वयंप्रेरित विचार करण्याचा अधिक उपयोग करून घेण्याची.

या प्रकारचा परिणामकारक मूल्यवर्धित विचार करण्याचा अभाव असण्याचं मुख्य कारण म्हणजे त्यातून उत्पन्न होऊ शकणारे अनंत तपशील हाताळू शकणाऱ्या प्रणालींची कमतरता; त्यामुळेच मी खालून-वरचा मार्ग स्वीकारतो. तुमच्या सद्य कृतीयोग्य बांधिलकीवर आपलं नियंत्रण नसल्यासारखं तुम्हाला वाटत असेल, तर एकाग्रतापूर्ण नियोजन करणं तुम्ही टाळत राहाल आणि नकळत आपोआप त्यापासून दूर जाल. मात्र, तुम्ही या पुस्तकातल्या पद्धतींचा अवलंब करू लागताच, त्यामुळे खूप प्रचंड प्रमाणात तुमच्या सर्जनशील आणि विधायक विचारांना मोकळी वाट मिळत असल्याचं तुम्हाला जाणवू लागेल. तुमच्या कल्पनांचा उपयोग करून घेण्यास सुसज्ज अशा प्रणाली आणि सवयी तुमच्याकडे असतील तर तुमची उत्पादकता कित्येक पटींनी वाढू शकते.

> तुम्ही अशा व्यवस्था व क्लृप्त्या निर्माण करायला हव्यात ज्यांमुळे तुम्ही तुमच्या प्रकल्प आणि परिस्थितींबद्दल जास्त वारंवार, जास्त सहजपणे आणि जास्त सखोल विचार करण्यास प्रवृत्त व्हाल.

प्रकरण ३ मध्ये प्रकल्प नियोजनाच्या, एखाद्या गोष्टीला निव्वळ कल्पनेपासून सुरुवात करून सत्य परिस्थितीत उतरवणाऱ्या पाच टप्प्यांचा काहीसा सविस्तर ऊहापोह मी केला आहे.

यापुढील मजकूर हा मी शिफारस करत असलेल्या, स्वाभाविक आणि अनौपचारिक नियोजन प्रक्रिया सुलभ करण्यास मदत करणाऱ्या मंत्र आणि तंत्रांचा संग्रहस्वरूप आहे. या सर्व सूचना सामान्यज्ञानावर आधारित असल्या, तरी त्या हव्या तशा नित्य नेमानं पाळल्या जात नाहीत. तुमचं विचार करणं फक्त मोठ्या, औपचारिक बैठकांकरता राखून ठेवण्याऐवजी या सूचना शक्य तेव्हा आणि शक्य तितक्या वेळा आचरणात आणा.

तुम्ही कुठल्या प्रकल्पांचं नियोजन करायला हवं?

तुमच्या प्रकल्प यादीमध्ये टाकण्याकरता तुम्ही निवडलेल्या बहुतेक अपेक्षित

परिणामांच्या बाबतीत, पुढची कृती ठरवण्यासाठी मनातल्या मनात, पटकन आणि स्वाभाविकपणे जे नियोजन केलं जातं त्यापेक्षा जास्त नियोजनाची गरज नसते. उदाहरणार्थ, कार मेकॅनिकला दाखवून घेणं या प्रकल्पाकरता नियोजन म्हणजे फक्त जवळच्या गॅरेजचा फोन क्रमांक शोधून वेळ ठरवणं असतं.

पण दोन प्रकारचे प्रकल्प असे असतात, ज्यांच्यासाठी काही ना काही नियोजन करणं आवश्यक असतं : (१) तुम्ही त्या संदर्भात पुढची कृती ठरवून ठेवलेली असतानाही जे प्रकल्प तुमच्या मनामध्ये घोळत राहतात ते प्रकल्प आणि (२) ज्या प्रकल्पांबाबत उपयुक्त ठरू शकणारे आणि पुष्टी देणारे तपशील अचानक केव्हाही तुमच्या हाती लागतात, असे प्रकल्प.

यापैकी पहिल्या प्रकाराकरता - ज्या प्रकल्पांच्या बाबतीत निर्णय घेण्याच्या आणि संघटित करण्याच्या इतरही काही गोष्टी आहेत, हे तुम्हाला ठाऊक असतं अशा प्रकल्पांकरता - फक्त पुढची कृती ओळखण्यापेक्षा जास्त बारकाईनं विचार करणं आवश्यक असतं. त्याकरता स्वाभाविक नियोजन साच्याचा उद्देश आणि तत्त्वं, परिप्रेक्ष्य/परिणाम, विचारमंथन आणि/किंवा संघटन या इतर चार टप्प्यांपैकी एका किंवा अधिक टप्प्यांचा जास्त नेमका उपयोग करावा लागेल.

दुसऱ्या प्रकाराकरता - ज्यांच्या संदर्भात बीचवर, गाडी चालवताना, बैठकीत असताना, असं कुठेही अचानक काही कल्पना सुचतात, अशा प्रकल्पांकरता - अशा अचानक आणि वेगवेगळ्या वेळी सुचलेल्या कल्पना संकलित करून ठेवण्याजोगी एक योग्य जागा हवी. त्यानंतर जेव्हा गरज पडेल तेव्हा त्या कल्पना तिथे उपलब्ध असतील.

नियोजनाशी संबंधित पुढील कृतींची गरज असलेले प्रकल्प

नीट मांडणी करण्याची, बारकाईने विचार करण्याची आणि नियंत्रणाखाली आणण्याची गरज असलेले काही प्रकल्प तुमच्या मनामध्ये कदाचित आत्तासुद्धा असतील. कदाचित तुमची एखादी महत्त्वाची बैठक तोंडावर आलेली असेल आणि तुम्हाला त्याकरता विषयपत्रिका व इतर साहित्य तयार करायचं असेल किंवा सहयोगी संस्थांच्या वार्षिक परिषदेचे समन्वयन करण्याचं काम नुकतंच तुमच्या वरिष्ठांनी तुमच्यावर सोपवलेलं असेल आणि महत्त्वाची कामं लोकांवर सोपवून टाकण्याच्या दृष्टीनं तुम्ही ताबडतोब परिषदेच्या कामाचं संघटन करणं आवश्यक असेल किंवा तुमच्या कुटुंबासमवेत येत्या काही काळात घालवण्याच्या सुटीबद्दल तुम्हाला काही एक विचार करणं, काही नियोजन करणं आवश्यक असेल. या प्रत्येक कामाच्या नियोजन प्रक्रियेला चालना देणारी पुढची कृती ताबडतोब शोधा आणि ती योग्य त्या कृतींच्या यादीमध्ये टाकून द्या. त्यानंतर नियोजनाच्या पुढील

पायऱ्या चढायला सुरुवात करा.

नियोजनाच्या सर्वसाधारण पायऱ्या

नियोजनाभिमुख कृतींचे सर्वांत सामान्य प्रकार म्हणजे तुमचं स्वतःचं विचारमंथन आणि संघटन; बैठका ठरवणं आणि माहिती गोळा करणं.

विचारमंथन : सध्या तुमच्या मनामध्ये असलेल्या काही प्रकल्पांकरता तुम्हाला थोडं मुक्त विचारमंथन करावं लागेल. विशेषतः जे ठरवताना त्यांच्याबद्दल पुढच्या कृतीची तुम्हाला स्पष्ट कल्पना नव्हती, असे ते प्रकल्प असतील. अशा सगळ्या प्रकल्पांकरता, क्ष करता कल्पना शोधणं अशी पुढची कृती असायला हवी.

ती कृती कुठल्या यादीमध्ये टाकायची हे कळण्याकरता ती कृती कुठे आणि कशी करायची याचा निर्णय घेणं आवश्यक ठरेल. अशा प्रकारचं विचारमंथन तुम्ही संगणकावर चांगल्या प्रकारे करू शकता की कागदावर विचार मांडून? याचा निर्णय मी अंतःप्रेरणेनं करत असतो; त्यामुळे माझ्या बाबतीत ही पुढची कृती एक तर माझ्या संगणकासमोर बसलेलं असतानाच्या यादीत किंवा कुठेही अशा यादीत जाईल. (कारण मी कुठेही असलो, तरी मनातल्या मनात मानसिक चित्रं तयार करणं किंवा त्रोटक टिपणं काढणं मला सहज शक्य असतं, तेव्हा फक्त एक कागद आणि पेन असलं तरी पुरे असतं.)

संघटन : काही प्रकल्प असे असू शकतील, ज्यांच्याकरता तुम्ही नोंदी आणि काही आधारसाहित्य गोळा करून ठेवलेले असेल आणि त्यांची विवक्षित रचनेत संगतवार मांडणी करून ठेवणं तेवढं बाकी असेल. अशा परिस्थितीत तुमची पुढची कृती प्रकल्प क्ष च्या नोंदींची मांडणी करणं ही असेल. हे काम करण्यासाठी जर तुम्हाला तुमच्या ऑफिसमध्ये बसणं आवश्यक असेल (सगळ्या फायली तिथे आहेत आणि त्या बरोबर वागवण्याची तुमची इच्छा नाही म्हणून!) तर ती कृती तुमच्या ऑफिसमध्ये असताना यादीमध्ये जायला हवी. प्रकल्पासंबंधीच्या सगळ्या नोंदी तुम्ही जर एका फोल्डरमध्ये घालून किंवा एखाद्या डिजिटल साधनामध्ये बरोबर बाळगत असाल आणि ती तुम्ही हातानं करणार असाल तर ही कृती कुठेही यादीमध्ये जायला हवी किंवा वर्ड प्रोसेसिंग, माइंड मॅपिंग, प्रोजेक्ट प्लॅनिंग, पीपीटी असं कुठलं सॉफ्टवेअर वापरून करणार असाल तर संगणकासमोर बसलेलं असताना यादीत टाकायला हवी.

> संस्थात्मक (किंवा कौटुंबिक) उत्पादकतेतला एक मोठा अडथळा म्हणजे एखादी गोष्ट पुढे सरकवण्याकरता एखादी बैठक घेण्याबद्दल आणि ती कुणाबरोबर घ्यावी याबद्दल कुणीतरी निर्णय न घेऊ शकणं.

बैठका ठरवणं : बरेचदा, प्रकल्पासंबंधीच्या विचारांमध्ये प्रगतीचं पुढचं पाऊल म्हणजे, विचारमंथन आणि/किंवा निर्णयप्रक्रियेमध्ये तुम्हाला ज्या लोकांना सहभागी करून घ्यायचं असेल अशा लोकांबरोबर एक बैठक ठरवणं हे असतं. त्याकरता सगळ्या किंवा महत्त्वाच्या लोकांना ई-मेल अथवा फोन करून दिवस आणि वेळ ठरवणं आवश्यक असतं.

माहिती गोळा करणं : काही वेळा, प्रकल्पासंबंधी विचार करण्यातली पुढची कृती म्हणजे अधिक माहिती/डेटा गोळा करणं ही असते. त्याकरता कदाचित तुम्हाला कुणाशीतरी चर्चा करण्याची गरज असते (अ ला फोन करून व्यवस्थापकांच्या बैठकीसंबंधी त्याचे विचार जाणून घेणं) किंवा गेल्या वर्षीच्या परिषदेच्या फायली तुमच्याकडे आल्या आहेत, त्या चाळण्याची गरज असते (सहयोगी संस्थांच्या मागील फायलींचं पुनर्विलोकन करणं) किंवा तुम्ही शोध घेत असलेल्या एखाद्या नव्या विषयामध्ये बाहेरच्या जगात काय चाललं आहे हे जाणून घेण्याकरता तुम्हाला इंटरनेटवर सर्फिंग करण्याची गरज असू शकते.

क्रमविरहित प्रकल्प विचार

कदाचित उपयुक्त ठरू शकतील, अशा प्रकल्पासंबंधी कल्पना आणि विचार गहाळ होऊ देऊ नका. बऱ्याचदा एखाद्या प्रकल्पाशी दुरान्वयेही संबंधित नसलेल्या ठिकाणी तुम्ही असताना तुम्हाला त्यासंबंधी असं काही सुचतं, जे तुम्हाला लक्षात ठेवावंसं वाटतं. उदाहरणार्थ, तुम्ही गाडी चालवत असताना अचानक पुढच्या कर्मचारीवृंद बैठकीची सुरुवात कशी करावी याबद्दल एक सुंदर कल्पना सुचू शकते किंवा बागेत काम करत असताना, परिषदेकरता येणाऱ्या लोकांना एक छानपैकी लेदर बॅग देण्याची कल्पना सुचू शकते किंवा मग संध्याकाळी बातम्या बघताना तुम्हाला अचानक तुम्ही तयार करत असलेल्या सल्लागार समितीमध्ये सामील करण्याजोगी आणखी एखादी व्यक्ती आठवते.

या सगळ्या कृती तुम्ही थेट आपल्या कृतींच्या यादीमध्ये पुढील कृती म्हणून टाकण्याजोग्या नसल्या, तरी तुम्हाला त्या कुठेतरी साठवणं आवश्यक असतं. अर्थातच कल्पना हरवून किंवा विसरून जाऊ नयेत, याकरता तुमची संकलन प्रणाली खूप महत्त्वाची ठरते - इन-ट्रे, कागद-पेन, स्मार्टफोन इत्यादी. तुमच्या कल्पना आणि विचार यांचं पुढे काय करायचं हे ठरवेपर्यंत त्यांना सांभाळणं आवश्यक असतं.

प्रकल्पासंबंधी विचारांना आधार देणारी साधनं आणि रचना

प्रकल्पासंबंधी कुठल्याही पातळीवर कल्पना सुचू द्या; पण त्या मनात येताच

नोंदवून ठेवण्याकरता चांगली साधनं नेहमी हाताशी असणं खूप चांगलं असतं. एकदा त्या नोंदवल्या गेल्या की, मग हवं तेव्हा त्या पाहणंदेखील शक्य असायला हवं.

विचार करण्याची साधनं

कल्पना सुचणं आणि तुमची उत्पादकता वाढवणं, यामागचं एक गुपित म्हणजे आधी आकार आणि मग उपयुक्तता या तत्त्वांचा उपयोग करणं - चांगलं साधन जवळ असेल तर त्यामुळे चांगल्या कल्पनादेखील सुचतात. (माझे काही सर्वांत उत्पादक विचार एकदा मी माहिती निर्माण करून साठवण्याचा मजेशीर मार्ग असलेलं सॉफ्टवेअर बघत असताना मला सुचलेले आहेत.)

> *नशीब सर्वच गोष्टींवर परिणाम करत असतं. तुमचा गळ सतत पाण्यात ठेवा; प्रवाहामध्ये तुम्हाला जिथे अजिबात अपेक्षा नसेल नेमका तिथेच मासा गळाला लागेल.*
>
> \- ओव्हिड

तुम्ही एखादी गोष्ट लिहून काढत नसाल किंवा ती एखाद्या डिजिटल साधनामध्ये नोंदवून ठेवत नसाल तर तिच्यावर काही मिनिटांपेक्षा जास्त वेळ लक्ष केंद्रित होणं खूप अवघड असतं. विशेषतः तुम्ही एकटेच बसलेले असाल तर नक्कीच असं घडतं; पण तुमच्या विचारांना एका जागी बांधून ठेवण्याकरता तुम्ही जर एखादं प्रत्यक्ष साधन वापरलंत तर तुम्ही तासन्तास विधायक विचारांमध्ये गुंतून राहू शकता.

लेखनाची साधनं

> उपयुक्तता सहसा आकारानंतरच येते. विचार संकलित करण्याकरता स्वतःला एखादा संदर्भ पुरवा; आपोआपच कल्पनाही नसलेले विचार तुम्हाला सुचू लागतील.

चांगल्या प्रकारची लेखनाची साधनं कायम जवळ बाळगा. केवळ नोंदवण्याकरता हाताशी काही नसल्यामुळे विचार करणंच टाळण्याचा कल त्यामुळे कमी होईल. माझ्याजवळ जर लेखन साहित्य नसेल, तर प्रकल्प किंवा परिस्थितीबद्दल विचार करताना मीदेखील अस्वस्थ असतो.

त्याउलट काही वेळा माझ्याकडे केवळ एक सुंदर बॉलपेन आल्यावर ते वापरून पाहण्याकरता म्हणून मी जे विचार आणि जे नियोजन केलेलं आहे, ते उत्तम दर्जाचं ठरलं आहे. तुमचं कदाचित माझ्यासारखं नसेल; पण तुम्हालाही भारीच्या वस्तू वापरण्यामुळे प्रेरणा मिळत असेल तर कृपया उत्तम दर्जाचं लेखन साहित्य घेण्यामध्ये पैसे गुंतवा.

जिथे-जिथे तुम्हाला काही नोंदी कराव्याशा वाटत असतील तिथे-तिथे, विशेषतः फोनजवळ चांगली बॉलपेन्स ठेवून द्या.

कागद आणि पॅड्स

लेखन साहित्याव्यतिरिक्त तुमच्याजवळ कागद आणि पॅड्सदेखील सतत हवेत. पान सहज फाडता येण्याजोगे पॅड्स उत्तम असतात, कारण सुचलेला विचार किंवा कल्पना एका पानावर उतरवल्यानंतर तुम्ही ते पान फाडून तुमच्या इन-ट्रेमध्ये, नंतर प्रक्रिया करण्याकरता टाकून देऊ शकता. सहसा बसल्या-बसल्या सहजपणे केलेल्या नोंदीदेखील योग्य फोल्डरमध्ये टाकून ठेवल्यास मौल्यवान ठरू शकतात आणि अशा हातानं लिहिलेल्या गोष्टी संदर्भाच्या बाबतीत स्मरणशक्तीला चालना देण्यासाठी नंतर मोलाच्या ठरतात.

तुमचं लेखनाचं पॅड कुठे आहे? ते अगदी जवळ ठेवा.

पांढरा फळा आणि ईझेल पॅड्स

तुमच्याकडे जागा असेल तर वेळोवेळी वापरण्याकरता पांढरे फळे आणि/किंवा ईझेल पॅड्स ही खूप उपयुक्त विचारसाधनं ठरू शकतात. तुमच्या कल्पना लिहून काढण्याकरता त्यात तुम्हाला जास्त जागा मिळते आणि संबंधित विषयावर मंथन चालू असेपर्यंत काही काळ ती डोळ्यांसमोर असणंही उपयुक्त ठरू शकतं. तुमच्या ऑफिसमध्ये आणि बैठकीच्या हॉलमध्ये पांढरे फळे लावलेले असणं केव्हाही चांगलंच आणि ते जेवढे मोठे तेवढं चांगलं! काही कंपन्यांनी विचारमंथन आणि ऐनवेळचं दृश्य सादरीकरण याला चालना देण्यासाठी आतल्या संपूर्ण भिंतींनाच पुसता येण्याजोगे फळे बनवून घेतले आहेत. तुम्हाला मुलं असतील तर त्यांच्या खोलीमध्येदेखील एक असा फळा लावून घ्या, असं मी सुचवेन. (माझ्या लहानपणी मला जास्तीतजास्त कल्पना लढवण्याकरता असं प्रोत्साहन मिळालं असतं तर किती बरं झालं असतं!) भरपूर चांगले मार्कर पेन हाताशी ठेवण्याचीदेखील काळजी घ्या. फळ्यावर काहीतरी लिहिण्याची तीव्र इच्छा झाल्यावर हाताशी असलेला एकमेव मार्कर पेन संपलेला असल्याचं आढळण्यासारखी निराशाजनक गोष्ट दुसरी नाही.

मी काय बोलतो आहे ते ऐकल्याशिवाय मी काय विचार करतो आहे हे मला कसं ठाऊक असणार?

\- इ. एम. फोर्स्टर

दोन किंवा अधिक लोक जेव्हा बैठकीकरता एकत्र येतात, तेव्हा इतरांना दिसेल अशा रीतीनं गोष्टी लिहिण्याचं काम एकानं सुरू करायला हवं. काही मिनिटांनी तुम्ही

तुमचे विचार पुसून जरी टाकले, तरी निव्वळ लिहिण्याच्या क्रियेमुळे विधायक विचारप्रक्रियेला जी मदत मिळते तिला तोड नाही. (माझ्याजवळ एखादं पॅड किंवा कागद नसेल तेव्हा टेबलक्लॉथ, पेपर नॅपकिन यापैकी कशावरही काहीतरी चितारणं किंवा लिहून ठेवणं माझ्याकरता खूप उपयुक्त सिद्ध झालेलं आहे.)

डिजिटल साधनांवर विचार करणं

बऱ्याचदा माझ्या लॅपटॉपवर किंवा टॅबवर, वर्डप्रोसेसर, स्प्रेडशीट, पीपीटी इत्यादीच्या साह्यानं विचार करायला मला आवडतं. माझ्या या विचारांबद्दल मला नंतर अनेक गोष्टी कराव्याशा वाटू शकतात आणि ते नंतर एडिट आणि कट-पेस्ट करून विविध सॉफ्टवेअरमध्ये वापरण्याकरता डिजिटल स्वरूपात उपलब्ध आहेत ही भावनाच खूप सुखावह असते. माझा संगणक सुरू झाला की, पडद्याकडे पाहत-पाहत मला आपोआप विचार सुचू लागतात. तुम्हाला अगदी मजा वाटण्याइतपत नाही, तरी बऱ्यापैकी टाइप करता यायला हवं असण्याचं हे आणखी एक कारण आहे.

मोठे पांढरे फळे ज्याप्रमाणे जास्त सृजनात्मक संवाद आणि विचारांना विस्तारित क्षितिज पुरवतात, त्याचप्रमाणे संगणकाचे मोठे आणि अतिरिक्त स्क्रीनदेखील उपयुक्त ठरतात असं मला आढळलेलं आहे. जग झपाट्यानं डिजिटलही झालं आहे आणि मोबाइलही; त्यामुळे साहजिकच लोकांना त्यांच्या हातातल्या लहानशा साधनांमुळे कार्यक्षमता वाढल्याचा अनुभव मिळाला आहे. मात्र, मी असं सुचवेन की, स्मार्टफोन्स आणि तत्सम गोष्टी विचार करण्याच्या फलितांना उपयोगात आणण्याकरता आहेत, सृजनात्मक विचार उत्पन्न करण्याकरता नाही.* त्याकरता मला जास्त जागा हवी, कमी नव्हे.

आधारभूत रचना

चांगली साधनं सदैव हाताशी असण्याबरोबरच, प्रकल्पविषयक विचार ज्यामध्ये नोंदवता येतील असे सहज उपलब्ध असणारे साचेदेखील हाताशी असणं उत्पादक ठरतं. समोर असलेला कागद आणि पेन विचारमंथनाला जसे आधार देतात, तसंच प्रकल्पाचे तपशील व्यवस्थित मांडून ठेवण्याकरता चांगली साधनं आणि जागा असण्यानं अनेक प्रकल्पांकरता आवश्यक असणारं सरळ रेषेत विचार करणं सुलभ होतं.

---

* स्मार्टफोनमधल्या कॅमेऱ्याचा एक उत्तम उपयोग म्हणजे पांढरा फळा आणि ईझेल पॅडवरच्या विचारांचे फोटो काढता येणं, जेणेकरून ते आणखी विचारमंथनाकरता पुसून टाकता येतात आणि त्यावरचा मजकूर बैठकीतल्या सदस्यांना उपलब्ध राहतो.

आवश्यकतेनुसार फाइल-फोल्डर्स आणि सुटे कागद तयार करा

हाताशी असलेली, वापरायला सोपी असणारी चांगली सर्वसाधारण-संदर्भ प्रणाली सामान्य कार्यप्रवाह प्रक्रियेच्या व्यवस्थापनाकरताच नव्हे; तर प्रकल्पासंबंधी विचारप्रक्रियेकरताही खूप महत्त्वाची ठरते. सहसा संदर्भीय माहिती, नोंदी आणि इतर साहित्य यांमुळे चालना मिळाल्यानं प्रकल्प आपल्यासमोर उभा राहतो आणि त्यामुळेच गरजेनुसार हवं तेव्हा हे साहित्य टाकण्याकरता त्या विषयाचं एक फाइल-फोल्डर तुम्हाला तयार करून ठेवावसं वाटू शकेल. तुमची फायलिंग प्रणाली जर अतिऔपचारिक असेल (किंवा ती नसेलच) तर प्राथमिक टप्प्यावरच प्रकल्प-दृष्टिकोन विकसित करण्याच्या अनेक संधी तुम्ही दवडाल. एखाद्या बैठकीमधून दूर क्षितिजावर दिसलेल्या एखाद्या विषयावरच्या प्राथमिक नोंदी घेऊन परत येताच त्याची एक फाइल तयार करा आणि त्या नोंदी तिच्यात ठेवून द्या. (अर्थातच त्यासंबंधीच्या पुढच्या कृती तपासून पाहिल्यानंतर.)

वाईट कल्पना साठवण्याकरता तुमच्याकडे एखादी चांगली प्रणाली नसेल तर चांगल्या कल्पना साठवण्याकरताची प्रणालीदेखील तुमच्याकडे असण्याची शक्यता कमी आहे.

माझ्या ग्राहकांना मार्गदर्शन करताना अनेक वेळा मला असं आढळतं की, निव्वळ एखाद्या विषयाकरता कुठल्याही संदर्भीय नोंदी आणि माहिती ठेवण्याकरता एक फाइल तयार करण्यानंदेखील लोकांना मोठ्या प्रमाणावर गोष्टी नियंत्रणाखाली असल्याची भावना जाणवते. शारीरिक, मानसिक आणि दृश्य स्वरूपात गोष्टी आपल्या आटोक्यात असल्यासारखं त्यांना वाटायला लागतं.

तुम्हाला जर सुट्या कागदांवर किंवा प्लॅनरवर काम करणं आवडत असेल तर येणाऱ्या प्रकल्प किंवा संकल्पनेकरता सुचणारे विचार आणि कल्पना नोंदवून ठेवण्याकरता कोऱ्या कागदांचा भरपूर साठा जवळ ठेवा. पुढे जवळजवळ सर्वच प्रकल्पांना अख्खी वही लागत असली, तरी सुरुवातीला सुटे कागद चालू शकतील आणि ज्या थोड्या कल्पनांचा माग ठेवणं आवश्यक असतं, त्या लिहिण्याकरता बहुतेक प्रकल्पांच्या बाबतीत एक किंवा दोन कागद पुरेसे असतात.

कागद की डिजिटल

जे लोक जास्त डिजिटल झालेले आहेत, त्यांना कागदाचा वापर पूर्णपणे थांबवावासा वाटणं साहजिकच म्हणावं लागेल. तत्त्वतः यात काही अडचण नाही; कारण नोंद करणं, स्कॅन करणं आणि कॅरॅक्टर रेकग्निशन यासाठीची साधनं उपलब्ध आहेत. प्रत्यक्षात मात्र आपल्यापैकी बहुतेकांना अजूनही कागद मोलाचा आहे. हातानी लिहिणं विविध कारणांमुळे पूर्ण थांबणार नाही, कारण ही कागदरूपी साधनं

कुठेही उपलब्ध असतात आणि त्यातही खूप वैविध्य असतं. वेगवेगळी साधनं वापरताना आपण वेगवेगळा विचारही करतो आणि हातानं लिहिणं किंवा चित्र काढण्यानं जास्त कल्पना सुचतात असं अनेकांना आढळतं.

तसेच, कागदी साहित्य एका वेळी आपण संगणकाच्या पडद्यावर पाहू शकत असलेल्या गोष्टींपेक्षा जास्त सहजतेनं माहिती, परस्परसंबंध आणि दृष्टिकोनांची आठवण करून देणारं असतं. विचार आणि स्मरणकांमध्ये जास्त सहजतेनं मेळ घालता येतो असं आढळल्यामुळे कागदी प्लॅनर आणि वही वापरण्याकडे परतलेले अनेक डिजिटल सॅव्ही लोक माझ्या माहितीत आहेत. एखादी व्यक्ती, प्रकल्प किंवा विषयाशी संबंधित कागदपत्रं मी अनेकदा प्रिंट करून ठेवतो आणि मग ती एका फाइल फोल्डरमध्ये ठेवून बैठकीमध्ये घेऊन जातो किंवा माझ्या स्वतःच्या लिखाण अथवा संशोधनाकरता उपयोगात आणतो. त्यातले बहुतेक कागद रिसायकल होतील आणि त्यातली माहिती अद्ययावत होऊन डिजिटल अवतारात येईल; पण मधल्या काळात या साहित्यामुळे ज्या उपयुक्त गोष्टी होतील, त्या संगणक अद्याप करू शकत नाही.

डिजिटल तंत्रज्ञान पुढे येतच राहणार यात शंकाच नाही आणि विचार, नियोजन तसेच निर्णयप्रक्रियेमध्ये ते जे योगदान देईल ते हलक्या तंत्रज्ञानाच्या गोष्टी देऊ शकणारच नाहीत; पण जोवर पेन, पॅड, पोस्ट-इट, वस्तूरूप फायली आणि छापील कागदांची जागा त्यांच्यापेक्षा चांगल्या वस्तू घेत नाहीत तोवर तुमच्या व्यक्तिगत व्यवस्थापन प्रणालीमध्ये त्यांची भूमिका कायम राहील.*

सॉफ्टवेअर साधनं

एक परिपूर्ण असं प्रकल्प व्यवस्थापन साधन मला अजून सापडायचं आहे. हे काम करण्याचा दावा करणारी अनेक ॲप्लिकेशन्स आपल्यापैकी बहुतेकांना ज्याची गरज असते त्यापेक्षा सहसा अतिप्रगत असतात किंवा अति प्राथमिक. मी जे पाहिलं आहे, त्यानुसार कुठल्याही दोन प्रकल्पांना नियंत्रणाखाली ठेवण्याकरता सारख्याच प्रमाणात तपशीलवार काम करणं किंवा सारखीच रचना करणं आवश्यक असतं, असं होत नाही; त्यामुळे बहुतेक प्रकल्पांकरता एकच एक सॉफ्टवेअर प्रणाली

* कागदाचा शोध आत्ता लागला असता तर? वा! तुमच्या डिजिटल माहितीचा दृश्य नकाशा दाखवणारे, तुम्हाला त्या माहितीत बदल करू देणारे आणि शारीर रूपात, तसंच दृश्य स्वरूपात ती पाठवण्याची सुविधा देणारे कागद असले तर? ज्यात तुम्ही गोष्टी संकलित करू शकाल, इतरांसोबत त्या वाटू शकाल, सृजनात्मक विचारांचं आदानप्रदान करू शकाल आणि त्याला कुठल्याही बॅटरी अथवा विजेची आवश्यकता नसेल, तर? वा!

उपयुक्त ठरतच नाही. मग आपल्याला अनौपचारिक आणि प्रकल्पासाठी उपयुक्त अशा प्रणालींचे तुकडे वेगवेगळ्या ठिकाणी सापडत राहतात.

पण असं असलं तरी आज अत्यंत उपयुक्त ठरणारी अनेक प्रकारची डिजिटल साधनं उपलब्ध आहेत. बहुतेक व्यावसायिकांना वर्डप्रोसेसिंग, स्प्रेडशीट आणि प्रेझेंटेशन प्रणालींचा उत्तम परिचय असतो आणि प्रकल्पविषयक आराखडे किंवा त्याचे भाग यांची मांडणी करण्याकरता, विशेषतः उद्देश, परिप्रेक्ष्य आणि विचारमंथनाचे टप्पे आधीच पार पडले असतील तर या गोष्टी उपयुक्त ठरू शकतात.

अनौपचारिक नियोजन आणि विचारमंथनाकरता दोन प्रकारचे सॉफ्टवेअर जास्त उपयुक्त ठरतात. ते म्हणजे माइंड-मॅपिंग आणि आउटलायनिंग प्रणाली. मी स्वतः माझ्या बहुतेक प्रकल्पांकरता एक डिजिटल माइंड-मॅपिंग साधन वापरतो; त्यामुळे मला एकाग्र विचारमंथन करणं आणि प्रकल्पासंबंधीचे विविध प्रकारचे विचार ते येतील तसे संकलित करणं अशा दोन्ही गोष्टी जमतात. बहुतेक वेळा अंतिम माइंड मॅप हाच मला संबंधित प्रकल्प नियंत्रणाखाली असल्याची भावना देण्याकरता पुरेसा ठरतो.

विचारमंथनाकरता दुसरा विकल्प म्हणजे आउटलायनिंग प्रणाली, जी मर्यादित किंवा सविस्तरपणे शीर्षकं आणि उपशीर्षकं निर्माण करू देते. बहुतेक वर्डप्रोसेसिंग प्रणाली ही सोय पुरवतात. या प्रणालींबाबतची एक चांगली गोष्ट म्हणजे, त्या साधे बुलेट पॉइंट्स लिहिण्यापासून ते पार्टी आयोजित करण्यापर्यंत आणि तुम्ही लिहीत असलेलं संपूर्ण पुस्तक संघटित करण्यापर्यंत सर्व काही करू शकतात. आउटलायनिंग आणि वर्डप्रोसेसिंग प्रणाली अधिक मुद्देसूद किंवा संरचित विचार करण्यात मदत करतात, कारण डिजिटल विश्वामध्ये कट, पेस्ट आणि मजकूर एकीकडून दुसरीकडे हलवणं या गोष्टी सोप्या असतात; पण त्याचबरोबर या प्रणाली सृजनात्मक विचार विकसनालादेखील खूप वाव देतात.

या बाबतीत सर्वोच्च स्थानी असतं ते व्यामिश्र प्रकारचं प्रकल्प-व्यवस्थापन सॉफ्टवेअर. व्यावसायिक लोक आणि संस्थांच्या काही नेमक्या गरजा असतात, ज्याकरता असं सॉफ्टवेअर हाताळत असलेले बारकावे आणि काटेकोरपणा आवश्यक ठरतात; त्यामुळे हे लोक अशी साधनं बाळगतात आणि वापरतातही. अर्थात हे सॉफ्टवेअर बरेचदा कंपनीच्या विशिष्ट प्रकल्पानुसार बदलून घेतलेलं असतं. मंगळावरची शोधमोहीम, इमारतीचं बांधकाम, विमानं आणि औषधनिर्मिती अशा ठिकाणी हे सॉफ्टवेअर वापरलं जातं.

डिजिटल प्रकल्प-व्यवस्थापनाच्या बाबतीत सर्वांत खाली असतं; टास्क लिस्टमधल्या नोट्स विभागात कल्पना नोंदवणं किंवा प्रत्येक प्रकल्प व त्यासंबंधीचे विचार मांडण्याकरता एक नोट निर्माण करण्याची सुविधा पुरवणारं सॉफ्टवेअर.

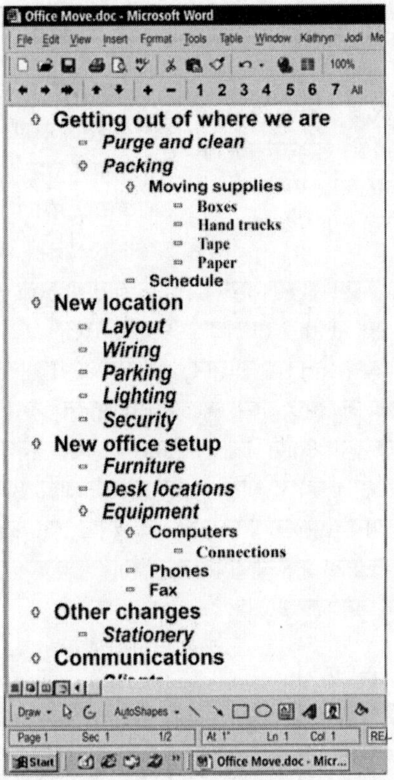

डिजिटल आउटलायनिंग

तुम्ही जर संगणक वापरण्यात प्रवीण असाल तर प्रकल्प योजना आणि तदनुषंगिक साहित्य विकसित आणि संकलित करण्याकरता तुम्ही यातल्या अनेक गोष्टी वापरत असाल. तुम्ही जे काही वापरत असाल त्यात चांगली गती मिळवा म्हणजे मग सॉफ्टवेअरऐवजी तुमचं लक्ष प्रकल्पाचा विचार करण्यावर केंद्रित राहू शकेल. या विचार आणि साहित्याचं, ते जिथं कुठं असेल तिथं नियमित पुनर्विलोकन आणि अद्ययावतीकरण करण्याकडेही लक्ष द्या. अनावश्यक गोष्टी काढून टाकणं आणि पुनर्रचना करणं यांद्वारे ते सतत ताजं असण्याची खात्री करा. लक्षात ठेवा, संगणक काहीसा कृष्णविवरासारखा असतो आणि त्याची मेमरी आणि साठवण क्षमता जसजशा वाढत जातात, तसंच नवनवं सॉफ्टवेअर येत राहातं; तसतसं सगळं काही जमा करत राहाणं आणि नंतर तुमच्या कामाच्या गोष्टींवरचं सुसूत्र लक्ष हरवून जाणं सोपं असतं.

या सगळ्याचा मी माझ्या जगामध्ये कसा उपयोग करू?

> अनावश्यक गोष्टी दूर करा, एक संदर्भ निर्माण करा आणि सृजनात्मक प्रकल्पविषयक विचार करा. मग तुम्ही इतर बहुतेक लोकांच्या खूप पुढे जाल.

ज्याप्रमाणे तुमच्या पुढील कृती याद्या अद्ययावत असणं आवश्यक आहे, त्याचप्रमाणे तुमची प्रकल्प यादीदेखील अद्ययावत असणं आवश्यक आहे. हे झाल्यावर प्रत्येक प्रकल्पाबद्दल जितकं जास्त उभा विचार करणं शक्य असेल तितकं करण्याकरता स्वतःला एक सलग वेळ द्या. यासाठी एक ते तीन तास देणं आदर्श ठरेल.

आत्ता किंवा शक्य तितक्या लवकर, कमीतकमी सध्या तुम्हाला ज्यांत जास्त स्वारस्य असेल किंवा जे तुमचं जास्त लक्ष खेचत आहेत, असे थोडे प्रकल्प तुमच्या हातात असतील ते घ्या आणि त्यांच्याबद्दल काहीएक विचार, संकलन आणि संघटन करा. त्यासाठी तुम्हाला योग्य वाटणारी कुठलीही साधनं वापरा.

वरपासून खालपर्यंत प्रत्येक प्रकल्पावर स्वतंत्रपणे लक्ष केंद्रित करा. हे करताना स्वतःला विचारा, मला या प्रकल्पाबाबत काही माहिती करून घेणं, संकलित करणं किंवा लक्षात ठेवणं आवश्यक आहे?

> *आपल्या अति चिंता करण्याला आपलं प्रगत असं विचार आणि नियोजन करणं बनू द्या.*
> - विन्स्टन चर्चिल

काही विचार तुम्हाला एका कागदावर उतरवावेसे वाटू शकतील किंवा कागदावर काही मानसिक चित्रं काढायची असू शकतील. एक फाइल करा आणि तो कागद त्यात ठेवून द्या. कदाचित तुमच्या डिजिटल/मोबाइल ऑर्गनायझरमध्ये नोट म्हणून जोडण्याजोगे काही मुद्दे तुम्हाला सुचतील किंवा मग वर्ड फाइल उघडून त्यात प्रकल्पाचा आराखडा तयार करायला सुरुवात करा.

नव्या कल्पना सुचणं आणि त्यांचा वापर करता येणं महत्त्वाचं आहे. तसंच इच्छित परिणाम आणि शिथिल बाबींकडे लक्ष देणं भाग पडण्याआधीच, त्यांच्यावर विधायक पद्धतीनं तुमची ऊर्जा केंद्रित करण्याची सवय लावून घेणं महत्त्वाचं.

भाग

३

कळीच्या तत्त्वांचं सामर्थ्य

११

संकलनाच्या सवयीचं सामर्थ्य

या पुस्तकातील सोप्या तंत्र आणि साच्यांमध्ये पहिल्या नजरेत जाणवतो, त्यापेक्षा खूप जास्त अर्थ आहे. तुमचं मन ताणमुक्त ठेवण्याचा आणि तुमच्या कामामध्ये उच्च पातळीची कार्यक्षमता आणि परिणामकारकता आणण्याचा एक पद्धतशीर मार्ग ते दाखवतात. ही तंत्रं आणि हे साचे आचरणात आणण्याकरता ते एक कारणही पुरेसं आहे.

अंतर्गत आणि बाह्य करारांचं व्यवस्थापन करण्यामध्ये प्रामाणिकपणा दाखवून देण्यानं तुमचे सर्वच नातेसंबंध योग्य त्या दर्जाचे राहतात.

पण इथे कार्यरत असणाऱ्या मूलभूत तत्त्वांचे अधिक मोठे परिणामही आहेत. पुढच्या तीन प्रकरणांमध्ये गेल्या तीस वर्षांतल्या माझ्या अनुभवांचा, ही मूलभूत तत्त्वं आचरणात आणण्यामुळे होणाऱ्या सुप्त; पण सहसा जास्त सखोल परिणामांचा ताळेबंद आहे. त्यातील दीर्घकालीन निष्कर्ष व्यक्ती म्हणून तुमच्यावर लक्षणीय परिणाम करू शकतील; पण त्याचबरोबर मोठ्या संस्थात्मक संस्कृतींवरदेखील त्यांचा प्रभाव पडू शकतो.

तुम्ही ज्यांच्याबरोबर व्यवहार करता, त्या लोकांना जेव्हा तुम्ही त्यांच्याबरोबरचे व्यवहार आणि करार ताबडतोब आणि बिनचूकपणे संकलित करता, त्यावर प्रक्रिया करता आणि ते संघटित करता हे लक्षात येतं, तेव्हा ते तुमच्यावर एका विलक्षण प्रकारे विश्वास ठेवण्यास सुरुवात करतात. त्याहीपेक्षा महत्त्वाचं म्हणजे, तुमच्या विश्वामध्ये कार्यरत राहताना एक असा आत्मविश्वास तुमच्यामध्ये निर्माण होतो, जो पैसे देऊन विकत घेता येणार नाही. तुमच्या जीवनामध्ये जे काही अपूर्ण किंवा प्रक्रिया न केलेलं असेल, ते योग्य प्रकारे संकलित करण्यामध्ये हेच सामर्थ्य असतं; त्यामुळे तुमचं मानसिक स्वास्थ्य लक्षणीयरीत्या सुधारतं आणि व्यक्तिगत तसेच व्यावसायिक पातळ्यांवरचा तुमचा संवाद आणि नातेसंबंध यामध्ये सुधारणा होते.

आणि संवादामध्ये कुठेही काही गळून जाऊ न देणारी ही चांगली पद्धत, सर्व

संबंधित लोक तिच्या परिणामस्वरूप उत्पन्न होणाऱ्या कृतींसाठी उत्तरदायी असल्यामुळे तसेच योग्य व्यक्ती सर्व वचनबद्धता सुस्पष्ट करून घेण्याचं आणि त्यांचा मागोवा ठेवण्याचं काम करत असल्यामुळे अमलात आणली जाण्याची जेव्हा संस्था अपेक्षा करते आणि तिला बळकटी देते, तेव्हा ती त्या संस्थेच्या वातावरणातली उत्पादकता वाढवते आणि ताण कमी करते.

व्यक्तिगत लाभ

संकलन आणि मेंदूतून गोष्टी बाहेर काढण्याची क्रिया करताना कसं वाटलं? बहुतेक लोक म्हणतात, खूप वाईट वाटलं आणि खूप छानही वाटलं? हे कसं शक्य आहे?

संपूर्ण संकलन प्रक्रियेतून जाताना इतर बहुतेकांप्रमाणेच कदाचित तुम्हालाही एक प्रकारे चिंता जाणवली असेल. ही प्रक्रिया लहान प्रमाणात करून झाल्यावर माझ्या परिषदांमध्ये मी जेव्हा लोकांना कसं वाटलं असं विचारतो, तेव्हा मला दडपून गेलो, घाबरलो, निराश झालो, थकवा आला, घृणा वाटली असे उद्गार ऐकायला मिळतात आणि त्या गठ्ठ्यामध्ये, तुम्ही ज्याच्याबद्दल चालढकल करत होतात असं काही आढळलं का? तसं असेल, तर त्याच्याशी तुमची अपराधी भावना निश्चितपणे जोडलेली असेल. मी हे करू शकलो असतो, करायला हवं होतं, करणं आवश्यकच होतं इत्यादी विचार या संदर्भात नक्कीच तुमच्या मनात आले असतील.

त्याचबरोबर, हा सराव करत असताना मोकळं झाल्यासारखं, मुक्त झाल्यासारखं, नियंत्रण मिळाल्यासारखं वाटलं का? त्यावर बहुतेक लोक होय, नक्कीच असं उत्तर देतात. हे कसं घडतं? एकच गोष्ट करताना दोन अगदी परस्परविरोधी भावना एकाच वेळी कशा उत्पन्न होतात? चिंता आणि मुक्तता, दडपून जाणं आणि नियंत्रण मिळाल्यासारखं वाटणं. हे नेमकं काय आहे?

तुमच्या सगळ्या कामांबद्दलच्या नकारात्मक भावनांचा स्रोत जर तुम्ही समजून घेतला तर तुम्हाला माझ्याप्रमाणेच, त्या मनातून काढून टाकण्याचा मार्ग सापडेल आणि तुमच्या कामांसबंधी गोष्टींचं संकलन करण्याद्वारे जर तुम्हाला काही सकारात्मक भावना जाणवल्या असतील तर त्याचा अर्थ तुम्ही तुमच्या नकारात्मक भावनांचा नायनाट करायला सुरुवात केली आहे, असा होतो.

नकारात्मक भावनांचा स्रोत

नकारात्मक भावना कुठून येतात? खूप कामं असल्यामुळे? नाही! कामं नेहमी खूपच असतात. केवळ करायला आपल्या क्षमतेपेक्षा खूप जास्त कामं आहेत म्हणून जर तुम्हाला वाईट वाटलं असेल तर तुमची ती भावना कधीच दूर होणार नाही.

नकारात्मक भावनांचा स्रोत हा नव्हेच. तो अन्यत्र कुठेतरी असतो.

> चिंता आणि अपराधीपणाची भावना यातून येत नाही की, करण्यासाठी खूप कामं आहेत. स्वतःशी केलेले करार मोडण्याचा तो एक आपोआप घडून येणारा परिणाम असतो.

कुणीतरी तुमच्याशी केलेला करार मोडल्यानंतर तुम्हाला कसं वाटलं होतं? गुरुवारी दुपारी ४ वाजता भेटू असं म्हणून ती व्यक्ती फिरकलीच नसेल आणि तिनं फोनही केला नसेल, तेव्हा तुम्हाला काय वाटलं होतं? नक्कीच तुम्ही वैतागला असणार! लोक जेव्हा करार मोडतात किंवा बांधिलकी टाळतात, तेव्हा त्याची त्यांना मोजावी लागणारी किंमत म्हणजे त्या नात्यातल्या विश्वासाला तडा जाणं. हा एक आपोआप होणारा नकारात्मक परिणाम होय.

तुमच्या इन-ट्रेमध्ये एवढ्या सगळ्या कुठल्या गोष्टी आहेत? त्या म्हणजे तुम्ही स्वतःशी केलेले करार असतात किंवा निदान नकळत स्वीकारलेल्या बांधिलकी असतात - आपण याबद्दल काहीतरी करू, असं तुम्ही स्वतःला सांगितलेलं असलेल्या गोष्टी असतात. तुमच्या नकारात्मक भावना या ती बांधिलकी मोडल्यामुळेच आलेल्या आहेत. तुमच्या स्वतःवरच्या विश्वासाला धक्का बसल्याची ती लक्षणं आहेत. तुम्ही काहीतरी करायचं ठरवलं आणि ते केलं नाही तर तुम्हाला वाईट वाटेल, निराशा येईल, चिंता उत्पन्न होईल आणि अपराधीपणा तर वाटणारच!

स्वतःबरोबर केलेले करार मोडणं कसं टाळायचं?

करार मोडल्यामुळे जर नकारात्मक भावना उत्पन्न होत असतील तर त्यांचा सामना करण्याकरता आणि त्यांचा नकारात्मक परिणाम टाळण्याकरता तुमच्यासमोर तीन पर्याय असतात :

- करार न करणं
- करार पूर्ण करणं
- कराराबद्दल पुन्हा चर्चा करणं

या तिन्ही मार्गांनी तुम्ही नकारात्मक भावना टाळू शकता.

करार न करणं

तुमच्या काही बऱ्याच जुन्या कामांबद्दल काहीही न करण्याचा निर्णय घेऊन त्यांना केराची टोपली दाखवली की, मग तुम्हाला खूप छान वाटेल. अपूर्ण गोष्टी हाताळण्याचा एक मार्ग म्हणजे त्यांना स्वच्छपणे नाही म्हणणं!

तुमची मानकं तुम्ही जरा खाली आणलीत तर तुम्हाला हलकं वाटेल. पालकत्व, शिक्षण व्यवस्था, तुमच्या संघाचं मनोधैर्य, तुम्ही लिहीत असलेली सॉफ्टवेअर प्रणाली, अशा तुमच्याशी संबंधित गोष्टींच्या बाबतीत आपण अमुक एका पातळीवर असलंच पाहिजे, असा आग्रह जर तुम्ही सोडून दिलात तर तुमच्या करण्यासारख्या गोष्टी पुष्कळच कमी होऊन जातील.*

अर्थात, तुमची मानकं तुम्ही खाली आणाल असं मला वाटत नाही; पण त्याचा खरा अर्थ एकदा तुम्हाला कळला की, मग तुम्ही कदाचित कमी करार कराल. माझं तसंच झालं आहे. लोकांनी चांगलं म्हणावं, याकरता मी भरमसाट बांधिलकी पत्करत असे; पण जेव्हा ही बांधिलकी न पाळण्याची मला मोजावी लागणारी किंमत माझ्या लक्षात आली, तेव्हा मी त्या बाबतीत खूपच जास्त जागरूक झालो. ही पद्धत वापरण्याचा एक मोठा फायदा सांगताना मी ज्याच्याबरोबर काम केलं होतं, तो विमा अधिकारी म्हणाला, पूर्वी आपल्याला खरोखर किती काम करावं लागणार आहे हे माहिती नसल्यामुळे मी सगळ्यांनाच, 'ठीक आहे, मी हे करीन', असं सांगून टाकत असे; पण आता मला माझ्याकडची सगळी कामं स्पष्ट आणि नक्की माहीत असल्यामुळे मी प्रामाणिकपणे, 'नाही. माफ करा, मी हे करू शकणार नाही,' असं सांगून टाकतो. आश्चर्याची गोष्ट म्हणजे, माझ्या नकारामुळे नाराज होण्याऐवजी लोकांना माझ्या शिस्तीचं कौतुकच वाटतं!

> तुमच्या कामांची एक वस्तुनिष्ठ आणि परिपूर्ण यादी ठेवणं आणि तिचा नियमित आढावा घेणं, अगदी प्रामाणिकपणे नाही म्हणणं सोपं करतं.

आणखी एक ग्राहक, व्यक्तिगत मार्गदर्शन व्यवसायातील एक व्यावसायिक, अलीकडेच मला म्हणाले की, त्यांच्या कामांची एक संपूर्ण यादी तयार करण्यामुळे त्यांच्या जीवनामधील चिंता आणि ताण मोठ्या प्रमाणावर कमी होऊन गेले आहेत. त्यांचं लक्ष ज्या कशात गुंतलेलं असेल, ती प्रत्येक गोष्ट इन-ट्रेमध्ये टाकण्याच्या शिस्तीमुळे, कुठल्याही बाबतीत आपल्याला खरोखर काय करायची इच्छा आहे,

---

* स्वयंसाह्याच्या विश्वात, तुमच्या मूल्यांवर लक्ष केंद्रित करण्यानं जीवन सोपं होईल ही एक खूपच लोकप्रिय संकल्पना आहे. माझं मत याच्या उलट आहे. लोकांना ज्या असंख्य गोष्टी कराव्या लागतात, त्या मूल्यांमुळेच निर्माण झालेल्या असतात. अर्थपूर्णता, दिशा आणि निर्णय घेण्याच्या बाबतीत मूल्य खूप महत्त्वाची असतात; पण नीट विचार करा, तुम्ही त्यांच्यावर जेवढं जास्त केंद्रित राहाल, तेवढं तुम्हाला जास्त गोष्टींबद्दल काहीतरी कृती करण्यासाठी आपण जबाबदार असल्याचं वाटत राहील. तुमची मूल्यं तुम्हाला निर्णय घेणं सोपं करतील; पण त्यामुळे इतर गोष्टीही जास्त सोप्या होतील या भ्रमात राहू नका.

याचा पुनर्विचार करणं त्यांना शक्य झालं आहे. एखादी चिठ्ठी किंवा कागद जर त्यांना इन-ट्रेमध्ये टाकावासा वाटला नाही, तर ती चिठ्ठी किंवा कागद ते सरळ केराच्या टोपलीत जाऊ देतात!

मला हा विचार अगदी प्रगल्भपणाचा वाटतो. या संपूर्ण जीटीडी पद्धतीबाबत एक सर्वोत्तम बाब म्हणजे, तुमच्या मनामध्ये जे काही आहे ते संकलित करून त्याचा माग ठेवण्याची जबाबदारी जेव्हा तुम्ही स्वीकारता, तेव्हा जी बांधिलकी तुम्हाला खरोखरच पाळण्याची गरज किंवा इच्छा नसते, ती स्वीकारण्यापूर्वी तुम्ही किमान दोन वेळा विचार कराल. मी जेव्हा लोकांना त्यांची प्रकल्प यादी स्पष्ट आणि अद्ययावत करण्यास मदत करतो, तेव्हा त्यातल्या प्रत्येकालाच त्यात अशा गोष्टी सापडल्या ज्या करण्यात काहीही अर्थ नाही; पण आतापर्यंत मात्र त्यांना सतत असं वाटत आलं होतं की, ते त्यांना बांधील आहेत. तुम्हाला एकूण जेवढी काही कामं करायची आहेत, त्यांची जाणीव नसणं म्हणजे ज्याचं क्रेडिट लिमिट किंवा शिल्लक माहीत नाही, असं क्रेडिट कार्ड वापरण्यासारखं आहे. बेजबाबदारपणे बांधिलकी स्वीकारणं सोपंच असतं, नाही का?

बांधिलकी पूर्ण करणं

अर्थात, तुमच्या कामांबद्दलच्या नकारात्मक भावना घालवण्याचा आणखी एक मार्ग म्हणजे ती कामं करून टाकणं आणि त्यावर फुली मारणे. तुमची कामं पूर्ण होत असतील तर खरं म्हणजे तुम्हाला कामं करत राहायला आवडतं. तुमच्यासमोर येणारी दोन मिनिटांपेक्षा कमी वेळ लागणारी कामं जर ताबडतोब करून मोकळं होण्यास तुम्ही सुरुवात केली असेल तर त्याचा मानसिक लाभ तुम्ही स्वतःच सांगू शकाल. त्यांच्या कामांचे ढीग फक्त तास-दोन तास उपसल्यानंतर माझ्या अनेक ग्राहकांना खूप छान वाटू लागतं, कारण तेवढ्या वेळात दोन मिनिटांपेक्षा कमी वेळ लागणारी अनेक कामं त्यांनी उरकून टाकलेली असतात.

काहीतरी करण्याच्या ताणातून
काहीतरी पूर्ण झाल्याच्या आनंदामध्ये.
- ज्युलिया लुइस वुड्रफ

तुमच्या खासगी जीवनामध्ये आणि घरात साठलेली लहान-मोठी कामं उरकून टाकण्यात एखादी साप्ताहिक सुट्टी व्यतीत केल्यास तुम्हाला छानच वाटेल. लहान असो किंवा मोठ्या; पण एकूणएक उघड्या गाठी जेव्हा तुम्ही संकलित करता आणि त्यांची यादी समोर पाहता, तेव्हा ती यादी संपवावी वाटण्याइतकी प्रेरणा (किंवा घृणा, अथवा भीती) तुमच्यातल्या एकातरी भागाला वाटेलच.

विजयाची तहान आपल्या सर्वांनाच असते. ती शमवण्याकरता स्वतःला सहज

सुरू करण्या आणि संपवण्यासारखी सोपी कामं देण्यासारखी चांगली गोष्ट दुसरी कुठलीच नाही. सुरुवातीला तुमच्या यादीमध्ये नसलेली एखादी गोष्ट करून टाकल्यानंतर ती त्या यादीमध्ये लिहून त्यावर फुली मारणं तुम्ही कधी केलं आहे का? तसं असेल तर मी काय म्हणतो आहे, हे तुम्हाला समजेल.

मात्र, इथे आणखी एक समस्या आहे. तुमची एकूणएक कामं पूर्णपणे आणि यशस्वीरीत्या करून संपली तर तुम्हाला कसं वाटेल? तुमच्या अंगामध्ये प्रचंड ऊर्जा निर्माण होऊन तुम्ही कदाचित छतापर्यंत उड्या मारायला लागाल; पण त्यानंतर तीनच दिवसांनी (अगदी तीन मिनिटांतच नाही तरी) तुमच्याकडे काय असेल ओळखा पाहू? अर्थातच, आणखी एक यादी, कदाचित आधीपेक्षा जास्त लांब आणि कदाचित जास्त कंटाळवाणी किंवा मोठी किंवा अवघड कामं असलेली! आधीची यादी संपवण्याचा तुम्हाला एवढा आनंद होईल की, तुम्ही अधिक मोठी, अधिक महत्त्वाकांक्षी कामं अंगावर घ्याल.

एवढंच नव्हे; तर त्याद्वारे तुमच्या क्षमता आणि उत्पादकतेची जी उच्च पातळी तुम्ही दाखवून द्याल, ती पाहता तुम्हाला जर कुणी बॉस असेल तर तो किंवा ती काय करेल असं तुम्हाला वाटतं? अगदी बरोबर! तो किंवा ती तुम्हाला आणखी काम देईल! व्यावसायिक प्रगतीच्या बाबतीतली ही 'कॅच-२२' किंवा 'इकडे आड, तिकडे विहीर' प्रकारची परिस्थिती ती हीच. तुम्ही जेवढं चांगलं काम कराल, तेवढं तुम्हाला अधिक चांगलं काम करतच राहावं लागेल.

त्यामुळे तुमची मानकं तुम्ही खूपच खाली आणून ठेवणार नसल्यामुळे किंवा नवी कामं निर्माण करणं थांबवणार नसल्यामुळे, ताणाखाली दबून न जाण्याकरता तिसरा पर्याय स्वीकारणं तुमच्या फायद्याचं ठरेल.

बांधिलकीबाबत पुन्हा चर्चा करणं

समजा, मी तुम्हाला गुरुवारी दुपारी ४ वाजता येऊन भेटतो, असं मी तुम्हाला सांगितलं आणि त्यानंतर अचानक माझ्याकडे काही बदल घडून आले. माझ्या नव्या प्राधान्यक्रमानुसार तुम्हाला गुरुवारी दुपारी ४ वाजता भेटणं मला शक्य नाही. अशा वेळी तुमच्याबरोबरच्या संबंधांमधला प्रामाणिकपणा टिकवून ठेवण्याकरता, ठरलेल्या वेळी न जाणं याऐवजी अधिक चांगलं मी काय करू शकतो? बरोबर! मी तुम्हाला फोन करू शकतो आणि करारामध्ये (वेळ) बदल करून घेऊ शकतो. चर्चा करून पुन्हा नव्यानं करार ठरवणं म्हणजे तो मोडणं नव्हे.

> *भविष्याबद्दल सृजनात्मक विचार करायचा झाला तर त्याचा एकमेव शक्य मार्ग हा क्षमाशीलतेतूनच उघडतो.*
>
> \- फादर डेस्मंड विल्सन

तुमची सगळी कामं तुमच्या मेंदूतून बाहेर काढून समोर ठेवल्यामुळे तुम्हाला छान का वाटतं हे तुमच्या एव्हाना लक्षात आलं आहे का? कारण, तुम्ही जेव्हा त्या कामांकडे बघता, तेव्हा तुम्ही आपोआपच स्वतः स्वीकारलेल्या बांधिलकींवर स्वतःशी पुन्हा एकदा चर्चा करता, त्यांच्याबद्दल विचार करता आणि त्या क्षणी त्या पूर्ण तरी करून टाकता किंवा मग नाही, आत्ता नाही असं म्हणता आणि तुम्हाला जर स्वतःची बांधिलकी आठवलीच नाही तर त्याबद्दल स्वतःशी पुन्हा चर्चा करणं अशक्य असतं.

स्वतःशी केलेला करार आठवत नाही याचा अर्थ तुम्ही स्वतःला त्याबद्दल जबाबदार किंवा दोषी धरत नाही, असा नाही. कुठल्याही मानसशास्त्रज्ञाला विचारा, तुम्ही तुमच्या कामांची यादी तुमच्या मेंदूच्या ज्या कप्प्यामध्ये टाकता, त्या कप्प्याला भूतकाळ आणि भविष्यकाळाची कितपत जाण असते, ते तुम्हाला सांगतील. ती असते शून्य! तिथे फक्त वर्तमानकाळच असतो. याचा अर्थ, आपण अमुक-अमुक गोष्ट करायला हवी, असं जेव्हा तुम्ही स्वतःला सांगता तेव्हा तुम्ही ती गोष्ट जर तुमच्या अल्पकालीन स्मरणशक्तीमध्ये टाकली असेल तर तुमच्यातल्या त्या भागाला तुम्ही ती गोष्ट करायला हवी आहे असं सतत वाटत राहील आणि याचा अर्थ, तुम्ही जेव्हा स्वतःला दोन गोष्टी करायला सांगता आणि त्या फक्त मेंदूमध्येच साठवून ठेवता, तेव्हा तुम्ही त्याच क्षणी आणि आपोआपच, ताण आणि अपयशाला जन्म दिलेला असतो. कारण ती दोन्ही कामं तुम्ही एका वेळी करूच शकणार नसता आणि तुमच्या मनाचा तो महत्त्वाचा भाग सतत तुम्हाला त्या कामांकरता जबाबदार धरत राहील.

इतर बहुतेक लोकांप्रमाणेच, तुमच्या घरातदेखील साठवणाची काहीतरी जागा असेलच. ती साफ करून नीटनेटकी करण्याचं तुम्ही स्वतःशी खूप पूर्वी (काही आठवडे, महिने, वर्षं) ठरवलं असेल. तसं असेल तर तुमच्या मनाच्या एका भागाला तेव्हापासून सतत असं वाटत असतं की, आपण हे काम करायला हवं. लोक थकून गेलेले दिसतात, ते उगाच नव्हे! आणि प्रत्येक वेळी त्या जागेसमोरून जाताना मनातला तो क्षीण आवाज तुम्हाला ऐकू येतो का? मला हे आवरायला हवं, असं म्हणताना ऐकू येतं का? ती सततची टोचणी सहन होत नाही म्हणून शक्य असेल तर तुम्ही त्या ठिकाणी जाण्याचंच टाळत राहता; पण जर तुम्हाला तो आवाज बंदच करायचा असेल तर त्याकरता तुमच्या स्वतःबरोबरच्या त्या कराराशी सामना करण्याकरता तीन पर्याय तुमच्यासमोर असतात.

मी हे अतिशय प्रामाणिकपणे सांगतो आहे. आपल्या सुप्त मनाचा एक भाग असा असतो, ज्याला माळा स्वच्छ करण्याबद्दलचा करार आणि एखादी कंपनी विकत घेण्यासंबंधीचा करार किंवा आपली आर्थिक स्थिती सुधारण्याचा करार

यांच्यामधला फरक बहुधा कळतच नाही. त्याच्या दृष्टीनं ते सगळे फक्त करार असतात आणि ते एक तर पूर्ण केले जातात नाही तर मोडले जातात. तुम्ही जर एखादी गोष्ट मनात ठेवली आणि या क्षणी तुम्ही त्याबद्दल काहीतरी करत नसाल तर तो मोडलेला करार ठरतो.

पारंपरिक वेळ-व्यवस्थापनापासून क्रांतिकारक फारकत

पारंपरिक वेळ-व्यवस्थापनापेक्षा ही पद्धत विलक्षण वेगळी आहे. बहुतेक पारंपरिक साच्यांनुसार, तुम्ही ठरवलेलं एखादं काम तितकंसं महत्त्वाचं नसेल तर त्याचा माग ठेवणं, त्याचं व्यवस्थापन करणं किंवा त्याचा समाचार घेणंदेखील महत्त्वाचं नाही असं तुम्हाला वाटत राहतं; पण माझा अनुभव असा आहे की, हे चूक आहे. आपल्या सुप्त मनाचा एक भाग ज्या पद्धतीनं काम करतो, ते पाहता मी तरी निश्चितच असं म्हणू शकतो. खरं तर आपलं जागृत मन असंच कार्य करत असतं; त्यामुळेच प्रत्येक करार हा जाणिवेच्या कक्षेतच असायला हवा. याचा अर्थ तो संकलित करायला हवा. त्याचं स्वरूप निश्चित करायला हवं आणि जाणीवपूर्वक त्याचा नियमितपणे आढावा घेत राहायला हवा, म्हणजे मग तुमच्या व्यक्तिगत-व्यवस्थापनातल्या योग्य त्या ठिकाणी तुम्ही तो ठेवून देऊ शकता. तसं केलं नाही तर तो करार तुमची त्याच्या लायकीपेक्षा जास्त ऊर्जा ओढत राहील.

निव्वळ मेंदूमध्ये ठेवलेली कुठलीही गोष्ट तिच्या लायकीपेक्षा जास्त किंवा कमी लक्ष वेधून घेत राहते, हा माझा अनुभव आहे. आपल्या मनामधली एकूण एक गोष्ट संकलित करण्याचा अर्थ प्रत्येक गोष्ट तितकीच महत्त्वाची असते असा नाही; उलट ती तशी नसते, असा आहे. आपलं लक्ष गुंतवून ठेवणं आणि ताण निर्माण करण्याच्या बाबतीत संकलित न केल्या गेलेल्या, अपूर्ण राहिलेल्या सगळ्या गोष्टी सारख्याच असतात.

संकलन किती प्रमाणात आवश्यक असतं?

तुम्ही आतापर्यंत संकलित न केलेली कुठलीही गोष्ट संकलित केल्यास तुम्हाला चांगलंच वाटेल. अरे हो, पुढच्या वेळी दुकानात जाईन तेव्हा लोणी आणायचं आहे, असं म्हणून तुम्ही जर तुमच्या वाण्याच्या यादीमध्ये ही गोष्ट लिहून ठेवलीत तर तुम्हाला चांगलंच वाटेल. असं प्रत्येकच बाबतीत तुम्हाला वाटत राहील; पण एकूण एक गोष्ट आपल्याकडे लिहून ठेवलेली असल्याची खात्री असल्यावर वाटणारं समाधान त्यापेक्षा कितीतरी मोठं असतं.

अजून नेमक्या किती गोष्टी मेंदूतच साठवलेल्या आहेत आणि संकलित करायच्या राहिल्या आहेत, हे तुम्हाला कधी कळेल? जेव्हा अशी एकही गोष्ट

उरणार नाही, तेव्हाच! तुमच्या मनाच्या एका भागाला अगदी पुसटसं का होईना पण आपण सगळ्या गोष्टी मेंदूच्या बाहेर साठवलेल्या नाहीत असं वाटत असेल तर नेमक्या किती टक्के गोष्टी अजून आपल्या मनातच आहेत, हे तुम्हाला कळणं अशक्य आहे. आता एकही गोष्ट शिल्लक नाही, असं तुम्हाला केव्हा वाटेल? जेव्हा तुम्हाला कशाचीच आठवण होत नाही तेव्हा!

> जेव्हा तुमच्या मनात असलेली गोष्ट हीच तुमच्या मनातली एकमेव गोष्ट असते, तेव्हा तुम्ही वर्तमानात असाल, तुमच्या झोनमध्ये असाल, जिथे काम आणि अन्य गोष्टी यांमध्ये काहीच फरक नसेल.

याचा अर्थ तुमचं मन अगदी रिकामं होईल असं नव्हे. तुम्ही जर जागृत असाल तर तुमचं लक्ष सतत कुठल्यातरी गोष्टीवर केंद्रित होत राहीलच; पण जर गोंधळ न उडता एका वेळी एकाच गोष्टीवर ते केंद्रित होत असेल तर तुम्ही ताणविरहित राहाल, तुमच्या झोनमध्ये राहाल.

मी असं सुचवेन की, तुमच्या मनाचा उपयोग तुम्ही गोष्टींबद्दल विचार करण्याकरता करायला हवा, गोष्टी आठवण्याकरता नाही. प्रकल्प आणि लोक यांचा विचार करत असताना, त्यातून काहीतरी मूल्यवर्धन व्हावं, निव्वळ या गोष्टी आहेत आणि आपल्याला त्यांच्याबद्दल काहीतरी करायला हवं आहे असं स्वतःला बजावत राहून ताण निर्माण करणं होऊ नये. या अधिक उत्पादक स्थितीत पोहोचण्याकरता तुम्हाला एकूण एक गोष्टी संकलित करणं आवश्यक आहे. तुमच्या मनामध्ये उत्पन्न होणाऱ्या अगदी लहानातल्या लहान बांधिलकीदेखील ओळखून मेंदूबाहेर काढून नोंदवून ठेवण्याच्या दृष्टीनं मनाला प्रशिक्षित करायचं असेल तर त्याकरता एकाग्रता आणि सवयीमध्ये बदल करण्याची गरज असते. संकलन प्रक्रिया शक्य तितकी परिपूर्णतेनं करणं आणि नव्या गोष्टी उत्पन्न होताच त्या नोंदवून ठेवण्याची सवय लावून घेणं, यामुळे तुम्ही तुम्हाला वाटतं त्यापेक्षा कितीतरी जास्त सामर्थ्यवान आणि उत्पादक होऊ शकाल.

नातेसंबंध आणि संस्थांना संकलनाची सवय लागते तेव्हा

एखाद्या संघामधले सर्वचजण, म्हणजे विवाहित जोडपं, कुटुंबातील सदस्य, कंपनीतला विभाग, कर्मचारीवृंद एकही गोष्ट संकलित केल्याविना जाऊ देणार नाहीत असा विश्वास निर्माण झाला तर काय होईल? खरं तर असं होईल तेव्हा कुणीतरी काहीतरी विसरतं की काय याचा विचार तुम्हाला क्वचितच करावा लागेल आणि तुमचं जास्त लक्ष अधिक मोठ्या, अधिक चांगल्या गोष्टींवरच केंद्रित राहील.

पण जर अजूनही संवादातील पोकळी ही समस्या असेल तर तुमचे नातेसंबंध

आणि वातावरणामध्ये निराशा आणि एक सर्वसाधारण अस्वस्थता राहील. लोकांना सतत सांभाळलं नाही, कामात मदत करत राहिलं नाही तर अनेक गोष्टी करायच्या राहून जातील आणि नंतर कधीतरी अचानक त्यांचा स्फोट होईल, अशी बहुतेक लोकांची भावना असते. त्यांच्या हे लक्षात येत नाही की, या परिस्थितीमध्ये ते प्रदीर्घ काळापासून राहत असल्यामुळे गुरुत्वाकर्षणाच्या नियमासारखा हाही एक नियमच आहे असं त्यांना भासतं. हे असं असायला नको.

> तळाला भोक पडलेल्या नावेतून पाणी काढत राहावं लागल्यास नावेला दिशा देऊन पुढे हाकारण्याची तुमची क्षमता मूल्यहीन ठरते.

मी हे कित्येक वर्षांपासून पाहत आलो आहे. या सवयी न लावून घेतलेले अनेक चांगले लोक माझ्याकडच्या वातावरणात आल्यावर खड्यासारखे वेगळे पडतात. गेल्या तीस वर्षांपासून, मोकळं डोकं आणि चारीकडून कडा दिसणारा इन-ट्रे अशी मानकं पाळून मी जगतो आहे. माझ्याकडे काम करणाऱ्या कुणाच्या इन-ट्रेमध्ये एखादी चिठ्ठी प्रक्रिया न करता पडून असलेली दिसली किंवा बोलताना 'ठीक आहे, मी हे करीन' असं म्हणणारी व्यक्ती ताबडतोब तशी नोंद करून घेताना दिसली नाही तर माझ्या मनात लगेच एक धोक्याची घंटी वाजू लागते. माझ्या विश्वामध्ये अशा वर्तनाला थारा नाही. व्यवस्थेला पडलेली भोकं बुजवण्याची चिंता करत राहण्यापेक्षा कितीतरी मोठ्या गोष्टी साध्य करण्यासारख्या आहेत.

मी व्हॉइस मेल, ई-मेल, संभाषण किंवा लेखी चिठ्ठीद्वारे पोहोचवत असलेली कुठलीही विनंती किंवा संदर्भीय माहिती समोरच्या व्यक्तीच्या व्यवस्थेमध्ये जाते आहे, तिच्यावर प्रक्रिया होते आहे, ती संघटित केली जाते आहे आणि कृतीचा एक पर्याय म्हणून आढावा घेण्याकरता त्या व्यक्तीला ती उपलब्ध होते आहे, असा विश्वास असणं मला गरजेचं वाटतं. समोरची व्यक्ती जर फक्त व्हॉइस मेल्सचंच व्यवस्थापन करत असेल, ई-मेल किंवा कागद स्वरूपातल्या नोंदींकडे दुर्लक्ष करत असेल तर त्या व्यक्तीच्या आवडत्या माध्यमाचाच वापर करण्याचं बंधन माझ्यावर येतं. कमीतकमी श्रमांमध्ये गोष्टी पूर्ण होण्याची चिंता असलेल्या कुठल्याही संस्थेमध्ये ही गोष्ट स्वीकारार्ह असणं शक्यच नाही.

एखादा बदल आवश्यक असल्यास, तो घडवून आणणारी गोष्ट योग्यरीत्या हाताळली जाईल याबद्दल विश्वास वाटायला हवा. कुठल्याही साखळीची ताकद तिच्या सर्वांत कच्च्या दुव्याच्या ताकदीएवढी असते आणि एखाद्या महत्त्वाच्या माणसानं व्यवस्थेतील सुसंवादाला अपुरा प्रतिसाद देणं हा सहसा सर्वांत मोठा कच्चा दुवा ठरतो.

ज्या संस्थांमध्ये इन-ट्रे अस्तित्वातच नसतात किंवा अर्थात बराच काळ प्रक्रिया

न झाल्यामुळे भरून वाहत असतात, अशा संस्थांमध्ये मला हे विशेषकरून आढळतं. अशा संस्कृती सहसा व्यत्ययाटिसनं ग्रस्त असतात, कारण कुठलाही संवाद त्यांच्या व्यवस्थेमध्ये टाकून ठेवण्याइतका विश्वासच त्यामध्ये नसतो. मला असे अनेक अधिकारी भेटत असतात ज्यांची कॅलेंडरं वेड्यासारखी गच्च भरलेली असतात; पण ते जेव्हा त्यांच्या ई-मेल्सना वेळेवर प्रतिसाद द्यायला सुरुवात करतात, तेव्हा त्यांच्यावरचा तो ताण नाट्यमयरीत्या कमी झाल्याचं जाणवायला लागतं. योग्य तो फीडबॅक आणि योग्य ते निर्णय या आभासी माध्यमातून हवे तसे मिळू लागतात, तेव्हा त्यांना पूर्वीसारखं त्या अधिकाऱ्यांना भेटण्याचे प्रयत्न करत राहण्याची गरजच उरत नाही.

ज्या संस्कृतींमध्ये अगदी कागदांच्या पातळीपर्यंत भक्कम प्रणाली असतात त्यांच्यात कमालीची सुस्पष्टता असते. तो त्यातील लोकांच्या चिंतेचा विषयही नसतो; प्रत्येकाचं लक्ष समोरच्या विषयावर अधिक एकाग्र असतं. इन-ट्रे संकल्पनेचा अंगीकार केलेल्या घरांमध्ये पालक, मुलं, मोलकरणी किंवा वारंवार संबंध येणाऱ्या कुणाही व्यक्ती यांच्या बाबतीत असंच घडतं. मी आणि माझी पत्नी कॅथरीन एकमेकांपासून काही फुटांवर बसलेलो असलो, तरी एकमेकांना करायला सांगण्याच्या गोष्टी आम्ही परस्परांच्या इन-ट्रेमध्ये टाकतो हे ऐकून लोकांना धक्का बसतो. त्यांना हे फारच भावनाशून्य आणि यांत्रिक वाटतं. खरं म्हणजे समोरच्या व्यक्तीच्या कामात व्यत्यय आणण्याचं टाळण्याचा हा एक सभ्य मार्ग तर आहेच; पण असं करण्यामुळे उलट आम्हा दोघांमध्ये जिव्हाळा आणि स्वातंत्र्य वाढतं, कारण यांत्रिक गोष्टी आमच्या व्यवस्थेमध्येच हाताळल्या जात असल्यामुळे त्यांच्याकडे लक्ष देण्यात वेळ वाया जाण्याऐवजी तोच वेळ आम्ही एकमेकांना देऊ शकतो.

दुर्दैवानं, व्यक्तिगत प्रणालींकरता तुम्ही कायदे बनवू शकत नाही. प्रत्येकाला आपली कामं स्वतःच्या पद्धतीनंच करावी लागतात. मात्र, अंतिम परिणाम तसेच वाट्याला येणाऱ्या गोष्टींचा माग ठेवणं आणि त्यांचं व्यवस्थापन करणं याकरता तुम्ही इतर लोकांना निश्चित जबाबदार धरू शकता आणि तुम्ही त्यांना या पुस्तकामध्ये दिलेली माहिती देऊ शकता. तसं केल्यास, किमान काहीतरी राहून गेल्यावर ते कुठलीही सबब तरी सांगू शकणार नाहीत.

> संस्थांनी अशी संस्कृती निर्माण करायला हवी ज्यात प्रत्येकाकडे तो किंवा ती करू शकत असेल त्यापेक्षा जास्त काम असणं स्वीकारार्ह असेल आणि ज्यात प्रत्येकजण जे करणार नसेल, त्यासंबंधीचे करार नव्यानं करणं सूज्ञपणाचं असेल.

याचा अर्थ प्रत्येकानं प्रत्येक गोष्ट करायलाच हवी असा नाही. मला वाटतं, प्रत्येकाला सहज शक्य असल्यापेक्षा जास्त काम करण्याची मुभा देणारं आजचं

ज्ञानाधिष्ठित जग समजून घेण्याचा मार्ग मी दाखवून दिला आहे. प्रत्येकाला तो किंवा ती करत नसलेल्या कामाबद्दलही अपराधी न वाटण्याकरता नित्य-पुनर्चर्चा करण्याची प्रक्रिया घडवून आणणं हे खरं आव्हान आहे. एका प्रगत पातळीवरचं ते खरं ज्ञानाधिष्ठित कार्य आहे; पण अभेद्य अशी संकलन व्यवस्था असल्याशिवाय ते साध्य करणं शक्य नाही. स्वतःशी असो किंवा इतरांशा; पण जी बांधिलकी अगर जो करार तुम्ही कधी काळी केला होता तो तुमच्या लक्षातच राहिला नसेल तर तुम्ही त्यावर पुनर्चर्चा करणं शक्य नाही हे लक्षात ठेवा.

लोकांचे गट जेव्हा सामूहिकरीत्या १०० टक्के संकलनाचं मानक स्वीकारतात, तेव्हा ते प्रवासाला सुसज्ज असतात. याचा अर्थ ते योग्य दिशेनंच जातील असा नव्हे किंवा ते योग्य त्याच जहाजात बसलेले आहेत असाही नव्हे. त्याचा अर्थ एवढाच की, ते लोक ज्या जहाजामध्ये बसलेले आहेत आणि ते जहाज ज्या दिशेनं जात आहे तिकडे ते सर्वांत कार्यक्षमतेनं जात आहे.

१२

पुढच्या कृतीबद्दल निर्णय घेण्यातलं सामर्थ्य

पुढची कृती कोणती? या प्रश्नाला जागतिक स्तरावर विचारप्रक्रियेमध्ये स्थान मिळवून देणं हे मी माझं व्यक्तिगत विहित कर्तव्य समजतो. काही कृती करणं आवश्यक आहे किंवा नाही आणि असल्यास ती काय असेल किंवा किमान त्याकरता कोण जबाबदार असेल, हे सूर्यप्रकाशाइतकं स्पष्ट झाल्याशिवाय कुठलीही बैठक किंवा चर्चा संपणार नाही आणि कुठलाही परस्परव्यवहार थांबणार नाही, अशा जगाचं स्वप्न मी पाहतो. मी अशा संस्थांचं स्वप्न पाहतो, ज्यांमध्ये कुणाच्याही जाणिवेच्या कक्षेत जे काही येऊन पडेल, त्याचं पुढच्या कृतीच्या संदर्भात मूल्यमापन केलं जाईल आणि त्यातून जो काही निर्णय होईल त्याचं नीट व्यवस्थापन केलं जाईल. असं झाल्यास अधिक मोठ्या समस्या आणि संधींवर आपलं लक्ष केंद्रित करण्याकरता व्यक्ती आणि संस्थांना जे स्वातंत्र्य मिळेल त्याची फक्त कल्पनाच करून बघा.

> एखादी संस्कृती जेव्हा पुढची कृती कोणती? याला एक सामान्य कामकाजविषयक प्रश्न म्हणून स्वीकारते, तेव्हा ऊर्जा, उत्पादकता, सुस्पष्टता आणि केंद्रितता यांमध्ये आपोआपच वृद्धी होऊन जाते.

व्यक्ती किंवा संस्था जेव्हा पुढची कृती कोणती? या प्रश्नाला मूलभूत आणि सातत्यानं विचारला जाणारा प्रश्न म्हणून स्वीकारतात, तेव्हा त्यांची ऊर्जा आणि उत्पादकतेमध्ये पडणारा प्रचंड फरक गेल्या अनेक वर्षांमध्ये मी पाहिलेला आहे. दिसायला सोपा वाटत असला, तरी हवा तिथे हा प्रश्न पूर्णपणे वापरात आणला जात असलेला अजूनही क्वचितच दिसतो.

यात एक मोठं आव्हान तुम्हाला जाणवेल, ते म्हणजे एकदा का पुढची कृती कोणती? हा प्रश्न तुम्ही स्वतः आणि तुमच्या आसपासच्या लोकांच्या अंगवळणी पडला की, मग जे लोक तो विचारत नाहीत, त्या लोकांबरोबर व्यवहार करणं खूप निराशाजनक ठरू शकतं. या प्रश्नामुळे गोष्टी इतक्या जलद स्पष्ट होऊन जातात

की, जे लोक त्याचा वापर करत नाहीत त्यांच्याबरोबर वागणं एक दुःस्वप्न असल्यासारखं होऊन बसतं.

आपण स्वतःबरोबर किंवा अन्य लोकांबरोबर काम करत असताना जे काही घडवून आणण्याला बांधील असतो, ते (असल्यास) निश्चित करण्याचं उत्तरदायित्व आपल्यावर असतं आणि केव्हातरी जो परिणाम मिळवण्याकरता आपण आंतरिकदृष्ट्या बांधील असतो, त्याकरता आवश्यक अशा पुढच्या प्रत्यक्ष कृतीबाबत आपण निर्णय घ्यायलाच हवा असतो. मात्र, गोष्टी समोर येताच हा निर्णय घेणं आणि गोष्टींचा स्फोट झाल्यावर तो घेणं यात खूप मोठा फरक असतो.

तंत्राचा मूळ स्रोत

पुढची कृती हे साधं; पण विलक्षण असलेलं तंत्र मला माझे एक दीर्घ काळापासूनचे मित्र आणि व्यवस्थापन-सल्लागार मार्गदर्शक, डीन अॅचेसन यांच्याकडून तीस वर्षांपेक्षाही अधिक काळापूर्वी शिकायला मिळालं. वरिष्ठ अधिकाऱ्यांचा सल्लागार म्हणून काम करण्यात आणि त्या अधिकाऱ्यांचा सहभाग असलेल्या प्रकल्प आणि परिस्थितीच्या बाबतीत त्यांच्यापैकी अनेकांना जाणवत असलेला मानसिक गुंता कसा सोडवावा, जेणेकरून त्यांच्या संस्थांमध्ये आवश्यक असलेले बदल घडवून आणण्यासाठी त्यांच्यामध्ये मोठ्या प्रमाणावर ऊर्जा मुक्त होईल आणि कामाला लावता येईल, याबाबत संशोधन करण्यात डीन यांनी त्यापूर्वी अनेक वर्षं व्यतीत केली होती. एक दिवस त्यांनी सहज एका अधिकाऱ्याच्या टेबलावर पडलेला एकेक कागद उचलून त्या संदर्भात पुढे जाण्याकरता पुढची कृती काय असावी याचा निर्णय त्याला घेण्यास सांगितलं. त्या कृतीचा त्या अधिकाऱ्याला ताबडतोब आणि इतका फायदा झाला की, डीन यांनी त्यानंतर इन-ट्रेवर प्रक्रिया करताना हाच प्रश्न विचारत राहण्याची एक पद्धत विकसित करून ती निर्दोष करण्यात अनेक वर्षे घालवली. तेव्हापासून आजतागायत, त्यांच्या अंतर्दृष्टीचा उपयोग करून मी जे काही विकसित केलं आहे ते गृहीत धरता या महत्त्वाच्या संकल्पनेच्या साह्यानं हजारो लोकांना मार्गदर्शन आणि प्रशिक्षण देण्यात आलं आहे आणि हे तंत्र बिनचूक सिद्ध झालं आहे.

> एखादं सरळधोपट, चौकटीतलं आणि निश्चित सुरुवात आणि शेवट असलेलं काम करण्यामुळे, एरवी माझ्या जीवनामध्ये जी कधीही न संपणारी गुंतागुंत असते, तिच्यावर उतारा मिळतो. साधेपणा किती पवित्र असतो!
>
> \- रॉबर्ट फुलघम

ही विचारप्रक्रिया आपल्याला जन्मजात मिळत नसते आणि ती आपल्याला नैसर्गिकपणेच जमायला लागते असंही दिसत नाही. तुमचा जन्म झाला, तेव्हा तुम्ही

तुमच्या आईला, 'हं! आपण इथं नेमकं काय करतो आहे, पुढची कृती काय आहे, त्याकरता कोण जबाबदार आहे?' असलं काही विचारलं नसणार. हे विचार करण्याचं, निर्णय घेण्याचं आणि जाणीवपूर्वक लक्ष केंद्रित करण्याचं तंत्र शिकावं लागतं. जेव्हा परिस्थिती ओरडून त्याची मागणी करते उदाहरणार्थ, एखादी आणीबाणीची परिस्थिती किंवा एखाद्या प्रसंगातला दबाव (तुमच्या साहेबाचा, एखाद्या ग्राहकाचा, तुमच्या मुलाचा किंवा एखाद्या अनपेक्षित घटना-प्रसंगाचा) पुढचे दुःखद परिणाम टाळण्याकरता ताबडतोब पुढची कृती ठरवणं भाग पाडतो, तेव्हा हे तंत्र आपोआपच कामास येईल; पण परिस्थिती एवढी अनिवार्य होण्यापूर्वी आणि कृती तातडीनं आवश्यक ठरण्यापूर्वी एक पुढाकारयुक्त कृती म्हणून हे तंत्र अवलंबणं शिकावंच लागतं.* त्याला तुमच्या वैयक्तिक आणि संस्थात्मक आयुष्याचा एक भाग बनवण्यानं तुमची उत्पादकता आणि मनःशांती नेहमीच वाढतील.

कृतीचा पर्याय निर्माण करणं

पुढची कृती कोणती? इतकी साधी गोष्ट एवढी सामर्थ्यशाली कशी असू शकते?

या प्रश्नाच्या उत्तरादाखल मी तुम्हाला मानसिक संकलन; मनाची साफसफाई या मुद्द्याकडे (पान क्र. १२८) पुन्हा एकदा पाहण्याची विनंती करतो किंवा निदान तुमच्या मनामध्ये साठून बसलेल्या सगळ्या प्रकल्पांचा विचार करण्याचं आवाहन करतो. यांपैकी काही प्रकल्प हव्या तेवढ्या सातत्यपूर्ण रीतीनं आणि उत्पादकतेनं पुढे सरकत नाहीत, असं तुम्हाला वाटतं का? कदाचित त्यातले काही खरोखरच अडकून पडल्यासारखे झाले आहेत, असं तुम्ही मान्य कराल.

ते प्रकल्प पुढे जाण्याकरता पुढची कृती म्हणून तुम्हाला एक फोन कॉल करणं आवश्यक आहे, ई-मेल पाठवणं आवश्यक आहे, एखादी माहिती शोधायची आहे किंवा दुकानातून एखादी वस्तू आणणं आवश्यक आहे हे जर तुम्हाला नक्की

---

* इथे मला कौशल्य हा शब्द वापरण्याचा मोह होतो; पण मी त्यासाठी कचरतो आहे. पुढच्या कृतीचा निर्णय घेण्याची क्षमता आपल्या सर्वांमध्ये असतेच. आपण ते दिवसभरात हजार वेळा करतोही; पण बहुतांशी ते अजाणता घडत असतं. अर्थात आपण जी गोष्ट पुढे नेण्यास बांधील असतो, तिच्या बाबतीतला निर्णय आपण तो अनिवार्य ठरण्यापूर्वीच घेणं, हे एक सामर्थ्यशाली आणि देखणं आकलनात्मक वर्तन ठरतं, जे शिकून, त्याचा सराव करून अंगीकारता येतं. ज्ञानाधिष्ठित कार्य या खेळाचा हा एक मूलभूत घटक आहे आणि बहुतेक लोक अगदी त्यांच्या जीवनातल्या सर्वांत महत्त्वाच्या गोष्टींकरतादेखील ही गोष्ट अशा पद्धतीनं करत नाहीत.

माहिती नसेल तर यातलं काहीही केलं जात नसेल. गंमत म्हणजे, तुमच्या यादीतील जवळपास सर्वच गोष्टी अशा असतात की, त्याबाबत पुढची कृती ठरवण्याकरता जेमतेम दहा सेकंददेखील पुरेसे असतात; पण बहुतेक लोकांनी हा दहा सेकंदांचा विचारही केलेला नसतो.

उदाहरणार्थ, माझ्या ग्राहकाच्या यादीवर टायर्स अशी एखादी नोंद असते.

हे काय आहे? मी विचारतो.

अं, मला माझ्या गाडीचे टायर्स बदलायचे आहेत, ग्राहक उत्तर देतो.

तर मग पुढची कृती काय आहे?

या टप्प्यावर सहसा ग्राहकाच्या कपाळावर आठ्या पडतात. काही क्षण तो विचार करतो आणि मग निष्कर्ष असा असतो : मला टायर्सच्या दुकानात फोन करून किमती माहीत करून घ्याव्या लागतील.

बहुतेक गोष्टींबाबत काय करायचं हे ठरवण्याकरता साधारणपणे एवढाच वेळ लागतो - काही सेकंद एकाग्र होऊन विचार करणं; पण आपल्या यादीतल्या बहुतेक कामाच्या ढिगाबाबत लोकांनी हे अजून केलेलं नसतं.

पुढे जाण्यामागचं गुपित म्हणजे सुरुवात करणं. सुरुवात करण्यामागचं गुपित म्हणजे तुमच्या गुंतागुंतीच्या आणि दडपून टाकणाऱ्या मोठ्या कामांचं छोट्या, सहज शक्य असलेल्या कामांमध्ये विभाजन करणं आणि मग त्यातल्या पहिल्या कामाला सुरुवात करणं.

- मार्क ट्वेन

गाडीचे टायर्स बदलण्याची इच्छा असलेल्या व्यक्तीच्या मनामध्ये ही गोष्ट बराच काळापासून रेंगाळत असेल हे खरंही असू शकतं. एक फोन करण्याकरता लागणारा वेळ हाताशी आहे आणि फोनही समोर आहे असं हजारो वेळा घडलं असेल. मग ती व्यक्ती तो एक फोन का करत नाही? कारण त्या मनोवस्थेमध्ये, आपल्या हातातल्या प्रकल्पांचा विचार करणं (टायर बदलण्यासहित) आणि त्यांच्या बाबतीतल्या पुढच्या कृती काय होत्या किंवा आहेत, हे आठवणं त्यांच्या मनातदेखील येत नाही. समोर फोन असताना त्याला अजिबात विचारच करावासा वाटत नाही.

या सगळ्या गोष्टी आधीच करून ठेवलेल्या असण्याची गरज होती. त्या व्यक्तीनं जर पुढच्या कृतीचा विचार करून ठेवलेला असेल तर जेव्हा एखादी बैठक सुरू होण्यापूर्वी, संगणकावर बसलेलं असताना तिला पंधरा मिनिटांचा वेळ मोकळा मिळेल आणि तिची ऊर्जा १० पैकी साधारण ४.२ वगैरे असताना, कामांची यादी ती व्यक्ती डोळ्यांखालून घालू शकेल आणि त्यात जर टायरच्या दुकानात फोन करून किमती विचारणं अशी एखादी साधी नोंद सापडली तर तिला आनंद होईल. हे काम मी आत्ता नक्की पूर्ण करू शकतो (ते)! असं तिला वाटेल आणि उपलब्ध

वेळ किंवा ऊर्जेमध्येच एक यश पदरात पाडून घेण्याच्या इच्छेनं ते काम करण्याला ती प्रेरित होईल. तिच्या सद्य परिस्थितीत, एखाद्या ग्राहकाकरता एक मोठा प्रस्ताव लिहायला घेणं त्या व्यक्तीला शक्य नसतं; पण इंटरनेटवर सर्फिंग करून एक छोटीशी माहिती मिळवणं सहज शक्य असतं. लवकरच आपल्या गाडीला नवे टायर बसवल्याचं चित्र मनात पाहून त्या व्यक्तीला नक्कीच खूप आनंद वाटेल!

अगदी प्राथमिक पातळीवर प्रत्यक्ष कृती म्हणजे काय हे ठरवणं आणि त्यासंबंधीचं एक विश्वसनीय स्मरणक मांडून ठेवणं ही उत्पादकता वाढवण्याची आणि मनामध्ये एक शिथिल अवस्था निर्माण करण्याची गुरुकिल्ली आहे.

बऱ्याचदा आपण त्यासंबंधातल्या पुढच्या कृतीबद्दल अंतिम निर्णय घेतलेला नसल्यामुळे अगदी साध्या-साध्या गोष्टीदेखील अडकून पडलेल्या असतात. माझ्या परिषदांमध्ये सहभागी होणाऱ्या लोकांच्या यादीमध्ये सहसा गाडीचं ट्युनिंग करणं अशासारखं काम असतं. आता तुम्ही स्वतः हातात पाना घेऊन, अंगाला ग्रीस लावून घेण्याच्या तयारीनं बाहेर आल्याशिवाय ट्युनिंग करणं ही पुढची कृती होऊ शकणार नाही.

> पुढच्या कृतीविना सद्य परिस्थिती आणि तुम्हाला जे करायला हवं आहे ते यांच्यामध्ये एक संभवतः अमर्याद असं अंतर निर्माण होते.

मग पुढची कृती कोणती?

हं, मला गाडी गॅरेजमध्ये न्यावी लागेल आणि हो, त्याआधी मला योग्य गॅरेज शोधावं लागेल. त्यानंतर त्या गॅरेजला फोन करून मला वेळ ठरवून घ्यावी लागेल.

तुमच्याकडे त्या गॅरेजचा फोन क्रमांक आहे का?

न... नाही... माझ्याकडे तो नाही. 'क' नं मागे एकदा मला या गॅरेजचं नाव सुचवलं होतं; पण माझ्याकडे त्यांचा फोन नाही. तरीच, काहीतरी राहून गेलं आहे असं मला वाटत होतं बरं का!

अनेक लोकांच्या, अनेक कामांच्या बाबतीत असंच घडत असतं. आपण आपल्या प्रकल्पाकडे एक नजर टाकतो आणि मग कुठेतरी आपल्याला जाणवतं की, आपल्याकडे याकरता लागणाऱ्या काही गोष्टी नाहीत. काहीतरी नाही हे आपल्याला जाणवतं; पण नेमकं काय, हे कळत नाही आणि मग आपण तो प्रकल्प सोडून देतो.

मग पुढची कृती कोणती?

मला तो फोन क्रमांक मिळवायला हवा. मला वाटतं, 'क' कडून मला तो मिळू शकेल.

'क' चा फोन क्रमांक तुमच्याजवळ आहे का?

आहे.

अशा प्रकारे, पुढची कृती खरोखर असते ती 'क' ला फोन करून गॅरेजचा फोन क्रमांक मिळवणं.

या प्रकल्पासंदर्भात खरोखर पुढची कृती शोधण्याकरता किती पावलं मागे जावं लागलं, हे तुमच्या लक्षात आलं का? हे असंच असतं. अनेक लोकांच्या याद्यांमध्ये अनेक गोष्टी अगदी अशाच प्रकारच्या असतात.

हुशार लोक कामं सर्वांत जास्त पुढे का ढकलतात?

खरोखरच सर्वांत हुशार असणाऱ्या लोकांच्या जीवन आणि कामामध्येच निर्णय न घेतलेल्या सर्वांत जास्त गोष्टी असतात. असं का असतं? आपण आपल्या मनामध्ये धरलेल्या प्रतिमांबद्दल आपल्या शरीराचा प्रतिसाद कसा असतो, याचा विचार करा. एक उत्तम कल्पना आणि सत्य परिस्थिती यांमधला फरक आपल्या मज्जासंस्थेला कळत नसावा.

हे स्वतःला पटवून देण्याकरता, तुम्ही एखाद्या सुपर मार्केटमध्ये शिरता आहात आणि दिव्यांचा लखलखाट असलेल्या फळं आणि भाज्या विभागाजवळ आला आहात अशी कल्पना करा. मनानं तिथं पोहोचलात का? ठीक आहे. आता संत्री, द्राक्षं, लिंबं यांच्या खोक्यांकडे सरका. आता पिवळ्याजर्द लिंबांच्या ढिगाकडे पाहा. तिथेच एक फळं कापण्याची फळी आणि एक सुरी ठेवलेली आहे. एक मोठं लिंबू घ्या आणि अर्धं कापा. त्याचा आंबट वास घ्या! लिंबू खरोखरच रसदार आहे आणि त्या फळीवर लिंबाचा रस ओघळतो आहे. आता कापलेलं अर्धं लिंबू घ्या आणि पुन्हा त्याचे दोन भाग करा, म्हणजे तुमच्या हातामध्ये लिंबाची एकचतुर्थांश फोड उरेल. ठीक आहे. आता - लहानपणीच्या आठवणींनुसार - लिंबाची ती एकचतुर्थांश फोड तोंडात टाका आणि दातांखाली दाबा!

> हुशार लोक इतर कुणाहीपेक्षा जास्त लवकर आणि जास्त नाट्यमयरीत्या घाबरून जाऊ शकतात.

मी सांगितल्यानुसार तुम्ही करत गेला असाल तर आता, या क्षणी तुमच्या तोंडाला पाणी सुटलेलं असेल. तुमचं शरीर वर सांगितल्याप्रमाणे लिंबावर प्रक्रिया करण्याचा प्रयत्न करत होतं! आणि तेही मनातल्या प्रतिमेवर आधारित. तुमचं शरीर जर तुम्ही त्याला पुरवत असणाऱ्या प्रतिमांना प्रतिसाद देत असेल तर समजा, तुमच्या प्राप्तिकराचं गणित मांडण्याचा विचार तुम्ही करत असल्यास त्याबद्दल तुमच्या शरीराची काय प्रतिक्रिया होऊ शकेल असं तुम्हाला वाटतं? सोपं आहे, चला, करू या पूर्तता, यश, मी विजेता आहे! अशा सकारात्मक प्रतिमा तुम्ही तुमच्या शरीराला देत असाल का? तशी शक्यता खूप कमी आहे. मग असे अवघड

प्रकल्प हाती घेण्यास तार्किकदृष्ट्या कोणत्या प्रकारचे लोक जास्त नाखूश असतील? म्हणजेच कोणते लोक असे प्रकल्प पुढे ढकलत राहतील? अर्थातच जास्त सर्जनशील, संवेदनशील आणि बुद्धिमान लोक! कारण त्यांच्या संवेदनशीलता आणि सृजनशीलतेमुळे अशा प्रकल्पावर काम करण्यामध्ये अंतर्भूत असलेल्या गोष्टींची तसेच हा प्रकल्प चांगला झाला नाही तर त्याचे काय परिणाम होऊ शकतील याची भयानक चित्रं त्यांच्या मनात सहज तयार होऊ शकतात; त्यामुळे ते क्षणार्धात मार्गभ्रष्ट होतात आणि समोरचा प्रकल्प हातातून टाकून देतात.

चालढकल कोणत्या प्रकारचे लोक करत नाहीत? सहसा असंवेदनशील मूर्ख लोक. असे लोक, काय चुकू शकतं, बिघडू शकतं याचा कुठलाही विचार न करता समोर काम येताच ते करायला सुरुवात करणारे असतात; पण इतर सर्व लोक मात्र विविध गोष्टींच्या विचारांनी भयभीत होतात.

आता माझं वय झालं आहे आणि मला खूप वाईट गोष्टी माहिती आहेत; पण त्यातल्या बहुतेक गोष्टी कधीच प्रत्यक्ष घडलेल्या नाहीत.

\- मार्क ट्वेन

कराचं गणित मांडायचं? छे, छे! ते काही एवढं सोपं काम नाही आणि या वर्षी तर ते अजून वेगळं असणार आहे, मला माहीत आहे. मी ते फॉर्म बघितले आहेत - ते वेगळे दिसतात. बहुधा काही नवे नियम आले आहेत आणि मला आधी ते माहीत करून घ्यावे लागणार आहेत. ती सगळी माहिती मला वाचत बसावी लागणार आहे. रिटर्न भागीदाराबरोबर फाइल करायचे की स्वतंत्रपणे? ते वेगवेगळे फॉर्म, त्या वजावटी, मग त्यासाठी पावत्या आणि बिलं गोळा करा. अरे देवा! सगळ्या पावत्या माझ्याकडे आहेत की नाही कुणास ठाऊक! आणि काही चूक झाली तर? चौकशी झाली तर? अटक - तुरुंगवास, बाप रे!!

अशा प्रकारे प्राप्तिकर रिटर्नचा फॉर्म पाहताच अनेक लोक स्वतःला तुरुंगामध्ये बघायला लागतात. ते तेवढे हुशार, संवेदनशील आणि सर्जनशील असतात म्हणून असं घडतं. लोकांना वैयक्तिकरीत्या मार्गदर्शन करण्याच्या इतक्या वर्षांच्या अनुभवामध्ये मला हाच साचा वारंवार आढळलेला आहे. सहसा सगळ्यात हुशार आणि सगळ्यात पुढारलेल्या लोकांकडेच त्यांच्या ऑफिसमध्ये, घरामध्ये, ई-मेलवर आणि मनामध्येदेखील कामांचे गठ्ठे साचलेले असतात. माझ्याबरोबर काम करत असलेल्या बहुतेक वरिष्ठ अधिकाऱ्यांकडे किमान काही मोठे, गुंतागुंतीचे आणि आकारविहीन प्रकल्प त्यांच्या टेबल किंवा मनाच्या कप्प्यांमध्ये सर्वांत वर साठलेले असतात. आपण या प्रकल्पाकडे पाहिलंच नाही तर ते शांतपणे पडून राहतील! असे काहीसे विचित्र विचार त्यांच्या मनामध्ये असतात.

मग यावर उत्तर काय? ऊर्जा कमी करणारे, मेंदूचं कार्य कमी करणारे मद्यप्राशनासारखे उपाय निश्चितच नाही. जरासं मद्य मेंदूमध्ये गेल्यावर बहुतेक लोकांचं काय होतं ते पाहा. त्यांची ऊर्जा ताबडतोब कमी होऊन जाते, कारण मद्य सुरुवातीला जरी ऊर्जा देत असल्यासारखं भासलं, तरी अंतिमतः ते तसं नसतं. का? मद्य गोष्टी दडपून टाकत असतं. ते नकारात्मक स्वसंभाषण आणि लोकांच्या मनामध्ये येणारी, अस्वस्थ करणारी चित्रं दाबून टाकतं. मी जर एखादी गोष्ट यशस्वीपणे हाताळली नसल्यास काय होईल, याची दडपण आणणारी चित्रं बघणं सोडून दिलं तर माझी ऊर्जा नक्कीच वाढेल यात शंकाच नाही; पण मेंदू बधिर करणं हे फार तर तात्पुरतं समाधान असू शकतं. त्यानं ती चित्रं कायमची जात नाहीत आणि दुर्दैवानं आपण जेव्हा स्वतःला बधिर करून घेतो, तेव्हा त्यात आपण निवड करू शकत नाही. नकारात्मक गोष्टींसोबतच आपली प्रेरणाशक्ती, उत्साह आणि वैयक्तिक ऊर्जा या गोष्टीदेखील बधिर होऊन जातात.

> नकारात्मक कल्पना करण्याचं थांबवल्यास तुमची ऊर्जा वाढतेच.

मेंदूचं कार्य कमी करण्याचा बुद्धिमान उपाय

आणखी एक उपाय आहे : पुढची कृती शोधण्याद्वारे तुमच्या मेंदूचं कार्य चतुराईनं कमी करणं. पुढे जाण्याकरता तुम्ही जेव्हा पुढची प्रत्यक्ष कृती कोणती याचा निर्णय घेता, तेव्हा तुम्हाला जे काही घडवून आणायचं असतं, त्याचा दबाव कमी झाल्याचं तुम्हाला नक्की जाणवेल; त्यामुळे कुठल्याही गोष्टीमध्ये प्रत्यक्ष काहीही बदल होणार नाही; पण तुमच्या मनाला जे काम करता येण्याजोगं आणि पूर्ण होण्याजोगं वाटतं, त्याकडे तुमचं लक्ष वळवण्यामुळे सकारात्मक ऊर्जा, दिशा आणि प्रेरणा यात खऱ्या अर्थानं वाढ होईल. मनाची साफसफाई करताना तुम्ही जर तुमचं लक्ष वेधून घेणाऱ्या एकूणएक गोष्टी संकलित केल्या असतील तर आता ती यादी पुन्हा एकदा वाचा आणि त्या प्रत्येकीच्या बाबतीत एकच पुढची कृती निश्चित करा. तुमच्या ऊर्जेमध्ये त्यामुळे काय बदल होतो, ते पाहा.

> *समस्या कितीही मोठी किंवा अवघड असो, तिच्या समाधानाच्या दिशेनं पहिलं छोटं पाऊल उचलण्याद्वारे मनातला गोंधळ दूर करा. काहीतरी कृती करा.*
>
> \- जॉर्ज एफ. नॉर्डनहोल्ट

तुमच्या यादीतील गोष्टींकडे एकतर तुम्ही आकर्षित तरी होता, नाहीतर नाखूश तरी. त्यामध्ये अधलंमधलं काही नसतं. एकतर यादीतली कामं पूर्ण करण्याचं सकारात्मक आकर्षण तुम्हाला वाटतं किंवा मग जे आहे त्याबद्दल विचार करण्याची

आणि त्यामध्ये हात घालण्याची तुमची तयारी नसते. अर्थात या दोन्ही टोकांमधलं अंतर बऱ्याचदा निव्वळ पुढच्या कृतीचा निर्णय घेणं, एवढंच असतं.

> तुमच्या यादी आणि ढिगामधली प्रत्येक गोष्ट तुम्हाला आकर्षित तरी करते नाहीतर परावृत्त तरी! कामाच्या बाबतीत अधलीमधली स्थिती नसते.

विचार करणं आणि निर्णय घेणं, यांकरता ऊर्जा लागते आणि तुमच्या आसपास काहीतरी अपूर्ण असल्याचं तुमच्या लक्षात आलं; पण अजून तुम्ही त्याबद्दलची पुढची कृती ठरवलेली नसेल तर तुम्हाला तुमच्या शारीरिक/मानसिक थकव्याची आठवण होईल, दडपून गेल्यासारखं वाटू लागेल; त्यामुळे आपल्याच याद्या आणि ऑर्गनायझरबद्दल बहुतेक लोकांची प्रतिक्रिया नकारात्मकच असते. त्या याद्यांमध्ये काय आहे याच्याशी त्याचा तसा संबंध नसतो, अशी प्रतिक्रिया होण्याचं कारण असतं अजून या गोष्टींबद्दल नीटसा विचार केलेला नसतो हे.

माझ्या परिषदेला हजर राहिलेल्या किंवा मी अथवा माझ्या सहकाऱ्यांचं मार्गदर्शन घेतलेल्या लोकांचा पाठपुरावा करताना मला असं आढळलं आहे की, त्यांच्या कृतींच्या याद्या वाढून एकेकट्या पुढच्या कृतींऐवजी पुन्हा एकदा उपप्रकल्पांच्या याद्या बनल्यामुळे, ते लोक पुन्हा वाट चुकतात. तरीही ते गोष्टी लिहून ठेवण्याच्या सवयीमुळे इतर लोकांच्या पुढे असतात; पण त्यांच्या कामांमध्ये ते सहसा अडकून पडतात आणि चालढकल करत राहतात, कारण त्यांच्या कृतींच्या याद्यांमध्ये खाली दिलेल्या गोष्टींचा शिरकाव झालेला असतो :

बँक्वे समितीबरोबर बैठक

अ चा वाढदिवस

स्वागतिका

स्लाइड सादरीकरण

निराळ्या शब्दांत सांगायचं तर, कृतीची पातळी सोडून गोष्टी पुन्हा एकदा कामं या स्वरूपात गोळा होतात. इथे स्पष्ट अशा पुढच्या कृती नसतातच आणि अशा प्रकारची यादी सांभाळणाऱ्या कुठल्याही व्यक्तीचा मेंदू प्रत्येक वेळी ती यादी पाहून दुप्पट वेगानं धावू लागेल.

> *छोट्या गोष्टींवर तुम्ही इलाज करू शकता; पण मोठ्या गोष्टी मात्र तुम्ही मुळातून टाळू शकता.*
> - ब्रॉक ख्रिसहोम

हे अतिरिक्त काम आहे का? तुमच्या बांधिलकीशी संबंधित पुढच्या कृती ठरवणं हे अनावश्यक, जास्तीचं काम आहे का? अर्थातच नाही. उदाहरणार्थ, तुमच्या गाडीचं ट्युनिंग करून घ्यायचं असेल तर केव्हा ना केव्हा तुम्हाला तुमची पुढची कृती ठरवावी लागणारच आहे. समस्या अशी आहे की, ते ठरवण्याकरता

पुढची कृती फोन करून टो-ट्रक मागवून घेणं अशी होईपर्यंत लोक वाट पाहतात.

मग बहुतेक लोक त्यांच्या कामांच्या बाबतीत मोठ्या प्रमाणावर पुढची कृती करण्याचा निर्णय केव्हा घेतात असं तुम्हाला वाटतं? गोष्टी समोर येताच की त्यांचा स्फोट झाल्यावर? आणि हे ज्ञानाधिष्ठित काम नंतरऐवजी आधीच करण्यामुळे त्यांच्या जीवनाच्या दर्जामध्ये फरक पडेल असं तुम्हाला वाटतं का? कुठला मार्ग तुम्हाला जास्त कार्यक्षमतेचा वाटतो - तुमचे प्रकल्प दृष्टिपथात येताच त्यांच्या बाबतीतल्या पुढच्या कृती ठरवणं आणि विशिष्ट, एकाच प्रकारच्या संदर्भामध्ये त्या करण्याच्या दृष्टीनं त्यांचं कृतींच्या विविध प्रकारांमध्ये वर्गीकरण करणं की नेमकं काय करायचं आहे, हे ती कृती करणं भाग पडेपर्यंत तिचा विचारच करण्याचं टाळणं आणि मग आग आटोक्यात आणत असताना एकेक काम करत पुढे जाणं?

> शेवटच्या क्षणापर्यंत कृतिविषयक निर्णय घेणं टाळण्यामुळे मोठ्या अकार्यक्षमता आणि अनावश्यक ताण निर्माण होतात.

ही जरा अतिशयोक्ती वाटेल; पण मी जेव्हा लोकांच्या गटांना त्यांच्या कंपनीमध्ये जास्तीतजास्त कृतिविषयक निर्णय केव्हा घेतले जातात असं विचारतो, तेव्हा अगदी तुरळक अपवाद वगळता, स्फोट झाल्यानंतर असंच उत्तर मला मिळतं. माझी ग्राहक असलेल्या एका जागतिक कंपनीनं, त्यांच्या संस्कृतीमध्ये असलेल्या तणावाच्या स्रोतासंबंधी सर्व कर्मचाऱ्यांचं सर्वेक्षण केलं असता, लोकांनी केलेली पहिल्या क्रमांकाची तक्रार होती, ताबडतोब योग्य निर्णय न घेणाऱ्या गटनेत्यांमुळे त्या लोकांना सतत आग शमवत राहाणंच भाग पडतं ही.

पुढची-कृती निर्णय घेण्याच्या मानकाचं मोल

पुढची कृती कोणती? हे कामकाजविषयक मानक त्यांच्या संस्थांमध्ये अंगीकारण्यामुळे संस्थेच्या कामगिरीमध्ये मोजता येण्याइतपत बदल घडून आलेला आहे, असं अनेक मोठमोठ्या वरिष्ठ अधिकाऱ्यांनी मला सांगितलं आहे; त्यामुळे त्यांच्या संस्कृतीमध्ये लक्षणीय आणि कायमस्वरूपी चांगला बदल घडून आला.

का? कारण हा प्रश्न सुस्पष्टता, उत्तरदायित्व, उत्पादकता आणि सक्षमीकरणाचा आग्रह धरणारा आहे.

सुस्पष्टता

आपण काय करायचं ठरवलं आहे आणि करणार आहोत, हे लोकांना माहीत असल्याच्या धूसर जाणिवेवर कित्येक चर्चा संपतात; पण एखादी पुढची कृती आहे किंवा नाही, ती काय आहे किंवा ती कुणी करायची आहे, याबद्दल कुठलाही स्पष्ट

निष्कर्ष निघाल्याविना खूप कामं अधांतरीच राहून जातात.

बैठकींमध्ये मार्गदर्शन करण्याकरता मला अनेक वेळा आमंत्रित केलं जातं. त्यात अनेक ठेचा खाल्ल्यानंतर मला असा धडा मिळाला की, बैठकीमध्ये चर्चा कुठल्या का टप्प्यावर असेना; पण ती संपण्याच्या नियोजित वेळेपूर्वी वीस मिनिटं, मग, पुढची कृती कोणती? हा प्रश्न विचारला जाण्याचा आग्रह मी धरायलाच हवा. या प्रश्नाचं उत्तर मिळवण्याकरता स्पष्टीकरणासाठी (आणि कधीकधी कठोर निर्णय घेण्यासाठी) सहसा वीस मिनिटांचा कालावधी लागतो असा माझा अनुभव आहे.

नुसतं बोलून भात शिजत नसतो.

- एक चिनी म्हण

हे एक मूलभूत सामान्यज्ञान आहे. मूलभूत याकरता की, लोकांना अवघड वाटावं इतक्या सखोल पातळीवर चर्चा करण्यास ते भाग पाडतं. आपल्याला हे खरोखरच करायचं आहे का? आपण इथे काय करतो आहोत, हे आपल्याला खरोखर कळतं आहे का? आपला बहुमूल्य वेळ आणि संसाधनं या गोष्टीकरता देण्याची आपली खरोखर तयारी आहे का? विचारांच्या या अधिक संदर्भीय पातळ्या टाळणं खूप सोपं असतं. या सगळ्या गोष्टींना एका आकारविहीन कामांचा ढीग यामध्ये परावर्तित होण्यापासून टाळण्याचा उपाय म्हणजे पुढील कृतीचा निर्णय घेण्यास भाग पाडणं. हा विषय पूर्ण करण्याकरता आणखी चर्चा, शोध आणि वाटाघाटींची गरज पडते. आजच्या जगामध्ये परिणामांबद्दल काहीही गृहीत धरणं अशक्य होऊन बसलं आहे. गोष्टींना सुस्पष्टतेकडे घेऊन जाण्याची जबाबदारी आपल्यालाच स्वीकारणं आवश्यक आहे.

मी जे काही बोलतो आहे, हे खऱ्या अर्थानं समजण्याकरता तुम्हाला या गोष्टीचा थोडाफार अनुभव असणं आवश्यक आहे. तसा तो असेल तर तुम्ही कदाचित मनात म्हणत असाल, अगदी बरोबर बोलता आहात! पण माझं बोलणं तुम्हाला नीट कळत नसेल तर मी असं सुचवेन की, तुमच्या पुढच्या बैठकीमध्ये, 'मग आता पुढची कृती कोणती?' असा प्रश्न विचारून चर्चा संपवा. मग काय होतं ते पाहा.

उत्तरदायित्व

सहकार्याधिष्ठित संस्कृतीची डावी बाजू म्हणजे कुणालाही काम न करण्याबद्दल जबाबदार धरण्याचा अभाव! दुर्दैवानं अशा संस्थांच्या शब्दकोशामध्ये मी की तू हे शब्दच नसतात. असं विचारणं असभ्यपणाचं ठरेल अशी भावना तिथं असते. यात आपण सगळे बरोबर आहोत ही भावना स्तुत्य आहे; पण कामकाजाच्या दैनंदिन कठोर परिस्थितीमध्ये ती क्वचितच सत्य ठरते. अनेक बैठका संपुष्टात येतात, तेव्हा काहीतरी घडायला हवं आहे अशी इच्छा आणि ते घडवून आणण्याची जबाबदारी

वैयक्तिकरीत्या आपल्यावर नाही ही आशा सर्वसाधारणतः प्रत्येकाच्याच मनामध्ये तयार होत असते.

माझ्या मते, लोकांच्या मनामध्ये सुस्पष्टता न येताच त्यांना चर्चेतून बाहेर पडू देणं हे जास्त असभ्यपणाचं लक्षण आहे. एखाद्या समूहाचं खरं एकत्रित असणं म्हणजे कृती निश्चित न ठरल्यामुळे निर्माण होणाऱ्या अस्वस्थतेपासून सर्वांना मुक्त करण्यासाठी, सर्वांनी मिळून कामं निश्चित करण्याची आणि प्रत्येक कामाकरता नेमक्या व्यक्तींची योजना करण्याची जबाबदारी उचलणं हे होय.

पुन्हा एकदा, जर तुम्ही यापूर्वी हे केलेलं असेल तर मी काय म्हणतो आहे हे तुम्हाला कळेल; पण तसं नसेल तर एकदा प्रयोग करून पाहा. थोडा धोका पत्करा आणि तुमच्या पुढच्या कर्मचारी बैठकीमध्ये किंवा जेवणाच्या टेबलावर बसून चाललेल्या तुमच्या कौटुंबिक चर्चेमध्ये, प्रत्येक मुद्द्याच्या अखेरीस, मग या बाबतीतली पुढची कृती कोणती? असा प्रश्न विचारा.

उत्पादकता

पुढच्या कृतीचा निर्णय ताबडतोब घेण्याची सवय आत्मसात करण्यानं संस्था स्वाभाविकच अधिक उत्पादक बनतात. वर दिलेल्या सर्व कारणांकरता, परिणाम स्पष्ट होताच एखादी गोष्ट घडवून आणण्यासाठी आवश्यक ती प्रत्यक्ष संसाधनं निश्चित करण्यामुळे कमी श्रमांमध्ये जास्त परिणाम आणि तेही लवकर निर्माण होतील.

कृती कार्यक्रमाच्या बाबतीत काही धोके असतात व काही किंमत मोजावी लागते; पण सुखावह अ-कृतीतले दीर्घकालीन धोके व किंमतीपेक्षा ते कमी असतात.
- जॉन एफ. केनेडी

प्रगत सर्जनशील विचार करण्याच्या मार्गातले, कृती थिजवणारे अडथळे - आपण विणत असलेली गुंतागुंतीची मानसिक जाळी - मोडून काढण्यास शिकणं हे एक उच्च प्रतीचं कौशल्य आहे. गेल्या कित्येक दशकांपासून, संस्थांमध्ये उत्पादकता वाढवण्यावर भर देण्यात येतो. परिणाम किंवा फलितं जास्तीतजास्त प्रमाणात मिळवण्यामध्ये साह्यभूत ठरणारी कुठलीही गोष्ट उत्पादकता वाढवतेच; पण संबंधित व्यक्तींनी त्यांची कार्यविषयक प्रतिसादक्षमता वाढवली नाही तर ज्ञानाधिष्ठित जगामध्ये, पृथ्वीच्या पाठीवरचे कुठलेही संगणक, दूरसंचार क्षेत्रातल्या कितीही सुधारणा आणि नेतृत्वगुण परिषदा याबाबतीत काहीही करू शकणार नाहीत. त्याकरता तुमच्यासमोर येऊन उभ्या राहिलेल्या कुठल्याही गोष्टीच्या

व्यक्ती त्यांची कार्यविषयक प्रतिसादक्षमता वाढवतील तेव्हाच उत्पादकता वाढू शकेल आणि ज्ञानाधिष्ठित कामामध्ये याचा अर्थ कृती आधीच स्पष्ट करून घेणं असा होतो, नंतर नाही.

बाबतीत, भाग पडण्याआधीच विचार करणं आवश्यक आहे.*

सक्षमीकरण

पुढची कृती हा मार्ग अंगीकारण्याचा सर्वांत मोठा फायदा कदाचित, गोष्टी घडवून आणण्याची तुमची क्षमता आणि त्याद्वारे आपोआपच तुमचा आत्मसन्मान आणि विधायक दृष्टिकोन नाट्यमयरीत्या वाढणं, हा असू शकेल.

आधी जे आवश्यक आहे ते करण्यापासून सुरुवात करा, नंतर जे शक्य आहे ते करा आणि मग अचानक तुम्ही अशक्य गोष्टी करू लागाल.

- सेंट फ्रान्सिस ऑफ असिसी

लोक सतत काहीतरी कामं करत असतात; पण सहसा ती कामं करणं भाग असतं तेव्हाच आणि स्वतःच्या किंवा इतरांच्या रेट्यामुळे करत असतात. त्यात विजयी ठरण्याची, गोष्टी आपल्या नियंत्रणाखाली असण्याची किंवा आपसांत आणि जगाबरोबरच्या सहकार्याची भावना त्यांना मिळत नाही. त्या अनुभवापासून ते वंचितच राहतात.

अपूर्ण गोष्टी निश्चित करण्याच्या दैनंदिन कृती आणि त्या पूर्ण करण्यासाठी करणं आवश्यक असलेल्या हालचाली यांमध्ये बदल होणं गरजेचं आहे. गोष्टी तुम्ही ठरवल्यामुळे घडणं आणि तेही बाह्य दबाव आणि अंतर्गत ताण निर्माण होण्यापूर्वी, यामुळे तुमच्या स्व-मूल्याकरता एक भक्कम पाया निर्माण होत असतो आणि हे स्व-मूल्य तुमच्या जीवनाच्या प्रत्येक अंगामध्ये पसरत असतं. तुमच्या जहाजाचे कप्तान तुम्हीच आहात या भावनेनं तुम्ही जेवढं अधिक काम कराल, तेवढ्या गोष्टी चांगल्याच घडत जातील.

पुढची कृती कोणती? हा प्रश्न स्वतःला विचारण्यामुळे आपण बळी किंवा भक्ष्य आहोत ही भावना नाहीशी होते. परिस्थितीमध्ये बदल घडू शकतो आणि त्याकरता करण्याजोगं काहीतरी तुमच्या हातात आहे, ही भावना त्यात अंतर्भूत असते. या प्रकारच्या वर्तनामध्ये हेच होकारात्मक गृहीतक आहे. अशा प्रकारच्या होकारात्मक गृहीतकांमुळे जी सकारात्मक स्व-प्रतिमा तयार होते, ती एक हजार वेळा मी सामर्थ्यवान आहे, परिणामकारक आहे, माझ्या जीवनातल्या गोष्टी मीच

---

* काही संस्थांमध्ये मी पाहिलेली उत्पादकतेतली सर्वांत मोठी गळती म्हणजे दीर्घकालीन प्रकल्पांच्या बाबतीत पुढच्या कृती ठरवल्या न जाणं. दीर्घकालीन म्हणजे कधीतरी/कदाचित नव्हे. ज्यांचा शेवट खूप दूर असतो, असे प्रकल्पसुद्धा शक्य तितक्या लवकर पूर्ण करायचे असतात. इथे दीर्घकालीनचा अर्थ केवळ प्रकल्प पूर्ण होण्याकरता जास्त कृतीच्या पायऱ्या असणं असा असतो; अजून त्याला वेळ आहे, एवढ्यात पुढची कृती ठरवण्याची काहीच गरज नाही असा नव्हे. एखाद्या संस्थेतल्या प्रत्येक प्रकल्प किंवा उघड्या गाठीवर लक्ष ठेवलं तर काही निराळंच चित्रं समोर येतं.

घडवून आणतो! असं म्हणून होणाऱ्या प्रतिमेपेक्षा खूप मजबूत असते.

तुमच्या संस्कृतीमध्ये तक्रारीचा सूर जास्त ऐकू येतो का? मग पुढच्या वेळी कुणीतरी, कशाबद्दल तरी तक्रार करताना आढळेल, तेव्हा त्याला मग आता पुढची कृती कोणती? हा प्रश्न विचारून पाहा. एखादी गोष्ट आहे त्यापेक्षा चांगली असू शकते, असं वाटतं, तेव्हाच लोक तक्रार करतात. अशा वेळी कृतीसंबंधीच्या प्रश्नामुळे गोष्टी मार्गी लागू शकतात. ती गोष्ट जर बदलणं शक्य असेल तर त्याकरता काहीतरी कृती असणारच आणि ती बदलणं शक्य नसेल तर ती आपल्या वागण्या-बोलण्याच्या धोरणामध्ये अपरिहार्य बाब म्हणून स्वीकारली जायला हवी. तक्रार करणं हे कृती किंवा स्वीकार करण्यातले धोके पत्करणं टाळण्यासारखं आहे. स्व-समर्थनाचा हा एक पोकळ आणि अल्पजीवी प्रकार आहे.

लोक त्यांच्या सद्य अवस्थेबद्दल नेहमी परिस्थितीला दोष देत असतात. माझा परिस्थितीवर विश्वास नाही. या जगामध्ये जे लोक पुढे जातात, ते उठून त्यांना हवी असलेली परिस्थिती शोधतात आणि जर ती त्यांना सापडली नाही, तर ते स्वतःच ती निर्माण करतात.

\- जॉर्ज बर्नार्ड शॉ

माझे सहकारी आणि मी आमच्या कामाचा प्रचार अशा प्रकारे क्वचितच करत असलो, तरी 'पुढची कृती' या तंत्राचा वापर करून आम्ही जेव्हा लोकांना मार्गदर्शन करतो, तेव्हा त्यांना दररोज थोडं-थोडं बळ मिळत असल्याचं माझ्या निदर्शनास येतं. त्यांच्या डोळ्यांतली चमक आणि पावलांची गती वाढते आणि त्यांच्या विचार, तसंच एकंदर वर्तनामध्येदेखील एक सकारात्मक चुणूक दिसायला लागते. आपण सगळे सामर्थ्यवानच असतो; पण गोष्टी पुढे नेण्याकरता आवश्यक असलेल्या प्रत्यक्ष कृती ठरवणं आणि त्यांचं परिणामकारकरीत्या व्यवस्थापन करणं, यामुळे ते सामर्थ्य उपयोगात आणलं जातं आणि त्यातून आपल्यातल्या सकारात्मक बाजूंना आवाहन केलं जातं.

तुम्ही जेव्हा गोष्टी घडवून आणण्यास सुरुवात करता, तेव्हा आपण गोष्टी घडवून आणू शकतो, यावर तुमचा खरा विश्वास बसायला लागतो आणि त्यामुळेच त्या गोष्टी घडून येतात.

१३

परिणामावर लक्ष केंद्रित करण्यामधलं सामर्थ्य

आपल्या मानसिक आणि कल्पक प्रक्रियांना बदल घडवून आणण्याच्या दिशेनं वळवण्यातल्या शक्तीचा खूप अभ्यास केला गेला आहे आणि हजारो विविध संदर्भचौकटींमध्ये तिचा पुरस्कार केला गेला आहे. अगदी सुरुवातीच्या सकारात्मक विचार पद्धती (पॉझिटिव्ह थिंकिंग) पुस्तकापासून ते अत्यंत प्रगत अशा न्यूरोफिजिऑलॉजीतील ताज्या संशोधनांपर्यंत.

मला स्वतःला हे तत्त्व व्यवहारातील सत्य परिस्थितीला लागू करण्यामध्ये रस आहे. ते गोष्टी घडवून आणण्यामध्ये उपयुक्त आहे का? आणि असल्यास, आपल्या आयुष्यामधल्या कामांचं व्यवस्थापन करण्याकरता त्याचा उत्तम उपयोग कसा करून घ्यायचा? आपल्याला गोष्टी कमी कष्टात घडवून आणणं शक्य करण्याकरता या माहितीचा उपयोग होईल का? या प्रश्नांचं खणखणीत उत्तर होय असंच आहे.

एकाग्रता आणि जलद मार्ग

या पुस्तकामध्ये सादर केलेल्या पद्धतीचा उपयोग केल्यामुळे लोकांच्या दैनंदिन जीवनावर सखोल परिणाम घडल्याचं मी गेली कित्येक वर्षे पाहतो आहे. तुमच्या सगळ्या परिस्थिती (ई-मेल्सवर प्रक्रिया करणं, घर किंवा कंपनी विकत घेणं, बैठकींची रचना तयार करणं किंवा तुमच्या मुलांशी संभाषण करणं) हाताळण्याची प्राथमिक पद्धत म्हणून तुम्ही जेव्हा ही पद्धत सवयीनं वापरू लागता, तेव्हा तुमची उत्पादकता आकाशाला जाऊन भिडते.

माझ्याबरोबर काम केलेल्या आणि ही सवय अंगीकारलेल्या अनेक व्यावसायिकांना अधिक उच्च किंवा नव्या कामांचा, करिअरचा आणि जीवनशैलीचा लाभ झाल्याचा अनुभव येतो आहे. आपल्याला ज्यांना रोजच्या रोज तोंड द्यावं लागतं, अशा सामान्य गोष्टींच्या बाबतीत या प्रक्रिया खरोखरच खूप उपयोगी पडतात. जेव्हा तुम्ही तुमच्या

छोट्याशा जागी गोष्टी घडवून आणण्याची क्षमता दाखवून देता, तेव्हा त्या छोट्याशा जागी तुम्ही फार काळ राहणार नाही. अर्थात 'गेटिंग थिंग्ज डन' अमलात आणण्याकडे आकर्षित होणारे लोक तसेही स्वयंविकासाच्या मार्गावर चालणारे असतात आणि आजपासून वर्षभरानंतरही आपण सध्या करतो तेच काम करत असू असं त्यांना मुळीच वाटत नसतं; पण ही पद्धत त्यांना अपेक्षित ठिकाणी जास्त लवकर आणि जास्त सहज नेते ही गोष्ट त्यांना भावते. गंमत म्हणजे ज्या लोकांना या पद्धतीची सर्वांत कमी गरज असते, असेच लोक ती पटकन अंगीकारतात आणि सर्वांत जास्त वापरतात. सुरुवातीला काही काळ मला याचं आश्चर्य वाटत राहिलं; पण मग माझ्या असं लक्षात आलं की, ही पद्धत अमलात आणण्याचा एक महत्त्वाचा परिणाम म्हणजे त्यामुळे लोकांना मागे ओढणारं बल कमी होतं. आता यामध्ये कुणाला स्वारस्य असणार? साहजिकच ज्यांना लवकर आणि सहज पुढे जायचं आहे, असेच लोक.

प्रत्यक्ष रणभूमीवर आणीबाणीच्या सत्य परिस्थितीशी सामना कसा करायचा आणि आपल्या दैनंदिन जीवनामध्ये सकारात्मक प्रतिमा आणि व्यावहारिक अनुभवांची सांगड कशी घालायची हे स्वतः शिकणं आणि इतरांना शिकवणं माझ्याकरता प्रेरणादायी ठरत आलं आहे.

या मुद्द्याच्या शीर्षकामध्ये ज्या जलद मार्गाचा उल्लेख केलेला आहे, तो खरं तर किंचित अयोग्य आहे. जीवनाची गती जरा कमी करून आणि पिंजऱ्यातून बाहेर पडून स्वतःची काळजी घेणं हा काही लोकांकरता या पद्धतीच्या साह्यानं साध्य करण्याचा एक मोठा बदल असू शकतो.* मूळ मुद्दा असा आहे की, ही पद्धत तुम्हाला अधिक सजग, अधिक एकाग्र आणि तुम्हाला हवे असलेले परिणाम आणि बदल जे काही असतील, ते आचरणामध्ये आणण्यास अधिक सक्षम बनवते.

माझ्या मुलीबरोबर अधिक वेळ घालवण्याचा काहीतरी मार्ग निर्माण करणं हाही इतर एखाद्या प्रकल्पाप्रमाणेच शक्य तितका नेमका प्रकल्प आहे आणि त्याकरतादेखील इतर प्रकल्पांप्रमाणेच पुढची कृती ठरवणं आवश्यक असतं. तुमच्या मुलीबरोबरच्या संबंधांमध्ये तुम्हाला काहीतरी करणं आवश्यक आहे अशी सर्वसाधारण आणि

---

* मला अनेक वेळा जाणवलेली रोचक बाब म्हणजे काही अत्यंत उत्साही लोकांच्या बाबतीत 'गेटिंग थिंग्ज डन' प्रकारची वृत्ती अंगीकारल्यानं त्यांच्या व्यग्र आणि सर्जनशील जीवनशैलीत झपाट्यानं अस्वस्थपणा येतो (आता मी खरोखर खूप गोष्टी, खूप कमी वेळात करू शकतो.) आणि मग ते या संधीचा उपयोग करून त्यांना ज्याची आस असते त्या दर्जेदार जीवन देणाऱ्या परिणामांच्या तुलनेत जास्त कामं, कमी वेळात करणं खरोखर किती महत्त्वाचं आहे, असा आरोग्यदायी विचार करायला लागतात.

अस्वस्थ करणारी भावना मनात बाळगणं आणि प्रत्यक्षात मात्र काहीही न करणं, खूपच त्रासदायक ठरू शकतं.

माझे अनेक ग्राहक हे मान्य करायला तयार असतात की, या पातळीवर त्यांच्या जीवनातल्या खऱ्या गोष्टी अपूर्ण आहेत. मग मी त्यांना त्या लिहून काढणं, त्यांच्या बाबतीत खरोखरचे प्रकल्प ठरवणं आणि ते पूर्ण होईपर्यंत पुढच्या कृती ठरवण्याची काळजी घेणं, हे करायला मदत करतो. ही खरी उत्पादकता होय आणि कदाचित हा तिचा सर्वांत जास्त भारावून टाकणारा आविष्कार होय.

परिणामांचा विचार करण्याचं महत्त्व

आता मला ज्या गोष्टीवर भर द्यायचा आहे, ती म्हणजे या सुस्पष्ट आणि सातत्यपूर्ण प्रणालीच्या साह्यानं आपल्या कामामधल्या आणि आयुष्यामधल्या बारीकसारीक तपशिलांवर प्रक्रिया करण्यास शिकण्यामुळे आपल्या स्वतःवर, तसंच इतरांवर कसा अनपेक्षित आणि लक्षणीय परिणाम होऊ शकतो, ही.

> जीवनाच्या खऱ्या दर्जाशी संबंधित समस्यांचा समाचार घेणारे नेमके प्रकल्प आणि नेमक्या पुढच्या कृती निश्चित करणं ही सर्वोत्तम उत्पादकता होय.

मी मागे सांगितल्याप्रमाणे, 'पुढची कृती'चे निर्णय घेण्याचा प्रयोग केल्यामुळे सुस्पष्टता, उत्पादकता, उत्तरदायित्व आणि सक्षमीकरण अशा सगळ्या गोष्टी साध्य होतात. तुम्हाला खरोखर कुठले परिणाम हवे आहेत आणि ते मिळवण्याकरता नेमके कुठले प्रकल्प ठरवायला हवेत हे ओळखण्याची शिस्त स्वतःला लावून घेण्यानंही अगदी हेच फलित मिळतं.

या सगळ्याचा परस्परसंबंध आहे. तुम्हाला हवे असलेले परिणाम माहीत असल्याशिवाय तुम्ही पुढची योग्य कृती ठरवू शकत नाही आणि तुम्हाला हवे असणारे परिणाम साध्य करण्याकरता तुमची पुढची प्रत्यक्ष कृती काय असायला हवी, हे जर तुमच्या मनात स्पष्ट नसेल तर तुमचे परिणाम सत्य परिस्थितीपासून फटकून असतील. ही समस्या तुम्ही कुठल्याही बाजूनं हाताळू शकता आणि गोष्टी घडवून आणण्याकरता तुम्हाला ते करणं आवश्यकच आहे.

संपूर्ण मेंदूचा उपयोग करून अध्ययन करण्यातले तज्ज्ञ आणि माझे एक चांगले मित्र स्टीव्हन स्नायडर म्हणतात, जीवनात फक्त दोनच समस्या असतात - (१) तुम्हाला काय हवं आहे हे तुम्हाला माहीत असतं; पण ते कसं मिळवावं, हे तुम्हाला माहीत नसतं आणि/किंवा (२) तुम्हाला काय हवं आहे हेच तुम्हाला माहीत नसतं. हे जर खरं असेल (आणि माझ्या मते ते आहेच) तर या समस्यांकरता

फक्त दोनच उपाय आहेत :

- निर्माण करा
- घडवून आणा

यिन आणि यांग, उजवा मेंदू/डावा मेंदू, निर्माता/विनाशकर्ता, नेता/कार्यकर्ता किंवा तुम्हाला योग्य वाटणाऱ्या यांसारख्या कुठल्याही साच्यामधून हे समजून घेता येऊ शकतं. सत्य हेच आहे की, मनुष्यप्राणी म्हणून आपली ऊर्जा द्वैतवादी आणि हेतुवादी सत्य परिस्थितीवर आधारलेली असावी असं भासतं. आपल्या अनुभूतीच्या सर्व पातळ्यांवर जी गोष्ट अद्याप सत्य नाही, ती आपण निर्माण करतो आणि तिच्याशी स्वतःला जोडून घेतो आणि आपण जेव्हा असं करतो, तेव्हा आपल्या सद्य विश्वाची मांडणी त्याचं रूपांतर एका नव्या विश्वात करण्याकरता कशी करावी हे आपल्याला उमगायला लागतं आणि ते घडवून आणण्याकरता आपण उद्युक्त होतो.

> आपण सतत निर्मिती आणि पूर्तता करत असतो.

ज्या गोष्टी तुमचं लक्ष खेचत असतात, त्यांच्यामध्ये तुमचा उद्देशही गुंतलेला असणं आवश्यक असतं. माझ्या दृष्टीनं याला काय अर्थ आहे? हे इथे का आहे? या बाबतीत मला काय असायला हवं आहे? (यशस्वी परिणाम कोणता आहे?) तुम्हाला ज्या गोष्टी अपूर्ण वाटतात, त्यांच्यामध्ये पूर्णत्वाचा एखादा संदर्भबिंदू असणं आवश्यक असतं.

एखादी गोष्ट बदलायला हवी आहे, एखादा साचा भरायला हवा आहे असं जेव्हा तुम्ही ठरवता, तेव्हा आता मी हे कसं घडवून आणू? आणि/किंवा हे घडवून आणण्याकरता मी कुठली संसाधनं राखून ठेवायला हवीत? (पुढची कृती कोणती?) हे प्रश्न स्वतःला विचारा.

एव्हाना तुमच्या लक्षात आलंच असेल की, 'गेटिंग थिंग्ज डन' हे काही एखादं नवं तंत्रज्ञान किंवा एखादा नवा शोध नाही. आपण सर्वजण नकळत ज्या तत्त्वांतर्गत काम करत असतो, ती तत्त्वं उघड करणं एवढंच काम हे पुस्तक करतं, बाकी काही नाही; पण हे कळल्यानंतर तुम्ही त्या तत्त्वांचा जाणीवपूर्वक उपयोग करून आणखी अद्‌भुत परिणाम साध्य करू शकता.

तुमचं काम आणि तुमचं आयुष्य तुम्ही कमी-जास्त जाणीवपूर्वक घडवून आणत असलेल्या परिणामांनी आणि कृतींनी बनलेलं असतं. हे परिणाम आणि कृती तुमच्या भोवतालच्या वातावरणाला तुम्ही केवळ अजाणता देत असलेला प्रतिसादस्वरूप असायला हवेत की तुमच्या केंद्रिततेच्या अधिक सजग परिणामस्वरूप, हे निवडण्याचं

स्वातंत्र्य तुमच्याजवळ नेहमीच राहील. निव्वळ समोर येणाऱ्या जगाला शरण जाण्यापलीकडे जाऊन तुमची अनुभूती आणि अभिव्यक्ती व्यापक करण्याची तुमची इच्छा असेल तर गोष्टी घडवून आणण्याची कला अंगीकारणं, विकसित करणं आणि तिच्यावर प्रभुत्व मिळवणं याची संधी तुमच्या समोर आहे. या कलेतल्या दोन अत्यंत महत्त्वाच्या घटकांचं सतत उपयोजन करत राहण्याचं आव्हान कायमच तुमच्यासमोर राहील. हे दोन घटक म्हणजे एखादी गोष्ट पूर्ण झाली म्हणजे काय हे आणि करणं म्हणजे काय हे निश्चित करणं. हे तसं सोपं नसतं. विशेषतः तुमच्या जीवनानुभवाच्या अधिक तरल आणि अधिक उदात्त क्षेत्रांच्या बाबतीत; पण समोर आव्हान नसेल तर तुम्ही कधीच शिकणार नाही किंवा प्रगती करणार नाही.

अडथळे पार करणं, यशाच्या एका पायरीवरून दुसरीवर चढणं, नव्या आकांक्षा ठेवणं आणि त्या पूर्ण झालेल्या पाहणं यापेक्षा जीवनामध्ये अन्य कुठलाही मोठा आनंद नसतो.

- डॉ. सॅम्युएल जॉन्सन

पण चांगली बातमी अशी की, जर तुमच्या कामकाजविषयक वर्तनाला, तुमच्यासमोर येणाऱ्या प्रत्येक गोष्टीला, प्रत्येक पातळीवर सामोरं जाण्याचं वळण दिलेलं असेल तर त्या प्रेरक शक्तीमुळे तुमच्यामध्ये एक सखोल बांधिलकी उत्पन्न होते आणि तुम्ही पराकोटीचे उत्पादनक्षम बनता. तुम्ही गोष्टी निर्माण करता आणि तुम्ही त्या घडवूनसुद्धा आणता.

अंतिमतः काय करायचं हे माहिती असण्यात जेवढं शहाणपण असतं, त्यापेक्षा आता पुढे काय करायचं हे माहिती असण्यामध्ये जास्त शहाणपण असतं.

- हर्बर्ट हूव्हर

सामान्य गोष्टींवर प्रभुत्व मिळवण्यातली जादू

माझे ग्राहक त्यांच्या टेबलाचे ड्रॉवर्स रिकामे करत असताना, त्यांच्या सगळ्या प्रक्रिया न केलेल्या ई-मेल्सचा धांडोळा घेत असताना आणि त्यांनी त्यांच्या शारीर, आभासी आणि मानसिक जागांमध्ये साचू दिलेल्या बारीकसारीक कामांची कष्टपूर्वक छाननी करत असताना, मीदेखील त्यांच्याबरोबर तासन्तास कसा बसू शकतो याबद्दल त्यांना खूप आश्चर्य वाटतं. त्यांनी बेजबाबदारपणे साचू दिलेल्या गोष्टींबद्दल त्यांना लाज वाटत असतेच; पण मला तसं बसून राहण्याचा खूप कंटाळा येईल असंही ते गृहीत धरत असतात; पण सत्य याच्या अगदी विपरीत आहे. मला स्वतःलाही याचं आश्चर्य वाटतं; पण मला हे काम खूप रोचक वाटतं. हे काम करण्याच्या पलीकडच्या बाजूला जो दिलासा, जे समाधान आणि जे स्वातंत्र्य असतं

ते मी जाणतो. हे कंटाळवाणं काम करताना, ते हाताळण्याकरता आवश्यक असलेली मानकं आणि वर्तनं आपल्या आतमध्ये तयार होईपर्यंत आपल्या सर्वांनाच सराव, आधार आणि संपूर्ण एकाग्रतेची गरज असते हे मला माहीत आहे. एखादा ग्राहक त्याच्या मनामध्ये भुंगा घालत असलेली एखादी गोष्ट ओळखतो आणि काही क्षणांतच तिच्यावर प्रक्रिया करून तिला शांत करतो, तेव्हा तो एक अतिशय महत्त्वाचं वर्तन पक्कं करत असतो हे मला ठाऊक आहे. ते करत असलेलं काम संपल्यानंतरच्या काही तास, दिवस व वर्षांमध्ये, वरिष्ठ, वैवाहिक जोडीदार, मुलं, भागीदार आणि स्वतःबरोबरच्या नातेसंबंधांमध्ये किती विलक्षण बदल त्यांना जाणवतील, हे मी जाणतो.

हे कंटाळवाणं नाही. आम्ही करत असलेल्या सर्वोत्तम कामांपैकी हे एक आहे.

बहुस्तरीय परिणाम व्यवस्थापन

मी लक्ष एकाग्र करण्याच्या व्यवसायामध्ये आहे. एक सल्लागार आणि मार्गदर्शक या नात्यानं मी साधे प्रश्न विचारतो, ज्याला इतरांकडून (आणि माझ्याकडूनही!) सहसा अत्यंत सर्जनात्मक आणि बुद्धिमान उत्तरं मिळतात. त्यानंतर या उत्तरांमुळे समोरची परिस्थिती आणि हातातल्या कामांमध्ये मूल्यवृद्धी होते. माझ्याबरोबर काम केल्यानं लोक पूर्वीपेक्षा अधिक हुशार बनत नाहीत - फक्त त्यांच्या बुद्धीचा ते अधिक उत्पादक पद्धतीनं उपयोग करू लागतात, एवढंच काय ते.

> उच्च पातळीवरच्या आदर्शवादी केंद्रिततेची जीवनातल्या सामान्य क्रियांशी सांगड घालणं, हे मोठं आव्हान असतं. अखेर त्या दोन्हींकरता सारखाच विचार करावा लागतो.

गेटिंग थिंग्ज डन (जीटीडी) च्या व्यावहारिक केंद्रिततेबद्दलची एकमेवाद्वितीय गोष्ट म्हणजे या पद्धती तुमच्या सत्य परिस्थितीच्या प्रत्येक पातळीवर आणत असलेलं परिणामकारकता आणि कार्यक्षमतेचं संयुग. उच्च पातळीवरील उद्देश, मूल्यं, परिप्रेक्ष्यं प्रकारच्या विचारपद्धतीचे असंख्य प्रेरणात्मक स्रोत आहेत आणि फोन क्रमांक, पत्ते किंवा वाण्याची यादी यांसारख्या अतिसामान्य गोष्टी नोंदवण्याकरताही अनेक सामान्य साधनं आहेत. मात्र, या दोन्ही पातळ्यांशी तितकीच जवळीक असणारी आणि त्यांना एकमेकींशी जोडणारी आचरणं जगात विरळाच आहेत.

> *आदर्शवादी मनुष्याला लघु पल्ल्याचं महत्त्व वाटत नसतं. निराशावादी मनुष्याला दीर्घ पल्ल्याचं महत्त्व वाटत नसतं. वास्तववादी मनुष्याला माहीत असतं की, लघु पल्ल्यामध्ये जी गोष्ट केली जाते किंवा न केली जाते, तीच दीर्घ पल्ला काय असेल हे ठरवते.*
>
> - सिडनी जे. हॅरिस

माझ्या दृष्टीनं याला काय अर्थ आहे? मला या बाबतीत काय खरं व्हायला हवं आहे? हे घडवून आणण्याकरता पुढची कृती कोणती? हे महत्त्वाचे प्रश्न आहेत आणि कधी ना कधी प्रत्येक गोष्टीच्या संदर्भात आपण त्यांची उत्तरं द्यायला हवी असतात. ही विचारपद्धती आणि त्याला आधार देणारी साधनं तुम्हाला कल्पनाही नसेल इतकी उपयुक्त ठरतील.

स्वाभाविक नियोजनातली शक्ती

स्वाभाविक प्रकल्प नियोजनाचं मूल्य म्हणजे ते कुठल्याही प्रसंगामध्ये विचार करण्याचा एक एकात्मिक, लवचीक आणि सुसूत्र मार्ग देतं. संकलन, सुस्पष्टीकरण, संघटन, विचारमंथन आणि कृती या पाच पायऱ्यांची ही प्रक्रिया तुमच्या जीवनातल्या सर्वच गोष्टींमध्ये स्थैर्य आणण्याचा एक सुसंबद्ध मार्ग आहे. स्वाभाविक नियोजनामुळे अधिक नेमक्या क्षेत्रांमध्ये एक शैथिल्यपूर्ण आणि केंद्रित नियंत्रण निर्माण होतं.

तुम्ही जे काही करत असाल, त्याच्या उद्देशाबद्दल प्रश्न उपस्थित करणं निरोगीपणाचं आणि प्रगल्भपणाचं असतं. पद्धत स्पष्ट होण्याआधी यशाच्या प्रतिमा निर्माण करण्याची क्षमता, हा एक खूप विलक्षण स्वभावविशेष आहे. त्याला अधिक बलवान करणं आवश्यक आहे. चांगल्या असो किंवा वाईट; पण कल्पना सुचण्याकरता तयार असणं आणि त्या कुठलाही निर्णय न घेता संकलित आणि व्यक्त करणं आपल्या सर्जनात्मक बुद्धिमत्तेला पूर्णपणे गवसणी घालण्याकरता अत्यंत महत्त्वाचं असतं. अनेकविध कल्पना आणि माहितीचे प्रकार जाणून घेऊन, एका विशिष्ट परिणामाच्या दिशेनं रोखलेले घटक, क्रम आणि प्राधान्यक्रम तयार करणं ही एक अत्यावश्यक मानसिक शिस्त आहे आणि खऱ्याखुऱ्या पुढच्या कृती ठरवणं व करणं - प्रत्यक्ष जगातल्या कुठल्यातरी गोष्टीबाबत प्रत्यक्ष हालचाल करणं - हा उत्पादकतेचा गाभा आहे.

> *आपली इच्छा काय आहे, हे ज्याला स्वच्छपणे माहीत असतं अशा मनुष्याचा मी आदर करतो. जगामधला बहुतांश खोडसाळपणा लोकांना त्यांचे उद्देश पुरेसे समजलेले नसण्यातूनच उगम पावत असतो. त्यांना एक उंच इमारत बांधायची असते; पण तिचा पाया तयार करताना मात्र ते एखाद्या झोपडीचा पाया बांधण्याएवढंच काम करतात.*
>
> - योहान वूल्फगँग फॉन गोथ

हे सर्व घटक समयोचितपणे आणि योग्य त्या संतुलनासह एकत्र आणू शकण्याची क्षमता हा या नव्या सहस्रकाकरता आवश्यक असलेल्या व्यावसायिक कौशल्यातला एक मोठा घटक ठरावा; पण व्यावसायिक आणि खासगी वर्तनाचं

एक प्रमाण हे स्थान त्याला अद्याप मिळालेलं नाही. ही जाणीव जीवनाच्या प्रत्येक बाजूला लागू करणं हे काम अजूनही खूप अवघड आहे. स्वाभाविक नियोजन साचा स्वाभाविक असला तरी बऱ्याच बाबतींत तो आपोआप लागू होत नाही.

पण या साच्याचे काही भाग जरी आपल्या वर्तनामध्ये समाविष्ट केले गेले, तरी त्याचा खूप फायदा होतो. या साच्याबद्दल गेल्या अनेक वर्षांमध्ये, लोकांच्या मला मिळणाऱ्या प्रतिक्रिया हीच गोष्ट खरी ठरवत असतात की, स्वाभाविक नियोजनाचा वापर थोडा जरी वाढवला, तरी त्यामुळे खूप मोठ्या प्रमाणावर सुधारणा होते. आयुष्याच्या प्रत्येक बाबतीत विचारमंथन हे लोकांचं एक प्रमाण साधन ठरत असल्याचं पाहणं प्रचंड आनंददायी आहे. महत्त्वाच्या बैठका आणि चर्चांना आकार देण्याकरता या साच्याचा उपयोग केलेल्या वरिष्ठ अधिकाऱ्यांकडून त्यांना याचा खूपच फायदा झाल्याचं ऐकायला मिळणं हे खूप समाधान देणारं आहे. या सगळ्याचा अर्थ, जगातली कुठलीही गोष्ट घडवून आणण्याकरता, आपलं मन स्वाभाविकतः जसं कार्य करतं, त्याच पद्धतीवर आपलं लक्ष केंद्रित करायला हवं याला पुष्टी देणाऱ्याच आहेत.

सोप्या भाषेत, हा साचा म्हणजे आपण ज्या कशाला आपलं काम मानतो, त्या प्रत्येक गोष्टीचे परिणाम आणि कृती निश्चित करण्याचं मूलभूत तत्त्व होय. हे दोन केंद्रीकरण बिंदू जेव्हा आपल्या दैनंदिन जीवनातलं प्रमाण बनतात, तेव्हा आपली उत्पादकता एका वेगळ्याच पातळीवर जाऊन पोहोचते. त्यांच्या जोडीला ब्रेनस्टॉर्मिंग किंवा विचारमंथनाची सवय - प्रकल्पासंबंधी कल्पना, दृष्टिकोन आणि तपशील संकलित करण्याचा सर्वांत सर्जनशील मार्ग - अंगीकारली तर हा ताणमुक्त राहून गोष्टी घडवून आणण्याकरताचा एक उत्तम वर्तन संच ठरेल.

संस्थांतर्गत सकारात्मक संस्कृतीकडे प्रस्थान

एखाद्या गटाची उत्पादकता पातळी वाढवण्याकरता खूप मोठे बदल करण्याची आवश्यकता नसते. या पद्धतीचा काही महत्त्वाच्या लोकांनी थोडाफार अवलंब करताच गोष्टी अधिक जलद आणि अधिक सहजपणे घडून येतात, असं इतर लोक मला सांगत असतात.

क्रिया, मालमत्तांची वाटणी (ॲसेट ॲलोकेशन), संपर्क, धोरणं आणि कार्यपद्धती यांचं ध्येयं आणि अपेक्षित परिणामांच्या तुलनेत विधायक मूल्यमापन करणं, हे माझ्या माहितीतल्या प्रत्येक संस्थेकरता अधिकाधिक महत्त्वाचं ठरत चाललेलं आहे. जागतिकीकरण, स्पर्धा, तंत्रज्ञान, बदलत्या बाजारपेठा, अनिश्चित आर्थिक तेजी-मंदी आणि कामगिरी व उत्पादनांची उंचावलेली मानकं यांच्या दबावामुळे आपल्या

कंपन्यांसमोरची आव्हानं वाढतच आहेत; त्यामुळे परिणाम/कृती यांच्या संदर्भात विचार करणं एकविसाव्या शतकातलं एक आवश्यक वर्तन ठरत आहे.

या बैठकीमध्ये आपल्याला काय घडायला हवं आहे? या फॉर्मचा उद्देश काय आहे? या कामाकरता आदर्श असलेल्या व्यक्तीने काय करायला हवं? या सॉफ्टवेअरद्वारे आपल्याला काय साध्य करायचं आहे? हे आणि असे अनेक प्रश्न विचारले जाण्याची आजही अनेक ठिकाणी वानवा आहे. मोठ्या बैठकींमध्ये ऐकायला छान वाटणारं खूप काही बोललं जातं; पण आपण हे का करतो आहोत? आणि हे काम यशस्वीरीत्या पूर्ण झाल्यावर कसं दिसेल? असे प्रश्न विचारायला शिकणं आणि दैनंदिन कामकाजाच्या पातळीवर त्या प्रश्नांची उत्तरं लागू करणं, यामुळेच सखोल परिणाम निर्माण होतील.

सामान्यतः कंपन्यांमध्ये वरिष्ठ पातळ्यांवर व्यक्त करण्यात येणाऱ्या उत्पादकता-विषयक तक्रारी ई-मेल आणि बैठकांवरच केंद्रित असतात - या गोष्टी अति प्रमाणात होतात, त्यातल्या धोरणांशी निगडित नसलेल्या गोष्टी हाताळण्यात खूपच जास्त वेळ वाया जातो इत्यादी. ही संवादाची माध्यमं एका अनुत्पादक आणि ऊर्जा घेणाऱ्या भोवऱ्यामध्ये परिवर्तित होणं सहज शक्य असतं. नेमकी दिशा नसलेल्या बैठका अनावश्यक ई-मेल्सना जन्म देतात आणि मग त्या ई-मेल्स स्पष्टीकरणासाठीच्या बैठका निर्माण करतात, त्यातून मग आणखी ई-मेल्स तयार होतात आणि हे असंच चालू राहातं. संस्थेमध्ये बैठका आणि ई-मेल्स आवश्यक असतात; पण बहुतेक वेळा त्या अपरिहार्य त्रास या सदरात मोडतात. याचं मुख्य कारण म्हणजे उद्दिष्टं आणि अपेक्षित परिणाम यासंदर्भात त्यांच्यातला काटेकोरपणाचा अभाव!

व्यक्ती तक्रार करण्यापासून आणि भक्ष्य भावनेपासून परिणाम व कृती ठरवण्याकडे सरकतील, तसं त्यांना आपोआपच सामर्थ्य मिळाल्यासारखं वाटेल. एखाद्या गटामध्ये जेव्हा ही गोष्ट प्रमाण बनते, तेव्हा गटातलं वातावरण आणि त्याच्या फलितामध्ये लक्षणीय सुधारणा होते. तोंड देण्याकरता इतर पुष्कळ समस्या असतात; नकारात्मकता आणि निष्क्रिय विरोधाऐवजी इच्छित परिणामांवर लक्ष केंद्रित करणं जास्त आवश्यक आहे.

> *निश्चित कामाविना परिप्रेक्ष्य हे निव्वळ दिवास्वप्नासम असतं. परिप्रेक्ष्याविना निश्चित काम ही निव्वळ ढोरमेहनत असते; पण एक परिप्रेक्ष्य आणि एक निश्चित काम एकत्र आल्यास ती जगाची आशा बनते.*
>
> - ससेक्स, इंग्लंड येथील एका चर्चमधून. इ. स. सुमारे १७३०

लोक त्यांचे इन-ट्रे, ई-मेल्स आणि इतरांबरोबरची संभाषणं कसे हाताळतात, याचं प्रतिबिंब त्यांच्या संस्कृती आणि संस्थेच्या व्यापक सत्य परिस्थितीमध्ये दिसून

येतं. वैयक्तिक पातळीवर गोष्टी विसरल्या गेल्या, कृतीसंबंधी निर्णय घेण्याला सुरुवातीपासूनच विरोध होत राहिला, सर्व शिथिल बाबींचं व्यवस्थापन जबाबदारीनं केलं गेलं नाही तर याच गोष्टी गटाच्या पातळीवर अजून मोठ्या होऊन दिसतील आणि गट किंवा संस्थेच्या संस्कृतीमध्ये ताणयुक्त, आगी शमवण्याची मानसिकता तयार होईल. त्याउलट जर व्यक्ती 'गेटिंग थिंग्ज डन'मधील तत्त्वं पाळत असतील तर संस्कृतीमध्ये एका उच्च कामगिरीच्या नव्या मानकाची अपेक्षाही निर्माण होईल आणि त्याची अनुभूतीही मिळेल. समस्या आणि संघर्ष त्यामुळे नाहीसे होणार नाहीत. या जगामध्ये तुम्ही बदलू पाहात (किंवा टिकवून ठेवू पाहात) असलेल्या कुठल्याही गोष्टीमध्ये ते अंतर्भूतच असतात. मात्र, या पुस्तकामध्ये दिलेली कामकाजविषयक वर्तनं त्यांचा सर्वांत उत्पादक पद्धतीनं समाचार घेण्यायोग्य केंद्रितता आणि आराखडा पुरवतील.

मला नेहमी विचारलं जातं की, ही कार्यपद्धत एखाद्या संस्थेमध्ये सुधारणा कशी काय घडवून आणू शकेल? खरं सांगायचं तर मी मांडलेली सर्व तत्त्वं एखाद्या संस्थेलाही तितकीच लागू पडतात, जितकी ती एखाद्या व्यक्तीला लागू पडतात. जी गोष्ट गटाचं लक्ष गुंतवून ठेवते आहे, ती संकलित करणं, अपेक्षित अंतर्भूत परिणाम आणि आवश्यक कृती स्पष्ट करून घेणं, नियमितपणे ताज्या स्थितीचा आढावा घेत राहाणं, नव्या सत्यता स्वीकारणं आणि सातत्यानं संसाधनांचं मूल्यमापन आणि वाटप करत राहाणं, या सगळ्या गोष्टी कुठलाही गट किंवा कंपनीकरता मूलभूत चांगल्या सवयी आहेत; पण ज्याप्रमाणे तुम्ही एखाद्या संस्थेला वाचायला शिकवू शकत नाही, तद्वतच 'गेटिंग थिंग्ज डन'द्वारे तुम्ही शब्दशः एखाद्या संस्थेमध्ये सुधारणा घडवून आणू शकत नाही. ज्ञानाधिष्ठित अर्थव्यवस्थेमध्ये काहीही करू शकण्याकरता बहुतेक संस्थांना वाचू शकणाऱ्या लोकांची आवश्यकता असते आणि हे घडण्याकरताचे प्रशिक्षण आणि आधार, संस्थेची संस्कृती पुरवू शकते. चालू शतकामध्ये संस्थेला ज्या नव्या पातळ्यांवर काम करण्याची गरज आहे, त्याकरता अशा गोष्टी परिणामकारकरीत्या घडवून आणू शकण्याची कला उत्तमपणे अवगत असणारे लोकदेखील आवश्यक ठरतील. ही गोष्ट जेव्हा एखाद्या कंपनीमध्ये तिच्या अपेक्षा, प्रशिक्षण, रचना यांद्वारे वरपासून खालपर्यंत दिसू लागेल, तेव्हा त्या कंपनीची एकूण उत्पादकता अद्भुत ठरू शकेल.

१४

जीटीडी आणि आकलनशास्त्र

'गेटिंग थिंग्ज डन'ची पहिली आवृत्ती प्रसिद्ध झाल्यापासून सामाजिक आणि आकलनात्मक मानसशास्त्राच्या क्षेत्रामध्ये झालेल्या लक्षणीय संशोधनानं या कार्यपद्धतीच्या मुळाशी असलेल्या तत्त्वांची उपयुक्तता दस्तऐवजात आणि प्रमाणित केली आहे. आता आतापर्यंत या रीतींना फक्त प्रयोगांद्वारे आणि मौखिकच दुजोरा मिळू शकत होता. संकलन, स्पष्टीकरण, संघटन आणि त्यातून निर्माण होणाऱ्या कामांच्या साठ्यावर विचार करण्याच्या जीटीडी तंत्रांचा उपयोग केलेली कुणीही व्यक्ती एकसारखेच परिणाम मिळाल्याचं सांगत असे : अधिक सुस्पष्टता, नियंत्रण आणि केंद्रितता तसेच त्या अनुभवाशी निगडित सर्व वैयक्तिक आणि संस्थात्मक लाभ. मी आतापर्यंत सांगितलेल्या कृती जर तुम्ही काही प्रमाणात तरी अमलात आणायला सुरुवात केली असेल तर तुम्हाला तुमच्या आचरणामध्ये काहीतरी सकारात्मक वाढ झाल्याचं नक्की जाणवलं असेल.

आकलनशास्त्राच्या (संज्ञानात्मक विज्ञान) क्षेत्रामधील तज्ज्ञांनी संकलित केलेल्या वैयक्तिक आणि संस्थात्मक बाजूंच्या काटेकोर अभ्यासांमधून आता या कार्यपद्धतीला आणि तिच्यामुळे सुधारणा का व कशा होतात याला, मूलभूत आधार देणारी माहिती समोर येते आहे. एका अर्थी हे म्हणजे, आपल्याला समजायला लागल्यापासून जी गोष्ट आपण सर्वचजण अनुभवत आलो आहोत आणि हाताळतो आहोत ते गुरुत्वाकर्षण खरोखरच अस्तित्वात आहे असं कुणीतरी आता आपल्याला सिद्ध करून दाखवतो आहे; पण एका वेगळ्या दृष्टीनं पाहता, मी इथे दिलेल्या कार्यप्रवाहावर प्रभुत्व मिळवण्याच्या सल्ल्याला आणि 'गेटिंग थिंग्ज डन'मध्ये वर्णन केलेल्या सोप्या दिसणाऱ्या प्रक्रिया आणि वर्तनांचे एवढे ठोस परिणाम का मिळत आहेत या गोष्टीला, आवश्यक असलेली विश्वसनीयता त्यामुळे मिळते आहे.

या कार्यपद्धतीला आधार देणारं संशोधन ज्या विविध संदर्भचौकटी आणि वर्गांमध्ये झालं आहे, ते खालीलप्रमाणे -

- सकारात्मक मानसशास्त्र
- विभाजित आकलन - बाह्य मनाचं मूल्य
- अपूर्णतांचा आकलनात्मक बोजा कमी करणं
- प्रवाह सिद्धान्त
- स्वयंनेतृत्वाचा सिद्धान्त
- अंमलबजावणीच्या इच्छेद्वारे उद्दिष्टपूर्तीचे प्रयत्न
- मानसिक भांडवल

जीटीडी आणि सकारात्मक मानसशास्त्र

२००० साली मार्टिन सेलिग्मन अमेरिकन सायकॉलॉजिकल असोशिएशनचे अध्यक्ष झाले. आपल्या अध्यक्षीय भाषणामध्ये त्यांनी त्यांच्या व्यवसायाला आव्हान दिलं की, त्यानं मानवी अवस्थांच्या फक्त नकारात्मक अंगांचं वर्णन करणं, त्यांचा अभ्यास करणं आणि तत्संबंधीचं रोगनिदान करणं यावरून आपलं लक्ष हटवावं आणि ते मानव असण्याच्या सकारात्मक बाजूंकडे वळवावं. अर्थात, त्यांचा हा संदेश म्हणजे विसाव्या शतकाच्या मध्यावर अब्राहम मास्लो यांनी मांडलेल्या विचारांचंच; पण जरा जास्त मुख्य प्रवाहातलं प्रकटीकरण होतं, ज्यांमध्ये वैयक्तिक समाधान हे मानसशास्त्रातलं सर्वांत समृद्ध क्षेत्र मानलं गेलं होतं; पण सेलिग्मन यांच्या आव्हानानंतर सकारात्मक मानसशास्त्र या क्षेत्राचा एक पूर्ण घटक म्हणून पुढे आलं.

दृष्टिकोनातल्या या बदलामुळे निर्माण झालेलं संशोधन मूलभूत आणि उपयोजित अशा दोन्ही पातळ्यांवर होऊ लागलं. त्यातून अनेक मानसशास्त्रीय मांडण्या समजण्यास मदत झाली; ज्याचा उपयोग करून अनेकांच्या जीवनामध्ये सुधारणा करण्यात आल्या. सकारात्मक मानसशास्त्र ही तशी एक विस्तृत शाखा आहे; पण त्यातली काही संबंधित अंगं म्हणजे आनंद, मानसिक समाधान, प्रवाह/उचित अनुभूती, अर्थ, जोष, उद्देश, विश्वसनीय नेतृत्व, बलस्थानं, मूल्यं, चारित्र्य आणि सद्गुण. या गोष्टींमध्ये आता संपूर्ण जगभरात पदवी अभ्यासक्रम सुरू झाले आहेत आणि ही क्षेत्रं अधिकाधिक विस्तारत आहेत.

पण याचा 'गेटिंग थिंग्ज डन'शी काय संबंध? जीटीडी हे काही केवळ कामं आणि प्रकल्प व्यवस्थापनाचं साधन नव्हे. अनेक बाबतींत त्याचा संबंध अर्थपूर्ण काम करणं, सजग जीवन जगणं आणि मानसिक आरोग्याशी येतो; फक्त अधिक कार्यक्षम किंवा उत्पादक होण्याच्या पद्धती दाखवून देण्याशी नाही. आपल्या कामांमध्ये परिणामकेंद्रित विचार करण्याचा तसेच आपले विचार अधिक सुस्पष्ट

होण्याच्या दृष्टीनं परिणाम संकलित करणं, सुस्पष्ट करून घेणं, संघटित करणं आणि त्यांचं मूल्यमापन करणं याचा एक जास्त उपयुक्त मार्ग साध्य करण्यावरचा भर (आणि आवश्यकता), आपली जीवनानुभूती खरोखरच अधिक सुखकर करणाऱ्या मूलभूत क्रिया स्पष्ट करतो.

पण हे असं असलं (आणि तुम्ही अनुभव घेतला असल्यास अनुभवाला आलेलं असलं) तरी, 'गेटिंग थिंग्ज डन'मधील तत्त्वं आणि क्रियांशी जवळून संबंध येणाऱ्या, आपली मानसिकता, आपलं आरोग्य आणि आपली कामगिरी यांच्यामधील संबंधांच्या अधिक नेमक्या अंगांवर केंद्रित असलेले विविध सिद्धान्त आणि अभ्यास जाणून घेणं रोचक ठरू शकेल.

विभाजित आकलन - बाह्य मनाचं मूल्य

२००८ साली बेल्जियममधील दोन संशोधकांनी पडताळून पाहता येण्याजोगा डेटा आणि संज्ञानात्मक विज्ञानातल्या सिद्ध झालेल्या सिद्धान्तांच्या दृष्टिकोनातून माझ्या कार्यपद्धतीचं विश्लेषण करून एका व्यावसायिक नियतकालिकामध्ये एक लक्षवेधी शोधनिबंध प्रसिद्ध केला होता, ज्याचं नाव होतं गेटिंग थिंग्ज डन : ताणमुक्त उत्पादकतेमागील शास्त्र.* त्यांनी केलेलं चाणाक्ष आणि सविस्तर

> तुमचा मेंदू कल्पना निर्माण करण्याकरता आहे; त्या साठवण्याकरता नाही.

मूल्यमापन, तसंच काढलेले निष्कर्ष मी इथं सांगू शकेन त्यापेक्षा खूप मोठे आहेत. (हा शोधनिबंध वारंवार वाचण्याजोगा आहे.) त्यात त्यांनी केलेलं प्रतिपादन खूप सखोल आहे एवढं सांगितलं तरी पुरे. हे प्रतिपादन म्हणजे, तुमच्या मनाची रचना नमुने ओळखून त्याआधारे कल्पना करण्याच्या दृष्टीनं केलेली असते, फारशा इतर गोष्टी लक्षात ठेवण्याकरता नाही.

ज्या पद्धतीनं मनाचा विकास झालेला आहे, त्यानुसार ते एखादी गोष्ट ओळखण्यामध्ये अत्यंत हुशार आहे; पण गोष्टी आठवायच्या बाबतीत मात्र ते कुचकामी आहे. तुम्ही दिवसाच्या कॅलेंडरवर फक्त एक नजर फिरवून आजचा एकूण दिवस, त्यात काय-काय आहे आणि त्याला कुठले-कुठले संदर्भ आहेत हे जाणून घेऊ शकता; पण निव्वळ स्मरणशक्तीद्वारे पुढच्या चौदा दिवसांमध्ये काय-काय होणार आहे हे आठवण्याचा प्रयत्न केलात तर मात्र तुमचे हाल होतील.

---

* फ्रान्सिस हेलिघेन आणि क्लेमंट विदाल, गेटिंग थिंग्ज डन : द सायन्स बिहाइंड स्ट्रेस-फ्री प्रोडक्टिव्हिटी, लाँग रेंज प्लॅनिंग ४१, क्र. ६ (२००८) : ५८५-६०५.

* द ऑर्गनाइझ्ड माइंड : थिंकिंग स्ट्रेट इन द एज ऑफ इन्फर्मेशन ओव्हरलोड, डॅनियल जे. लेविटीन (न्यूयॉर्क : डटन, २०१४)

माहितीयुगामध्ये आपल्याशी संबंधित डेटाचं व्यवस्थापन करणं आणि त्याबद्दल माहिती ठेवणं या बाबतीतल्या आपल्या मर्यादित क्षमतेशी निगडित संज्ञानात्मक विज्ञानाच्या क्षेत्रामधील नवीन शोधांबद्दल, तसेच एक बाह्य मेंदू निर्माण करून त्याचा उपयोग करण्याच्या गरजेबद्दल डॅनियल लेविटीन यांनी त्यांच्या 'द ऑर्गनाईझ्ड माइंड' या पुस्तकामध्ये सुरेख विवेचन केलं आहे.

मुख्य मुद्दा असा की, तुम्ही जेव्हा तुमच्या स्मरणशक्तीला संघटनप्रणाली म्हणून वापरता (या पृथ्वीतलावरील प्रत्येक व्यक्ती तिच्या जीवनामध्ये करत असलेल्या प्रत्येक गोष्टीकरता अजूनही हेच करते.) तेव्हा तुमचं मन दडपून जाईल आणि अक्षम बनेल, कारण जे कष्टप्रद काम करण्याची त्याची कुवत नाही तेच तुम्ही त्याला करायला लावत असता.

पण तुम्ही जर त्याचं लक्ष नंतर करण्याच्या विचार आणि कृतींची योग्य ती स्मरणकं योग्य प्रकारे आणि कार्यक्षमतेनं तयार करण्याकडे वळवलंत (जसं एखादी ई-मेल वाचून त्यातली समस्या आणि संधी हाताळण्याकरता तुमच्या कॅलेंडरवर एखादी बैठक आयोजित करून ठेवणं) तर एकाग्र होण्यासाठी योग्य संदर्भासहित नेमक्या गोष्टी मिळाल्यावर ते करू शकत असलेला आपोआप आणि चांगला विचार करण्याकरता ते शिथिल राहू शकतं. मग त्या बैठकीकरता तयार राहण्याकरता पुरेशी आधीच तिची नोंद तुम्हाला कॅलेंडरवर दिसेल हे तुम्ही खात्रीनं सांगू शकता.

ज्या गोष्टींसाठी एकाग्र लक्ष पुरवणं, ते त्वरित व कार्यक्षमतेनं कामात आणणं आणि योग्य वेळी योग विचार करण्याकरता ट्रिगर्स संघटित करणं आवश्यक असतं त्या ओळखण्याची पद्धत जीटीडी तुम्हाला पुरवतं. वर उल्लेखलेल्या बेल्जियन संशोधकांनी, आपलं मन कोणत्या गोष्टी उत्तम प्रकारे करू शकतं आणि कोणत्या गोष्टी करू शकत नाही, हे खूप छान समजावून सांगितलेलं आहे. त्यात त्यांनी आपण किमान विचारांच्या साह्यानं सखोल परिणाम अधिक परिणामकारकरित्या कसे मिळवू शकतो याकरता एक रचना दिलेली आहे.*

अपूर्णतांचा आकलनात्मक बोजा कमी करणं

चालू शतकाच्या सुरुवातीच्या काळात डॉ. रॉय बौमाइस्टर प्रभृतींनी अपूर्ण राहिलेल्या गोष्टींच्या - उद्दिष्टं, प्रकल्प, परिणाम इ. - आपल्या जाणिवांवर होणाऱ्या

---

* हेलिघेन हे कीटकांच्या वर्तनाच्या विश्लेषणातले तज्ज्ञ आहेत - तुलनात्मकदृष्ट्या मेंदूच नसलेले जीवदेखील किती मोठे उपयुक्त परिणाम मिळवतात. मुख्यतः 'गेटिंग थिंग्ज डन'च्या माध्यमातून मानवानंदेखील असंच का करायला हवं याचं रोचक विवेचन ते करतात.

परिणामांबाबत खूप उपयुक्त संशोधन केलं आहे. त्यांचे निष्कर्ष मी अनेक दशकांमध्ये जे अनुभवलं आहे - अपूर्ण कामं मनातली जागा व्यापून बसतात आणि त्यामुळे मग सुस्पष्टता आणि एकाग्रता यांच्यावर मर्यादा येते - त्याची पडताळणीच आहेत.*

पण गंमत म्हणजे, जीटीडी क्रियांशी मिळतंजुळतं, बौमाइस्टर यांनीदेखील हे सिद्ध केलं आहे की, मनावरचं ओझं कमी करण्याकरता ही अपूर्ण कामं पूर्ण करणं आवश्यक नाही. त्या बाबतीत पुढे काहीतरी घडेल याची खात्री करणारी विश्वासार्ह योजना असणं आवश्यक आहे.**

बौमाइस्टर यांच्या मॉडेलमध्ये, जोवर आपलं ट्रिगर किंवा स्मरणक आपण वाजवी कालावधीच्या आत ज्याकडे नक्की बघू अशा जागेमध्ये ठेवलेलं असेल, तोपर्यंत एखादी बांधिलकी पूर्ण करण्यासाठीची फक्त पुढची कृती ठरवणं हे नियोजनाचं पुरेसं फलित असतं. विलपॉवर या त्यांच्या सुंदर पुस्तकामध्ये माझे विचार आणि माझं मॉडेल अनेकदा उद्धृत केलेले आहे. आपण, विशेषतः ज्ञानाधिष्ठित कामामध्ये ज्या मानसिक स्नायूचा सतत वापर करायला हवा, त्या स्नायूच्या व्यवस्थापनाच्या संदर्भात त्यांनी माझे विचार आणि मॉडेल यांना स्थान दिलं आहे.***

प्रवाह सिद्धान्त

या क्षेत्रातल्या अधिक लोकप्रिय संकल्पनांपैकी एक, जिचा संबंध बरेचदा जीटीडीशी जोडला जातो, ती म्हणजे प्रवाह - काम आणि कामगिरी आवश्यक तितके चांगले असण्याची स्थिती. खेळाडू ज्याला झोनमध्ये असणं म्हणतात, ते म्हणजे प्रवाह आणि पहिल्या प्रकरणामध्ये मी जी पाण्यासारखं मन ही संकल्पना मांडली आहे, तिच्याशी याचं खूप साधर्म्य आहे.

प्रवाहाच्या अनुभूतीमध्ये अनेक वेगवेगळे घटक असतात; ज्यातील अनेक घटक जीटीडी पद्धतीमध्ये समाविष्ट आहेत. ही अनुभूती घेण्याकरता एखाद्या कामामधलं तुमचं कौशल्य आणि तुमच्यासमोर असलेलं आव्हान समसमान असणं

---

* रॉय बौमाइस्टर आणि इ. जे. मॅसिकँपो, अनफुलफिल्ड गोल्स इंटरफिअर विथ टास्क्स दॅट रिक्वायर एक्झिक्युटिव्ह फंक्शन्स, जर्नल ऑफ एक्स्प्रिमेंटल सायकॉलॉजी ४७, क्र. २ (२०११) : पृ. ३००-११.

** रॉय बौमाइस्टर आणि इ. जे. मॅसिकँपो, कन्सिडर इट डन! प्लॅन मेकिंग कॅन एलिमिनेट द कॉग्निटिव्ह इफेक्ट्स ऑफ अनफुलफिल्ड गोल्स, जर्नल ऑफ पर्सनॅलिटी अँड सोशल सायकॉलॉजी १०१, क्र. ४ (२०११) : पृ. ६६७-८३.

*** रॉय बौमाइस्टर आणि जॉन टिएर्नी, विलपॉवर : डिस्कव्हरिंग द ग्रेटेस्ट ह्युमन स्ट्रेन्थ (न्यू यॉर्क - पेंग्विन प्रेस, २०११).

आवश्यक असतं. आव्हान तुमच्या कौशल्यापेक्षा मोठं असेल तर तुम्हाला चिंता उत्पन्न होईल आणि तुमचं कौशल्य आव्हानापेक्षा जास्त असेल तर तुम्हाला ती क्रिया करणं कंटाळवाणं वाटू लागेल.* सहसा प्रवाह स्थितीत हातातल्या कामावर पूर्ण एकाग्रताही येते आणि तुम्हाला सगळं काही नियंत्रणाखाली असल्यासारखं वाटत असतं तसेच सुस्पष्ट उद्दिष्टं तुमच्या डोळ्यांपुढे असतात. प्रवाह स्थितीतल्या व्यक्तींना आता पुढे काय होणार आहे याची सर्वसाधारण कल्पना असते आणि संपूर्ण कामाच्या दरम्यान त्यांना ताबडतोब फीडबॅक मिळत असतो. कृती आणि जाणीव एकमेकांच्या हातात हात घालून जात असल्याचाही अनुभव त्यांना येतो आणि त्या कामामध्ये त्यांचं स्वत्व आणि वेळेचं भान दोन्ही नष्ट होतात. हे लोक सहसा अंतःप्रेरित असतात आणि ते जी क्रिया करत असतात ती कुठल्याही बाह्य लाभाकरता नसून क्रियेसाठी क्रिया प्रकारे करत राहतात. प्रवाह स्थितीतले लोक सहसा योग्य त्या पातळीवर काम करत असतात आणि कामात पूर्णपणे बुडून गेलेले असतात. व्यक्तीनं एकदा प्रवाह स्थितीची अनुभूती घेतली की, मग ती सतत ती अनुभूती देणाऱ्या क्रियाच करत राहते.

मूलतः प्रवाहाची संकल्पना छंदांचा अभ्यास (गिर्यारोहण, चित्रकला इ.) करताना निर्माण करण्यात आली असली, तरी सिक्झेंटमिहाल्यी आणि ल फेवर** यांना असं आढळलं की, लोक छंदांपेक्षा (१८ टक्के) कामामध्ये (५४ टक्के) उच्च कौशल्यं आणि उच्च आव्हानं असलेल्या क्रिया करत असतात. सिक्झेंटमिहाल्यी यांनी स्पष्ट केलं की, अनेक कामांमध्ये व्यक्तीला प्रवाहस्थितीचा अनुभव देणारी उद्दिष्टं आणि फीडबॅक संरचना अंतर्भूतच असते. ही गोष्ट व्यक्तिनिष्ठ समाधानीपणाच्या अधिक उच्च पातळ्यांशी निगडित असते.***

जीटीडीमध्ये प्रवाहस्थितीच्या अनुभूतीतल्या अनेक गोष्टी आहेत, जसं सुस्पष्ट ध्येय असणं आणि फीडबॅक मिळणं. एका वेळी एकाच गोष्टीवर लक्ष केंद्रित करण्यावरचा जीटीडीचा भर प्रवाहानुभूतीच्या गाभ्याच्या जवळचा आहे - ज्यामध्ये

---

* मिहाली सिक्झेंटमिहाल्यी, फ्लो : द सायकॉलॉजी ऑफ ऑप्टिमल एक्स्पिरीयन्स (न्यू यॉर्क - हार्पर पेरेनियल, १९९०).

** एम. सिक्झेंटमिहाल्यी आणि जे. ल फेवर, ऑप्टिमल एक्स्पिरीयन्स इन वर्क अँड लीजर, जर्नल ऑफ पर्सनॅलिटी अँड सोशल सायकॉलॉजी ५६, क्र. ५ (१९८९) : पृ. ८१५-२२.

*** क्लाईव्ह फुलागर आणि इ. केव्हिन केलोवे, वर्क रिलेटेड फ्लो. इन अ डे इन द लाइफ ऑफ अ हॅपी वर्कर, संपादक अर्नोल्ड बी. बक्कर आणि केव्हिन डॅनियल्स (न्यू यॉर्क - सायकॉलॉजी प्रेस, २०१३), पृ. ४१-५७.

तुमच्या उत्तेजनांचं क्षेत्र मर्यादित असतं, अशा एकाच क्रियेमध्ये पूर्णपणे बुडून जाणं. जीटीडीचा अंगीकार केल्यानं व्यक्तींना त्यांच्या कामामध्ये आणि खासगी जीवनामध्ये प्रवाहस्थिती शोधणं सोपं जातं. कामं मेंदूतून काढून एका बाह्य प्रणालीमध्ये ठेवण्यानं ते प्रगती पाहू शकतात आणि तिचा मागोवा घेऊ शकतात. हा एक प्रकारचा फीडबॅकच असतो. काम आणि जीवनातल्या आपल्या बांधिलकींचं पूर्ण चित्र ज्ञात असण्यामुळे, कुठल्या क्षणी कशाकडे जास्त लक्ष द्यावं याचा निर्णय लोक अधिक चांगल्या प्रकारे घेऊ शकतात आणि त्यामुळे पुढे त्यांना हातातल्या कामात जास्त समरस होता येतं आणि प्रवाहस्थिती उत्पन्न होण्याची शक्यता खूपच वाढते.

तुम्ही एका वेळी तुमचं सचेत लक्ष एकाच गोष्टीवर ठेवू शकता. तुमचं लक्ष वेधणारी ती एकच गोष्ट असल्यास तुम्ही प्रवाहस्थितीत आहात.

स्वयंनेतृत्वाचा सिद्धान्त

१९८० च्या दशकाच्या मध्यावर, स्वयंव्यवस्थापनाच्या संकल्पनेची एक अभिव्यक्ती म्हणून स्वयंनेतृत्व समोर आलं. नेक आणि मँझ* यांच्या मते स्वयंनेतृत्व ही एक अशी प्रक्रिया आहे ज्यामध्ये व्यक्ती स्वतःच्या वर्तनावर नियंत्रण ठेवतात आणि विशिष्ट वर्तनात्मक तसेच संज्ञानात्मक धोरणांचा उपयोग करून स्वतःवर प्रभाव टाकतात. मोठ्या संख्येनं आलेली सरावकेंद्रित पुस्तकं, सैद्धांतिक आणि प्रायोगिक लेख, व्यवस्थापन आणि नेतृत्वगुणविषयक क्रमिक पुस्तकांचा समावेश आणि स्वयंनेतृत्व प्रशिक्षण कार्यक्रमांमधील वाढ या सर्व गोष्टींमुळे स्वयंनेतृत्व खूप लोकप्रिय झालं आहे.

स्वयंनेतृत्वाचा समावेश असलेली धोरणं सहसा तीन वर्गांमध्ये विभागली जातात - वर्तनकेंद्रित, नैसर्गिक प्रोत्साहन आणि विधायक विचारसाचा.

वर्तनकेंद्रित धोरणं ही सहसा वर्तनात्मक व्यवस्थापनाच्या ध्येयाबद्दल व्यक्तीची स्वयंजाणीव विकसित करण्यावर केंद्रित असतात. कामाच्या संदर्भात ही धोरणं आवश्यक; पण न आवडणारी कामं करण्यावर भर देणारी असतात. या प्रकारच्या धोरणांमध्ये स्वतःचं निरीक्षण करणं, स्वतःची ध्येयं निश्चित करणं, स्वतःला बक्षीस देणं, स्वतःला शिक्षा करणं आणि स्वतःला सूचना देणं यांचा समावेश होतो.

नैसर्गिक प्रोत्साहन धोरणं अशी परिस्थिती निर्माण करण्याचा प्रयत्न करतात,

---

* ख्रिस्तोफर पी. नेक आणि चार्ल्स सी. मँझ, मास्टरिंग सेल्फ-लीडरशिप : एम्पॉवरिंग युवरसेल्फ फॉर पर्सनल एक्सलन्स, ६ वी आवृत्ती (अप्पर सॅडल रिव्हर, एन) : पीअर्सन प्रेन्टिस-हॉल, २०१२), पृ. १९२.

ज्यांमध्ये एखादी क्रिया करणं हेच व्यक्तीला प्रेरणा किंवा प्रोत्साहन देणारं असतं. नावडती कामं किंवा क्रियांना अधिक आनंददायी बनवण्याच्या दृष्टीनं त्यांची पुनर्रचना करणं आणि त्यांच्यातल्या, काहीतरी मिळवून देणाऱ्या बाजूंकडे जाणीवपूर्वक लक्ष केंद्रित करणं यांच्याभोवती ही धोरणं फिरतात.

विधायक विचारसाचा धोरणं विशेषकरून कामगिरीवर सकारात्मक प्रभाव पाडणारे विचार करण्याचे मार्ग निर्माण करण्याशी संबंधित असतात. या धोरणांची उदाहरणं म्हणजे स्वयंसंभाषण, मानसिक चित्रं उभी करणं आणि परावृत्त करणाऱ्या धारणा व गृहीतकांच्या जागी सकारात्मक धारणा आणि गृहीतकं प्रस्थापित करणं.

> योग्य वेळी, योग्य गोष्टींबाबत तुमचे लक्ष वेधणाऱ्या योग्य सूचना स्वतःला देणं, ही ताणमुक्त उत्पादकतेची मूलभूत कृती होय.

जीटीडीच्या काही बाजू स्वयंनेतृत्वाच्या तिन्ही प्रकारांशी जुळणाऱ्या आहेत. त्यातली सर्वांत ठळक म्हणजे स्वयंसूचना. सुरचित जीटीडी प्रणालीमध्ये भविष्यातील कृतीला चालना देणाऱ्या शारीर वस्तूंची तरतूद असते. जीटीडीमध्ये नैसर्गिक प्रोत्साहन धोरणांचा काही भागदेखील समाविष्ट आहे. लहान-लहान पण वैतागवाण्या कामांचा शोध घेणं आणि ती करून टाकण्यामध्येही एक आनंदाची भावना असते. मेंदू पूर्णपणे रिकामा करणं आणि थोडा मोकळा वेळ हाताशी असणं यातून हे साध्य होऊ शकतं. शेवटची गोष्ट म्हणजे, जीटीडीमधला एक कळीचा घटक हा तुमच्या कामासंबंधी विचार करण्याचा मानसिक भाग असतो. यात तुम्ही तुमच्या कामांकडे मोठ्या प्रकल्पांची मालिका म्हणून पाहण्याऐवजी निश्चित अशा थेट पुढच्या कृती म्हणून पाहण्याचा समावेश होतो. पराभूत/दडपणयुक्त मानसिकतेऐवजी प्रेरणात्मक मनोवृत्ती बाणवण्यामुळे तुम्हाला अशा कामांमध्ये प्रगती करता येते ही गोष्ट तुमची मनोभूमिका सकारात्मक करण्याचं उत्तम उदाहरण आहे.

स्वयंनेतृत्वाच्या धोरणांचा उपयोग करून लोकांमध्ये स्वतःच्या उपयुक्ततेबद्दलची जाणीव वृद्धिंगत करता येते हे सिद्ध करण्यात आलं आहे आणि संस्थात्मक मानसशास्त्राच्या बाबतीत स्वतःच्या उपयुक्ततेबद्दलची जाणीव ही गोष्ट अनेक संशोधनांमधून सिद्ध झालेली आहे. तिचा संबंध पारंपरिक कर्मचारी आणि उद्योजकांच्या बाबतीतल्या कामातलं समाधान, कामगिरी आणि अन्य सकारात्मक संस्थात्मक वर्तनांशी जोडण्यात आलेला आहे.

ध्येयासाठी प्रयत्न/अंमलबजावणीच्या इच्छेद्वारे उद्दिष्टपूर्तीचे प्रयत्न

ध्येयं (इच्छित परिणाम) हा जीवनाचा एक अतिशय महत्त्वाचा भाग असतो

आणि वैयक्तिक तसेच व्यावसायिक अशा दोन्ही प्रकारच्या ध्येयांच्या पूर्तीमध्ये जीटीडी साह्य करू शकते. गोलवित्झर आणि ओटिन्जेन यांनी ध्येयपूर्तीवर एक मोठी संशोधनमालिका चालवली आहे, ज्यात कार्यान्वयनाची इच्छा (इम्प्लिमेंटेशन इन्टेन्शन) ही संकल्पना त्यांनी समाविष्ट केली आहे.* त्यांचं प्रतिपादन थोडक्यात असं की, ध्येयासाठी प्रयत्न केले जाण्याची (निर्धारित ध्येय पूर्ण करण्याकरता कृती करणं) खात्री करण्याचा सर्वोत्तम मार्ग म्हणजे ध्येयाशी संबंधित कृती केव्हा केल्या जातील, याबद्दल तुमच्या मनामध्ये कार्यकारण संबंध निर्माण करणं. तुम्ही जेव्हा वेळेआधी नियोजन करता (अंमलबजावणीची इच्छा) आणि कुठल्या कृती, कुठल्या संदर्भात केल्या जातील हे ठरवता, तेव्हा उचित वर्तनाकरता तुमच्या इच्छाशक्तीचा उपयोग करण्याची आवश्यकता न राहता ते आपोआपच घडेल. निराळ्या शब्दांत, तुम्ही जवळपास आपोआप करालच अशी एखादी गोष्ट तुम्हाला तुमच्या ध्येयपूर्तीची दिशा आणि त्यासाठीची ऊर्जा पुरवेल असा तुम्हाला विश्वास असेल तर ती ऊर्जा तुम्हाला आवश्यक तेव्हा मिळेलच! काय करावं, केव्हा करावं याबद्दल तुम्ही सतत चिंता किंवा विचार करत राहिलात तरी ती कमी होणार नाही.

परिणामाभिमुख कृती करण्याचं ट्रिगर म्हणून प्रणालीचा उपयोग करण्यानं जीटीडी आणि अंमलबजावणीची इच्छा जोडले जातात. उदाहरणार्थ, मी माझ्या कार्यालयामध्ये असेन आणि माझ्याकडे एक तास मोकळा वेळ असेल तसेच माझी ऊर्जेची पातळीही चांगली उच्च असेल, तेव्हा मी माझ्या कामांच्या यादीकडे बघेन आणि त्यातलं एखादं आव्हानात्मक आणि महत्त्वाचं काम निवडेन किंवा रविवारी दुपारी मी साप्ताहिक आढावा घेईन किंवा मला जेव्हा अस्वस्थ आणि दडपून गेल्यासारखं वाटत असेल, तेव्हा मी माझ्या मनातल्या सगळ्या गोष्टी बाहेर काढून ठेवेन, अशी अंमलबजावणीची इच्छा तुम्ही निश्चित करता. अंमलबजावणीच्या अशा संभाव्य इच्छांची संख्या खरोखर अगणित असते.

मानसिक भांडवल (सायकॅप)

मानसिक भांडवल (सायकॅप) ही कर्मचाऱ्यांच्या एकूण सक्षम स्थितीचं आणि तिच्या प्रभावाचं मूल्यमापन करण्याकरता संस्थात्मक मानसशास्त्रज्ञ जिचा उपयोग करू लागले आहेत, अशी एक तुलनेनं नवीन संरचना आहे. या संरचनेची चार

* पीटर एम. गोलवित्झर आणि गॅब्रिएल ओटिन्जेन, 'प्लॅनिंग प्रमोट्स गोल स्ट्रायव्हिंग', संपादक कॅथलीन डी. व्होस आणि रॉय एफ. बौमाइस्टर, हँडबुक ऑफ सेल्फ-रेग्युलेशन : रिसर्च थेअरी अँड अप्लिकेशन्स, २ री आवृत्ती, (न्यू यॉर्क - गिल्फर्ड, २०११), पृ. १६२-८५.

निश्चित अंगं आहेत - स्वयंउपयुक्तता, आशावाद, चिवटपणा आणि आशा.

- स्वयंउपयुक्तता याचा अर्थ आव्हानात्मक कामं हातात घेऊन त्यात यशस्वी होण्याकरता आवश्यक ते प्रयत्न करण्याचा आत्मविश्वास.
- आशावादामध्ये आत्ता आणि भविष्यात यशस्वी होण्याबद्दलच्या सकारात्मक कल्पना करण्याचा समावेश होतो.
- चिवटपणा म्हणजे अपयश आणि अडचणींचा सामना करून पुन्हा पहिल्या किंवा त्यापेक्षाही चांगल्या स्थितीत परत येणं.
- आशा म्हणजे ध्येयाकडे धीरानं वाटचाल करत राहाणं आणि आवश्यक वाटल्यास त्या ध्येयाकडे जाण्याचे मार्ग बदलणं.

यातली प्रत्येक गोष्ट काही प्रमाणात स्वतंत्रपणे विविध प्रकारच्या परिणामांचं अनुमान लावू शकते. उदाहरणार्थ, एखाद्या व्यक्तीच्या आशावादाची पातळी आकडेशास्त्रानुसार विशिष्ट परिणाम किंवा वर्तनांशी जुळू शकते. मात्र, या चारही घटकांचा - आजकाल मानसशास्त्रज्ञ ज्याला सायकॅप म्हणतात, त्यामध्ये एकत्रित विचार केला तर प्रत्येक घटकाच्या परिणामांची बेरीज करून जे अनुमान निघेल त्यापेक्षा कितीतरी जास्त ते निघू शकेल. एक रचना म्हणून तुलनेनं सायकॅप नवं असलं तरी त्याचा संबंध कामाच्या बाबतीतली कामगिरी* आणि मानसिक समाधानाची अवस्था** यांसारख्या अनेक सकारात्मक वैयक्तिक आणि संस्थात्मक परिणामांशी जोडण्यात आला आहे.

सायकॅप हे स्वभाववैशिष्ट्य कमी आणि एका अवस्थेचं वर्णन जास्त आहे. याचा अर्थ ती अशी गोष्ट आहे जी मिनिटागणिक म्हणजेच मनोवस्थेसारखी क्षणोक्षणी बदलू शकते किंवा बदलता येते, तिचं विकसन किंवा अवमूलन केलं

---

* एफ. लुथन्स, बी. जे. अव्होलिओ, जे. बी. अव्हे आणि एस. एम. नॉर्मन, पॉझिटिव्ह सायकॉलॉजिकल कॅपिटल : मेजरमेंट अँड रिलेशनशिप विथ परफॉर्मन्स अँड सॅटिस्फॅक्शन, पर्सोनेल सायकॉलॉजी ६०, क्र. ३ (२००७) : पृ. ५४१-७२.

टी. सन, एक्स. डब्लू. झाओ, एल. बी. यंग आणि एल. एच. फॅन, द इम्पॅक्ट ऑफ सायकॉलॉजिकल कॅपिटल ऑन जॉब एम्बेडेडनेस अँड जॉब परफॉर्मन्स अमंग नर्सेस : अ स्ट्रक्चरल इक्वेशन अप्रोच, जर्नल ऑफ ॲडव्हान्स्ड नर्सिंग ६८, क्र. १ (२०१२) : पृ. ६९-७९.

* जे.बी. अव्हे, एफ. लुथन्स, आर.एम. स्मिथ आणि एन.एफ. पामर, द इम्पॅक्ट ऑफ पॉझिटिव्ह सायकॉलॉजिकल कॅपिटल ऑन एम्प्लॉइ वेल-बीइंग ओव्हर टाइम, जर्नल ऑफ ऑक्युपेशनल हेल्थ सायकॉलॉजी १५,क्र. १ (२०१०) : पृ. १७-२८.

जाऊ शकतं. सोप्या शब्दांत सांगायचं तर एखादा दिवस चांगला आणि एखादा दिवस वाईट जाण्याचा अनुभव यावा तशी ती असते. तुम्हाला तुमच्या कामांवर नियंत्रण असल्यासारखं वाटतं की त्यांचं ओझं झाल्यासारखं? चांगली बातमी अशी की, अशा अवस्था वळवू तशा वळू शकतात. तुमच्या कुठल्याही मूलभूत बाजूमध्ये बदल करणं भाग न पडता तुम्ही या अवस्थेमध्ये बदल किंवा सुधारणा घडवून आणणाऱ्या गोष्टी करू शकता.

'गेटिंग थिंग्ज डन' उच्च सायकॅपचे चारही भाग आणि त्याचे अपेक्षित परिणाम यांच्याशी थेट जुळणारं आहे. कुठल्या क्षणी काय करायचं (किंवा नाही करायचं) याबद्दल चांगला निर्णय घेण्याच्या दृष्टीनं स्वतःप्रतीच्या आणि इतरांप्रतीच्या बांधिलकीचं एक पूर्ण चित्र निर्माण करून ते जतन करणं ही पद्धत शक्य करते. त्याचबरोबर ती आपोआपच एक आत्मविश्वास आणि नियंत्रण (स्वयंउपयुक्तता) विकसित करते. निव्वळ सर्व उघड्या गाठी ओळखून आणि त्यांना एका बाह्य मेंदूमध्ये साठवणं आणि त्याचबरोबर ठोस आणि करण्यायोग्य कृती पद्धतशीरपणे ओळखणं एवढं केलं तरी ते स्वनियंत्रण आणि दिशादिग्दर्शित वर्तनाचा एक सराव ठरतं. जीटीडीचा अवलंब करणाऱ्या व्यक्तीला नेमकं काय करायला हवं आहे आणि ते साध्य करण्याकरता त्याला नेमकी कुठली कृती करायला हवी आहे हे ठाऊक असतं आणि तेही उपलब्ध वेळ, ऊर्जा आणि संदर्भीय बंधनांमध्ये.

जीटीडीचा अंगीकार लोकांना अधिक आशावाद देणारा ठरतो, कारण प्रकल्पांची यशस्वी पूर्तता आणि त्यांचे सकारण आणि ध्येयदिग्दर्शित प्रयत्न यांचा मेळ घालणं जीटीडी त्यांना शक्य करतं. लोक अर्थपूर्ण प्रकल्प ओळखतात, ते पूर्ण करण्याकरता पुढच्या पायऱ्या निश्चित करतात आणि मग ही प्रक्रिया प्रकल्प आदर्श पद्धतीनं पूर्ण होईपर्यंत करत जातात. त्यानंतर जसजसं एक-एक यश मिळत जातं, तसतसं त्यांची अधिक सकारात्मक बांधिलकी स्वीकारण्याची क्षमता वाढत जाते.

याव्यतिरिक्त, जीटीडीमधल्या त्वरित निर्णय घेण्याकडे - काम निश्चित करण्याकरता काम करणं याकडे - आशा या घटकातल्या दोन्ही बाजूंचा (ध्येय निश्चित करणं आणि त्याकडे घेऊन जाणारे मार्ग ओळखणं) सराव म्हणूनही पाहता येतं. या त्वरित निर्णयप्रक्रियेदरम्यान लोक ध्येयं निश्चित करतात (काम पूर्ण झालं म्हणजे नेमकं काय झालं?) आणि ती पूर्ण करण्यासाठी करायच्या कृती शोधतात (पुढची कृती कोणती?)

अपयशातून सावरण्याच्या बाबतीत (चिवटपणा), जीटीडीचा अवलंब करणारे लोक जास्त यशस्वी ठरतात; या संकल्पनेसाठी अद्याप कुठलाही प्रायोगिक डेटा नसला, तरी अनेकानेक अत्यंत हुशार आणि सर्वोत्तम लोकांकडून मला या गोष्टीचा तोंडी दुजोरा मिळालेला आहे. जीटीडीचा वापर केल्यामुळे गंभीर कौटुंबिक आणीबाणी

किंवा नोकरी किंवा कारकिर्दीमधल्या उलथापालथींना तोंड देतानादेखील आपलं मानसिक संतुलन, स्थैर्य आणि उत्पादकता टिकून राहिल्याचे असंख्य अभिप्राय लोकांनी दिले आहेत. ही पद्धत व्यक्तीला शांती आणि अवघड परिस्थितीवर नियंत्रण असल्याची भावना देत असल्यानं ती तिची मानसिक क्षमता समोरचं काम करण्याकरता आणि क्षणोक्षणी अनेक गोष्टींमध्ये कमी-जास्त बदल करण्याकरता वापरू शकते. ताण किंवा अन्य विपरीत परिस्थितीमध्ये जे लोक सर्वाधिक स्पष्ट विचार करू शकतात आणि समोर येणाऱ्या परिणामांवर अधिक कार्यक्षमतेनं प्रक्रिया करू शकतात, ते तसं करू न शकणाऱ्या लोकांपेक्षा चांगल्या प्रकारे तणावातून बाहेर येण्याची शक्यता असते.

सायकॅप मॉडेल अशीही एक संरचना पुरवतं, ज्यामध्ये जीटीडीला एक सांस्कृतिक प्रमाण म्हणून अंगीकारलेल्या गटांना त्यांची संस्था ज्या प्रकारे प्रतिसाद देते, व्यवहार करते आणि परिणाम उत्पन्न करते त्याच्या तुलनेत लक्षणीय प्रमाणात अन्नसाखळीमध्ये वर सरकण्याचा अनुभव का येतो हे समजून घेता येतं. पुढे जाऊन संस्थात्मक मानसशास्त्राचा एक नेमका मांडण्याजोगा, पडताळून पाहता येण्याजोगा आणि विकसनसंबंधी भाग म्हणून सायकॅप पुढे येवो अथवा न येवो; पण जीटीडीचा अवलंब केल्यास तुम्हाला जे मिळतं त्यातल्या मानसिक, भावनिक, वैचारिक आणि अगदी शारीरिकदेखील लाभांचं वर्णन करण्याचा तो एक उत्कृष्ट मार्ग आहे.

हे मॉडेल वापरताना अगदी पहिल्या दिवसापासूनच्या माझ्या अनुभवावरून जे खरंच आहे हे मी जाणतो आणि जी गोष्ट असंख्य इतर लोकांनीही मान्य केलेली आहे त्याला दुजोरा देणारा नवा शास्त्रीय डेटाचा ओघ आगामी काळात सतत वाहणार आहे यात शंका नाही. या अनुभवांना आणि परिणामांना तोडच नाही.

१५

जीटीडीवर प्रभुत्व मिळवण्याचा मार्ग

प्रत्यक्षात जीटीडी ही एक आयुष्यभर करण्याची गोष्ट आहे आणि त्यात प्रभुत्वाच्या अनेक पातळ्या आहेत. ते व्हायोलिनसारखं एखादं वाद्य वाजवण्यासारखं, टेनिस किंवा बुद्धिबळासारखा खेळ खेळण्यासारखं आहे. ते गणित, मातीकाम, कलेचा इतिहास किंवा अगदी पालकत्वासारखं आहे. या सगळ्या विषयांमध्ये शिकणं आणि विशिष्ट हालचाली व तंत्रांच्या संचाचा उपयोग करण्याचा समावेश असतो. त्यात तुम्ही किती प्रवीण होऊ शकता किंवा त्यामध्ये शोधण्यासारखे किती बारकावे आहेत याला काही मर्यादा किंवा अंतच नसतो.

जीटीडी ही जीवनातील कामं आणि क्रिया करण्याची एक कला आहे, जी स्वतः सतत उत्क्रांत होत असते. तिचा संबंध तुमच्या बांधिलकी आणि स्वारस्याचे विषय ओळखणं आणि त्यांना आत्मविश्वास, तसंच प्रवाहस्थितीतून पार नेण्याशी असतो. कालौघात तुमचं काम आणि तुमच्या केंद्रिततेमध्ये नाट्यमय बदल होतात; पण त्या गोष्टी प्रभुत्वयुक्त पद्धतीनं हाताळणं ही एक निश्चित अशी क्रिया आहे जी शिकता येते आणि आयुष्यभर ती अधिकाधिक चांगली करत राहता येतं.

प्रभुत्व म्हणजे झेनसारखी पर्वतमाथ्यावर बसून मनःशांती आणि ब्रह्मज्ञान मिळाल्याची अंतिम अवस्था नव्हे. (अर्थात ही उपमा त्याकरता खूप छान वाटेल.) उलट, समोर कुठलंही आव्हान असो, हवं तेव्हा सुस्पष्टता, स्थैर्य आणि एकाग्रता साध्य करण्याचं माध्यम म्हणून सातत्यानं उत्पादक वर्तन करण्याच्या क्षमतेचं सादरीकरण म्हणजे जीटीडी आहे.

ही क्षमता तुम्ही किती चांगल्या प्रकारे विकसित केली आहे याची परीक्षा जगामधल्या कुठल्याही बदलाची नैसर्गिक आणि सामान्य लक्षणं असलेल्या अस्पष्ट, अस्थिर आणि विचलित करणाऱ्या गोष्टींशी जेव्हा तुमचा सामना होईल तेव्हाच होईल. पाण्यासारखं मन या संकल्पनेमध्ये पाणी नेहमी शांतच असतं असं गृहीत धरलेलं नाही. उलट पाणी प्रत्येक अडथळ्याशी संघर्ष करण्याऐवजी त्याचा यथायोग्य

समाचार घेत असतं. जीवनामध्ये असे अडथळे शाळेमध्ये गृहपाठ करण्यापासून ते नव्या नोकरीतल्या मागण्यांपर्यंत ते सेवानिवृत्त झाल्यावर काय करायचं याबद्दल अस्वस्थ करणाऱ्या अंधुकशा भावनेपर्यंत काहीही असू शकतात.

जीटीडीवरच्या प्रभुत्वामध्ये विविध उत्तम रीती शिकून आत्मसात करणं आणि त्यांच्याशी सर्वांगीणतेनं एकरूप होण्याचा समावेश होतो, ज्यामुळे एक अधिक उच्च अनुभूती मिळते. टेनिस खेळायला शिकताना तुम्ही त्यातल्या बॅकहँड, फोरहँड, लॉब आणि सर्व्हिससारख्या नेमक्या क्रियांवर लक्ष केंद्रित करत असता आणि जेव्हा तुम्ही प्रत्यक्ष खेळायला लागता तेव्हा या सगळ्या गोष्टी एकत्र करता. तुम्ही जसजसं खेळावर प्रभुत्व मिळवत जाता, तसतसं तुमचं लक्ष खेळाच्या एकूण रणनीतीला कवेत घेण्याइतकं प्रगल्भ होत जातं. त्याचप्रमाणे जीटीडीमध्ये सुरुवातीला तिच्या वेगवेगळ्या भाग, तंत्रं आणि साधनांवर प्रभुत्व मिळवावं लागतं आणि मग तुम्ही आयुष्य किंवा कामाचा खेळ खेळायला लागल्यावर त्यांचा उपयोग करायचा असतो. तुम्ही जेव्हा त्यांबद्दल विचार करावा न लागता एक योग्य प्रमाणामध्ये एकसंध असलेली प्रणाली आणि मार्ग वापरू लागता, तेव्हाच तुमचं प्रावीण्य दिसायला लागतं.

प्रभुत्वाचे तीन स्तर

जीटीडी पद्धत अंगीकारलेल्या लोकांशी गेल्या अनेक वर्षांपासून व्यवहार करताना मला, हे मॉडेल वापरण्याच्या संदर्भातील त्यांच्या प्रगल्भतेचे साधारणपणे तीन टप्पे लक्षात आले आहेत -

१. कार्यप्रवाह व्यवस्थापनातल्या मूलभूत तत्त्वांचा वापर करणं.
२. एक अधिक उच्च आणि एकसंध अशी संपूर्ण जीवनासाठीची व्यवस्थापन प्रणाली अमलात आणणं आणि
३. आपली कौशल्यं वापरून नित्य विस्तार पावणाऱ्या अभिव्यक्तीसाठी गोष्टी घडवून आणणं.

इथे कार चालवायला शिकण्याच्या अनुभवाची उपमा चपखल ठरेल. कार शिकण्यातला पहिला टप्पा म्हणजे प्राथमिक गोष्टींवर नियंत्रण मिळवणं, जेणेकरून तुम्ही ते यंत्र स्वतःला किंवा इतरांना दुखापत न करता हाताळू शकाल. इथे कृती अवघड आणि सहसा अकल्पनीय वाटतात; पण एकदा का तुम्ही लायसन्स मिळवण्याइतपत मजल मारलीत की, मग तुमचं जग नाट्यमयरीत्या सुंदर होऊन

जातं, कारण आता तुम्ही कोठेही जाऊ शकता आणि पूर्वी वाटलं नव्हतं अशा गोष्टी करू शकता. त्यानंतर अशी एक वेळ येते की, तुम्ही प्रत्यक्ष वाहन चालवण्याच्या क्रियेबद्दल विचारही न करता रस्त्यावरून फिरू शकता. ती क्रिया तुमच्या जीवनाचा एक भागच होऊन गेलेली असते. अखेर, तुम्ही खरोखर उच्च दर्जाची गाडी चालवण्याचं ठरवता. ही गाडी चालवण्यामध्ये तुम्ही समोर किती चांगल्या तऱ्हेनं एकाग्र होऊ शकता यामध्येच मुख्य आव्हान आणि संधी असतात. ही गाडी चालवताना तुम्ही गाडीशी एकरूप होऊन अतिशय उच्च समाधान आणि आनंदाची अनुभूती घेऊ शकता.

या प्रत्येक टप्प्याचं प्रतिनिधित्व तुमची केंद्रितता आणि विशिष्ट तंत्रांचं उपयोजन करण्याची क्षितिजं करतात. सुरुवातीला तुम्ही लहान-लहान, झटके दिल्यासारख्या कृती करत आहात असं भासतं; पण खरं तर त्या व्यवस्थित कृती असतात. फक्त त्या अगदी जवळच्या क्षितिजांवर केंद्रित असतात. मग जसजसं या प्रक्रियेशी तुमचा परिचय आणि आश्वस्तता वाढत जातात तसतसं तुमचं लक्ष थोडं पुढे, म्हणजे पुढची गल्ली किंवा द्रुतगती मार्गातून बाहेर पडण्यासाठीचं पुढचं वळण यांकडे जाऊ लागतं. त्यानंतर तुम्ही गावभरच्या रस्त्यांवरून समोर येणाऱ्या प्रत्येक प्रसंग-परिस्थितीबद्दल पूर्णपणे जागृत राहात हव्या त्या दिशेनं प्रवास करू लागता. तसंच जीटीडीची तंत्रं जसजशी तुमच्या अंगवळणी पडत जातात, तसतसं तुमचं लक्ष तुमच्या प्रणालीच्या यांत्रिक गोष्टींवरून दूर होतं आणि परिणामांवर केंद्रित होत जातं.

मूलभूत गोष्टींवर प्रभुत्व मिळवणं

सुरुवातीला कदाचित सोपं वाटेल; पण 'गेटिंग थिंग्ज डन'मधल्या मूलभूत गोष्टींवर प्रभुत्व मिळवण्याला काही काळ लागू शकतो. त्यातल्या संकल्पना आणि तत्त्वं समजणं आणि मान्य होणं सोपं असलं, तरी ती पूर्णपणे आचरणात आणण्याची प्रक्रिया तितकीशी सुलभ आणि आपोआप होणारी नाही. कार चालवणं, कराटे खेळणं, बासरी वाजवणं अशा कुठल्याही जरा कौशल्याच्या कामाच्या बाबतीतही असंच असतं. यातलं गमभन जमायला जरा वेळ लागतो. हजार वेळा सराव केल्यावर मात्र तुमच्यात ती सहजता, सामर्थ्य आणि आकर्षकता दिसू लागते.

उदाहरणार्थ, संभाव्यतः अर्थपूर्ण असलेली प्रत्येक गोष्ट तिनं मेंदूमध्ये राहून गोंधळ न माजवण्यासाठी विश्वासार्ह अशा बाह्य बकेट्समध्ये संकलित करण्याचं काम कार चालवताना योग्य वेळी योग्य गिअर टाकण्याइतकंच अवघड असतं. जीटीडी मॉडेलमधल्या बहुतेक गोष्टींप्रमाणे, गोष्टी लिहून ठेवणं ही क्रिया म्हणजे काही नवं कौशल्य नव्हे. उलट ते फालतू आणि बिनडोकपणाचं वाटत असतं. (ही

गोष्ट जर आत्ता महत्त्वाची नसेल तर मग त्यासाठी लिहिण्याचे कष्ट तरी कशाला?) आपले विचार डोक्याबाहेर काढून ठेवणं आणि एका सर्वव्यापी साधनाच्या साह्यानं एकही अपवाद न करता आवश्यक त्या क्रिया प्रत्यक्ष करून टाकण्याची सवय लावून घेणं हे खरं आव्हान आहे.

- सुरुवातीला अमलात आणूनही कालांतरानं सहजगत्या अपूर्ण, कालबाह्य आणि म्हणूनच निरुपयोगी ठरू शकणाऱ्या अन्य मूलभूत क्रिया म्हणजे - कामांच्या बाबतीत 'पुढची कृती'चा निर्णय घेण्याची टाळाटाळ करणं
- प्रतीक्षेत यादीचा पूर्ण उपयोग करणं, जेणेकरून इतरांकडून अपेक्षित असलेली प्रत्येक गोष्ट (डिलिव्हरेबल) साठवली जाईल आणि मग पाठपुरावा करण्याच्या दृष्टीनं पुरेशा वेळेआधी तिचा आढावा घेतला जाईल
- इतरांसोबतचे संवाद संकलित करण्याकरता आणि त्यांचं व्यवस्थापन करण्याकरता विषयपत्रिका यादीचा उपयोग करणं
- एक सोपी, हाताशी असलेली फायलिंग आणि संदर्भ साहित्य प्रणाली ठेवणं
- कॅलेंडरवर असंबंद्ध गोष्टी खरडून त्याची विश्वासार्हता घालवण्याऐवजी त्याला फक्त ठळक चित्र दर्शवण्याकरता राहू देणं
- आपल्या सर्व प्रणाली कार्यक्षम आणि अद्ययावत ठेवण्याकरता साप्ताहिक आढावा घेत राहणं.

मार्गभ्रष्ट होणं सहज घडू शकतं...

'गेटिंग थिंग्ज डन' तुम्हाला प्रामाणिकपणे अमलात आणायचं असल्यास सुरुवात करणं फारसं अवघड नाही, कारण या पुस्तकामध्ये मी सगळ्या तपशीलवार सूचना दिल्या आहेत. मात्र, एक वेळ अशी येईल की, तुमची सत्यपरिस्थिती तुमच्या अंगावर सर्व शक्तिनिशी धावून येईल आणि त्या वेळी जर नव्या क्रिया तुमच्या वर्तनामध्ये रुजलेल्या नसतील तर तुम्ही भरकटणं सहज शक्य आहे.

बहुतेक लोकांना सगळ्या गोष्टी मेंदूत ठेवण्याची एवढी सवय झालेली असते की, त्या परिचयाच्या सवयीकडे परत जाणं सहज घडू शकतं. पुढची कृती ठरवण्याकरता जाणीवपूर्वक प्रयत्न करावे लागतात आणि परिस्थिती तितकीशी गंभीर नसेल, तर ते टाळले जाऊ शकतात. साप्ताहिक आढाव्याकरता वेळ काढण्याची सवय लावून घेतली नाही तर ते एक मोठं आव्हान ठरू शकतं. या सगळ्याचा परिणाम म्हणजे तुमची वैयक्तिक प्रणाली अपूर्ण आणि कालबाह्य होऊ शकते. तुमच्या याद्या तुमच्या समोर संपूर्ण चित्र ठेवतील असा विश्वास तुम्हाला वाटत नाही आणि एकूणच तुमची प्रणाली तुमचा ताण कमी करत नसल्यामुळे ती वापरत राहण्यात काही अर्थ नाही असा निष्कर्ष तुम्ही काढाल आणि पुन्हा एकदा

गोष्टी मेंदूमध्ये ठेवायला सुरुवात कराल. अशा परिस्थितीत अत्यंत वेगानं मार्ग सोडून भरकटणं सहज शक्य असतं.

...आणि पुन्हा मार्गावर येणंही

पण चांगली बातमी अशी की, तुमच्या उत्पादक अवस्थेमध्ये परत येणं हे त्यातून बाहेर पडण्याइतकंच सोपं असतं. त्याकरता फक्त मूलभूत गोष्टींकडे परत वळणं आवश्यक असतं. एक कागद आणि पेन घेऊन तुमचं डोकं पुन्हा एकदा रिकामं करा, तुमच्या कृती आणि प्रकल्पाच्या याद्यांची साफसफाई करा, या याद्या अद्ययावत स्थितीत आणण्याकरता नवे प्रकल्प आणि पुढच्या कृती ओळखा आणि ज्या गोष्टी तुमच्या प्रणालीच्या बाहेर ओघळल्या असतील त्या स्वच्छ करा.

मार्ग सोडून भरकटणं आणि पुन्हा मार्गावर येणं हे जवळजवळ प्रत्येकाच्या बाबतीत घडतं; विशेषतः या खेळाच्या प्राथमिक, मूलभूत गोष्टी शिकण्याच्या पहिल्या टप्प्यावर तर नक्कीच! माझ्या अनुभवानुसार, हा टप्पा जीवन आणि कामामध्ये संमीलित करून तो सातत्यानं सांभाळण्याकरता दोन वर्षं लागू शकतात.

आणखी एक चांगली बातमी म्हणजे एखाद्या व्यक्तीनं या मजकुरातल्या काही थोड्याच संकल्पना टिपल्या असतील किंवा प्रणाली नियमितपणे वापरली नसेल तरीही त्याच्या जीवन आणि कामामध्ये खूप सुधारणा दिसून येईल. तुम्हाला दोन मिनिटांच्या नियमाव्यतिरिक्त अन्य काहीच समजलं नाही, तरी तेवढंसुद्धा लाखमोलाचं असेल. तुम्ही जर तुमच्या मेंदूत साठलेल्या, पूर्वीपेक्षा चार-दोन जास्त गोष्टी लिहून ठेवल्या तरी तुम्हाला रात्री छान झोप लागेल. तुम्ही जर तुमच्या वाचायच्या राहिलेल्या ई-मेल्सचा आकडा निदान अधूनमधून शून्यावर आणून ठेवला तर तुम्हाला होणारा आनंद साजरा करण्यासारखा असेल आणि तुम्ही फक्त पुढची कृती कोणती? असा प्रश्न स्वतःला किंवा इतरांना विचारला, जे तुम्ही पूर्वी केलं नसतं, तरी त्यामुळे तुमच्या ताणमुक्त उत्पादकतेमध्ये वाढ होईल.

अर्थात ही तंत्रं जितकी जास्त एकत्रितपणे, पद्धतशीरपणे आणि सातत्यानं कामात आणली जातील, तेवढी तुमची शैथिल्यपूर्ण आणि केंद्रित नियंत्रणभावनेची अनुभूती जास्त मोठी असेल. मूलभूत गोष्टींवर प्रभुत्व मिळवणं ज्यांना साध्य होतं त्या सगळ्यांकरता हे एका मोठ्या परिवर्तनासारखं असतं. तुम्ही त्या टप्प्यावर पोहोचलात तर तुम्ही कितीतरी जास्त गोष्टी जास्त लवकर आणि जास्त सहजतेनं घडवून आणू लागाल, तसेच खूप जास्त आत्मविश्वासानं तुमची कामं करू लागाल. जीटीडीवरील प्रभुत्वाच्या या पहिल्या टप्प्यावर तुम्ही सर्वसाधारणपणे तासा-तासाच्या आणि दिवसा-दिवसाच्या हिशेबात स्वतःला नियंत्रणामध्ये ठेवू लागाल.

प्रगत (पदवी) स्तर - एकात्मिक जीवन व्यवस्थापन

आता तुम्ही पुढच्या स्तरावर जाण्यास तयार आहात. तुमच्या जीवनाच्या सुकाणूवर, आठवडा-आठवडा, महिना-महिना (आणि त्याहीपेक्षा जास्त काळ) तत्त्वावर हात ठेवण्याकरता तयार आहात. याला अधिक सुप्त पातळीवरच्या जाणीव आणि सरावाची आवश्यकता असते. मी आधी म्हटल्याप्रमाणे तुम्ही कार चालवण्यात जसजसे अधिक प्रवीण होत जाता, तसतसं तुम्ही तुमचं क्षितिज विस्तारत असता आणि जास्त सफाईदार हालचाली करू लागता. तुमचं लक्ष आता तुम्ही कुठे जात आहात यावर जास्त आणि कुठल्या यंत्रणेच्या साह्यानं तिथं जात आहात यावर कमी असतं. त्याचप्रमाणे जीटीडी प्रक्रियेमध्ये तुम्ही प्रगल्भतेची एक विशिष्ट पातळी गाठता, तेव्हा तुम्ही त्या प्रणालीवर किंवा तुम्ही ती कशी वापरत आहात यावर पूर्वीइतके केंद्रित राहात नाही. तुम्ही तिचा वापर जास्त लवचीक आणि तुम्हाला हव्या त्या प्रकारे, अधिक दीर्घ आणि अधिक विस्तृत अवकाशावर नियंत्रण आणि एकाग्रता मिळवण्यासाठीचं एक विश्वासार्ह साधन म्हणून करू लागाल.

प्रभुत्वाच्या पहिल्या स्तरामध्ये इन-ट्रे, बैठका, ई-मेल, फोन कॉल्स, विषयपत्रिका, प्रतीक्षा यादी, संदर्भ प्रणाली, यादी व्यवस्थापन, योग्य साधनं मिळवणं यांचा समावेश असतो, तर पुढच्या स्तराचा संबंध प्राथमिक स्तरावरील गोष्टींना चालना देणाऱ्या मोठ्या समस्यांमध्ये खोल शिरण्याशी असतो. या नेमक्या कृती आणि माहिती त्यांच्यापेक्षा मोठ्या गोष्टींशी- पूर्ण करण्याचे प्रकल्प, सोडवण्याच्या अडचणी, लक्ष केंद्रित करण्याची क्षेत्रं आणि आपल्या व्यामिश्र जीवनामध्ये असलेले आपले हितसंबंध - संबंधित असल्यामुळे अस्तित्वात असतात. अमुक एखादी ई-मेल तुम्हाला का आली? तमुक एखाद्या बैठकीचा उद्देश काय आहे आणि तुम्ही तिला उपस्थित का राहायचं आहे? पुढच्या तिमाहीमध्ये काय घडणार आहे, जे तुम्हाला आत्तापासून हाताळणं आवश्यक आहे? आसपास घडत असलेल्या मोठ्या बदलांमुळे कुठले प्रकल्प कधीतरी/कदाचित मध्ये जायला हवेत किंवा याच्या उलट व्हायला हवं आहे?

परिणामकारक आणि कार्यक्षम कार्यपालनाकरता आधार पुरवणारं मूलभूत बाबींवरचं प्रभुत्व जास्त उच्च पातळीवरचं नियंत्रण आणि केंद्रितता हाताळण्यासाठीची क्षमता आणि वावदेखील पुरवतं - प्रकल्प, ते कसे ओळखले जातात, त्यांचं व्यवस्थापन कसं केलं जातं आणि ते एकमेकांच्या आणि आपण काम करत असलेल्या व्यापक संरचनेच्या संबंधानं कसे समजून घेतले जातात. बाह्य मनाबद्दल आश्वस्त होण्यानं आपल्या संज्ञानात्मक क्षमता मोकळ्या होतात आणि उपयोगात येतात; त्यामुळे एका एकात्मिक स्वयंव्यवस्थापन प्रणालीच्या अनेक सृजनात्मक

आणि उत्पादक उपयोगांचा मार्ग मोकळा होतो.

'गेटिंग थिंग्ज डन'मधल्या प्रगल्भतेच्या यापुढील स्तराची वैशिष्ट्यं अशी-

- प्रकल्पांचा एक परिपूर्ण, अद्ययावत आणि स्पष्ट साठा,
- व्यक्तीच्या खासगी आणि व्यावसायिक भूमिका, उत्तरदायित्व आणि हितांचा एक ढोबळ नकाशा
- सद्य गरजा आणि दिशेच्या दृष्टीनं तयार केलेली आणि दैनंदिन गोष्टींच्या पुढे जाण्याकरता उपयोगात आणली जाणारी एक एकात्मिक संपूर्ण जीवन व्यवस्थापन प्रणाली, आणि
- आव्हानं आणि आश्चर्याचे धक्के यांमुळे तुम्ही या कार्यपद्धतीबाहेर फेकले जाण्याऐवजी तुम्हाला तिचा उपयोग करण्याकरता चालना मिळणं.

प्रकल्प जेव्हा तुमच्या कार्यचालन व्यवस्थेचं हृदय बनतात

या कार्यपद्धतीवर प्रभुत्व मिळवण्याच्या मार्गामध्ये पुढे तुम्ही अशा टप्प्यावर येऊन पोहोचाल जिथे तुमची प्रकल्प यादी तुमच्या पुढची कृती यादीचं प्रतिबिंब नव्हे तर चालक बनेल. तुमचे प्रकल्प तुमच्या भूमिका, तुमचं स्वारस्य आणि तुमच्या केंद्रिततेचं जास्त वास्तविक प्रतिबिंब बनतील. या बिंदूवर तुमच्या स्वयंव्यवस्थापन प्रणालीचं गुरुत्वाकर्षण केंद्र जमिनीवरील क्षितिजापासून वर क्षितिज १ आणि क्षितिज २ च्या मध्ये कुठेतरी स्थिरावलेलं असेल. (प्रकरण २ पाहा)

ताणमुक्त उत्पादकतेच्या अनुभवामध्ये ही गोष्ट केंद्रस्थानी असली, तरी खूप कमी लोकांकडे - अगदी अनेक वर्षं 'गेटिंग थिंग्ज डन' वापरणाऱ्या लोकांसहित - नियमितपणे आणि वस्तुनिष्ठ पद्धतीनं आढावा घेतली जात असलेली परिपूर्ण प्रकल्प यादी असते. या स्तरावर पोहोचलेले आणि या गोष्टीचं सामर्थ्य कळलेले लोक मात्र तिलाच आपली मुख्य यादी बनवतात आणि तिच्यानुसार इतर गोष्टी करतात.

तुम्ही एक वर्षामध्ये पूर्ण करण्यास बांधील असलेला आणि एकापेक्षा अधिक पायऱ्या असलेला कुठलाही परिणाम, ही माझी प्रकल्पाची ढोबळ व्याख्या पाहता, तुम्हाला असे सगळे प्रकल्प वेगळे काढणं अवघड जाऊ शकतं, मग ते नवीन टायर बसवणं, प्रिंटर दुरुस्त करून घेणं यांसारखे सुस्पष्ट असले तरी; पण इथे प्रगल्भतेची खरी अभिव्यक्ती म्हणजे करण्यायोग्य या सदरात टाकता येण्यासारखे अधिक सुप्त प्रकल्पदेखील यादीमध्ये समाविष्ट करणं. ('अ' ची संघातली नवी भूमिका स्पष्ट करून घेणं, शेजाऱ्यासोबत जागेच्या सीमारेषेचा प्रश्न सोडवणं इ.) या टप्प्यावर जीटीडीवरच्या - आणि खरोखर एकूण आयुष्यावरच्या - प्रभुत्वाची उघड खूण

म्हणजे डोक्यामध्ये भुंगा घालणारी प्रत्येक गोष्ट ओळखणं (चिंता, काळजी, अडचण, समस्या, ताण) आणि त्यांची जे ठोस पुढच्या कृतीद्वारे पूर्ण केले जाऊ शकतात अशा साध्य करता येण्याजोग्या परिणामांमध्ये मांडणी करणं (प्रकल्प). संधी आणि समस्या जोवर यशस्वीपणे हाताळता येऊ शकतील असं वाटत नाही, तोवर बहुतेक लोक त्यांचं अस्तित्व मान्य करण्याचं टाळत राहतात; पण एखादी संधी किंवा समस्येचा खोलात जाऊन शोध घेणं, त्यात लक्ष घालणं किंवा यावर पुढे काहीही करता येणार नाही हे मान्य करून ती सोडून देणं हा एक परिणामच (प्रकल्प) असतो हे त्यांच्या लक्षातच येत नाही. शेजाऱ्यासोबतच्या जागेच्या सीमाविषयक समस्येबाबत किंवा एखाद्या नव्या सदस्याच्या भूमिकेबाबत त्यामध्ये दडलेला प्रकल्प ओळखून आणि तो पूर्ण करण्याकरता पावलं उचलून योग्य प्रकारे या गोष्टी हाताळणं - मग हे साध्य करण्याचा मार्ग किती का धूसर किंवा अस्पष्ट असेना - ही एक विलक्षण आणि प्रगल्भ अशी स्वयंव्यवस्थापनातली क्रिया असते.

तुमच्या लक्ष्यक्षेत्रातून तुमची प्रकल्प यादी भरणं

आपण जे काही करतो, ते आपण स्वीकारलेल्या भूमिका आणि जबाबदाऱ्यांशी निगडित असतं किंवा आपल्याला स्वारस्य असलेल्या क्षेत्राशी संबंधित असतं. मी माझ्या भावाला इकडची-तिकडची चौकशी करण्याकरता आणि हॅलो म्हणण्याकरता फोन करतो, कारण कौटुंबिक संबंध ही माझ्या दृष्टीनं एक महत्त्वाची गोष्ट आहे. मी धान्य, भाज्या विकत घेतो, कारण आरोग्य आणि शक्ती हे मी महत्त्वाचं मानतो. मी एखाद्या संचालक मंडळाच्या बैठकीची विषयपत्रिका तयार करतो, कारण मला माझ्या कंपनीमधल्या भूमिकेतून कॉर्पोरेट देखरेख ठेवायची असते.

या क्षितिजावर - खासगी आणि व्यावसायिक लक्ष्यक्षेत्रांमध्ये - जेव्हा लोक प्रत्यक्षात चेकलिस्ट तयार करतात, तेव्हा त्यांना यादीत घालण्यासारखे अनेक प्रकल्प सापडतात. त्यांच्या खासगी किंवा व्यावसायिक किंवा दोन्हीही जीवनातल्या काही बाबींकडे ते योग्य त्या प्रमाणात लक्ष देत नाहीत हेही त्यांच्या ध्यानात येतं आणि मग त्यांच्या प्रकल्प यादीमध्ये अधिक संतुलन, अधिक परिपूर्णता आणण्याकरता ते प्रेरित होतात.

एक एकसंध संपूर्ण जीवन-व्यवस्थापन प्रणाली

प्रभुत्वाच्या या टप्प्यातली तिसरी बाब म्हणजे तुमची प्रणाली विविध याद्या, माहिती, उपयोजनं आणि साधनांचा संचय, याऐवजी एक सुसंलग्न नियंत्रण कक्ष झालेली असेल, जिच्यातले सर्व घटक कशीही परिस्थिती उद्भवली तरी एकत्र काम करून तिचा सामना करत असतील. तुमच्या विश्वामध्ये होणाऱ्या बदलांच्या

प्रतिसादस्वरूप आणि संधी योग्यरीत्या हाताळण्याबाबत तुमच्या वाढत्या सहजतेनुसार, तुमच्या याद्या आणि वर्गीकरणं आणि तुम्ही त्यांचा कसा वापर करता या गोष्टी हव्या तशा करून घेण्याची क्षमता तुम्ही विकसित केलेली असेल.

जीटीडीचं कार्यपालनात्मक ज्ञान मिळाल्याचं हे द्योतक आहे. या मॉडेलच्या विविध भागांचं सार तुमच्या लक्षात आलं आहे आणि त्यांचं मूल्य तुम्हाला समजलं आहे; त्यामुळे तुमच्या गरजांनुसार सर्वोत्तम पद्धतीनं त्यांना सोयीचं करून घेण्याचं स्वातंत्र्य तुम्ही अनुभवता आहात. गरज भासल्यास, तुमच्याजवळ असलेल्या साधनांच्या साह्यानं तुम्ही जीटीडीचं स्वतःचं वेगळं उपयोजनदेखील तुम्ही पहिल्यापासून निर्माण करू शकाल. एखाद्या परिस्थितीमध्ये तुम्ही उचित प्रकारे केंद्रित असण्याची खात्री करण्याकरता, आवश्यक ते नकाशे निर्माण करून वापरण्याची तत्त्वं तुमच्या दिमतीला आहेत.

कुठल्याही बाबतीत - कुठल्याशा बैठकीमध्ये तुम्ही घेतलेलं बिझनेस कार्ड, तुम्हाला सुरू करायच्या असलेल्या एखाद्या प्रकल्पासंबंधी सकाळी उठताना तुमच्या डोक्यामध्ये आलेली एक बारीकशी कल्पना किंवा तुमच्या मागच्या रक्ततपासणीचा आलेला अहवाल - काय करायचं हे तुम्हाला आता नीट माहिती असतं. कुठल्याही प्रकारच्या संभाव्यतः अर्थपूर्ण डेटाकरता तुम्ही एक योग्य तात्पुरती जागा ठरवू शकता. तुमच्या आगामी ट्रिपच्या संदर्भात तुमच्या प्राधान्यांची कल्पना आता तुम्हाला सहज येऊ शकते, तुम्ही घेणार असलेल्या पुढच्या वेबिनारकरता लागणारं सगळं काही तुमच्या हाताशी आहे इ. तुम्ही घरी, कार्यालयात किंवा प्रवासात, कुठेही असलात, तरी जवळपास कुठल्याही संदर्भामध्ये तुम्हाला दिशा दाखवणारा एक डॅशबोर्ड तुमच्याकडे आहे.

दबावामुळे या क्रिया जास्त वापरात येतात कमी नाही

कधीतरी जीटीडी प्रक्रिया सुरू केलेल्या; पण त्यात फार पुढे न गेलेल्या लोकांकडून एक गोष्ट मला नेहमी ऐकायला मिळते, ती म्हणजे त्या वेळी मला सारखं दौऱ्यावर जावं लागत होतं किंवा मला फ्लू झाला होता इत्यादी कारणं.

आणि या प्रक्रियेमध्ये प्रगल्भता साध्य केलेल्या लोकांकडून मला सहसा ऐकायला मिळतं की, 'गेटिंग थिंग्ज डन'मुळेच त्यांना यांसारख्या तणावपूर्ण परिस्थितींना जास्त परिणामकारकपणे आणि कमी ताणासह तोंड देता आलं.

त्यामुळे या टप्प्यावरील प्रभुत्वाच्या मार्गावरच्या प्रगतीचं एक लक्षणीय वैशिष्ट्य म्हणजे समस्या आणि संधी ज्या बिंदूवर लोकांना जीटीडी सोडून देण्यास भाग पाडण्याऐवजी उलट जास्त उपयोगात आणण्याची प्रेरणा देतात, तो बिंदू या टप्प्यावर येतो. कामाच्या ठिकाणी जेव्हा मोठ्या प्रमाणात एखादी नवी अडचण

समोर येते, तेव्हा सगळं काही तुमच्या मेंदूत भरून ठेवण्याऐवजी तुम्ही स्वच्छ मनानं त्वरित परिस्थितीवर पुन्हा नियंत्रण मिळवू शकता. या अडचणीच्या परिस्थितीसंबंधी, हे काय झालं? असं म्हणून नुसतीच चिंता करत बसण्याऐवजी तुम्ही तिच्याशी संबंधित अपेक्षित परिणाम, प्रकल्प आणि पुढच्या कृती शक्य तितक्या लवकर ओळखता. तुमचा साप्ताहिक आढावा तुम्ही आठवड्याच्या मध्यावरच घ्यायला लागता, कारण सर्वांत शेवटी आलेलं आणि सर्वांत मोठा आवाज करणारं काम तुमचं प्राधान्य बनण्याऐवजी तुमच्या कामांचं अधिक उच्च पातळीवरून नियोजन करणं तुम्हाला हवं असतं.

जीटीडीवरच्या प्रभुत्वाची ही पातळी साध्य करण्यासारखी आहे आणि खरंच सुंदर आहे. जे लोक ती साध्य करतात, त्यांच्याकरता हा अनुभव उंच झेपावण्यासाठी वातावरण तयार करण्यासारखा ठरतो. एखाद्या चोवीस वर्षांच्या गायकासाठी झेपावण्याचा अर्थ चोपन्न वर्षांच्या वकिलाच्या अर्थापेक्षा खूपच वेगळा असेल; पण त्या दोघांचा तो अनुभव आणि जीटीडीच्या साह्यानं ते तिथपर्यंत पोहोचण्याची प्रक्रिया मात्र सारखीच असतात.

अतिप्रगत (पदव्युत्तर) स्तर - केंद्रितता, दिशा आणि सर्जनशीलता

एकदा तुम्ही 'गेटिंग थिंग्ज डन'च्या मूलभूत गोष्टी आत्मसात केल्या आणि जीवन व कामातल्या तुमच्या बांधिलकींना एका विश्वासार्ह आणि तुमच्या सोयीच्या व्यवस्थेमध्ये त्या समाविष्ट करून टाकल्या की, मग पुढची आघाडी उघडते - तुमची अनुभूती शक्य तितकी चांगली करण्यासाठी रिकामे अंतर्गत अवकाश, कायम आणि पुनःपुन्हा वापरत राहणं.

प्रभुत्वाच्या या स्तरामध्ये दोन महत्त्वाच्या बाबी येतात :

- तुमच्या मोकळ्या झालेल्या केंद्रिततेचा तुमची बांधिलकी आणि मूल्यांच्या अधिक उच्च पातळ्यांचा थांग घेण्याकरता उपयोग करणं
- नवी, अनोखी मूल्यं निर्माण करण्याकरता तुमच्या बाह्य मनाचा उपयोग करणं

सर्वाधिक अर्थपूर्ण गोष्टी करण्याचं स्वातंत्र्य

एकदा का तुम्हाला तुमच्या इन-ट्रेमध्ये येऊन पडलेलं काहीही तुम्ही परिणामकारकरित्या पूर्ण करू शकता आणि कराल असा विश्वास निर्माण झाला की, मग तुमची स्वतःची एखादी वेडगळ भासणारी कल्पना असो, संशोधन करण्याचं एखादं नवं तंत्रज्ञान असो, तुम्हाला लिहायचं असलेलं एखादं पुस्तक असो की जिचं संकेतस्थळ बघून तुमच्या डोळ्यांत पाणी आलं होतं अशा समाजसेवी

संस्थेला मदत करण्याची तुमची इच्छा असो, असं काहीही स्वतःच्या इन-ट्रेमध्ये टाकून ठेवण्याचं स्वातंत्र्य तुमच्याकडे असेल. निर्मितीचं सामर्थ्य समर्थ शक्यता निर्माण करतं.*

आणि मी या संपूर्ण पुस्तकामध्ये जी स्पष्ट केली आहे अशी मला आशा आहे, ती गोष्ट म्हणजे तुमचं लक्ष तुमच्या जीवन आणि कामातल्या अधिक तरल आणि उच्च पातळ्यांवर गुंतवण्याची तुमची क्षमता. ज्या कार्यचालनविषयक आणि सामान्य पण अनिवार्यपणे आवश्यक गोष्टी तुम्ही त्यांना योग्य प्रकारे हाताळलं नाहीत तर तुम्हाला विचलित करू शकतात, तुमच्या सृजनात्मक ऊर्जेला संपवून टाकू शकतात, त्या तुम्ही शांत करू शकता की नाही, यावर ती तुमची क्षमता, खूप मोठ्या प्रमाणात अवलंबून असते.

उत्तरं न दिलेल्या ई-मेल्स, बंद पडलेला संगणक, प्राप्तिकर भरण्याचं लांबलेलं काम, बँकेचं कर्ज इ. गोष्टी मनावर ओझं टाकून बसलेल्या असतानाही जे लोक चित्रपटाची पटकथा लिहिणं, त्यांच्या समाजसेवी संस्थेचं परिप्रेक्ष्यविषयक विधान (व्हिजन) तयार करणं किंवा एखादी सुंदर कविता लिहिणं यांच्यासाठी त्यांच्या जाणिवेचे पुरेशा प्रमाणात स्वतंत्र कप्पे करू शकतात, त्यांना मी सलाम करतो.

जर या सगळ्या गोष्टी जीटीडीच्या दृष्टिकोनातून योग्य प्रकारे हाताळून पूर्ण केल्या गेल्या, तर अशा लोकांचे आणखी सृजनात्मक क्रिया करण्यासाठीचे अवकाश आणि प्रेरणा खूप मोठ्या प्रमाणावर वाढू शकतात, हे मी खात्रीनं सांगू शकतो. अशा प्रकारच्या उघड्या गाठींच्या आकलनात्मक भाराचा एकाग्रता आणि कामगिरीवर पडणारा नकारात्मक प्रभाव आता दस्तऐवजित झालेला आहे. अनेक लोक आपण काम संपवून घरी जाताना सगळं काही कामाच्या जागीच सोडून देतो आणि मग आपल्या आवडीच्या सर्जनशील गोष्टींवर लक्ष केंद्रित करू शकतो असं सांगत असतात; पण माझा अनुभव सांगतो की, त्यांना हे जमण्याचं एकमेव कारण म्हणजे मुळात त्या दबावांविना त्यांचं जीवन काय असेल याबद्दलचा काहीएक संदर्भबिंदूच त्यांच्याकडे नसतो.

---

* माझ्या आवडत्या वाक्प्रचारांपैकी एक म्हणजे, तुम्ही जेवढे जास्त चांगले बनाल, त्यापेक्षा चांगले बनलात तरच चांगलं! तुम्हाला कदाचित ज्यांची गरज पडू शकेल असं ज्ञान आणि अशी संसाधनं मिळण्यापूर्वी, तुम्ही ती गोष्ट करू शकाल असा आत्मविश्वास तुमच्यात जेवढा जास्त असेल तेवढे तुम्ही तुमच्या शक्यतांनी स्वतःलाच आश्चर्य वाटायला लावाल; त्यामुळे तुमच्या जीटीडी क्रिया तुम्हाला सुस्पष्टता आणि आत्मविश्वास देतात; पण त्याचबरोबर त्यांचा सातत्यानं वापर करत राहण्याची मागणीही त्या करतात.

तुमच्या दैनंदिन जीवनातल्या बारीकसारीक गोष्टींमुळे असलेली सर्वव्यापी अस्वस्थता नसेल, तर तुमचं लक्ष महत्त्वाच्या अनुभूतींकडे वळवणं बरंच सोपं जातं. प्रकरण २ मध्ये मी सांगितल्याप्रमाणे, केंद्रिततेची वरची क्षितिजं - ध्येयं, परिप्रेक्ष्य, उद्देश आणि तत्त्वं - तुमची प्राधान्यं ठरवण्याचे निर्णायक निकष असतात; पण बहुतेक लोकांना त्या गोष्टींवर एकाग्र होऊन अंमल करण्याची क्षमता अळवावरच्या पाण्यासारखी निसरडी आणि अपराधी भावना जागवणारी आढळते. निव्वळ विचलित नसलेलं मन तुम्हाला आजपासून पाच वर्षांनंतरची प्रचंड यशाची कल्पनाचित्रं पाहण्यास उद्युक्त करतं असं नाही. तुम्हाला तुमचं लक्ष त्या गोष्टींकडे जाणीवपूर्वक वळवावंच लागतं. मात्र, त्यामुळे असा सराव उत्पादक प्रकारे करणं अतिशय सोपं जातं, हे मात्र खरं.

तुमच्या बाह्य मनाचा उपयोग करणं

प्रभुत्वाच्या या स्तरावर तुम्ही नियमितपणे काम करायला सुरुवात केल्यावर तुमचा प्रत्येक ठिकाणी जीटीडीचा विचार करण्यावरचा भर, आत येणारी माहिती आणि तुमच्या दैनंदिन जीवनाच्या मागण्यांचा सामना करण्याचे सर्वांत परिणामकारक मार्ग अमलात आणण्यापासून सरकतो आणि स्वयंनिर्मित संदर्भ आणि ट्रिगर्सच्या माध्यमातून सामान्यतः ज्या घडणार नाहीत अशा सृजनात्मक कल्पना, दृष्टिकोन आणि कृती निर्माण करण्यावर जातो.

उदाहरणार्थ, तुमच्या कॉन्टॅक्ट मॅनेजरची साफसफाई करून तो अद्ययावत करताना तुम्ही जेव्हा त्यातल्या लोकांची नावं आणि त्यांचे उद्योग-व्यवसाय बघत असता, तेव्हा अरे, आता मी स्वतंत्र व्यवसायात आहे तर मी या अमुक-अमुकशी पुन्हा एकदा संपर्क साधायला हवा, असं तुम्हाला वाटायला लावणारी नावं न चुकता सापडतात. असा विचार मग पुढे जाऊन कुठल्या तरी प्रकारे मोलाचा ठरला तर जी गोष्ट खूप मोठ्या प्रमाणावर वापरली जाऊ शकते, तिची छोटीशी चुणूक तुम्हाला दिसलेली असते. आपण जर योग्य गोष्टी आपल्या जाणिवेच्या दृष्टीत आणल्या असत्या आणि त्यात दिसलेल्या गोष्टी टिपून ठेवण्याची सोयही असती तर आपले नातेसंबंध, काम आणि सृजनात्मक अभिव्यक्तींच्या बाबतीत संभाव्यता मूल्यवर्धन करू शकणाऱ्या किती कल्पना त्यात असत्या?

> आपण काय विचार करायला हवा याबद्दल खूप विचार करण्याची गरज नसणं किती छान असेल ना?

अत्यंत सृजनात्मक आणि उत्पादक विचार क्रिया साप्ताहिक आढाव्यासारख्या गोष्टीमध्ये तुम्ही जेव्हा कॅलेंडरवरच्या मागच्या आणि पुढच्या नोंदींवर नजर टाकत असता (अरे हो, त्यावरून आठवलं...) आणि तुमचे प्रकल्प आणि पुढची कृती

याद्या अद्ययावत करत असता (अरेच्चा! आता मला... करायला हवं), तेव्हा आपोआपच घडून येते. तुमच्या कधीतरी/कदाचित यादीचं नियमितपणे मूल्यमापन करण्यातून त्याहीपेक्षा जास्त विचार केले जातात; (मी आता पेंटिंगचा क्लास लावतेच!) पण विचारांना चालना देणाऱ्या याच प्रकारच्या ट्रिगर्सचा वापर करून तुमच्या अनुभूती आणि नातेसंबंधांच्या अन्य किती अंगांना स्पर्श करता येईल? एवढ्याच सातत्यानं अन्य कुठल्या गोष्टींचा आढावा घेत राहिल्यास मौल्यवान कल्पना समोर येतील? गोष्टी आणि विचार नियमितपणे संकलित करण्याचा वर्तनामध्ये समावेश करणं तसंही आव्हानात्मक असतं; पण त्याहीपेक्षा पुढे जाण्याच्या शक्यता अंतहीन आहेत.

जीटीडीमधल्या प्रभुत्वाच्या मार्गावरचा हा टप्पा असा आहे, ज्यात चेकलिस्टसारखी साधी कल्पनादेखील उच्च महत्त्व प्राप्त करते. संज्ञानात्मक शास्त्रातल्या संशोधकांनी प्रमाणित केल्याप्रमाणे तुमचं मन अचानक काहीतरी आठवण्याच्या बाबतीत अतिशय अक्षम असतं; पण मूल्यमापनासाठी समोर असलेल्या गोष्टींबद्दल सर्जनशील विचार करण्याच्या बाबतीत मात्र ते अतिशय अद्भुत असतं. आठवण्याच्या क्रियेतून त्याला मुक्त केल्यास आपलं मन हे एक अत्यंत सुंदर यंत्रणा असतं आणि कशाबद्दल विचार करायचा याचा फारसा विचार करावा न लागण्याकरता, त्या गोष्टी उघडपणे समोर मांडून ही यंत्रणा कामाला लावणं खूप उपयुक्त ठरतं.

तुमच्या कुटुंबातील महत्त्वाच्या व्यक्तींबद्दल विचार करण्याची आठवण किती वारंवार करून दिली जाणं तुम्हाला आवडेल? तुमचा वैवाहिक जोडीदार, तुमचा मुलगा, तुमची बहीण यांच्याबद्दल विचार करताना नेमक्या कुठल्या गोष्टीचा विचार करण्याची तुम्हाला आठवण करून देणं योग्य ठरेल? तुमच्या व्यावसायिक संपर्कातल्या लोकांपैकी कुणाला तुम्ही पहिल्या यादीतले (ज्या लोकांचा प्रभाव आणि त्यांचे तुमच्यासोबतचे व्यवहार तुम्हाला सर्वांत मौल्यवान वाटतात) समजता? त्यांच्या यादीचा आढावा तुम्ही किती वारंवार घ्यायला हवा? कुठले प्रेरणात्मक आणि बळ देणारे लेख तुम्हाला पुनःपुन्हा वाचल्यास फायदा होईल आणि किती-किती कालावधीनंतर?

चांगल्या प्रकारे करू न शकणाऱ्या कामांपासून आपल्या मनाला मुक्त करण्याकरता आणि उत्तम प्रकारे करू शकत असलेल्या गोष्टींचा उपयोग करून घेण्याकरता योग्य संरचना उभी केल्यास, आपल्या विश्वामध्ये मूल्यवर्धन करण्यासाठी आपल्यापैकी कुणीही ज्यांचा उपयोग करून घेऊ शकतो, अशा अगणित संधी असतात; पण ही गोष्ट आपोआप घडणार नाही. जीटीडीवरील प्रभुत्वाच्या या प्रगत स्तराचं हेच वैशिष्ट्य आहे की, तुम्ही हे ओळखता आणि तुमच्या बुद्धिमत्तेचा फायदा करून घेण्याकरता तिचा वापर करता. कुठल्याही बंधनाविना कल्पना निर्माण आणि

विकसित करणं आणि मग योग्य प्रकारे त्या नोंदी आणि विचारांवर प्रक्रिया करण्याच्या, त्या संघटित करण्याच्या क्रियेचा उपयोग करून घेणं या स्तरावर घडतं. आपण हुशार आणि प्रेरित असणं फक्त अधूनमधूनच घडतं हे माहीत असलेल्या व्यक्ती सर्वांत हुशार असतात. आपल्या समोर असलेल्या या दुष्ट जगाचा सामना करण्याकरता जो निर्बुद्धपणा लागतो, त्याच्याआड निद्रिस्त असलेल्या आपल्या प्रखर बुद्धिमत्तेचा उपयोग करून घेण्याकरता चाणाक्षपणे प्रणाली आणि प्रक्रिया तयार करण्याचं काम हेच लोक करत असतात.

जीटीडीवरील प्रभुत्वाचा हा मार्ग - मूलभूत गोष्टी आत्मसात करणं, उच्च आणि एकसंध प्रणालींचा उपयोग करणं आणि सर्जनशील दिशादिग्दर्शित केंद्रिततेचा फायदा करून घेणं - प्रत्यक्षात मी ज्या प्रकारे क्रमवार मांडला आहे, तितका मर्यादित नाही. बहुतेक सर्वचजण त्यांच्या क्रियांमध्ये यातल्या सर्व स्तरांवरचे काही भाग दाखवून देतात आणि एखाद्या क्षेत्रामध्ये काही विलक्षण प्रगत क्रिया करत असलेले नवशिके लोक मला बरेचदा भेटत असतात; पण माझ्या अनुभवानुसार, ताणमुक्त उत्पादकतेच्या सगळ्या गोतावळ्याचा विचार करता त्यात कुठलाही जवळचा मार्ग नाही. तुमच्या ई-मेलमध्ये सावळागोंधळ असेल तर साप्ताहिक तत्त्वावर तुम्ही तुमचं नियंत्रण टिकवून ठेवू शकत नाही. तुमच्या हातातल्या पंचाहत्तर प्रत्यक्ष प्रकल्पांच्या यादीच्या सद्य सत्यपरिस्थितीवर तुमची पकड नसेल तर तुमच्या दीर्घकालीन नियोजन किंवा परिप्रेक्ष्यावर काम करण्याकरता तुम्ही खऱ्या अर्थानं मुक्त असू शकणार नाही.

जाणीवपूर्वक किंवा अजाणता, उघडपणे किंवा सुप्तपणे तुम्ही या सर्व स्तरांवर सतत गुंतलेले असता. तुमच्याकडे अपॉइंटमेंट्स, प्रकल्प, कृती, ध्येयं आणि मूल्य असतात आणि एक व्यावसायिक म्हणून तुम्हाला जाणवेल की, तुमच्या कामाच्या स्वतःच्या काहीएक बांधिलकी असतात, ज्यांच्या अधीन राहून तुम्हाला काम करायचं असतं. 'गेटिंग थिंग्ज डन'वरचं तुमचं प्रभुत्व फक्त या सगळ्या गोष्टी तुम्ही ज्या सुंदर समभावनेनं हाताळता ते दाखवून देईल. एका मोठ्या समस्येसंबंधीची नुकतीच अचानक आलेली ई-मेल, या आठवड्यामधला तुमच्या आजीचा वाढदिवस, तुमच्या कंपनीच्या धोरणामध्ये होणार असलेला संभाव्य बदल, यातली प्रत्येक गोष्ट या क्षणी तुमच्या मनात असलेल्या गोष्टीव्यतिरिक्त अन्य कुठलीही गोष्ट मागे न सोडता त्वरित, सहजतेनं आणि योग्य त्या संदर्भात हाताळली जाणं म्हणजे 'गेटिंग थिंग्ज डन'वर तुम्ही प्रभुत्व मिळवलेलं आहे.

उपसंहार

हे पुस्तक उपयोगी ठरलं असेल, कमी श्रमांत आणि कमी ताणासह जास्त गोष्टी घडवून आणण्याचा फायदा तुम्हाला मिळायला सुरुवात झाली असेल, अशी मला आशा आहे आणि मी मनापासून अशी आशा करतो की, पाण्यासारखं मन अवस्थेतलं स्वातंत्र्य आणि या तंत्राचा उपयोग केल्यामुळे प्रवाही होणारी तुमची सर्जनात्मक ऊर्जा, यांची चव तुम्ही चाखली असेल. जीटीडीच्या पद्धती आचरणात आणण्यास सुरुवात करणाऱ्या लोकांना नेहमी असं आढळतं की, दिसतं त्यापेक्षा जास्त काहीतरी त्यामध्ये आहे आणि तुम्हालाही त्याचा अनुभव येण्यास सुरुवात झाली असेल.

तुमच्या खासगी आणि व्यावसायिक जीवनामध्ये, तुम्हाला आधीपासूनच माहिति असलेल्या आणि काही प्रमाणात तुम्ही पाळत असलेल्या बहुतेक गोष्टींना 'गेटिंग थिंग्ज डन'मुळे पुष्टी मिळाली असेल हे मी पैजेवर सांगू शकतो. मात्र, कदाचित आपल्या तीव्रता आणि गुंतागुंतीमुळे आपल्याला जास्तीतजास्त गोंधळून टाकणाऱ्या या जगामध्ये ते सामान्यज्ञान अधिक पद्धतशीरपणे वापरणं तुम्हाला त्यामुळे खूप सोपं जाऊ शकेल.

यशस्वी होण्यासंबंधीच्या आधुनिक सिद्धान्त आणि साच्यांच्या भाऊगर्दीमध्ये आणखी भर घालणं हा माझा उद्देश नाही. उलट काळ बदलला तरीही न बदलणाऱ्या आणि उपयोगात आणल्यावर न चुकता प्रत्येक वेळी काम करणाऱ्या मूलभूत पद्धती समजावण्याचा मी इथे प्रयत्न केला आहे. गुरुत्वाकर्षणाच्या नियमाप्रमाणे, एकदा तुम्हाला हे तत्त्व समजलं की, मग तुम्ही जे काही करत असाल, ते खूपच जास्त परिणामकारकतेनं करू शकाल. मूलभूत गोष्टींकडे पुन्हा वळण्यातली धार बहुधा हीच असावी.

'गेटिंग थिंग्ज डन' हा तुमच्या सर्वांत उत्पादक स्थितीचं लक्षण असणारा सकारात्मक, ताणमुक्त केंद्रितता साध्य करण्याचा पथदर्शक नकाशा आहे. त्याचा पथदर्शक नकाशा म्हणून, गरज असेल तेव्हा वापरण्याचं संदर्भ साधन म्हणून त्या

स्थितीत परत जाण्याकरता वापर करण्याची मी तुम्हाला विनंती करतो.

पुढे जाण्याकरता शेवटच्या काही उपयुक्त सूचना :

- तुमच्या व्यक्तिगत, प्रत्यक्ष संघटनाकरता आवश्यक ते हार्डवेअर उभे करा.
- तुमचं टेबल व्यवस्थित आवरून ठेवा.
- इन-ट्रे आणून ठेवा.
- घराकरता आणि ऑफिसकरता एक उपयुक्त आणि सहज हाताशी लागेल अशी व्यक्तिगत संदर्भ प्रणाली तयार करा.
- ज्याच्याशी खेळणं तुम्हाला आवडेल, असा चांगला यादी-व्यवस्थापन ऑर्गनायझर मिळवा.
- तुमच्या कामाच्या ठिकाणच्या वातावरणात जे काही बदल करण्याचं तुमच्या मनात होतं, ते करून घ्या असं मी सुचवेन. चित्रं लावा, पेन विकत आणा, अनावश्यक गोष्टी फेकून द्या आणि तुमच्या कामाच्या जागेची पुनर्मांडणी करा. नव्यानं सुरुवात करण्याकरता योग्य वाटेल ते सगळं करा.
- तुमच्या कार्यालयाचा एक संपूर्ण भाग आणि नंतर तुमच्या घराचा प्रत्येक भाग आवरताना थोडा वेळ हाताशी ठेवा. प्रत्येक गोष्ट तुमच्या प्रणालीमध्ये संकलित करा आणि 'गेटिंग थिंग्ज डन'च्या प्रक्रियेनुसार काम करत जा.
- यातून जे काही महत्त्वाचं तुमच्या लक्षात आलं असेल, ते कुणाबरोबर तरी वाटून घ्या. (शिकण्याचा तो सर्वांत जलद मार्ग असतो.)
- पुढच्या तीन ते सहा महिन्यांमध्ये 'गेटिंग थिंग्ज डन'चं पुनर्विलोकन करा. पहिल्या वेळी लक्षात न आलेल्या काही गोष्टी तुमच्या आता लक्षात येऊ शकतील आणि हे पुस्तक वेगळंच भासेल याची हमी मी देतो.
- या वर्तणुकी आणि ही मानकं सांगणाऱ्या आणि दर्शवणाऱ्या लोकांच्या संपर्कात राहा.*

तुमच्या उर्वरित सबंध आयुष्याकरता शुभेच्छा!

---

* आम्ही उपलब्ध आहोत. तुमच्यासारख्या लोकांच्या, या उत्तम सवयींबद्दलच्या प्रचंड प्रमाणातल्या निःशुल्क आधारसाहित्य, संभाषणं आणि कहाण्यांकरता तसेच याला आधार देणाऱ्या उत्पादनं व सेवांकरता आणि या कार्यपद्धतीबद्दल विचार व मतांचं आदानप्रदान करणाऱ्या लोकांच्या जागतिक नेटवर्कचा उपयोग करण्याकरता www.gettingthingsdone.com या संकेतस्थळाला केव्हाही भेट द्या.

द मॅजिक ऑफ थिंकींग बिग

लेखक

डेव्हिड जोसेफ श्वार्त्झ

अनुवाद

प्रशांत तळणीकर

उच्च ध्येयं आपल्यासमोर ठेवा...

आणि मग त्याहीपेक्षा अधिक साध्य करा!

'द मॅजिक ऑफ थिंकींग बिग' हे पुस्तक वाचून जगभरातल्या लक्षावधी लोकांनी आपल्या जीवनात सुधारणा घडवून आणलेली आहे. प्रेरणा (motivation) या विषयावरचे एक आघाडीचे तज्ज्ञ म्हणून मान्यता असलेले डॉ. श्वार्त्झ, तुम्हाला अधिक चांगली विक्री करण्यासाठी, अधिक चांगलं व्यवस्थापन करण्यासाठी, अधिक पैसा मिळवण्यासाठी आणि सर्वांत महत्त्वाचं म्हणजे अधिक समाधान आणि मनःशांती मिळवण्यासाठी, या पुस्तकाद्वारे मदत करतात.

'द मॅजिक ऑफ थिंकींग बिग' या पुस्तकात तुम्हाला निव्वळ पोकळ आश्वासनं नाही, तर व्यवहार्य, प्रत्यक्ष करून पाहण्याजोग्या पद्धती सापडतात. यातल्या कल्पना आणि तंत्रं इतकी स्वतंत्र प्रज्ञेची आहेत, की त्या समजावून सांगण्याकरता लेखकाला एक संपूर्णपणे नवा शब्दसंग्रहच निर्माण करण्याची गरज पडलेली आहे. नोकरी वा उद्योग, वैवाहिक आणि कौटुंबिक जीवन आणि सामाजिक तसेच सांस्कृतिक कार्यक्रम या सर्वच बाबतीत भव्य प्रमाणात जगण्याचा एक सुनियोजित कार्यक्रमच डॉ. श्वार्त्झ आपल्यासमोर सादर करतात. आपल्या आसपासच्या इतर लोकांपेक्षा श्रेष्ठ ठरण्यासाठी तुमच्याजवळ अफाट बुद्धिमत्ता किंवा महान प्रतिभा असण्याची गरज नाही. गरज आहे ती यश मिळवून देणाऱ्या पद्धतीनं विचार आणि आचार करण्याची, हे ते सिद्ध करून दाखवतात. आणि हे कसं साध्य करायचं, याची गुपितं हे पुस्तक तुम्हाला पुरवतं!